ವಿಶ್ವಕಥಾಕೋಶ
ಸಂಪುಟ – ೨

ಪ್ರಧಾನ ಸಂಪಾದಕ
ನಿರಂಜನ

ಆಫ್ರಿಕದ ಹಾಡು

ಆಫ್ರಿಕ ಖಂಡದ ಕಥೆಗಳು

ಅನುವಾದ
ಸಿ. ಸೀತಾರಾಮ್

ನವಕರ್ನಾಟಕ ಪ್ರಕಾಶನ

AFRICADA HAADU (Kannada)
An anthology of short stories from African Continent, being the second volume of Vishwa Kathaa Kosha, a treasury of world's great short stories in 25 volumes in Kannada. Translated by C. Sitaram. Editor-in-Chief : Niranjana. Editors : S. R. Bhat, C. R. Krishna Rao, C. Sitaram. Secretary : R. S. Rajaram.

Fourth Print : 2021 Pages : 168 Price : ₹ 125
Paper : 70 gsm Maplitho 18.6 Kg (1/8 Demy Size)

ಮೊದಲನೇ ಮುದ್ರಣ : 1980
ಮರುಮುದ್ರಣಗಳು : 2011, 2012
ನಾಲ್ಕನೇ ಮುದ್ರಣ : 2021

ಪ್ರಧಾನ ಸಂಪಾದಕ : ನಿರಂಜನ
ಸಂಪಾದಕರು : ಎಸ್. ಆರ್. ಭಟ್, ಸಿ. ಆರ್. ಕೃಷ್ಣರಾವ್, ಸಿ. ಸೀತಾರಾಮ್
ಕಾರ್ಯದರ್ಶಿ : ಆರ್. ಎಸ್. ರಾಜಾರಾಮ್
ಕಲಾ ಸಲಹೆಗಾರರು : ಎಸ್. ರಮೇಶ್, ಕಮಲೇಶ್, ಅಮಿತ್

ಕೃತಿಸ್ವಾಮ್ಯ : ಆಯಾ ಕಥೆಗಳ ಲೇಖಕರದ್ದು / ಲೇಖಕರ ವಾರಸುದಾರರದ್ದು

ಬೆಲೆ : ₹ 125

ಮುಖಚಿತ್ರ : ಕಾರ್ತಿಕ್

ಪ್ರಕಾಶಕರು
ನವಕರ್ನಾಟಕ ಪಬ್ಲಿಕೇಷನ್ಸ್ ಪ್ರೈವೇಟ್ ಲಿಮಿಟೆಡ್
ಎಂಬೆಸಿ ಸೆಂಟರ್, ಕ್ರೆಸೆಂಟ್ ರಸ್ತೆ, ಬೆಂಗಳೂರು – 560 001
ದೂರವಾಣಿ : 080–22161900 / 22161901 / 22161902

ಶಾಖೆಗಳು/ ಮಳಿಗೆಗಳು
ನವಕರ್ನಾಟಕ, ಕ್ರೆಸೆಂಟ್ ರಸ್ತೆ, ಬೆಂಗಳೂರು – 1, ✆ 080–22161913/14, Email : nkpsales@gmail.com
ನವಕರ್ನಾಟಕ, ಕೆಂಪೇಗೌಡ ರಸ್ತೆ, ಬೆಂಗಳೂರು – 9, ✆ 080–22203106, Email : nkpkgr@gmail.com
ನವಕರ್ನಾಟಕ, ಕೆ.ಎಸ್. ರಾವ್ ರಸ್ತೆ, ಮಂಗಳೂರು – 1, ✆ 0824–2441016, Email : nkpmng@gmail.com
ನವಕರ್ನಾಟಕ, ಬಲ್ಮಠ, ಮಂಗಳೂರು – 1, ✆ 0824–2425161, Email : nkpbalmatta@gmail.com
ನವಕರ್ನಾಟಕ, ರಾಮಸ್ವಾಮಿ ವೃತ್ತ, ಮೈಸೂರು–24, ✆ 0821–2424094, Email : nkpmysuru@gmail.com
ನವಕರ್ನಾಟಕ, ಸ್ಟೇಷನ್ ರಸ್ತೆ, ಕಲಬುರಗಿ – 2, ✆ 08472–224302, Email : nkpglb@gmail.com

ಮುದ್ರಕರು : ಪ್ರಿಂಟ್‌ಒನ್ ಸಲ್ಯೂಶನ್ಸ್, ನವಿ ಮುಂಬಯಿ – 400703

0402215652 **ISBN 978-81-8467-201-5**

Published by Navakarnataka Publications Private Limited, Embassy Centre Crescent Road, Bengaluru - 560 001 (India). Email : navakarnataka@gmail.com

ಅರ್ಪಣೆ

ನಿರಂಜನ
(1924–1991)

ಇವರ ನೆನಪಿಗೆ

ಪರಿವಿಡಿ

ಪ್ರಕಾಶಕರ ನುಡಿ

1980. ಇದು ನವಕರ್ನಾಟಕ ಪ್ರಕಾಶನ ಸಂಸ್ಥೆಯ 20ನೇ ಹುಟ್ಟು ಹಬ್ಬದ ವರ್ಷ. ಈ ಸಂದರ್ಭದ ನೆನಪಿಗಾಗಿ ಕೆಲವು ಉತ್ಕೃಷ್ಟ ಸಾಹಿತ್ಯ ಕೃತಿಗಳನ್ನು ಪ್ರಕಟಿಸಬೇಕೆಂಬ ಹಂಬಲ ನಮ್ಮನ್ನು ಕಾಡಿತು. ಅದರ ಪರಿಣಾಮವಾಗಿ ವಿಶ್ವಕಥಾಕೋಶ ಯೋಜನೆ ರೂಪುಗೊಂಡಿತು.

ಜಗತ್ತಿನ ಸಾರಸ್ವತ ಭಂಡಾರದ ಒಂದು ಭಾಗವನ್ನು ಕನ್ನಡ ಓದುಗರ ಮುಂದೆ ವಿಶ್ವಕಥಾಕೋಶ ತಂದಿಡುತ್ತದೆ. ನಾನಾ ದೇಶಗಳಿಂದ, ಭಾಷೆಗಳಿಂದ ಆಯ್ದ ಸುಮಾರು 400 ಸಣ್ಣ ಕಥೆಗಳ ರಸದೌತಣ ಓದುಗರಿಗಾಗಿ ಇದರಲ್ಲಿ ಕಾದಿದೆ. ಭಾರತೀಯ ಭಾಷೆಗಳಲ್ಲಿ ಇಂತಹ ಒಂದು ಪ್ರಕಟಣೆ ಇದೇ ಮೊತ್ತಮೊದಲನೆಯದು.

ಇದೊಂದು ಬೃಹತ್ ಯೋಜನೆ, ಒಟ್ಟು 25 ಸಂಪುಟಗಳಲ್ಲಿ ಇದರ ಪ್ರಕಟಣೆ. ಅವುಗಳಲ್ಲಿ 'ಧರಣಿಮಂಡಲ ಮಧ್ಯದೊಳಗೆ', 'ಆಫ್ರಿಕದ ಹಾಡು', 'ಕಾಡಿನಲ್ಲಿ ಬೆಳದಿಂಗಳು' ಮತ್ತು 'ಚೆಲುವು' ಎಂಬ ಮೊದಲ ನಾಲ್ಕು ಸಂಪುಟಗಳನ್ನು ಈಗ ಓದುಗರ ಕೈಗಿಡುತ್ತಿದ್ದೇವೆ. ಇದು ಈ ವರ್ಷದ ಯುಗಾದಿಯ ಬಿಡುಗಡೆ. ಮುಂದೆ ದೀಪಾವಳಿಯಂದು ಇನ್ನೂ ನಾಲ್ಕು ಸಂಪುಟಗಳು ಹೊರಬೀಳುತ್ತವೆ. ತದನಂತರ 1981 ಮತ್ತು 1982ರ ಯುಗಾದಿ ಮತ್ತು ದೀಪಾವಳಿಗಳಂದು ಉಳಿದ ಸಂಪುಟಗಳ ಬಿಡುಗಡೆ.

ಜಗತ್ತಿನ ಅತ್ಯುತ್ತಮ ಸಣ್ಣ ಕಥೆಗಳ ಈ ಮಹಾ ಸಂಕಲನವನ್ನು ಸಂಪಾದಿಸುವ ಗುರುತರವಾದ ಹೊಣೆಯನ್ನು ಹೊತ್ತವರು ಖ್ಯಾತ ಸಾಹಿತಿಯೂ ಸ್ವತಃ ಶ್ರೇಷ್ಠ ಕಥೆಗಾರರೂ ಆದ ನಿರಂಜನರು. ತಮ್ಮ ಸ್ವಂತ ಕಾರ್ಯಭಾರಗಳನ್ನು ಸ್ವಲ್ಪ ಕಾಲ ಬದಿಗಿರಿಸಿ, ನಮ್ಮ ಮೇಲಿನ ಅಭಿಮಾನದಿಂದ ಈ ಕೆಲಸವನ್ನು ನಿರ್ವಹಿಸಲು ಅವರು ಒಪ್ಪಿದುದು ನಮಗೊಂದು ಹರ್ಷದ ಸಂಗತಿ. ಈ ಸಂಪಾದನ ಕಾರ್ಯದಲ್ಲಿ ಅವರೊಂದಿಗೆ ಸಹಕರಿಸಿದವರು ಶ್ರೀ ಎಸ್. ಆರ್. ಭಟ್, ಶ್ರೀ ಸಿ. ಆರ್. ಕೃಷ್ಣರಾವ್ ಮತ್ತು ಶ್ರೀ ಸಿ. ಸೀತಾರಾಮ್. ಹಾಗೆಯೇ ಮೂಲ ಕಥೆಗಳ ಬೆರಳಚ್ಚು ಪ್ರತಿಗಳನ್ನು ತಾಳ್ಮೆಯಿಂದ ಸಿದ್ಧಪಡಿಸುವುದು ಮಾತ್ರವಲ್ಲದೆ, ಇತರ ಹಲವು ರೀತಿಗಳಲ್ಲೂ ಸಂಪಾದಕ ಮಂಡಲಿಗೆ ಈ ಕೆಲಸದಲ್ಲಿ ನೆರವಾದವರು ಕುಮಾರಿ ಸೀಮಂತಿನೀ ನಿರಂಜನ. ಕಥಾಕೋಶದ ಸಂಪುಟಗಳ ಬಾಹ್ಯಾಕರ್ಷಣೆ ಮತ್ತು ಇತರ ಕಲಾವಿಷಯಗಳ ಬಗ್ಗೆ

ಕಾಳಜಿ ವಹಿಸಿದವರು ನಮ್ಮ ಕಲಾ ಸಲಹೆಗಾರರಾದ ಶ್ರೀ ಎಸ್. ರಮೇಶ್, ಶ್ರೀ ಕಮಲೇಶ್ ಮತ್ತು ಶ್ರೀ ಅಮಿತ್‌ರವರು. ಮುದ್ರಣದ ಬಗ್ಗೆ ಸೂಕ್ತ ಸಲಹೆಗಳನ್ನು ನೀಡಿದವರು 'ಮಯೂರ' ಸಂಪಾದಕ ಶ್ರೀ ಎಂ. ಬಿ. ಸಿಂಗ್‌ರವರು. ಇವರೆಲ್ಲರಿಗೂ ನಾವು ಚಿರಋಣಿಗಳು. ಇವರಲ್ಲದೆ ಪ್ರತಿಯೊಂದು ಸಂಪುಟವನ್ನು ತಯಾರಿಸುವ ಕಾರ್ಯದಲ್ಲೂ ಇತರ ಅನೇಕ ಮಂದಿ ಮಿತ್ರರು ಅನೇಕ ವಿಧಗಳಲ್ಲಿ ನಮಗೆ ಸಹಾಯ ನೀಡಿದ್ದಾರೆ. ಆಯಾ ಸಂಪುಟದ ಕೊನೆಯಲ್ಲಿ ಅವರಿಗೆ ನಮ್ಮ ಕೃತಜ್ಞತೆಗಳನ್ನು ಸಮರ್ಪಿಸಲಾಗಿದೆ.

ವಿಶ್ವಕಥಾಕೋಶದಲ್ಲಿ ಬಳಸಲಾದ, ಕೃತಿಸ್ವಾಮ್ಯವನ್ನು ಹೊಂದಿರುವ ಎಲ್ಲ ಕಥೆಗಳ ಕರ್ತೃಗಳಿಂದ ಅಥವಾ ಅವರ ವಾರಸುದಾರರಿಂದ ಅದಕ್ಕೋಸ್ಕರ ಅನುಮತಿ ಪಡೆಯಲು ಆದಷ್ಟು ಪ್ರಯತ್ನಿಸಿದ್ದೇವೆ. ಒಂದು ವೇಳೆ ಯಾರದಾದರೂ ಬಿಟ್ಟುಹೋಗಿದ್ದರೆ, ಈ ಯೋಜನೆಯ ಮಹತ್ವವನ್ನು ಮನಗಂಡು, ಸಂಬಂಧಪಟ್ಟವರು ನಮ್ಮನ್ನು ಕ್ಷಮಿಸುವರೆಂದು ನಂಬಿದ್ದೇವೆ.

ಇನ್ನು ಈಗ ನಿಮ್ಮ ಮುಂದಿರುವ ನಾಲ್ಕು ಸಂಪುಟಗಳ ಬಗ್ಗೆ. ಇವುಗಳಲ್ಲಿ 'ಧರಣಿಮಂಡಲ ಮಧ್ಯದೊಳಗೆ' ಸಂಪುಟದಲ್ಲಿ ಸೇರಿಸಲ್ಪಟ್ಟಿರುವ ಕಥೆಗಳ ಕರ್ತೃಗಳಿಗೂ ಉಳಿದ ಸಂಪುಟಗಳನ್ನು ಸೊಗಸಾಗಿ ಅನುವಾದಿಸಿದ ಶ್ರೀ ಸಿ. ಸೀತಾರಾಮ್, ಶ್ರೀ ಸಿ. ಪಿ. ರವಿಕುಮಾರ್ ಮತ್ತು ಶ್ರೀ ಜಿ. ಎಸ್. ಸದಾಶಿವ ಅವರಿಗೂ ನಾವು ಋಣಿಗಳಾಗಿದ್ದೇವೆ. ಈ ಸಂಪುಟಗಳನ್ನು ಅಂದವಾಗಿ ಮುದ್ರಿಸಿದ ಶಾಲಿವಾಹನ ಪ್ರಿಂಟರ್ಸ್‌ನ ಶ್ರೀ ಬಿ. ವಿ. ರಾಮಚಂದ್ರಪ್ಪ, ಪ್ರಿಯದರ್ಶಿ ಮತ್ತು ವ್ಯವಸ್ಥಾಪಕ ಮನೋಹರ್ ಸಿಂಗ್ ಅವರಿಗೂ ಮುಖಪುಟ ಗಳಿಗೆ ಅರ್ಥವತ್ತಾದ ಚಿತ್ರಗಳನ್ನು ಬರೆದುಕೊಟ್ಟ ಕಲಾವಿದರು ಶ್ರೀ ಕಮಲೇಶ್, ಶ್ರೀ ಕಾರ್ತಿಕ್, ಶ್ರೀ ಜೆ. ಎಂ. ಎಸ್. ಮಣಿ ಮತ್ತು ಶ್ರೀ ಅಮಿತ್ ಅವರಿಗೂ ನಮ್ಮ ನೆನಕೆಗಳು ಸಲ್ಲುತ್ತವೆ.

ಕಥಾಕೋಶದ ಬಿಡಿ ಸಂಪುಟದ ಬೆಲೆ ರೂ. 10-00. ಒಟ್ಟು 25 ಸಂಪುಟಗಳಿಗೆ ರೂ. 250-00. 'ನವಕರ್ನಾಟಕ ಪಬ್ಲಿಕೇಷನ್ಸ್ (ಪ್ರೈ) ಲಿಮಿಟೆಡ್' – ಈ ಹೆಸರಿಗೆ 200 ರೂ.ಗಳನ್ನು ಡ್ರಾಫ್ಟ್ ಮೂಲಕ ಮುಂಗಡವಾಗಿ ಕಳುಹಿಸಿದವರಿಗೆ, ರೂ. 50/-ರ ರಿಯಾಯಿತಿ ಇದೆ. ಸಂಪುಟಗಳು ಪ್ರಕಟವಾದಂತೆ ನಮ್ಮ ವೆಚ್ಚದಲ್ಲಿ ನಿಮ್ಮ ಮನೆ ಬಾಗಿಲಿಗೆ ಅವುಗಳನ್ನು ತಲುಪಿಸಲಾಗುವುದು.

ಹೀಗೆ 200 ರೂ.ಗಳನ್ನು ಒಂದೇ ಸಲ ಹೊಂದಿಸಲಾಗದವರಿಗೆ ಈ ಸಂಪುಟಗಳನ್ನು ಕೊಳ್ಳುವ ಸಲುವಾಗಿ ಸಾಲ ಸೌಲಭ್ಯ ನೀಡಲು ಸಿಂಡಿಕೇಟ್ ಬ್ಯಾಂಕ್ ಮುಂದೆ ಬಂದಿದೆ. ಸುಲಭ ಕಂತುಗಳಲ್ಲಿ

ಮರುಪಾವತಿ. ಬ್ಯಾಂಕಿನ ಎಲ್ಲ ಶಾಖೆಗಳಲ್ಲಿ ಈ ಸೌಲಭ್ಯ ದೊರೆಯುತ್ತದೆ. ಇದಕ್ಕೋಸ್ಕರ ಸಿಂಡಿಕೇಟ್ ಬ್ಯಾಂಕಿನ ಆಡಳಿತ ವರ್ಗಕ್ಕೆ ನಮ್ಮ ಕೃತಜ್ಞತೆ ಸಲ್ಲುತ್ತದೆ. ಬ್ಯಾಂಕಿನ ಯಾವ ಶಾಖೆಯಲ್ಲಾದರೂ ವಿಚಾರಿಸಿ, ಈ ಸೌಲಭ್ಯವನ್ನು ಇಂದೇ ಪಡೆಯಿರಿ.

ಕಥಾಕೋಶವನ್ನು ಈ ರೀತಿ ಇಡಿಯಾಗಿಯೋ ಬಿಡಿಯಾಗಿಯೋ ಕೊಂಡು ಓದಿದವರ ಪ್ರತಿಕ್ರಿಯೆಗಾಗಿ ನಾವು ಕಾತರರಾಗಿದ್ದೇವೆ. ಇದಕ್ಕಾಗಿ ಪ್ರತಿಯೊಂದು ಸಂಪುಟದ ಕೊನೆಯಲ್ಲೂ ಒಂದು ಪ್ರವೇಶಪತ್ರವನ್ನು ಇರಿಸಿದ್ದೇವೆ. ಈಗ ಪ್ರಕಟವಾಗಿರುವ ಈ ನಾಲ್ಕು ಸಂಪುಟಗಳಲ್ಲಿ ಒಂದೊಂದನ್ನು ಕುರಿತು ನಿಮ್ಮ ವಿಮರ್ಶೆಯನ್ನು ಈ ಪ್ರವೇಶಪತ್ರದೊಂದಿಗೆ ಸೆಪ್ಟೆಂಬರ್ 1980ರೊಳಗೆ ನಮಗೆ ಕಳುಹಿಸಿಕೊಡಿ. ವಿಮರ್ಶೆ ಒಂದು ಸಾವಿರ ಪದಗಳಿಗೆ ಮೀರಬಾರದು. ಉತ್ತಮ ವಿಮರ್ಶೆಗೆ ಸೂಕ್ತ ಬಹುಮಾನವಿದೆ. ಇಷ್ಟು ಹೇಳಿ, ಕಥಾಕೋಶಕ್ಕೆ ನಿಮ್ಮೆಲ್ಲರ ಆದರದ ಸ್ವಾಗತವನ್ನು ಬಯಸುವ,

ಯುಗಾದಿ, 1980   **ಆರ್. ಎಸ್. ರಾಜಾರಾಮ್**
ಬೆಂಗಳೂರು   ಕಾರ್ಯದರ್ಶಿ
ನವಕರ್ನಾಟಕ ಪಬ್ಲಿಕೇಷನ್ಸ್ (ಪ್ರೈ) ಲಿಮಿಟೆಡ್

ಪ್ರಕಾಶಕರ ನುಡಿ

(ಎರಡನೇ ಮುದ್ರಣ)

ನವಕರ್ನಾಟಕ ಪ್ರಕಾಶನದ 50ರ ಸಂಭ್ರಮದಲ್ಲಿ 'ವಿಶ್ವಕಥಾಕೋಶ'ದ ಇಪ್ಪತ್ತೈದು ಸಂಪುಟಗಳನ್ನು ಪುನರ್ಮುದ್ರಿಸಿ ಓದುಗರ ಕೈಗಿಡುತ್ತಿದ್ದೇವೆ. ಮೂವತ್ತು ವರ್ಷಗಳ ಕಾಲ ಅಲಭ್ಯವಾಗಿದ್ದ ಜಗತ್ತಿನ ಸಾಹಿತ್ಯ ಕಥಾ ಕಣಜ ಬೆಳಕು ಕಾಣುವ ಈ ಸಮಯದಲ್ಲಿ ಈ ಯೋಜನೆಯ ಹೊಣೆ ಹೊತ್ತ ಶ್ರೇಷ್ಠ ಕಥೆಗಾರ, ಸಾಹಿತಿ ನಿರಂಜನರು ನಮ್ಮೊಂದಿಗೆ ಇದ್ದಿದ್ದರೆ, ನವಕರ್ನಾಟಕದ ಚಿನ್ನದ ಹಬ್ಬ ಹೆಚ್ಚು ಅರ್ಥಪೂರ್ಣವಾಗುತ್ತಿತ್ತು. ಈ ಸಂಪುಟಗಳನ್ನು ಅವರಿಗೆ ಅರ್ಪಿಸಿ, ಅವರನ್ನು ನೆನೆಯುತ್ತೇವೆ.

ಸಂಪುಟಗಳನ್ನು ಅನುವಾದಿಸಿ ನೆರವಾದ ಅನೇಕ ಲೇಖಕ ಮಿತ್ರರು ಈ ಮೂರು ದಶಕಗಳಲ್ಲಿ ನಮ್ಮನ್ನು ಅಗಲಿದ್ದಾರೆ. 'ವಿಶ್ವಕಥಾಕೋಶ'ದ ಎಲ್ಲಾ ಅನುವಾದಗಳನ್ನು ಓದಿ, ಪರಿಷ್ಕರಿಸಿ, ಮುದ್ರಣಕ್ಕೆ ಸಿದ್ಧಗೊಳಿಸಿದ ಸಂಪಾದಕರಲ್ಲಿ ಒಬ್ಬರಾದ ಶ್ರೀ ಎಸ್. ಆರ್. ಭಟ್ಟರ ಅಗಲಿಕೆಯ ನೆನಪು ಈ ಸಂದರ್ಭದಲ್ಲಿ ನಮ್ಮನ್ನು ಕಾಡುತ್ತಿದೆ.

ಮೂವತ್ತು ವರ್ಷಗಳ ಹಿಂದೆ 25 ಸಂಪುಟಗಳನ್ನು ರೂ. 250ಕ್ಕೆ ನೀಡಿದ್ದೆವು. ಬೆಲೆಯೇರಿಕೆಯ ಇಂದಿನ ದಿನಗಳಲ್ಲಿ ಮರುಮುದ್ರಿಸಿದಲ್ಲಿ, ಅದರ ಬೆಲೆಯನ್ನು ಎಂಟು-ಹತ್ತು ಪಟ್ಟು ಏರಿಸಬೇಕಾಗಬಹುದು ಎನ್ನುವ ಭೀತಿಯೂ ವಿಳಂಬಕ್ಕೆ ಕಾರಣವಾಯಿತು. ಈ ಸಂದರ್ಭದಲ್ಲಿ ಈ ಸಂಪುಟಗಳನ್ನು ಸುಲಭ ಬೆಲೆಗೆ ನೀಡಲು ನೆರವಾದವರು ಇನ್ಫೋಸಿಸ್ ಫೌಂಡೇಷನ್‌ನ ಅಧ್ಯಕ್ಷೆ ಶ್ರೀಮತಿ ಸುಧಾ ಮೂರ್ತಿಯವರು. ಅವರಿಗೆ ನಾವು ಕೃತಜ್ಞರಾಗಿದ್ದೇವೆ.

ಈ ಯೋಜನೆಯ ಲೇಖಕರು ಈ ಅವಧಿಯಲ್ಲಿ ಸಾಕಷ್ಟು ಹೊಸ ಬರೆಹಗಳನ್ನು ಮಾಡಿದ್ದಾರೆ, ಗೌರವ ಪುರಸ್ಕಾರಗಳಿಗೆ ಪಾತ್ರರಾಗಿದ್ದಾರೆ. ಕೆಲವರು ನಮ್ಮೊಂದಿಗಿಲ್ಲ. ಈ ಎಲ್ಲ ಲೇಖಕರ ಪರಿಚಯಗಳಿಗೆ ಹೊಸ ಸೇರ್ಪಡೆಗಳನ್ನು ಮಾಡಿಕೊಟ್ಟ ಡಾ॥ ಆರ್. ಪೂರ್ಣಿಮಾ ಮತ್ತು ಶ್ರೀಮತಿ ರೋಸಿ ಡಿ'ಸೋಜಾ ಅವರ ನೆರವನ್ನು ಸ್ಮರಿಸುತ್ತೇವೆ.

ಮರುಮುದ್ರಣದ ಈ ಕಾರ್ಯದಲ್ಲಿ ನೆರವಾದ ಎಲ್ಲರನ್ನೂ ನೆನೆಯುತ್ತೇವೆ.

ಯುಗಾದಿ, 2011 **ಆರ್. ಎಸ್. ರಾಜಾರಾಮ್**
ಬೆಂಗಳೂರು ವ್ಯವಸ್ಥಾಪಕ ನಿರ್ದೇಶಕ, ನವಕರ್ನಾಟಕ ಪ್ರಕಾಶನ

ಪ್ರಸ್ತಾವನೆ

ಪೂರ್ವಾರ್ಧ

ಪ್ರಾಚೀನ ಮನುಷ್ಯನಿಗೆ, ಮಾತು ಬಂದುದಕ್ಕೂ ಮುಂಚೆ ಗಂಟಲಿನಿಂದ ರಾಗ ಹೊರಟಿತು. ಗುಡ್ಡದ ಈಚೆ ತಪ್ಪಲಿನಲ್ಲಿ ತಾನಿದ್ದೇನೆ ಎಂದು ಆಚೆ ತಪ್ಪಲಿನವನಿಗೆ ತಿಳಿಸುವುದಕ್ಕೆ ಕೂಗು. ಮಿಕವನ್ನು ಬೆನ್ನಟ್ಟಿದಾಗ ನಡುಕ ಹುಟ್ಟಿಸುವ ರಾಗಮೇಳ. ದೋಣಿಗೆ ಹುಟ್ಟುಹಾಕುವಾಗ ಪರಿಸರಕ್ಕೆ ಮೇಳೈಸಿ ಆಲಾಪನೆ. ಹೆಜ್ಜೆಗಳು ಲಯಬದ್ಧವಾದಾಗ ರಾಗದ ಜತೆ ಕುಣಿತ. ಪದಗಳಿಗೆ ಅರ್ಥ ನಿಶ್ಚಿತವಾದಾಗ, ಹಾಡು.

ಜತೆಯಲ್ಲಿ, ಸ್ಪಂದಿಸುವ ಬೆರಳುಗಳು ಮಣ್ಣಿನ ಬಣ್ಣದಿಂದ ಗವಿಯ ಶಿಲಾ ಭಿತ್ತಿನಲ್ಲಿ ಭಯಾನಕ ಮಿಕದ ಚಿತ್ರ ಬರೆದುವು. ಅದನ್ನು ತಾನು ಕೊಂದಂತೆ ಚಿತ್ರಿಸಿದಾಗ, ಸಂತೋಷ–ಸಮಾಧಾನ–ಆತ್ಮವಿಶ್ವಾಸ.

ಶಬ್ದಗಳು ಖಚಿತ ಅರ್ಥ ಪಡೆದ ಮಾತು ಬಳಿಕ ಸರಾಗವಾಯಿತು. ಆಹಾರ ಸಂಪಾದನೆಗೆ ಹೋದ ಗಂಡಸು ಗವಿಗೆ ಮರಳಿದ ಮೇಲೆ ತನ್ನ ಸಾಹಸದ ವಿವರವನ್ನು ನೀಡಿದ. ಅವನಿಲ್ಲದಾಗ ಗವಿಯತ್ತ ಕಣ್ಣು ಹಾಯಿಸಿದ ಕಾಡುಪ್ರಾಣಿಯನ್ನು ತಾನು ಹೇಗೆ ಓಡಿಸಿದೆ ಎಂಬುದನ್ನು, ಯಜಮಾನಿ ಬಣ್ಣಿಸಿದಳು. ವಾಸ್ತವತೆಗೆ ರೆಕ್ಕೆಪುಕ್ಕ ಹುಟ್ಟಿದಾಗ ಅದು ಕಥೆಯಾಯಿತು...

ಜತೆಯಾಗಿ ಪಯಣ ಹೊರಟಾಗ ಮಾರ್ಗ ಕ್ರಮಣಕ್ಕೆ ಕಥೆ ಸಹಾಯಕ. ದಿನದ ದುಡಿಮೆ ಮುಗಿದು, ಗುಡಿಸಲಿನ ಸುತ್ತು ಬೆಂಕಿ ಕಾಯಿಸುತ್ತ ಕುಳಿತಾಗ ಕಥೆ ಬೇಕು.

ಕಥನ ಕವನಗಳು ಪೀಳಿಗೆಯಿಂದ ಪೀಳಿಗೆಗೆ ಬಳುವಳಿಯಾಗಿ ಬಂದುವು. ಅಜ್ಜಿ ಹೇಳಿದ ಕಥೆಯೂ ಅಷ್ಟೆ. ಕಾಲ ಸವೆದರೂ ಮಾಸದ ನೆನಪು.

ಜಾದುಗಾರ, ಔಷಧಿ ಕೊಡುವಾತ, ದೇವರ ಅಥವಾ ದೈವದ ಅರ್ಚಕ ಈ ಎಲ್ಲ ಪಾತ್ರಗಳನ್ನು ಹಿಂದೆ ಒಬ್ಬನೇ ಮಾಡುತ್ತಿದ್ದ. ಜನತೆಯ ಮೇಲೆ ಅವನದೇ ಪ್ರಭಾವ. ಸುಮಾರು ಐದು ಸಾವಿರ ವರ್ಷಗಳ ಹಿಂದೆ ಈಜಿಪ್ಟಿನ ಪ್ರಭು ಖುಫು (ಶ್ರೇಷ್ಠತಮ ಗೋರಿ ನಿರ್ಮಾಪಕ) ನಿತ್ಯವೂ ಮಕ್ಕಳನ್ನು ತನ್ನ ಬಳಿಗೆ ಕರೆಯುತ್ತಿದ್ದ.

"ಅರ್ಚಕ ಹೇಳಿದ ಕಥೆಗಳನ್ನೆಲ್ಲ ನನಗೆ ಒಂದೊಂದಾಗಿ ತಿಳಿಸಿ", ಎನ್ನುತ್ತಿದ್ದ. ಆ ಕಥೆಗಳನ್ನು ಕೆದಕಿ ಕೆದಕಿ ಅರ್ಚಕರ ಬಲದ ಮೂಲವನ್ನು ತಿಳಿಯುವ ತವಕ ಖುಫುಗೆ. (ಮುಂದೆ ಅರ್ಚಕರ ಸಂಪತ್ತನ್ನೆಲ್ಲ ವಶಪಡಿಸಿಕೊಂಡು, ದೇವಮಂದಿರಗಳಿಗೆ ಬೀಗಮುದ್ರೆ ಹಾಕಿ, ಶಾಶ್ವತ ವಾಸಕ್ಕಾಗಿ ಭಾರೀ ಗೋರಿಗಳನ್ನು ಕಟ್ಟಿಸಿದ ಈ ಭೂಪ!)

ಅನಂತರ 2500 ವರ್ಷಗಳಾದ ಮೇಲೆ, ಈ ನೆಲದಲ್ಲಿ, ಧರ್ಮದ ತಿರುಳನ್ನು ತಿಳಿಯಹೇಳಲು ಕಥೆಗಳನ್ನು ಬುದ್ಧನೂ ಅವನ ಅನುಯಾಯಿಗಳೂ ಬಳಸಿದರು. ಮುಂದೆ ಯೇಸು ಕ್ರಿಸ್ತನ ಧರ್ಮ ಬೋಧನೆಗೂ ಕಥೆಗಳು ಹಾಸುಗಲ್ಲುಗಳಾದುವು.

ಆರ್ಯಾವರ್ತದಲ್ಲಿ ವೇದೋಪನಿಷತ್ತುಗಳ ಹಾಗೂ ಮಹಾಕಾವ್ಯಗಳ ರಚನೆ ಮುಗಿದು ಕೆಲ ಶತಮಾನಗಳಾದ ಮೇಲೆ, ಬೃಹತ್ಕಥಾ (ಕಥಾ ಸರಿತ್ಸಾಗರ), ಹಿತೋಪದೇಶ, ಪಂಚತಂತ್ರ ಕಥೆಗಳು ರೂಪುಗೊಂಡುವು. ಕಥೆಗಳು ಕಥೆಗಳೇ. ಅವು ಒಂಟೆಗಳ ಮೇಲೆ ಕುಳಿತು ಮರುಭೂಮಿ ಗಳನ್ನು ದಾಟಿ ಹೋದವು. ವಣಿಕರೂ ಅಲೆಮಾರಿಗಳೂ ಪೂರ್ವದಿಂದ ಪಶ್ಚಿಮಕ್ಕೆ ಒಯ್ದ ಕಥೆಗಳೆಷ್ಟು! ಅಲ್ಲಿಂದ ಇಲ್ಲಿಗೆ ತಂದ ಕಥೆಗಳೆಷ್ಟು! ವಣಿಕ ಮಾರ್ಗಗಳು ಪರಸ್ಪರ ಸಂಧಿಸುತ್ತಿದ್ದ ತಾಣ ಬಾಗ್ದಾದ್. ಕಾಲ ಕಳೆದಂತೆ ಹತ್ತು ದಿಕ್ಕುಗಳ ಕಥೆಗಳು ಇಲ್ಲಿ ಹುಲುಸಾಗಿ ಬೆಳೆದು ಯವನ ಯಾಮಿನೀ ವಿನೋದ ಕಥೆಗಳ ಸುರೆ ಸಿದ್ಧವಾಯಿತು.

ನೌಕಾ ವ್ಯಾಪಾರಿಗಳೂ ಅಂಬಿಗರೂ ಕಥೆಗಳನ್ನೊಯ್ದರು. ಬಂದರಿನಿಂದ ಬಂದರಿಗೆ–ದೇಶದಿಂದ ದೇಶಕ್ಕೆ. ಕಂತಶ್ರೀ ನೆರವಾದಾಗ ಹಾಡುಗಬ್ಬ. ಅದಿಲ್ಲದಾಗ ಕಾವ್ಯದ ಕವಚ ಒಡೆದು ಕಥಾರತ್ನಗಳ ರಾಶಿ.

ನೀತಿಪ್ರಸಾರ, ಧರ್ಮಬೋಧೆ ಇಲ್ಲದಾಗ, ಕಥೆಗಳ ಹೊಳಪೇ ಬೇರೆ. ಕ್ರಿಸ್ತಶಕ ನಾಲ್ಕನೆಯ ಶತಮಾನದಲ್ಲಿ ಟ್ರಿಸಿಯಾ ಊರಲ್ಲಿ ಹಿಲಿಯೊಡೊರಸ್ ಎಂಬ ಹೆಸರಿನ ಬಿಶಪ್ ಇದ್ದ. ಅವನಿಗೆ ಕಥೆ ಬರೆಯುವ ಖಯಾಲಿ. ಬದುಕಿನ ಸೆಲೆಗಳಿಂದ ವಸ್ತುಗಳ ಆಯ್ಕೆ. ಮೇಲಣ ಧರ್ಮಾಧಿಕಾರಿಗಳ ಕಣ್ಣು ಕೆಂಪಾಯಿತು. ಸಭೆಸೇರಿ, ವಿಚಾರಣೆ ನಡೆಸಿ, ತೀರ್ಮಾನವಿತ್ತರು:

"ನಿನ್ನ ಕಥೆಗಳನ್ನೆಲ್ಲ ಬೆಂಕಿಗೆ ಹಾಕು, ಇಲ್ಲವೆ ಬಿಶಪ್ ಪದವಿ ತ್ಯಜಿಸು." ಹಿಲಿಯೊಡೊರಸ್ ಬಿಶಪ್ ಪದವಿ ಬಿಟ್ಟು, ಕಥೆಗಳ ಕಂತೆಯೊಡನೆ ಬೀದಿಗಿಳಿದ...

15ನೆಯ ಶತಮಾನದಲ್ಲಿ ಜರ್ಮನಿಯಲ್ಲಿ ಗುಟೆನ್‌ಬರ್ಗ್ ಮುದ್ರಣಯಂತ್ರವನ್ನು ಕಂಡುಹಿಡಿದ ಮೇಲೆ ಕಥೆಗಳು ವಿಶ್ವದ ಮೂಲೆ ಮೂಲೆಗಳಿಗೆ ಬೇಗಬೇಗನೆ ಸಂಚಾರ ಮಾಡಿದುವು. ಲೋಕಸಮಾಜದ ಚಪ್ಪರ ತುಂಬ ಕಥಾಬಳ್ಳಿಗಳು. ಮೂಲ ಇಂಥ ನೆಲದಲ್ಲಿದೆ ಎಂದು

ಮುಟ್ಟಿ ತೋರಿಸುವುದು ಕಷ್ಟ ಸಾಧ್ಯವೆನಿಸಿದ ವರ್ಣವೈವಿಧ್ಯ...

ಸಣ್ಣ ಕಥೆ ಎನ್ನುವುದು ಯಾವುದಕ್ಕೆ? ಅದು ಮೂರೇ ಪುಟಗಳದಿರಬಹುದು; ಮೂವತ್ತು ಪುಟಗಳದೂ ಇರಬಹುದು. ಮುಖ್ಯ ಗುಣ-ಸೂಕ್ಷ್ಮ ಸ್ವರೂಪ. ಆದರೆ ಅದರಲ್ಲಿ ಬ್ರಹ್ಮಾಂಡವನ್ನು ಕಾಣುವುದೂ ಶಕ್ಯ. ಕಾಲದ ಒಂದು ತುಣುಕನ್ನು ಅಲ್ಲಿ ಸೆರೆಹಿಡಿದು, ಅನಂತಕ್ಕೆ ಅನ್ವಯಿಸಬಹುದು. ಕೆಲವೇ ಪಾತ್ರಗಳಿದ್ದರೂ, ಇದು ಅಸಂಖ್ಯ ವೇಷಧಾರಿಗಳ ಬೃಹತ್ ನಾಟಕಶಾಲೆ ಎಂಬ ಭಾವನೆ ಮೂಡಬಹುದು. ಕಾದಂಬರಿಯ ವಿಸ್ತಾರದ ಅನುಕೂಲ ಕಥೆಗಿಲ್ಲ. ಇದು ಹೆಚ್ಚು ಕುಸುರಿನ ಕೆಲಸ. ದಂತದ ಪುಟ್ಟ ತುಣುಕಿನಲ್ಲಿ ಚಿತ್ತಾರ. ಆ ತುಣುಕು, ವಾಸ್ತವತೆ. ಆ ವಾಸ್ತವತೆಯ ಅಡಿಪಾಯದ ಮೇಲಿರುವುದು ಕಲ್ಪನೆಯ ಕಟ್ಟಡ.

ಜಗತ್ತಿನ ಮಾನವನ ಬೆಳವಣಿಗೆ ಏಕರೀತಿಯಾಗಿಲ್ಲ. ಸಹಸ್ರಾವಧಿ ವರ್ಷಗಳಿಂದ ಉತ್ತಮತರ ಬದುಕಿಗಾಗಿ ಆತ ಹೋರಾಡುತ್ತಲೇ ಇದ್ದಾನೆ. ಶೋಷಕ ಶಕ್ತಿಗಳ ವಿರುದ್ಧ ಅವನ ಸಮರ ಬೇರೆಬೇರೆ ದೇಶಗಳಲ್ಲಿ ಬೇರೆಬೇರೆ ಹಂತಗಳಿಗೆ ಅವನನ್ನು ಒಯ್ದು ಮುಟ್ಟಿಸಿದೆ. ಇರುವ ನೆಲೆ ಯಾವುದಾದರೇನು ? ಪ್ರಾಚೀನ ಕಾಲದಲ್ಲಿದ್ದಂತೆ ಈಗಲೂ ಕಲಾಭಿವ್ಯಕ್ತಿ ಮಾನವನ ಬದುಕಿನ ಅವಿಭಾಜ್ಯ ಅಂಗ. ಜೀವನ ವಿಧಾನ ವಿಭಿನ್ನ. ಕಥೆಗಳೂ ಅಷ್ಟೇ.

ನಾಗರಿಕತೆಯ ದಾರಿಯಲ್ಲಿ, ಭೌಗೋಳಿಕ ಎಲ್ಲೆಕಟ್ಟುಗಳಿರುವ ರಾಷ್ಟ್ರದ ನಿರ್ಮಾಣ ಒಂದು ಘಟ್ಟ. ಭಾಷೆ, ಸಾಂಸ್ಕೃತಿಕ ಏಕರೂಪತೆ ಇಂಥ ರಾಷ್ಟ್ರಗಳು ರೂಪುಗೊಳ್ಳಲು ಆಧಾರ.

ಈ ಜಗತ್ತಿನಲ್ಲಿ ಎಷ್ಟೊಂದು ರಾಷ್ಟ್ರಗಳು ! ಎಷ್ಟೊಂದು ಭಾಷೆಗಳು ! ಕಥೆಗಳಲ್ಲೂ ಎಷ್ಟು ವಿವಿಧತೆ ! ಈ ರಾಶಿಯಿಂದ ವಿಶ್ವಕಥಾಕೋಶದ ಇಪ್ಪತ್ತೈದು ಸಂಪುಟಗಳಿಗಾಗಿ ಕಥೆಗಳನ್ನು ಆರಿಸುವುದು ಸುಲಭ ಎಂದು ಯಾವನೂ ಹೇಳಲಾರ.

ಜಗತ್ತಿನ ನಾನಾ ಭಾಷೆಗಳ–ಪ್ರದೇಶಗಳ ಕಥೆಗಳನ್ನು ಈ ಕೋಶದಲ್ಲಿ ಕಲೆಹಾಕುವ ಯತ್ನ ನಡೆದಿದೆ. ಅಲ್ಲಲ್ಲಿನ ಸಾಹಿತ್ಯದಲ್ಲಿ ಹೆಗ್ಗುರುತುಗಳಾಗಬಹುದಾದ ಕಥೆಗಳು; ಯುದ್ಧ–ಕ್ರಾಂತಿ–ಸ್ವಾತಂತ್ರ್ಯ ಹೋರಾಟ, ನೋವು ದುಃಖ, ನಗೆ ನಲಿವು ಇವುಗಳನ್ನು ಚಿತ್ರಿಸುವಂಥವು; ಲೋಕದ ಕಥಾ ಸಾಹಿತ್ಯಕ್ಕೇ ತಿರುವು ನೀಡಲು ಸಮರ್ಥವಾದ ಕೃತಿಗಳು. ಪ್ರತಿಯೊಂದು ಸಂಪುಟದಲ್ಲೂ ಸಮಗ್ರ ರಸಾನುಭವ ಸಾಧ್ಯವಾಗುವಂತೆ ಎಚ್ಚರ. ಸಂಪುಟಗಳ ಸರಣಿಯನ್ನು ನಿಶ್ಚಯಿಸುವಾಗಲೂ ವೈವಿಧ್ಯತೆ ಪ್ರಾಶಸ್ತ್ಯ.

ಇಪ್ಪತ್ತೈದು ಸಂಪುಟಗಳ ವಿಶ್ವಕಥಾಕೋಶ ಕನ್ನಡ ಸಾಹಿತ್ಯಕ್ಕೊಂದು ಬೆಲೆಬಾಳುವ ಕೊಡುಗೆಯಾಗಬೇಕೆನ್ನುವುದು ನಮ್ಮ ಬಯಕೆ. ಈ

ಬಯಕೆ ಈಡೇರುತ್ತದೆಂಬ ಭರವಸೆ ನಮಗಿದೆ ಎಂದು ವಿನಮ್ರವಾಗಿ ಹೇಳಬಹುದೆ ?

ಉತ್ತರಾರ್ಧ

ನೀಗ್ರೋಗಳು ಮಾರಾಟಕ್ಕಿದ್ದಾರೆ

> ಆಫ್ರಿಕದ ಪವನ ಕರಾವಳಿಯಿಂದ ಇದೀಗ ಬಂದಿರುವ 'ಇಬ್ಬರು ಸೋದರರು' ಹಡಗು ಅಪೂರ್ವ ಮ್ಹಾಲನ್ನು ತಂದಿದೆ–ಬಹಳ ಸೊಗಸಾದ, ಒಳ್ಳೇ ಸ್ಥಿತಿಯಲ್ಲಿರುವ, ತಕ್ಷಣವೇ ದುಡಿಮೆಗೆ ತಕ್ಕವರಾದ, ಹೃಷ್ಟಪುಷ್ಟ ಗಂಡಸರು ಮತ್ತು ಹೆಂಗಸರು. ಶರತಗಳು: ಅರ್ಧಬೆಲೆ ನಗದಾಗಿ ಅಥವಾ ಧಾನ್ಯರೂಪದಲ್ಲಿ ಈಗ ಸಂದಾಯ. ಉಳಿದರ್ಧ ಜನವರಿ ಮೊದಲ ದಿನ. ಅಗತ್ಯವೆನಿಸಿದರೆ ಸಾಲಪತ್ರ–ಭದ್ರತಾಪತ್ರಗಳನ್ನು ಬರೆದುಕೊಡಬೇಕು.
>
> ಕೊಲ್ಲಿಯಲ್ಲಿರುವ ಶ್ರೀ ಬೋರ್ಡೋರ್ ಅವರ ತೋಟದಲ್ಲಿ (ನಂ. 48) ಪ್ರತಿದಿನ ಬೆಳಿಗ್ಗೆ 10 ಗಂಟೆಗೆ ಮಾರಾಟ ಆರಂಭ.
>
> ಮೇ 19, 1784 – **ಜಾನ್ ಮಿಶೆಲ್**

'ಒಳ್ಳೆ ಸ್ಥಿತಿಯಲ್ಲಿರುವ' ಎನ್ನುವುದು ಸುಳ್ಳು. 'ಹೃಷ್ಟಪುಷ್ಟ' ಎಂಬುದೂ ಅಷ್ಟೇ.

ಹೊಡೆದು ಬಡೆದು, ಬೇಟೆಯಾಡಿ, ಬಲೆಯಲ್ಲಿ ಕೆಡವಿ, ಹೆಡೆಮುರಿ ಕಟ್ಟಿ ಸಾಗಣೆ. ಇಂಥ ಬೇಟೆಗಳಲ್ಲಿ ಜೀವ ಬಿಟ್ಟವರು. ಸಾಗರ ದಾಟುತ್ತ ಕೊನೆಯ ಉಸಿರೆಳೆದವರು ಪ್ರತಿ ಸಲವೂ ಸಹಸ್ರಾರು ಜನ. ಇದು ಬಿಳಿಯ ವ್ಯಾಪಾರಿಗಳಿಗಾದ ನಷ್ಟ. ಮೂರು ಶತಮಾನಗಳ ಅವಧಿಯಲ್ಲಿ ನವಭೂಮಿ ಅಮೆರಿಕವನ್ನು ತಲಪಿ ಅಲ್ಲಿ ಮಾರಾಟವಾದ ನೀಗ್ರೋ ಗುಲಾಮರ ಸಂಖ್ಯೆಯನ್ನಷ್ಟೇ ಪರಿಗಣಿಸಿದರೆ, ಅದು ಒಂದು ಕೋಟಿ.

.... ಆಫ್ರಿಕ ಖಂಡದ ವಿಸ್ತೀರ್ಣ ಭಾರತದ ಹತ್ತು ಪಾಲಷ್ಟು; 294.4 ಲಕ್ಷ ಚ.ಕಿಲೊಮೀಟರ್. (ಇದರ ಭೂಪಟ ಪ್ರಥಮವಾಗಿ ಸಿದ್ಧವಾದದ್ದೇ ಈಚೆಗೆ, 1900ರಲ್ಲಿ.

ಲೋಕದ ಇತಿಹಾಸದಲ್ಲಿ ಆಫ್ರಿಕದ್ದು ಹಿರಿಯ ಸ್ಥಾನ. ಇದರದು 'ಮನುಕುಲದ ತೊಟ್ಟಿಲು ತಾನು' ಎಂಬ ಹೆಗ್ಗಳಿಕೆ. ಮನುಷ್ಯನನ್ನು ಹೋಲುವ ಪ್ರಾಣಿಗಳು ಮೂವತ್ತು ಲಕ್ಷ ವರ್ಷ ಹಿಂದೆ ಈ ಭೂಭಾಗದಲ್ಲಿದ್ದುವು. ವಿವಿಧ ತಳಿಗಳು. ಗಟ್ಟಿ ಕಾಳು ಉಳಿದು, ಮನುಷ್ಯನ ಪೂರ್ವಜರಲ್ಲಿ ಮೊದಲಿಗರಿಗೆ ಜನ್ಮ ನೀಡಿತು. ಖ್ಯಾತ

ಪುರಾತತ್ವಜ್ಞ ಡಾ. ಲೂಯಿ ಲೀಕಿಯವರ ಅಭಿಪ್ರಾಯದಂತೆ, ಈ ಪೂರ್ವಜರು ಟಾನ್‌ಜಾನಿಯಾದ ವಾಯುವ್ಯ ಪ್ರದೇಶದಲ್ಲಿ (ಟಾನ್ ಜಾನಿಯಾ–ಟಂಗನೀಕ ಮತ್ತು ಜಾಂಜಿಬಾರ್ ಸೇರಿ ಈ ಹೊಸ ಹೆಸರು) ನೆಲೆಸಿದ್ದರು. ಪೂರ್ವ ಆಫ್ರಿಕದಲ್ಲಿ ಇನ್ನೊಂದು ತಳಿ ಇತ್ತು. ಇಲ್ಲಿಯೂ ಮಾನವನ ಪೂರ್ವಜರಿದ್ದರು. ಬೇಟೆಯಾಡುತ್ತ ಆಡುತ್ತ, ಹಣ್ಣು ಹಂಪಲುಗಳ ರುಚಿ ನೋಡುತ್ತ, ಬೇರೆ ಭೂಖಂಡಗಳನ್ನೂ ಇವರು ತಲುಪಿದರು. ಮುಂದೆ ಆ ಪ್ರದೇಶಗಳಲ್ಲೂ ಅಲ್ಲಿ ಇಲ್ಲಿ ಬೇರೆ ತಳಿಯ ಮನುಷ್ಯ ಪ್ರಾಣಿಗಳು ಎದ್ದು ನಡೆಯತೊಡಗಿದವು.

ನಿರ್ದಿಷ್ಟವಾಗಿ ನಿಜಮಾನವ ತನ್ನ ದಾಯಾದಿ ಮನುಷ್ಯ ಪ್ರಾಣಿಗಳಿಗಿಂತ ಬೇರೆಯಾದದ್ದು, ಇಪ್ಪತ್ತು ಲಕ್ಷ ವರ್ಷ ಹಿಂದೆ.

ಅನಂತರ ಅವನಿಗೆ ಹದಿನೈದು ಲಕ್ಷ ವರ್ಷ ಹಿಡಿಯಿತು – ಬೆಂಕಿ ಕಂಡು ಹಿಡಿಯಲು, ಉಪಯುಕ್ತ ಉಪಕರಣಗಳನ್ನು ರೂಪಿಸಲು.

35,000 ವರ್ಷ ಹಿಂದೆ ಬಿಲ್ಲು ಬಳಕೆಗೆ ಬಂತು.

ಕಲ್ಲು, ಬೆಂಕಿ, ಬಿಲ್ಲು, ಹಸಿರು ಹುಲ್ಲಿನ ವಿಸ್ತಾರ ಕಣ್ಣಿಗೆ ತಣುಪು ನೀಡಲು, ಅಲ್ಲಿಂದ ಮತ್ತೂ 25,000 ವರ್ಷ ದೂರ. ಕ್ರಿ. ಪೂ. 10,000 ವರ್ಷದ ವೇಳೆಗೆ, ಸಹಾರಾ ಪ್ರದೇಶದಲ್ಲಿ ಹವಾಮಾನ ತಣ್ಣಗಾಯಿತು; ನೆಲದಿಂದ ನೀರು ಒಸರಿತು; ನದಿಗಳು ಹರಿದವು; ಹೆಚ್ಚಿನ ಭೂಮಿ ಸಾರವತ್ತಾಯಿತು. ಹಸಿರು ಹುಲ್ಲು ತಲೆ ಎತ್ತಿತು.

ಆ ಸಮಯದಲ್ಲೇ ಈಜಿಪ್ಟಿನಲ್ಲಿ ನೈಲ್‌ನದಿಯುದ್ದಕ್ಕೂ ಎರಡು ದಡಗಳಲ್ಲೂ ಹೂಳು ನಿಂತು, ಸಸಿ ಮೊಳೆಯಲು ಫಲವತ್ತಾದ ನೆಲ ಸಿದ್ಧವಾಯಿತು.

ಬೇರೆ ಮೂಲಗಳ ಮಾನವರು ಈಶಾನ್ಯ ದಿಕ್ಕಿನಿಂದ ಆಫ್ರಿಕದ ಒಳಬಂದುದೂ ಆ ಸಮಯದಲ್ಲೇ.

ಕ್ರಿ. ಪೂ. 500 ಆಫ್ರಿಕದ ನವ ಶಿಲಾಯುಗದ ಕಾಲಾವಧಿ – ಆಗ ಮೂರು ಬಗೆ ಜನರು ಆ ಭೂಖಂಡದಲ್ಲಿದ್ದರು: ತೀರಾ ದಕ್ಷಿಣದಲ್ಲಿ 'ಬೂಷ್‌ಮನ್' – ಪೊದೆಪೊದರು ನಿವಾಸಿಗಳು; ಹೆಚ್ಚಿನ ಭಾಗದಲ್ಲಿ ನೀಗ್ರೋ ಮಾದರಿ ಜನರು; ಉತ್ತರ ಆಫ್ರಿಕ, ಭೂಮಧ್ಯ ಸಮುದ್ರ ತೀರ, ಈಶಾನ್ಯ ಈ ಎಲ್ಲ ಕಡೆಗಳ ಜನರ ಸಂಕರದಿಂದ ರೂಪು ಗೊಂಡವರು – ಉತ್ತರದಲ್ಲಿ.

ನೈಲ್ ಕಣಿವೆಯಲ್ಲಿ, ಕ್ರಿ. ಪೂ. 3500ರಲ್ಲಿ ಸಮಾಜಗಳೂ ರಾಜ್ಯಗಳೂ ಮೈತಳೆದವು. ಫೇರೋಗಳ ಆಳ್ವಿಕೆಯಲ್ಲಿ ಈಜಿಪ್ಟ್ ಬಲಶಾಲಿ ಯಾಯಿತು. ಕೃಷಿಯಿಂದ ಮೊದಲ್ಗೊಂಡು ವಾಸ್ತುಶಿಲ್ಪದವರೆಗೆ ಅಲ್ಲಿನ ಜನರ ಸಾಧನೆ ಅದ್ಭುತ.

ನೈಲ್‌ನದಿಯ ಉಗಮ ಪ್ರದೇಶದಲ್ಲಿ ಇಥಿಯೋಪಿಯ ಎಂಬ ದೇಶ

ಇದೆ ಎಂದು ತಿಳಿದ ಒಬ್ಬ ಫೇರೋ, ಗೆಳೆತನ ಬಯಸಿ, ರಾಯಭಾರಿಗಳನ್ನು ಕಳಿಸಿದ. ಸ್ನೇಹದ ಕಾಣಿಕೆ–ಶ್ರೇಷ್ಠ ಅಕ್ಕಸಾಲಿಗ ನಿರ್ಮಿಸಿದ್ದ ಬಂಗಾರದ ಕಂಠಹಾರ. ಆ ಹಾರವನ್ನು ನೋಡಿದ ಇಥಿಯೋಪಿಯದ ಅರಸ ಮುಗುಳ್ನಕ್ಕ. ಈಜಿಪ್ಟಿನ ರಾಯಭಾರಿಗಳನ್ನು ತನ್ನ ಆನೆಗಳ ಲಾಯಕ್ಕೆ ಒಯ್ದ. ಆನೆಗಳ ಕಾಲುಗಳಿಗೆ ಬಂಗಾರದ ಸರಪಣಿಗಳನ್ನು ಬಿಗಿದಿದ್ದರು!

ಕ್ರಿ. ಪೂ. ಏಳನೇ ಶತಮಾನದಲ್ಲಿ ಅಸ್ಸೀರಿಯನರ ಆಗಮನ, ಈಜಿಪ್ಟಿಗೆ. ಆಳಲು ಬಂದವರು. ಮುಂದೆ ಕ್ರಿಸ್ತಶಕ ಏಳನೇ ಶತಮಾನದವರೆಗೂ ಆಕ್ರಮಣಕಾರರು ಬರುತ್ತಲೇ ಇದ್ದರು: ಗ್ರೀಕರು, ರೋಮನರು, ಮುಸಲ್ಮಾನ ಅರಬರು...

ಜಗತ್ತಿನ ಮೊದಲ ಇತಿಹಾಸಕಾರ ಹಿರೊಡೊಟಸ್ ಒಳನಾಡಿನಲ್ಲಿ ಸ್ವಲ್ಪಮಟ್ಟಿಗೆ ಪ್ರವಾಸ ಮಾಡಿ ಇಥಿಯೋಪಿಯದ ಬಗ್ಗೆ ಬರೆದ:

"ಇಲ್ಲಿ ಬಂಗಾರ ವಿಪುಲವಾಗಿ ಸಿಗುತ್ತದೆ. ಭಾರೀ ಗಾತ್ರದ ಆನೆಗಳಿವೆ. ಕರಿಮರವಿದೆ. ಬಹಳ ವಯಸ್ಸಾದ ನಾನಾ ಬಗೆಯ ವೃಕ್ಷಗಳಿವೆ. ಮನುಷ್ಯರೂ ಜಗತ್ತಿನಲ್ಲೇ ಅತಿ ಎತ್ತರದವರು, ಅತ್ಯಂತ ಸುಂದರ ಕಾಯರು, ದೀರ್ಘಾಯುಗಳು."

ಕಬ್ಬಿಣಯುಗಕ್ಕೆ ಈಜಿಪ್ಟ್ ಕಾಲಿಟ್ಟುದು ಕ್ರಿ. ಪೂ. ಮೂರನೇ ಶತಮಾನದಲ್ಲಿ. ಕಬ್ಬಿಣದ ಬಳಕೆ ನಿಧಾನವಾಗಿ ಆಫ್ರಿಕದ ಎಲ್ಲೆಡೆಗಳಿಗೆ ಹರಡಿತು. ಕ್ರಿಸ್ತಶಕ ಆರಂಭದಲ್ಲಿ ಆಫ್ರಿಕ ಖಂಡದಲ್ಲಿದ್ದುದು, ಕೇವಲ ಮೂವತ್ತು – ನಾಲ್ವತ್ತು ಲಕ್ಷ ಜನ ಮಾತ್ರ. ಬಳಸುವ ಉಪಕರಣಗಳು ಬದಲಾದಂತೆ, ಆಹಾರದ ಕೊರತೆ ನೀಗಿ, ಜನಸಂಖ್ಯೆ ಹೆಚ್ಚತೊಡಗಿತು. (ಈಗಿನ ಒಟ್ಟು ಜನಸಂಖ್ಯೆ ಸುಮಾರು 40 ಕೋಟಿ. ವಿಸ್ತಾರ ಭಾರತದ ಹತ್ತು ಪಾಲಷ್ಟು ಎಂಬುದನ್ನು ಗಮನಿಸಿದಾಗ, ಈ ಸಂಖ್ಯೆಯೂ ಸಣ್ಣದೇ.)

ತಾಯಿ ಆಫ್ರಿಕ ಹೆತ್ತ ಮಕ್ಕಳ ವೈವಿಧ್ಯಕ್ಕೆ ಸಾಟಿ ಇಲ್ಲ. ಸಹಸ್ರಾರು ಬಣಗಳು; ಭಾಷೆಗಳೂ ಅಷ್ಟೇ. ಕೆಲವು ಪಂಗಡಗಳಿಗೆ ಅರಸರು. ಇನ್ನು ಕೆಲ ಪಂಗಡಗಳಲ್ಲಿ ಆಂತರಿಕ ಪ್ರಜಾಪ್ರಭುತ್ವ. ಸುಡಾನಿನ ಬಯಲು ಭೂಮಿ, ಪೂರ್ವ ಆಫ್ರಿಕದ ಉನ್ನತ ಪ್ರದೇಶ, ಕಾಂಗೋ (ಬಹಳ ಹಿಂದೆ ಅದಕ್ಕಿದ್ದ ಹೆಸರು ಜಾಯ್‌ರೆ) ನದೀಪಾತ್ರ–ಇಲ್ಲೆಲ್ಲ ಭಿನ್ನ ಭಿನ್ನ ಜೀವನ ವೈಖರಿ. ಮಾರಕಾಸ್ತ್ರಗಳ ನಿರ್ಮಾಣದಲ್ಲಿ ಪ್ರಗತಿ ಸಾಧಿಸಿದ್ದ ಐರೋಪ್ಯರ ನಾಲಿಗೆಯಲ್ಲಿ ನೀರೂರಿದ್ದು ಆಫ್ರಿಕದ ಖನಿಜ ಸಂಪತ್ತನ್ನು ಕಂಡಾಗ. ಅಲ್ಲಿದ್ದುವು ಬಂಡವಾಳಶಾಹೀ ಲೋಕದ ವಜ್ರನಿಧಿಯ ನೂರರಲ್ಲಿ ತೊಂಭತ್ತು ಪಾಲು; ಬಂಗಾರದ ಅರ್ಧಪಾಲು, ಗಣಿಗಳಲ್ಲಿ ಒತ್ತಾಯದ ದುಡಿಮೆಗೆ ಕರಿಯ ಬಡಪಾಯಿಗಳು ಬೇರೆ.

ಉತ್ತರದಲ್ಲಿ ಭೂಮಧ್ಯ ಸಮುದ್ರ ತಟದಲ್ಲಿ ಬೆರ್ಬೆರ್ ಭಾಷೆ ಆಡುತ್ತಿದ್ದ ಜನರ ಸಮಾಜಗಳು, ರಾಜ್ಯಗಳಿದ್ದುವು. ಪ್ರಗತಿಯ ದಾರಿಯಲ್ಲಿ ಇವುಗಳ ಪಯಣ.

ಸಹಾರಾದ ಹಸಿರು ಉಳಿದದ್ದು ಎರಡು ಸಾವಿರ ವರ್ಷ ಮಾತ್ರ. ನೀರು ಬತ್ತಿತು, ನೆಲ ಒಣಗಿತು, ಭೂಮಿ ಮರಳು ಕಾಡಾಯಿತು. ಅಲ್ಲಿನ ಜನ ನೈಲ್ ಕಣಿವೆಗೆ ನುಗ್ಗಲು ಯತ್ನಿಸಿ, 'ಉಣ್ಣಲು ಇಲ್ಲದ ಭಿಕಾರಿಗಳು' ಎಂದು ಈಜಿಪ್ಟಿನವರ ಕೈಯಲ್ಲಿ ಭರ್ತ್ಸನೆಗೆ ಗುರಿಯಾದರು.

ಇತಿಹಾಸ ಕಾಲದಲ್ಲಿ ಖಂಡದಾಚೆಯಿಂದ ಬಂದವರು ಶಿಕಾರಿಗಳು. ಉತ್ತರದ ಲಿಬಿಯ, ಆಲ್ಜೀರಿಯ, ಮೊರೊಕ್ಕೊ, ಮಾಲಿ, ಸೋಂಘೇ; ಪಶ್ಚಿಮ ತೀರದ ನದೀಪಾತ್ರಗಳಲ್ಲಿ ನಗರರಾಜ್ಯಗಳಾಗಿ ರೂಪುಗೊಂಡ ಬೆಸ್ತರ ಹಳ್ಳಿಗಳು, ಘಾನಾ, ನೈಜೀರಿಯ, ಕಾಮೆರೂನ್, ಅಂಗೋಲಾ; ಮಧ್ಯಭಾಗದಲ್ಲಿ ಸುಡಾನ್, ಉಗಾಂಡಾ, ಜಾಯ್‌ರೆ, ಜಾಂಬಿಯಾ; ಪೂರ್ವ ತೀರದಲ್ಲಿ ಇಥಿಯೋಪಿಯ, ಸೋಮಾಲಿ, ಕೀನ್ಯ ಟಾನ್‌ಜಾನಿಯ, ರೊಢೀಸಿಯ, ಮೊಜಾಂಬಿಕ್, ಮಡಗಾಸ್ಕರ್; ಇನ್ನೂ ಕೆಳಗೆ ದಕ್ಷಿಣ ಆಫ್ರಿಕ... ಹೀಗೆ ರೂಪುಗೊಂಡ ದೇಶ ಪ್ರದೇಶಗಳು ಐವತ್ತು ಅರವತ್ತರಷ್ಟು.

ಯೂರೋಪಿನಿಂದ ಏಷ್ಯದತ್ತ ಹೋಗುತ್ತಿದ್ದ ವಣಿಕರು ಆಫ್ರಿಕದ ದಕ್ಷಿಣ ಭೂಶಿರವನ್ನು ಬಳಸುತ್ತಿದ್ದ ಕಾಲ. ಅಲ್ಲಿ ವಿಶ್ರಾಂತಿ ಪಡೆಯುತ್ತಿದ್ದರು. ಮುಂದಿನ ಪಯಣಕ್ಕೆ ಆಹಾರ ಸಂಗ್ರಹಿಸುತ್ತಿದ್ದರು. ಡಚ್ ಈಸ್ಟ್ ಇಂಡಿಯಾ ಕಂಪೆನಿಗೆ ಒಂದು ಯೋಚನೆ ಹೊಳೆಯಿತು (1652). ತರಕಾರಿ ಬೆಳೆಸಿ, ಮಾಂಸ ಸಂಗ್ರಹಿಸಲೆಂದು ಜಾನ್ ವಾನ್‌ರೀಬೆಕ್ ಎಂಬುವನನ್ನು ಅಲ್ಲಿಯೇ ಬಿಟ್ಟರು. ಮುಂದೆ ಎರಡೇ ವರ್ಷಗಳಲ್ಲಿ ಕೆಲಸ ದೊಡ್ಡ ಪ್ರಮಾಣದಲ್ಲಿ ಆಗಲಿ; ಕೃಷಿಯೂ ನಡೆಯಲಿ, ಎಂದರು. ಹಾಗೆ ನೆಲೆಸಿದವರು ಒಂಭತ್ತು ಜನ. ಭೂಮಾಲಿಕರೆಂದು ಕರೆಸಿ ಕೊಂಡ ಈ ನವರತ್ನಗಳು ಸ್ಥಳೀಯ ಕರಿಯರನ್ನು ತಮ್ಮ ದಾಸರಾಗಿ ಮಾಡಿಕೊಂಡರು. ಅದೇ ಇಂದಿನ ದಕ್ಷಿಣ ಆಫ್ರಿಕ ಗಣರಾಜ್ಯದ ಮೂಲ.

ಅಟ್ಲಾಂಟಿಕ್ ಸಾಗರವನ್ನು ಮನುಷ್ಯ ದಾಟಿದ ಮೇಲೆ, ಆಫ್ರಿಕದ ಮನುಷ್ಯ ಮಾರಾಟದ ವಸ್ತುವಾದ. ಅಮೆರಿಕದ ಸಂಯುಕ್ತ ಸಂಸ್ಥಾನ, ಲ್ಯಾಟಿನ್ ಅಮೆರಿಕ, ಯೂರೋಪಿನ ಕೇಂದ್ರಗಳು ಇಲ್ಲಿಗೆಲ್ಲ ಆಫ್ರಿಕದ ಗುಲಾಮರ ಪೂರೈಕೆ. ಈ ಅಮಾನುಷ ಅಧ್ಯಾಯ ಮೂರು ಶತಮಾನಗಳಿಗೂ ಮೀರಿ ನಡೆಯಿತು.

ಪಶ್ಚಿಮ ಆಫ್ರಿಕದ ಸ್ವಾಹಿಲಿ (ಕರಾವಳಿಯ ಜನ) ಅತ್ಯಂತ ನಿಷ್ಣಾತರಾದ ದೋಣಿ ನಿರ್ಮಾಪಕರು. ಅವರ ನಗರಗಳನ್ನೆಲ್ಲ ಪೋರ್ಚುಗೀಸರು ನೆಲಸಮ ಮಾಡಿದರು.

ತಾಮ್ರ, ಬಂಗಾರ, ವಜ್ರ ಗಣಿಗಳಲ್ಲಿ ದುಡಿದ ಕರಿಯರು ಕ್ಷಯ ರೋಗ ಪೀಡಿತರಾಗಿ ಹಳ್ಳಿಗಳಿಗೆ ಮರಳಿದರು. ಆದರೆ, ಚಾಟಿ ಬಂದೂಕುಗಳಿಗೆ ಪ್ರತಿಕ್ರಿಯೆಯಾಗಿ ಅವರಲ್ಲಿ ಸ್ವಾಭಿಮಾನ ಕೆರಳಿತ್ತು.

ಆಫ್ರಿಕವನ್ನು ಹಂಚಿಕೊಂಡ ಐರೋಪ್ಯ ಸಾಮ್ರಾಜ್ಯವಾದಿ

ರಾಷ್ಟ್ರಗಳು ಹತ್ತಾರು. [ಪುಟ್ಟ ಬೆಲ್ಜಿಯಮಿನ ವಿಸ್ತಾರದ ಎಂಬತ್ತರಷ್ಟಿತ್ತು ಅದು ಸ್ಥಾಪಿಸಿದ ಕಾಂಗೋ ಸಾಮ್ರಾಜ್ಯ!]

ಬೇರೆ ಜನರೂ ವ್ಯಾಪಾರಕ್ಕೆ ಬರುತ್ತಿದ್ದರು. ಭಾರತದಿಂದ ಗುಜರಾತಿನ ಮತ್ತು ಕೆಳಗಣ ಪಶ್ಚಿಮ ತೀರದ ವಣಿಕರು. ಅವರ ಹಡಗುಗಳು ಆಫ್ರಿಕದ ಪೂರ್ವ ತೀರಕ್ಕೆ ತರುತ್ತಿದ್ದ ಸರಕು ಬಟ್ಟೆ. ಅದು ಒಳನಾಡಿಗೂ ಹೋಗುತ್ತಿತ್ತು. ಅದರ ವಿನಿಮಯ ಹಸ್ತಿದಂತಕ್ಕೆ ಮತ್ತು ಆಮೆ ಚಿಪ್ಪಿಗೆ! 1500ಕ್ಕೆ ಮುಂಚೆ ಎರಡು ಮೂರು ಶತಮಾನ ಬಟ್ಟೆಗೆ ಪ್ರತಿಯಾಗಿ ಬಂಗಾರದ ಮತ್ತು ತಾಮ್ರದ ಗಟ್ಟಿಗಳೇ ಸಿಗುತ್ತಿದ್ದುವು. ಇಂಡೋನೇಷ್ಯದಿಂದಲೂ ವ್ಯಾಪಾರಿಗಳು ಬರುತ್ತಿದ್ದರು. ಭಾರತದ ಬಾಳೆಯ ಹಣ್ಣಿನ ರುಚಿಯನ್ನು ಆಫ್ರಿಕದ ಜನತೆಗೆ ಮಾಡಿ ಕೊಟ್ಟವರು ಈ ವ್ಯಾಪಾರಿಗಳು.

ಭೂತಚೇತನಗಳಲ್ಲಿ ನಂಬಿಕೆ ಆಫ್ರಿಕದ ಜನರಿಗೆ. ಜತೆಯಾಗಿ ಬಂದುವು ಕ್ರೈಸ್ತಧರ್ಮ, ಮಹಮ್ಮದೀಯ ಧರ್ಮ. ಕ್ರಮೇಣ, ಪಾಶ್ಚಾತ್ಯ ಶಿಕ್ಷಣದ ಮೂಲಕ ವಿಜ್ಞಾನದ ತುಸು ಪರಿಚಯವೂ ಅವರಿಗಾಯಿತು.

ಐರೋಪ್ಯರ ಸಂಪರ್ಕಕ್ಕೆ ಮುಂಚೆ ಆಫ್ರಿಕದ ಜನ ಅವಿದ್ಯಾವಂತರೂ, ಅನಾಗರಿಕರೂ ಆಗಿರಲಿಲ್ಲ ಎಂಬುದನ್ನು ಹಿಂದೆಯೇ ಗಮನಿಸಿದ್ದೇವೆ. ಆ ಶಿಕ್ಷಣದ ಮಟ್ಟ ಎಷ್ಟು ಉನ್ನತವಾಗಿತ್ತು ಎಂಬುದಕ್ಕೆ ಒಂದು ಸಾಕ್ಷಿ ಕೆಳಗಿದೆ.

ಆಫ್ರಿಕದ ಪ್ರವಾಸ ಮಾಡಿ ಮರಳಿದ ಇಟಲಿಯ ಲಿಯೊ ತನ್ನ ದೇಶ ಬಾಂಧವರ ಮಾಹಿತಿಗೋಸ್ಕರ ಬರೆದ:

"ಇಲ್ಲಿ, ಟಿಂಬಕ್ಟೂ ನಗರದಲ್ಲಿ, ಬರ್ಬೆರ್ ದೇಶಗಳಿಂದ ಬರುವ (ಹಸ್ತಪ್ರತಿಯ) ಪುಸ್ತಕಗಳಿಗಾಗಿ ಭಾರೀ ಬೇಡಿಕೆ. ಬೇರೆ ಸಾಮಗ್ರಿಗಳ ಮಾರಾಟದಿಂದ ದೊರೆಯುವುದಕ್ಕಿಂತ ಎಷ್ಟೋ ಹೆಚ್ಚು ಲಾಭ ಪುಸ್ತಕಗಳ ಮಾರಾಟದಿಂದ ಸಿಗುತ್ತದೆ".

ಟಿಂಬಕ್ಟೂವಿನ ಈ ಖ್ಯಾತಿ ಇದೇ ರೀತಿ ಮುಂದುವರಿದು, 17ನೆಯ ಶತಮಾನದ ಆದಿಯಲ್ಲಿ ಉನ್ನತ ಮಟ್ಟವನ್ನು ಮುಟ್ಟಿತು.

ಆಫ್ರಿಕದ ಪ್ರಾಚೀನ ನಿವಾಸಿಗಳ ಅಶಂತಿ, ಸ್ವಾಹಿಲಿ, ಬಂಟು ಮತ್ತಿತರ ಭಾಷೆಗಳೂ ಪ್ರಬುದ್ಧ. ಬಣಗಳ ಹಾಡುಗಳು – ಹಾಡು ಗಬ್ಬಗಳು – ಆ ಜನಪದದ ಉದ್ಗ್ರಂಥ. ಡಮರು, ಅದು ನೀಡುವ ತಾಳ ಲಯ ಧ್ವನಿ, ಅವರ ಬದುಕಿನ ಒಂದಂಗ. (ಡಮರಿನ ಸ್ವರಸಂಕೇತ ಪಕ್ಕದ ಹಳ್ಳಿಗೆ ಸಂದೇಶ ತಲುಪಿಸುತ್ತದೆ. ಅಲ್ಲಿಂದ ಇನ್ನೊಂದು ಹಳ್ಳಿಗೆ. ಮತ್ತೂ ಮುಂದಕ್ಕೆ. ಎರಡೇ ಗಂಟೆಗಳ ಅವಧಿಯಲ್ಲಿ ಸಂದೇಶ 160 ಕಿಲೋ ಮೀಟರ್ ದೂರಕ್ಕೆ ಮುಟ್ಟುವುದು ಸಾಧ್ಯ). ನೀಗ್ರೋಗಳ ಸೌಂದರ್ಯ ಪ್ರಜ್ಞೆಯನ್ನು ಉತ್ಕಟಗೊಳಿಸುತ್ತವೆ – ಡಮರು, ಗೀತ, ನರ್ತನ.

ಆಫ್ರಿಕದ ಕುಬ್ಜರಿಗೆ ಆನೆ ವೈರಿ. ಅದರ ತುಳಿತಕ್ಕೆ ಅವರ ಪುಟ್ಟ

ಗುಡಿಸಲುಗಳು ನಾಶವಾಗುತ್ತವೆ. ಆನೆಯ ಬೇಟೆಯಲ್ಲಿ ಕುಬ್ಜರದು ಎತ್ತಿದ ಕೈ.

ಆನೆ ಸತ್ತು ಬಿದ್ದಾಗ ಅದರ ಸುತ್ತಲೂ ಕುಣಿಯುತ್ತ ಅವರು ಹಾಡುತ್ತಾರೆ:

"ಗುರಿ ತಪ್ಪಿತು ಈ ಈಟಿ
ಓ ನಮ್ಮಪ್ಪ ಆನೆಯೇ!
ಅಪ್ಪಿ ತಪ್ಪಿ ನಿನ್ನನ್ನಿರಿಯಿತು
ಓ ನಮ್ಮಪ್ಪ ಆನೆಯೇ!
ನಿನ್ನನ್ನು ಕೊಲ್ಲೋ ಯೋಚನೆ ಇರ್ಲಿಲ್ಲ
ಇರ್ಲಿಲ್ಲ ನಿನ್ನನ್ನು ಕೊಲ್ಲೋ ಯೋಚನೆ
ಓ ನಮ್ಮಪ್ಪ ಆನೆಯೇ!
ನಿನ್ನ ಜೀವಕ್ಕೆ ಮುಳಿವಾದ್ದು ನಾವಲ್ಲ
ಮುಗಿದಿತ್ತು ನಿನ್ನ ಆಯುಸ್ಸು
ಓ ನಮ್ಮಪ್ಪ ಆನೆಯೇ!
ತುಳೀಬೇಡ ನಮ್ಮ ಗುಡ್ಲು
ಓ ನಮ್ಮಪ್ಪ ಆನೆಯೇ!"

ಪರಿಹಾಸ್ಯ ಬೆರೆತ ಈ ನಿಲುವು ಕುಬ್ಜರಿಗೇನು, ಯಾವ ಜನಾಂಗ ಕ್ಕಾದರೂ ಭೂಷಣ. (ಈ ಕುಬ್ಜರು ಎಷ್ಟು ಮುಗ್ಧರೆಂದರೆ ಹಸ್ತಿ ದಂತವನ್ನು ಬಂಟುಗಳಿಗೆಕೊಟ್ಟು, ಅವರು ಬೆಳೆಯುವ ಬಾಳೆಹಣ್ಣಿನ ಗೊನೆ ಪಡೆದು ತಿಂದು ಸಂತೃಪ್ತರಾಗುತ್ತಾರೆ. ತಾವು ಸ್ವತಃ ಬಾಳೆಗಿಡ ಬೆಳೆಯುವುದು ತಮ್ಮ ಗೌರವಕ್ಕೆ ತಕ್ಕುದಲ್ಲ ಎಂಬ ಭಾವನೆ ಬೇರೆ !)

ಸುಲಿಗೆಯ ಯಂತ್ರಗಳು ದೀರ್ಘಕಾಲ ಚಲಿಸಿದ ಮೇಲೆ, ಶ್ರಮಿಕ ವರ್ಗಗಳ ನಾಯಕರು ತಮ್ಮ ಮೂಕ ಜನತೆಯ ಯಾತನೆಗೆ ವಾಣಿಯಾದರು. ಪರಿಣಾಮ: ಆ ಧ್ವನಿಯನ್ನು ಹತ್ತಿಕ್ಕುವ ಯತ್ನ; ಅದಕ್ಕಾಗಿ ಶ್ರಮಶಿಬಿರ; ಸಾಮೂಹಿಕ ಕೊಲೆ.

ಆಫ್ರಿಕದ ಜನತೆಯ ಒಳಗಿನ ದುಗುಡವನ್ನು ಹೊರಗೆಡಹುವ ಒಂದು ಪುಸ್ತಕವನ್ನು ಆಫ್ರಿಕನಸ್ ಹೊರ್ಟನ್ ಎಂಬಾತ 1868ರಲ್ಲಿ ಬರೆದ. ಅದರಲ್ಲಿ ಆತ ಕೇಳಿದ:

"ಈಜಿಪ್ಟನ್ನು ಆಳಿದ ಈ ಕುಲ ಮತ್ತೊಮ್ಮೆ ತನ್ನ ಕಾಲುಗಳ ಮೇಲೆಯೇ ನಿಂತು, ನಾಗರಿಕ ಜಗತ್ತಿನ ತಕ್ಕಡಿಯಲ್ಲಿ ತನ್ನ ವ್ಯಕ್ತಿತ್ವದ ತೂಕವನ್ನು ಹೆಚ್ಚಿಸಿಕೊಳ್ಳಲು ಯತ್ನಿಸಬಾರದೇಕೆ?'

ಮೊದಲ ಲೋಕಮಹಾಯುದ್ಧ ಆರಂಭವಾದಾಗ (1914) ನೀಗ್ರೋ ಗಳನ್ನು ಬಹುಸಂಖ್ಯೆಯಲ್ಲಿ ಐರೋಪ್ಯರು ಸೈನ್ಯಗಳಿಗೆ ಒತ್ತಾಯವಾಗಿ ಭರ್ತಿಮಾಡಿದರು; ಯುದ್ಧರಂಗಗಳಿಗೊಯ್ದು ಬಲಿಕೊಟ್ಟರು.

(ಫ್ರೆಂಚರು ಒಯ್ದದ್ದು 211,000 ನೀಗ್ರೋಗಳನ್ನು, ಬಳಸಿದ್ದು

169,000 ಮಂದಿಯನ್ನು ಅಧಿಕೃತವಾಗಿ ಸತ್ತವರು 24,762 ಜನ, ನಾಪತ್ತೆಯಾದವರ ಸಂಖ್ಯೆ ಗೊತ್ತಾಗಲೇ ಇಲ್ಲ.)

1921ರಲ್ಲಿ 'ಗೋಲ್ಡ್ ಕೋಸ್ಟ್ ಇಂಡಿಪೆಂಡೆಂಟ್' ಎನ್ನುವ ಪತ್ರಿಕೆ ಬರೆಯಿತು:

"ಆಫ್ರಿಕದ ಸ್ವಯಂಸೇವಕರು ಐರೋಪ್ಯ ಘರ್ಷಣೆಯ ರಣರಂಗ ಗಳಲ್ಲಿ ನರಳಲು ಯೋಗ್ಯರಾಗಿದ್ದರೆ, ತಮ್ಮ ರಾಷ್ಟ್ರಗಳ ಆಡಳಿತದಲ್ಲಿ ಪಾಲು ಪಡೆಯುವುದಕ್ಕೂ ಅಷ್ಟೇ ಯೋಗ್ಯರಾಗಿದ್ದಾರೆ."

ಅಮೆರಿಕದ ನೀಗ್ರೋ ನಾಯಕ ದು ಬಾಯ್ ಆಫ್ರಿಕದ ತನ್ನ ಬಂಧುಗಳ ಪರವಾಗಿ ಒಂದೇ ಸಮನೆ ವಾದಿಸಿದ.

(ಟಾಲ್‌ಸ್ಟಾಯ್‌ಯನ್ನು ಗುರುವೆಂದು ಸ್ವೀಕರಿಸಿದ ಯುವಕ ವಕೀಲ ಮೋಹನದಾಸ ಕರಮಚಂದ ಗಾಂಧೀ ದಕ್ಷಿಣ ಆಫ್ರಿಕದ ಬಿಳಿಯರ ದೌರ್ಜನ್ಯದ ವಿರುದ್ಧ ಸತ್ಯಾಗ್ರಹ ಅಸ್ತ್ರವನ್ನು ಹೂಸೆದದ್ದೂ ಈ ಕಾಲಾವಧಿಯಲ್ಲೇ]

ಆಫ್ರಿಕದಲ್ಲಿ ಕಿಡಿ ಕಿಚ್ಚಾಯಿತು; ಕಿಚ್ಚು ನಾಲ್ಕು ದಿಕ್ಕುಗಳಿಗೂ ಹಬ್ಬಿ ದಳ್ಳುರಿಯಾಯಿತು.

1926 ಮೇ ತಿಂಗಳಲ್ಲೊಂದು ದಿನ ಮೊರೊಕ್ಕೋದ ಜನನಾಯಕ ಅಬ್ದುಲ್ ಕರೀಮನ ಹಳ್ಳಿಯ ಮೇಲೆ ಫ್ರೆಂಚ್ ಮತ್ತು ಸ್ಪಾನಿಷ್ ವಿಮಾನಗಳು ಬಾಂಬಿನ ಮಳೆಗರೆದುವು. ಸೆರೆಸಿಕ್ಕ ಕರೀಮ್ ಫ್ರೆಂಚ್ ಅಧಿಕಾರಿಗಳಿಗೆ ಹೇಳಿದ:

"ಈ ಸಲ ನಿಮ್ಮ ವಿಮಾನಗಳು ಗಂಡಸರನ್ನು ಕೊಂದಿವೆ ಅಂತ ನನಗೆ ಆಶ್ಚರ್ಯವಾಗಿದೆ; ಸಾಧಾರಣವಾಗಿ ಅವು ಹೆಂಗಸರನ್ನು ಕೊಲ್ಲುತ್ತವೆ. ನಿಮ್ಮದು ಸಿಡಿಮದ್ದಿನ ನಾಗರಿಕತೆ. ನಿಮ್ಮ ಬಳಿ ದೊಡ್ಡ ಬಾಂಬುಗಳಿವೆ. ಆದ್ದರಿಂದ ನೀವು ನಾಗರಿಕರು. ನನ್ನಲ್ಲಿರುವುದು ರೈಫ಼್ಲ್ ಗುಂಡುಗಳು ಮಾತ್ರ. ಆದ್ದರಿಂದ ನಾನು ಅನಾಗರಿಕ."

ಮುಂದೆ 1935ರಲ್ಲಿ ಮತ್ತಷ್ಟು ಮೇಲ್ಮಟ್ಟದ 'ನಾಗರಿಕ'ರಾದ ಮುಸೋಲಿನಿಯ ಫಾಸಿಸ್ಟ್ ಭಟರು ಇಥಿಯೋಪಿಯದ ಮೇಲೆ ಬಾಂಬುಗಳನ್ನು ಸುರಿದು ದೇಶವನ್ನು ವಶಪಡಿಸಿಕೊಂಡರು. ನಾಲ್ಕು ದಶಕಗಳ ಹಿಂದೆ ಇಟಾಲಿಯನರು ಇಥಿಯೋಪಿಯವನ್ನು ಆಕ್ರಮಿಸಿದಾಗ ಸೋಲು ಅನುಭವಿಸಿದ್ದರಂತೆ. ಅದಕ್ಕೆ ಪ್ರತೀಕಾರ ಈ ಯುದ್ಧ! ತೋಳ–ಕುರಿಮರಿ ನ್ಯಾಯದ ಕಥೆಯನ್ನು ಇದೇ ಬಗೆಯವರನ್ನು ನೋಡಿಯೇ ಬರೆದಿರಬೇಕು.

ಮೈಮನಸ್ಸುಗಳನ್ನು ಬೇಯಿಸುವ ಇಂಥ ಹಿನ್ನೆಲೆಯಲ್ಲಿ ಹುಟ್ಟಿತು ಆಫ್ರಿಕದ ಅಧುನಿಕ ಸಾಹಿತ್ಯ. ಕೆಲವರು ತಮ್ಮ ತಮ್ಮ ಭಾಷೆಗಳಲ್ಲಿ ಬರೆದರು. ಕೆಲವರು ತಮ್ಮನ್ನು ಆಳುತ್ತಿದ್ದ ವಸಾಹತುವಾದಿಗಳ ಭಾಷೆಗಳಲ್ಲಿ.

ದಕ್ಷಿಣ ಆಫ್ರಿಕದ ಕವಯಿತ್ರಿ ಬಾರ್ಬರಾ ಮಸಕೆಲಾ 'ಭೂಮಿಗೆ ರೋಷವಿಲ್ಲ' ಎಂಬ ಕವನದಲ್ಲಿ ಬರೆದಳು:

"ನಾನು ಮೆದುವಾಗುವೆ
ಆದರೆ ಆರುವುದಿಲ್ಲ.
ಪುನಃ ಇಡಿಯಾಗುವೆ
ನೋವಿಲ್ಲದೆ ಅಲ್ಲ.
ನಿನ್ನೆಣಿಕೆ ನೀನು ಕ್ಯಾನ್ಸರ್ ಅಂತ
ನಾನು ಬಲ್ಲೆ: ನೀನೊಂದು ಮಡುಮೆಗುಳ್ಳೆ."

ಕಲಾಕೃತಿಗಳ ಕೆತ್ತನೆಯನ್ನೂ ಒಳಗೊಂಡು ಆಫ್ರಿಕದ ಗುಡಿಸಲು ಕೈಗಾರಿಕೆಗಳನ್ನೆಲ್ಲ ವಸಾಹತುವಾದಿಗಳು ನಾಶಪಡಿಸಿದರು. ಆದರೆ, ಸಾಹಿತ್ಯವನ್ನು ಸೃಷ್ಟಿಸುವ ಪ್ರತಿಭೆಯನ್ನೂ ಬರೆಯುವ ಲೇಖನಿಯನ್ನೂ ನಾಶಮಾಡಲು ಅವರು ಶಕ್ತರಾಗಲಿಲ್ಲ.

ಆಫ್ರಿಕದ ಕಾರ್ಮಿಕ ವರ್ಗ ಸಂಖ್ಯೆಯಲ್ಲಿ ಚಿಕ್ಕದು. ಗಣಿಗಳಲ್ಲೂ ತಯಾರಿ ಉದ್ಯಮಗಳಲ್ಲೂ ದುಡಿಯುವವರು ಮೂವತ್ತು ಲಕ್ಷ ಮಾತ್ರ. ಆದರೆ ಅವರ ಕಿವಿಗೂ ಮುಟ್ಟಿತ್ತು, ಜಗತ್ತಿನ ಆರರಲ್ಲೊಂದು ಭಾಗದಲ್ಲಿ, 1917ರಲ್ಲಿ, ಸುಲಿಗೆಯಿಲ್ಲದ ಸಮಾಜವಾದೀ ರಾಷ್ಟ್ರ ಸ್ಥಾಪಿತವಾಗಿದ್ದ ಕಥೆ.

ಈ ಶತಮಾನದಲ್ಲಿ ಅರ್ಥಪೂರ್ಣ ಕಥಾ ಸಾಹಿತ್ಯವನ್ನು ಆಫ್ರಿಕದಿಂದ ನೀಡಿದವರಲ್ಲಿ ಮೊದಲಿಗ ದಕ್ಷಿಣ ಆಫ್ರಿಕದ ಅಲನ್ ಪೇಟನ್. ಅನಂತರದ ಪೀಳಿಗೆಯವನು ಅಂಗೋಲದ ಅಗೊಸ್ಟಿನೊ ನೆಟೋ. ಈ ಕವಿ ಲೇಖನಿಯನ್ನೊಂದು ಕೈಯಲ್ಲೂ ಬಂದೂಕನ್ನು ಇನ್ನೊಂದರಲ್ಲೂ ಹಿಡಿದ. ಪೋರ್ಚುಗೀಸರ ಮೂರೂವರೆ ಶತಮಾನಗಳ ದಾಸ್ಯವನ್ನು ಕೊನೆಗಾಣಿಸಿದ. ಹೊಸ ಅಂಗೋಲದ ಕತ್ತು ಹಿಸುಕಲು ಅಮೆರಿಕ ಮುಂದಾದಾಗ, ಸೋವಿಯೆತ್ ಒಕ್ಕೂಟ – ಕ್ಯೂಬಗಳ ನೆರವನ್ನೂ ಪಡೆದು ನಾಡಿನ ಸ್ವಾತಂತ್ರ್ಯವನ್ನು ರಕ್ಷಿಸಿದ. ಈ ಕವಿ ಅಂಗೋಲದ ಅಧ್ಯಕ್ಷನಾದ. (ಸಾವು 1979ರಲ್ಲಿ, 57ನೆಯ ವಯಸ್ಸಿನಲ್ಲಿ.)

ಆಫ್ರಿಕ ಸಾಹಿತ್ಯದಲ್ಲಿ ಮತ್ತೊಂದು ದೊಡ್ಡ ಹೆಸರು ಚಿನುವ ಅಹೇಬೆ. ಈ ಕಥೆಗಾರ ಕಾದಂಬರಿಕಾರ ಸ್ವತಂತ್ರ ನೈಜೀರಿಯದ ಪ್ರಸಾರ ಮಾಧ್ಯಮದಲ್ಲಿ ದುಡಿದ ಅನುಭವಿ. ವೊಲೆ ಸೊಯಿಂಕಾ – ಕವಿ, ನಾಟಕಕಾರ – ಸ್ವಾತಂತ್ರ್ಯ ಹೋರಾಟದ ಕಾಲದಲ್ಲಿ ನೈಜೀರಿಯ ದಲ್ಲಿ ಸೆರೆಮನೆಯ ಸುಖ ಕಂಡವನು. ಮುಂದೆ ಪೋಣಿಸಬೇಕಾದ ಹೆಸರುಗಳು – ರಿಚರ್ಡ್ ರೀವೆ, ಆರ್ಥರ್ ಮೈಮಾನೆ, ಎಂಫಲೀಲಿ, ಕ್ರೀಹ, ಎಡ್ ಡೋಡು, ಎಫೆಂಡಿ...

ಸಾಹಿತ್ಯಕ್ಕೂ ಬದುಕಿಗೂ ಹೊಸ ಮೌಲ್ಯಗಳು ಕಂಡುಬಂದುದು ಎರಡನೆಯ ಲೋಕ ಮಹಾಯುದ್ಧದ ಕರಾಳ ವರ್ಷಗಳು ಕಳೆದ

ಮೇಲೆ. ಆ ವರ್ಷಗಳಲ್ಲಿ, ದಶಕಗಳಲ್ಲಿ, ಆಫ್ರಿಕದ ರಾಷ್ಟ್ರೀಯತೆ ತೀವ್ರಗೊಂಡು ಬಿಡುಗಡೆಯ ಹೋರಾಟಗಳು ಪ್ರಖರವಾದುವು. ದೇಶಗಳು ಒಂದೊಂದಾಗಿ ಸ್ವಾತಂತ್ರ್ಯ ಸಾರಿದುವು: ಲಿಬಿಯ, ಈಜಿಪ್ಟ್, ಆಲ್ಜೀರಿಯ, ಟ್ಯುನೀಸಿಯ, ಮೊರೊಕ್ಕೊ, ಘಾನ, ಗಿನಿ, ನೈಜೀರಿಯ, ಸುಡಾನ್, ಸಿಯಾರ ಲಿಯೊನೆ, ಮಡಗಾಸ್ಕರ್, ಟಾನ್‌ಜಾನಿಯ, ಕೀನ್ಯ, ಮಾಲವಿ, ಜಾಂಬಿಯ, ಮಾರಿಷಸ್... ಮೊಜಾಂಬಿಕ್, ಅಂಗೋಲಾ (1976ರಲ್ಲಿ). ಹೀಗೆಯೇ ಹಲವು. (ಇಟಾಲಿಯನರಂತೂ 1941ರಲ್ಲೇ ಇಥಿಯೋಪಿಯದಿಂದ ವಾಪಸಾಗಿದ್ದರು.) ಆಫ್ರಿಕದ 48ನೆಯ ಸ್ವತಂತ್ರ ದೇಶವೆನಿಸಿದ್ದು ಸೆಚಿಲೆಸ್. ಈಗ 49ನೆಯದು ರ್‍ಹೊಡೀಸಿಯ.

ಒಂದು ರಾಷ್ಟ್ರ. ಅದಕ್ಕೊಂದು ಬಾವುಟ, ಲಾಂಛನ. ಇಷ್ಟು ಸಾಕೆ? ಸಾಲದು ಎಂದು ಅರ್ಥಮಾಡಿಕೊಂಡ ಆಫ್ರಿಕದ ಅನೇಕ ಸ್ವತಂತ್ರ ದೇಶಗಳು ಈಗ ಸಂಪೂರ್ಣ ಆರ್ಥಿಕ ಮತ್ತು ಸಾಮಾಜಿಕ ವಿಮೋಚನೆಯಲ್ಲಿ ನಿರತವಾಗಿವೆ.

ಇಂಥ ಪರಿಸ್ಥಿತಿಯಲ್ಲೂ, ದಕ್ಷಿಣ ಆಫ್ರಿಕದಿಂದ ತೊಲಗಲು ಬಿಳಿಯರು ನಿರಾಕರಿಸುತ್ತಿದ್ದಾರೆ. ಅಮೆರಿಕ ಬ್ರಿಟನ್‌ಗಳ ಬೆಂಬಲ ಇದೆಯೆಂದು ಈ ಎದೆಗಾರಿಕೆ. ಆದರೆ ಇದೆಷ್ಟು ಕಾಲ ನಡೆದೀತು?

ವಾಸ್ತವವಾಗಿ ಆಫ್ರಿಕದಲ್ಲಿ ನೆಲಕ್ಕೆ ಒರಗಿರುವ ಸಾಮ್ರಾಜ್ಯಶಾಹಿ ಆನೆ ಈಗ ಕೊನೆಯ 'ಬಿಡುಗಡೆ'ಗಾಗಿ ಚಡಪಡಿಸುತ್ತಿದೆ. ಅಫ್ರಿಕದ ಜನಪದ ಅದರ ಸುತ್ತಲೂ ಕುಣಿಯುತ್ತ 'ಮುಗಿದಿದೆ ನಿನ್ನ ಆಯುಸ್ಸು' ಎಂದು ಸಾರಿ ಹೇಳುತ್ತಿದೆ.

ಹೊಸ ಬದುಕಿನ ಮುಂಜಾವದಲ್ಲಿ ಆಫ್ರಿಕ ಪಿಳಿಪಿಳಿ ಕಣ್ಣು ಬಿಡುತ್ತಿದೆ.

ಸ್ಥಿತ್ಯಂತರದ ಈ ಅವಧಿಯಲ್ಲಿ, ಆಫ್ರಿಕದ ಜನತೆಯನ್ನು ಅರ್ಥೈಸಿಕೊಳ್ಳಲು ನೆರವಾಗುತ್ತದೆ. ಹದಿಮೂರು ಕಥೆಗಳ 'ಆಫ್ರಿಕದ ಹಾಡು'. ಪ್ರತಿಯೊಂದು ಕಥೆಯೂ ಆ ಹಾಡಿನ ಒಂದೊಂದು ಸೊಲ್ಲು...

ಈ ಹಾಡನ್ನು ಕೇಳಿ, 'ಕಾಡಿನಲ್ಲಿ ಬೆಳದಿಂಗಳ'ನ್ನು ಕಾಣಲು ಹೊರಡೋಣ.

ಯುಗಾದಿ, 1980 **ನಿರಂಜನ**
ಬೆಂಗಳೂರು ಪ್ರಧಾನ ಸಂಪಾದಕ

○ ರಿಚರ್ಡ್ ರೀವೆ

ದಕ್ಷಿಣ ಆಫ್ರಿಕ

ಆಫ್ರಿಕದ ಹಾಡು

ತನಗೆ ಕೋಪ ಬಂದಾಗ ಮೂಟಿಗೆ ಕೂಡಲೇ ಅದರ ಅರಿವಾಗುತ್ತಿತ್ತು. ಗಂಟಲಲ್ಲೇನೋ ಗಡಸು ಪದಾರ್ಥ ಸಿಕ್ಕಿ ಕೊಂಡಂತಾಗುತ್ತಿತ್ತು. ಕೈಗಳನ್ನು ನರನರವೂ ಎದ್ದುಕಾಣುವಂತೆ ಬಿಗಿದುಕೊಳ್ಳುತ್ತಿದ್ದ. ಆದರೆ ಈ ಬಾರಿ ತನಗೆ ಬಂದಿರುವುದು ಕೋಪವಲ್ಲ, ಭೀತಿ ಎಂಬುದನ್ನು ಆತ ಅರಿತಿದ್ದ. ಆತನ ಬಾಯಿ ಒಣಗಿದಂತಾಗಿತ್ತು. ಅಂಗೈ ಒದ್ದೆಮುದ್ದೆಯಾಗಿತ್ತು. ತಾವು ಪೊಲೀಸರನ್ನು ಭೇಟಿ ಮಾಡಲಿದ್ದೇವೆಂದು ಮೂಟಿಗೆ ಅದು ಹೇಗೋ ಅನ್ನಿಸಿತ್ತು. ಆದರೂ ಆ ನೀಲಿ ಸಮವಸ್ತ್ರಧಾರಿಗಳು ಆ ಮುರುಕು ಸಭಾಭವನವನ್ನು ಪ್ರವೇಶಿಸಿದಾಗ, ಮೂಟಿ ಅದು ಅನಿರೀಕ್ಷಿತವೇನೋ ಎಂಬಷ್ಟು ಆಶ್ಚರ್ಯಪಟ್ಟಿದ್ದ. ಅವರು ಒಳಗೆ ಬಂದು ಎಲ್ಲ ದ್ವಾರಗಳನ್ನೂ ಅಡ್ಡಕಟ್ಟಿದಾಗ ಮಂತ್ರಮುಗ್ಧನಂತೆ ಬಿರುಗಣ್ಣುಗಳಿಂದ ಅವರನ್ನು ನಿಟ್ಟಿಸಿದ. ತನಗೆ ಅನುಭವವಾಗು ತ್ತಿರುವುದು ಕೋಪವಲ್ಲ, ಆದರೆ ಅರ್ಥವಾಗದ ಮನಸ್ಸಿನಾಳದ ಭೀತಿ ಎಂಬುದನ್ನು ಮೂಟಿ ಅರಿತಿದ್ದ. ಅವನು ಕಂಡ ನೀಲಿ ಸಮವಸ್ತ್ರ ಹಾಗೂ ಥಳಥಳಿಸುವ ಗುಂಡಿಗಳು, ತನ್ನ ಬಳಿ ಪ್ರವೇಶಪತ್ರ ಇಲ್ಲವೆಂಬ ಕಾರಣಕ್ಕಿಂತಲೂ ಮಿಗಿಲಾದ ಭೀತಿ ಯನ್ನು ಆತನಲ್ಲಿ ಹುಟ್ಟಿಸಿದವು. ತಾನು ಸಭೆಗೆ ಬಂದ ಬಗ್ಗೆ ಈಗ ಚಿಂತಿಸಿ ಪ್ರಯೋಜನವಿಲ್ಲ. ತಾನು ಮಹಾನಗರವೊಂದರ ರೀತಿರಿವಾಜುಗಳನ್ನು ಅರಿತು ರಹದಾರಿ ಪತ್ರ ಪಡೆಯದ ಬಗ್ಗೆ ಈಗ ಚಿಂತಿಸಿ ಪ್ರಯೋಜನವಿಲ್ಲ. ಆತನಿಗೆ ದೇಹವೆಲ್ಲಾ ಮರಗಟ್ಟಿ ದಂತಾಯಿತು. ಭೀತಿ ತಾನೇತಾನಾಗಿ ವ್ಯಾಪಿಸಿತು. ನಾಲಗೆ ದೈತ್ಯಾಕಾರವಾಗಿ ಬೆಳೆದಂತಾಯಿತು. ಬಾಯಿ ಒಣಗಿತು. ಮೂಟಿ ಮ್ಪೀಸನನ್ನು ಗಮನಿಸಿದ. ಆತ ಎಷ್ಟು ಶಾಂತನಾಗಿದ್ದ ನೆಂಬುದನ್ನು ನೋಡಿದ. ಆದರೆ ತನ್ನ ಕಕ್ಕನ ಬಳಿ ರಹದಾರಿ ಪತ್ರವಿತ್ತು. ಮೂಟಿಯ ಬಳಿ ಇರಲಿಲ್ಲ. ತನ್ನನ್ನೂ ಶಾಂತನಾಗಿ ಇರುವಂತೆ ಮ್ಪೀಸ ಕೋರುತ್ತಿರುವನೆಂಬ ಭಾವನೆ ಮೂಟಿಗೆ ಬಂತು. ಆದರೆ ಬಾಗಿಲಲ್ಲಿ ಪೊಲೀಸರಿರುವಾಗ, ಕಿಟಿಕಿಯಲ್ಲಿ ಪೊಲೀಸರಿರುವಾಗ ಶಾಂತನಾಗಿರುವುದು ಹೇಗೆ ? ಕೆಲವರು ತನ್ನ ಬಣ್ಣದವರೇ; ಕೆಲವರು ಬಿಳಿಯರು ?

ಅಲ್ಲದೆ ಎಲ್ಲರೂ ನಿಂತಿದ್ದರು. ಜನರು ಹಾಡುತ್ತಿರುವುದನ್ನು ಮೂಟಿ ಕೌತುಕದಿಂದ ತದೇಕಚಿತ್ತನಾಗಿ ಗಮನಿಸಿದ; ಆದರೂ ರಹದಾರಿ ಪತ್ರ ಇಲ್ಲದಿದ್ದುದರಿಂದ ತಾನು ಕುಳಿತೇ ಇದ್ದ. ಏನು ಆಗುವುದೆಂದು ಮೂಟಿ ಭಾವಿಸಿದ್ದನೋ ಅದು ಆಗಿಯೇ ಆಗುತ್ತಿತ್ತು. ಏಕೆಂದರೆ, ನೀಲಿ ಸಮವಸ್ತ್ರಧಾರಿಗಳು ಹತ್ತಿರ ಹತ್ತಿರ ಬರುತ್ತಿದ್ದರು. ಇಲ್ಲಿ ಒಬ್ಬ ರಹದಾರಿ ಪತ್ರಕ್ಕಾಗಿ ತನ್ನ ಜೇಬು ತಡಕಾಡುತ್ತಿದ್ದ; ಅಲ್ಲಿ ಒಬ್ಬ ತನ್ನ ರಹದಾರಿ ಪತ್ರ ಇಲ್ಲವೆಂಬುದನ್ನು ತಿಳಿದಿದ್ದು ಕಣ್ಣುಗಳಲ್ಲಿ ಭಯ ತುಂಬಿಕೊಂಡಿದ್ದ; ಆದರೆ ಮತ್ತೂ ಒಬ್ಬ ಮ್ವೀಸಾನಂತೆಯೇ ಶಾಂತಚಿತ್ತನಾಗಿದ್ದ. ಈ ಮಧ್ಯೆ ಜನಗಳು ಹಾಡುತ್ತಲೇ ಇದ್ದರು. ಅಂತೆಯೇ ಮೂಟಿಗೆ ಅನಿರ್ವಚನೀಯ ಶಾಂತತೆಯ ಅನುಭವವಾಗತೊಡಗಿತು, ಸಮರಕ್ಕೆ ಮುನ್ನ ಯೋಧನಲ್ಲಿ ಉಂಟಾಗುವ ಶಾಂತತೆ. ಮೆಲ್ಲನೆ ಓಲಾಡುತ್ತಾ ಎದ್ದು ನಿಂತ.

ಈಗಾಗಲೇ ಇಲ್ಲೊಬ್ಬನನ್ನು ರಹದಾರಿ ಪತ್ರ ಇಲ್ಲವೆಂಬ ಕಾರಣದ ಮೇಲೆ ಹೊರಗೊಯ್ಯಲಾಗಿತ್ತು. ಅಲ್ಲೊಬ್ಬ ಪ್ರತಿಭಟನಾ ಸೂಚಕವಾಗಿ ಕೈಯೆತ್ತಿದ್ದ. ಆದರೆ ಪ್ರತಿಭಟನಾ ಸೂಚಕವಾಗಿ ಕೈಯೆತ್ತಬಾರದು. ಈ ಮಧ್ಯೆ ಜನಗಳು ಹಾಡುತ್ತಲೇ ಇದ್ದರು. ಇದಲ್ಲವೆ ಮಹಾಸೋಜಿಗ ಎನ್ನಿಸಿತು ಮೂಟಿಗೆ. ಆತನಿಗೆ ಮತ್ತೆ ಸೆರೆಮನೆಯ ಗೋಡೆಗಳ, ನೀಲಿ ಸಮವಸ್ತ್ರಧಾರಿಗಳ ಭೀತಿ ತೋರಲಿಲ್ಲ. ಈಗ ಮೂಟಿಯೂ ಗಡಸು ಧ್ವನಿಯಲ್ಲಿ ಆಫ್ರಿಕದ ಹಾಡನ್ನು ಹಾಡಲಾರಂಭಿಸಿದ. ಒಬ್ಬ ಮೂಟಿಯಲ್ಲ ಹಾಡುತ್ತಿದ್ದುದು, ನೂರು ಮೂಟಿಗಳು. ಹತ್ತು ಸಾವಿರ ಮೂಟಿಗಳು. ಅವರೆಲ್ಲರೂ ಹಾಡಿದರು, ಆಫ್ರಿಕವೇ ತಾನಾಗಿದ್ದ ಹಾಡನ್ನು.

ಅವರು ಹಾಡುತ್ತಿದ್ದಂತೆ ನಿರಂಬಳ ಶಾಂತತೆ ಆವರಿಸಿತು.

ಅವರು ಹಾಡಿದುದು ಇದನ್ನು.

ಇಂಕೋಸಿ ಸಿಕೆಲೇಲ ಆಫ್ರಿಕಾ...

ಅಂದರೆ, ದೇವರು ಆಫ್ರಿಕಕ್ಕೆ ಒಳಿತು ಮಾಡಲಿ ಎಂದು. ಬಿಸಿಲಿನ ಧಗೆಯ ಕಾರೂ* ಪ್ರದೇಶಕ್ಕೆ ಹಾಗೂ ಸಹಸ್ರ ಗಿರಿಕಂದರಗಳ ಹಸಿರು ವಲಯಕ್ಕೆ ದೇವರು ದೇವರು ಒಳಿತು ಮಾಡಲಿ. ಬೆಟ್ಟದ ತುದಿಯಲ್ಲಿ ಯೌವನದ ಹುರುಪಿನಿಂದ ಝುಳಝುಳಿಸುವ, ಆದರೆ ಬಯಲುಸೀಮೆಗೆ ಬಂದ ಮೇಲೆ ಮುದಿ ಹೆಂಗಸಿನಂತೆ ಸೋಮಾರಿತನದಿಂದ ಅಡ್ಡಾಡಿಕೊಂಡು ಹೋಗುವ ನದಿಗಳಿಗೆ ದೇವರು ಒಳಿತು ಮಾಡಲಿ. ಒಡೆದ ಒಡಲುಗಳನ್ನು ಗಗನಕ್ಕೆ ತೋರಿಸುವ ಒಣ ಹಳ್ಳಗಳಿಗೆ ಒಳಿತು ಮಾಡಲಿ. ಅಫ್ರಿಕದ ಕರಾವಳಿಗಳನ್ನು ಅಪ್ಪಳಿಸುವ ಸಾಗರಗಳಿಗೆ ಒಳಿತು ಮಾಡಲಿ. ಇವಾದರೋ ಒಮ್ಮೆ ಅಣಕವಾಡಲಿಕ್ಕಾಗಿಯೋ ಎಂಬಂತೆ ಹಿಂಜರಿಯುವವು, ಮತ್ತೆ ಹೊಸ ಚೇತನದಿಂದ ಅಪ್ಪಳಿಸುವುವು – ಜೋಳದ ಬೆಳೆಯನ್ನು, ನೆಲವನ್ನು, ಹಳ್ಳಿಪಟ್ಟಣಗಳನ್ನು, ಇಡೀ ಆಫ್ರಿಕ ಮಹಾಖಂಡವನ್ನೇ ಬಾಯ್ದೆರೆದು ನುಂಗಲು ಬಂದಂತೆ. ಹಾಗೆಯೇ ಗಂಭೀರ ಶಿಲೆಗಳನ್ನು ಕೆಣಕುವ ಜಲಪಾತಗಳಿಗೆ ದೇವರು ಒಳಿತು ಮಾಡಲಿ; ಸಂಜೆಯಾದಂತೆ ರಕ್ತ ಚಿಮ್ಮುವ ಆಫ್ರಿಕದ ಗಗನಕ್ಕೆ ಮತ್ತು ದುರಂತ ಛಾಯೆಯ ಕಣ್ಣಿಗಳಿಂದ ನಿಟ್ಟಿಸುವ ಅಳುಕು ಸ್ವಾಭಾವದ ಜಿಂಕೆಗಳನ್ನೂ, ಶಾಂತ ಕೊಳಗಳಲ್ಲಿ ನೀರು ಕುಡಿಯುವ ದಸ್ಸಿಗಳನ್ನೂ**

---

* ಕಾರೂ = ಸಮುದ್ರ ಮಟ್ಟದಿಂದ ಹೆಚ್ಚು ಎತ್ತರದಲ್ಲಿರುವ, ಜಿಗುಟುಮಣ್ಣಿನಿಂದ ಕೂಡಿದ ದಕ್ಷಿಣ ಆಫ್ರಿಕದ ಪ್ರಸ್ಥಭೂಮಿ; ಬಹಳ ಒಣ ಪ್ರದೇಶ.

** ದಸ್ಸಿ = ಬಿಲಗಳಲ್ಲಿ ವಾಸಿಸುವ, ನೋಟಕ್ಕೆ ಮುಂಗುಸಿಯಂತಿರುವ ದಕ್ಷಿಣ ಆಫ್ರಿಕದ ಒಂದು ಚಿಕ್ಕ ಪ್ರಾಣಿ.

ಒಳಗೊಂಡ ಕಾಲಾತೀತ ಪರ್ವತಗಳಿಗೆ ಒಳಿತು ಮಾಡಲಿ. ಮಾನವನ ಉಸಿರು ಇನ್ನೂ ಸೋಂಕದ ಬೆಟ್ಟಗಳ ತುದಿಯ ನೀಲಿ ಶಿಲಾಶಿಖರಗಳಿಗೂ ಅಷ್ಟೆ. ಉಷ್ಣ ಹಾಗೂ ಶೀತದ, ಅಳು ಮತ್ತು ನಗುವಿನ, ಉತ್ಕಟ ಅನಂದ ಹಾಗೂ ತೀವ್ರ ಶೋಕದ ಈ ಆಫ್ರಿಕಕ್ಕೆ ದೇವರು ಒಳಿತು ಮಾಡಲಿ. ನೀಲ ಗಗನದ ಹಾಗೂ ಕಂದು ಧರೆಯ, ಕರಿಯರ ಮತ್ತು ಬಿಳಿಯರ, ಪ್ರೇಮದ ಹಾಗೂ ವೈರದ, ಸ್ನೇಹಿತರ ಮತ್ತು ಶತ್ರುಗಳ ಈ ಆಫ್ರಿಕಕ್ಕೆ ದೇವರು ಒಳಿತು ಮಾಡಲಿ.

ಏಕೆಂದರೆ ಆನಂದದ ಅಲೆಗಳಿದ್ದ ಕಡೆ ಈಗ ಶೋಕದ ಹಾಗೂ ಔದಾಸೀನ್ಯದ ವಾತಾವರಣವಿದೆ. ಫಲವತ್ತಾದ ಭೂಮಿಯನ್ನು ನೋಡಿ ಹಿಗ್ಗುತ್ತಿದ್ದ ಕಣ್ಣುಗಳು ಈಗ ಒಣಗಿದ ಜೋಳದ ಕಾಂಡಗಳನ್ನು ನೋಡಿ ತೇಜೋಹೀನವಾಗಿವೆ. ರಸ ಒಸರಿ ಬದಿಗಳಿಗೆ ಹರಿಯುತ್ತಿದ್ದ ಕಲಬಾಶ್‌ಗಳು* ಈಗ ಬಾಡಿ ಸುಕ್ಕುಗಟ್ಟಿವೆ. ಕಣ್ಣುಗಳಲ್ಲಿ ಆನಂದ ಸೂಸುತ್ತಾ ತಮ್ಮ ಪೂರ್ವಿಕರನ್ನು ಹಾಗೂ ಅವರ ನೆಲವನ್ನು ನೆನೆಯುತ್ತಿದ್ದ ಮಹಾನಗರದ ಜನಗಳು ಕೂಡ ಈಗ ಪಿಸು ಮಾತಿನಲ್ಲಿ ಮಾತಾಡುತ್ತಾರೆ. ತಮ್ಮ ಪೂರ್ವಿಕರನ್ನು ನೆನೆಯುವುದೇ ಇಲ್ಲ. ಏಕೆಂದರೆ ಸಂತೋಷವೆನ್ನುವುದು ಆ ನೆಲದಿಂದ ಮಾಯವಾಗಿದೆ.

ಈ ಭೂಪ್ರದೇಶವನ್ನೆಲ್ಲಾ ದಟ್ಟವಾದ ಮಂಜು ಆವರಿಸಿದೆ, ಎದುರಿಗಿರುವುದೂ ಕಾಣುವುದಿಲ್ಲ. ಮಂಜು ಕರಗಿದಾಗ ಗೋಚರವಾಗುವುದೆಲ್ಲಾ ದುಃಖ ಮತ್ತು ದಣಿವು. ಇದು ಆಫ್ರಿಕಕ್ಕೆ ಮಾತ್ರ ಅರ್ಥವಾಗಬಲ್ಲದು. ವೆಲ್ಡ್‌ನಲ್ಲಿ** ನಲಿವಿಲ್ಲ. ಹಳೆಯ ಕೊಪ್ಪಿಗಳು*** ಬಳಲಿವೆ. ಜನರು ದಣಿದಿದ್ದಾರೆ. ಜೋಳದ ಸಸಿಗಳು ಅವನತ ಮುಖಿಯಾಗಿ ಕಣ್ಣೀರು ಸುರಿಸುತ್ತವೆ.

ದೇವರು ಈ ಆಫ್ರಿಕಕ್ಕೆ ಒಳಿತು ಮಾಡಲಿ, ಇದು ನಮ್ಮ ಜೀವನದ ಒಂದು ಭಾಗ. ದೇವರು ಈ ಆಫ್ರಿಕವನ್ನು ರಕ್ಷಿಸಲಿ, ದೇವರು ಈ ಆಫ್ರಿಕದ ಬಗ್ಗೆ ಕರುಣೆ ತೋರಲಿ.

ಅವರು ಇನ್ನೂ ಹಾಡಿದರು.

ಮಾಲುಫಾಕೋನ್ಯಿಸ್, ಉಂಶೊಂದೋ ಲ್ವಾಯೋ...

ಅಂದರೆ, ನಮ್ಮ ಅನಂತರದವರನ್ನು ಮೇಲೆತ್ತು ಎಂದರ್ಥ. ಇದನ್ನು ಕೇಳಿ ಮೂಟಿ ತನ್ನ ಬಗ್ಗೆ ಯೋಚಿಸಿದ: ತನ್ನ ಅಪ್ಪನಿಗಿಂತ, ಅಪ್ಪನ ಅಪ್ಪನಿಗಿಂತ ಮತ್ತು ಅವನಿಗಿಂತಲೂ ಹಿಂದೆ ಆಗಿಹೋದ ಹಲವರಿಗಿಂತ ತಾನು ಹೆಚ್ಚು ಉತ್ತಮ ಮಾನವನೆ ಎಂದು ಆತ ಕೌತುಕಪಟ್ಟ. ಎತ್ತರ ಎತ್ತರ, ಇನ್ನೂ ಎತ್ತರ ಹಾರಿ, ಸೂರ್ಯನಿಗೆ ಸೋದರನಾಗಿ, ಬಿಳಿಯರು ಬರುವುದಕ್ಕಿಂತಲೂ ಮುಂಚಿನ ಭೂಮಿಯನ್ನು ನೋಡಬಲ್ಲ ಮಹಾಪಕ್ಷಿ ತಾನೆಂಬ ಭಾವನೆ ಆತನಲ್ಲುಂಟಾಯಿತು. ಹೌದು, ಆ ಮಹಾಪಕ್ಷಿಯಂತೆ ಮೂಟಿ ಇನ್ನಷ್ಟು ಮೇಲೆ ಹೋಗಿ, ಬಿಳಿಯರು ಬರುವುದಕ್ಕಿಂತ ಮುಂಚಿನ ಭೂಮಿಯನ್ನು ನೋಡಿದ.

ಆದರೆ ಮೂಟಿಗೆ ಅರ್ಥವಾಗಲಿಲ್ಲ. ಆ ನಗರಗಳು, ಪಟ್ಟಣಗಳು ಹಾಗೂ ಗ್ರಾಮಗಳೆಲ್ಲಿ? ಆ ಕಟ್ಟಡಗಳು ಹಾಗೂ ಮಳಿಗೆಗಳೆಲ್ಲಿ? ನಗರಗಳು ಮತ್ತು ಪಟ್ಟಣಗಳಲ್ಲಿ ವಾಸಿಸುತ್ತಿದ್ದವರೆಲ್ಲಿ?

---

* ಕಲಬಾಶ್: ಸೋರೆಬುರುಡೆಯಂತೆ ಗಟ್ಟಿಯಾದ ಹೊರ ಮೈಯುಳ್ಳ, ಕಲ್ಲಂಗಡಿ ಹಣ್ಣಿನ ಜಾತಿಗೆ ಸೇರಿದ ಒಂದು ಮಧುರ ಫಲ. ಅದರ ಖಾಲಿ ಬುರುಡೆಯನ್ನು ಆಫ್ರಿಕನ್ನರು ನೀರು ತರಲು ಅಥವಾ ತುಂಬಿಸಿಡಲು ಉಪಯೋಗಿಸುತ್ತಾರೆ – ಕೊಡದಂತೆ.

** ವೆಲ್ಡ್: ತೆಳುವಾದ ಕುರುಚಲು ಕಾಡಿನಿಂದ ಕೂಡಿದ ಆಫ್ರಿಕದ ಬಯಲು ಭೂಮಿಗಳು; ಹುಲ್ಲುಗಾವಲು ಪ್ರದೇಶ, ಅಮೇರಿಕದ "ಪ್ರೇಯರಿ" ಅಥವಾ ರಷ್ಯಾದ "ಸ್ಟೆಪ್ಪಿ" ಪ್ರದೇಶಗಳಂತೆ.

*** ಕೊಪ್ಪಿ: ತುದಿ ಸಮತಟ್ಟಾಗಿರುವ ಆಫ್ರಿಕದ ವಿಶಿಷ್ಟ ರೀತಿಯ ಗುಡ್ಡಗಳು.

ಬಿಳಿಯರು ಹಾಗೂ ಕರಿಯರೆಲ್ಲಿ? ಉರಿಯುವ ವೆಲ್ಡ್ ಮತ್ತು ಸಮತಟ್ಟಾದ ಕೊಪ್ಪಿಗಳೇ ಮುಂತಾದುವುಗಳನ್ನುಳಿದು ಮೂಟಿಗೆ ಬೇರೇನೂ ಕಾಣಲಿಲ್ಲ. ತನ್ನ ಜನರಿಗಾಗಿ ಆತ ಇನ್ನೂ ಹುಡುಕಿದಾಗ ಕೊನೆಗೆ ಕಣ್ಣಿಗೆ ಬಿದ್ದರು. ಆಗ ಅವನ ಹೃದಯ ಹೆಮ್ಮೆಯಿಂದ ಬಿರಿಯಿತು, ಏಕೆಂದರೆ ಆತನಿಗೆ ಕಂಡದ್ದು ಉಷ್ಟ್ರಪಕ್ಷಿಯ ಗರಿಗಳನ್ನು ಧರಿಸಿ, ಕೈಯೆತ್ತುವಾಗ ಫಲಫಲ ಶಬ್ದ ಮಾಡುವ ತೋಳ್ಪಟ್ಟಿಗಳನ್ನು ಬಿಗಿದಿದ್ದ ಯೋಧರು. ಈ ಯೋಧರು ಬಲಿಷ್ಠರಾಗಿದ್ದರು, ಒಮ್ಮೆ ಕಾಲೆತ್ತಿ ಬಡಿದರೆಂದರೆ ಇಡೀ ನೆಲವೇ ನಡುಗುತ್ತಿತ್ತು. ತರುಣರ ನೃತ್ಯವನ್ನು ಅವರು ನರ್ತಿಸುತ್ತಿದ್ದರು. ಅದು ಬಹಳ ಬಿರುಸಿನ ನೃತ್ಯವಾಗಿದ್ದು ಅದಕ್ಕೆ ಒಳ್ಳೆಯ ಬಲ ಬೇಕಿತ್ತು. ಅವರನ್ನು ನೋಡಿದರೆ ಯಾರಿಗಾದರೂ ಭಯ ಹುಟ್ಟುವಂತಿತ್ತು.

ಮೂಟಿಯ ಕಣ್ಣಿಗೆ ಪೊದೆಗಳಲ್ಲಿ ಹಾಗೂ ಮರಳಿನಲ್ಲಿ ಹುದುಗಿಕೊಳ್ಳುವವರೂ ಕಾಣಿಸಿದರು. ಆದರೆ ಇವರನ್ನು ನೋಡಬಾರದು. ಏಕೆಂದರೆ ಅವರು ಏಡಿ ಮತ್ತು ಚಿಪ್ಪು ಮೀನುಗಳನ್ನು ಬೇಟೆಯಾಡುವವರು; ದಸ್ಸಿಗಳ ಮಾಂಸವನ್ನು ತಿನ್ನುವವರು. ಯಾವ ಮನುಷ್ಯನೂ ಇವರತ್ತ ನೋಡಬಾರದು ಎಂದು ಮೂಟಿಗನಿಸಿತು. ಅವನು ಥಟ್ಟನೆ ಮುಖ ತಿರುಗಿಸಿ ಯೋಧರನ್ನು ನೋಡಿದ. "ಆತ ಎಲ್ಲರನ್ನೂ ನೋಡಬಲ್ಲ. ಆತ ಒಬ್ಬ ಸಿಂಹ. ಆತ ಒಬ್ಬನೆ ಬೇಟೆಯಾಡಿ ಹಲವು ಮೃಗಗಳನ್ನು ಕೊಲ್ಲಬಲ್ಲ" ಎಂದು ಅವರು ಘರ್ಜಿಸುತ್ತಿದ್ದರು. ಅದನ್ನು ಕೇಳಿ ಮೂಟಿಗೆ ಬಹಳ ಆನಂದವೆನಿಸಿತು.

ಆನಂತರ ಆ ಮಹಾಪಕ್ಷಿಯಂತೆಯೇ ಮೂಟಿ ಹೊಲಗದ್ದೆಗಳಲ್ಲಿ ಕೆಲಸ ಮಾಡುತ್ತಿದ್ದ ಕೆಲಸಗಾರರನ್ನು, ಹಾಗೂ ಗುಡಿಸಲುಗಳನ್ನು ಮತ್ತು ಮಣಿ ಪೋಣಿಸುತ್ತಿದ್ದ ಮಹಿಳೆಯರನ್ನು ನೋಡಿದ. ಮಣಿಗಳು ಹಲವು ವರ್ಣಗಳದ್ದಾಗಿದ್ದವು – ಸೂರ್ಯಕಿರಣಗಳಿಂದ ಬಿರಿದು ಕೆಂಪು, ಹಳದಿ, ಕಿತ್ತಳೆ ಬಣ್ಣದ್ದಾಗಿ ಕಾಣುವ ಶಿಲೆಗಳಂತೆ. ನದಿಯ ಅಂಟುಮಣ್ಣಿನಿಂದ ಬಿಗಿದುಕೊಂಡಿದ್ದ ಆ ಮಹಿಳೆಯರ ಕೇಶ ಮೂಟಿಗೆ ಮೆಚ್ಚುಗೆಯಾಯಿತು. ಅವರು ಸೊಂಪಾಗಿ, ನೋಡಲು ಆಕರ್ಷಕವಾಗಿ ಇದ್ದುದನ್ನು ಅವನು ಗಮನಿಸಿದ. ಹೌದು, ಅಲ್ಲಿ ಹಸುಗಳಿದ್ದವು. ದುಂಡು ಬಾಲದ ಕುರಿಗಳಿದ್ದವು. ಬಹಳ ಪಾನೀಯ, ಬಹಳ ನಗು ಹಾಗೂ ತುಂಬಾ ತಿನಿಸುಗಳಿದ್ದುವು. ಹಾಗೆಯೇ ಕಣಜಗಳು ಖಾಲಿಯಿದ್ದ, ಪ್ರಾಣಿಗಳು ಕಷ್ಟದಿಂದ ಉಸಿರೆಳೆಯುತ್ತಿದ್ದ ಬರಗಾಲದ ದಿನಗಳನ್ನೂ ಮೂಟಿ ನೋಡಿದ. ಆಗ ಮೂಳೆಗಳ ಚೆಲ್ಲುವಿಕೆ ಸಾಕಷ್ಟು ನಡೆದಿತ್ತು. ಇಲ್ಲೊಂದು ಬಲಿ. ದೇವತೆಗಳ ಪ್ರೀತ್ಯರ್ಥ ಅಲ್ಲೊಬ್ಬ ಕನ್ಯೆಯ ರಕ್ತತರ್ಪಣ.

ಆ ಯೋಧರು ತನ್ನನ್ನು ನೋಡಬಹುದೆಂಬ ಸಂಕೋಚ ಭಾವನೆ ಮೂಟಿಯಲ್ಲಿ ಸ್ಫುರಿಸಿತು. ನೆಲವನ್ನು ಉಳುವವರು ತನ್ನನ್ನು ನೋಡಬಹುದೆಂಬ, ಏಡಿಯನ್ನು ಬೇಟೆ ಯಾಡುವವರು ತನ್ನತ್ತ ನಗಬಹುದೆಂಬ ಶಂಕೆಯಿಂದ ಆತ ಮುಖ ಮುಚ್ಚಿಕೊಳ್ಳಬಯಸಿದ. ರಹದಾರಿ ಪತ್ರ ಹೊಂದಿಲ್ಲವೆಂಬ ಕಾರಣದಿಂದ ತಾನೆಷ್ಟು ಭಯಗೊಂಡಿದ್ದೆನೆಂಬುದನ್ನು ಅವರು ನೋಡಿದರೇನು ಗತಿ. ಆದರೆ ಅವರಿಗೆ ಭಯವಾಗುತ್ತಿರಲಿಲ್ಲ. ಏಕೆಂದರೆ ಅವರಿಗೆ ಬಿಳಿಯ ಜನರ ರೀತಿನೀತಿಗಳು ಗೊತ್ತಿರಲಿಲ್ಲ. ಆಗ ಮೂಟಿಗೆ ಅಷ್ಟು ನಾಚಿಕೆಯೆನಿಸಲಿಲ್ಲ.

ಜನರು ಇನ್ನೂ ಹಾಡಿದರು.

ಯೀವಾ ನೆಮಿತಾಂಡಜೊ ಯಾಯೋ ಉಯಿ ಸಿಕೆಲೇಲ...

ಅಂದರೆ, ನಮ್ಮ ಪ್ರಾರ್ಥನೆಗಳನ್ನು ಕೇಳಿ ಅವರನ್ನು ಆಶೀರ್ವದಿಸಿ – ಎಂದು. ಮೂಟಿ ಮತ್ತೆ ಆ ವೃದ್ಧೆಯ ಮುಖದ ಮೇಲಿನ ಭಾವವನ್ನು ಗಮನಿಸಿ ಆಕೆಯ ಹೃದಯದಲ್ಲಿನ ಶೋಕಕ್ಕೆ

ಸ್ಪಂದಿಸಿದ. ಕನಸಿನಲ್ಲಿದ್ದವನಂತೆ ಆತ ದೂರದಲ್ಲಿದ್ದುದನ್ನು ನೋಡಿದ, ದೂರದಿಂದ ಕೇಳಿದ.

"ನಾನು ದೂರ ಹೋಗ್ತೇನೆ, ಅಮ್ಮಾ."

ಆಕೆ ಏನನ್ನೂ ಹೇಳಲಿಲ್ಲ. ಕಾಲಾತೀತ ಕಣ್ಣುಗಳಿಂದ ಆತನನ್ನು ದಿಟ್ಟಿಸಿದಳು.

"ನಾನು ಹೊರಟುಹೋಗಲು ನಿರ್ಧರಿಸಿದ್ದೇನೆ, ಅಮ್ಮಾ,"

ಆಕೆ ಸುಮ್ಮನೆ ನಿಟ್ಟಿಸಿ ನೋಡಿದಳು. ಏನನ್ನೂ ಹೇಳಲಿಲ್ಲ.

"ನಾನು ಕೆಲಸ ಹುಡುಕಿ ತುಂಬಾ ಹಣ ಮಾಡ್ತೇನೆ. ಜಮೀನಿನಲ್ಲಿ ಹೆಚ್ಚು ಹಣ ಬರುವುದಿಲ್ಲ. ನಾನು ಕೆಲಸ ಹುಡುಕಿ ಹಣ ಸಂಪಾದಿಸಿದಾಗ ನೀನು ನಗು ನಗುತ್ತ ಇರುವೆ."

ತುಂಟತನದಿಂದ ಕಣ್ಣು ಮಿಟುಕಿಸಿ ಮುಂದುವರಿದ :

"ಆಗ ನನಗೊಬ್ಬ ಹೆಂಡತಿಯೂ ಇರುವಳು."

ಎಲ್ಲೋ ದೂರದಲ್ಲಿರುವವಳಂತೆ ತಾಯಿ ನಿಟ್ಟುಸಿರಿಟ್ಟು ಹೇಳಿದಳು :

"ಒಳ್ಳೆಯದು."

ಆದರೆ ಅದು ಒಳ್ಳೆಯದೆಂದು ಆತನಿಗನಿಸಲಿಲ್ಲ. ಏಕೆ ಒಳ್ಳೆಯದಲ್ಲ, ತನ್ನ ಪಿತೃಗಳ ನಾಡನ್ನು, ಹೊಲ ಹಸುಗಳನ್ನು ಏಕೆ ಬಿಟ್ಟು ಹೋಗುವೆಯೆಂದು ಆಕೆ ಕೇಳಲಿ ಎಂದು ಆತ ಬಯಸಿದ. ಆದರೆ ಆಕೆ ಹೇಳಿದ್ದುದು ಅಷ್ಟನ್ನೇ : "ಒಳ್ಳೆಯದು."

"ಆದರೆ ನಾನು ಜೊಹಾನ್ಸ್‌ಬರ್ಗ್‌ಗೆ ಹೋಗುವುದಿಲ್ಲಮ್ಮ. ಅದೇನೂ ಒಳ್ಳೆಯ ಸ್ಥಳವಲ್ಲ. ನಾನು ಇನ್ನೆಲ್ಲಿಗಾದರೂ ಹೋಗ್ತೇನೆ."

ಆಕೆ ಹೇಳಿದಳು :

"ನನಗೆ ಕೇಪ್‌ಟೌನ್‌ನಲ್ಲಿ ಒಬ್ಬ ಸೋದರನಿದ್ದಾನೆ. ಅವನಿಂದ ನಿನಗೆ ಉಪಕಾರವಾದೀತು."

ಅವನು ನುಡಿದ :

"ಒಳ್ಳೆಯದು, ನಾನು ಜೊಹಾನ್ಸ್‌ಬರ್ಗ್‌ಗೆ ಹೋಗೋದಿಲ್ಲ" ಅವನಿಗೆ ತುಂಬಾ ಕೋಪ ಬಂದಿತ್ತು.

"ಮಣ್ಣನ್ನು ಕೊರೆದು ನೆಲದಡಿಯಲ್ಲಿ ಹುದುಗಲು ನಾನೇನು ಹೆಗ್ಗಣವೆ?" ಎಂದು ಗಟ್ಟಿಯಾಗಿ ಹೇಳಿದ.

ಅವಳೆಂದಳು :

"ಇಲ್ಲ ನೀನು ಹೆಗ್ಗಣವಲ್ಲ, ನೀನೊಬ್ಬ ಮನುಷ್ಯ."

ಆಗ ಅವನು ನಕ್ಕು ತೊಡೆ ತಟ್ಟಿಕೊಂಡ. ಅವಳು ಹೇಳಿದ ಮಾತಿನಿಂದ ಬಹಳ ಖುಷಿಯಾಗಿತ್ತು.

"ನೀನು ಬಹಳ ಒಳ್ಳೆಯ ಅಮ್ಮ" ಎಂದ.

ಆದರೆ ಅವನು ರಹದಾರಿ ಪತ್ರಕ್ಕಾಗಿ ಹೋದಾಗ ಕಚೇರಿಯಲ್ಲಿದ್ದ ಬಿಳಿಯನ ದೃಷ್ಟಿಯಲ್ಲಿ ಆತ ಒಬ್ಬ ಮನುಷ್ಯನಾಗಿರಲಿಲ್ಲ, ಆ ಬಿಳಿಯನಿಗೆ ಕೋಪವೇ ಬಂದಿತ್ತು. ಕೆಂಪಾದ ಅವನ ಮುಖದಲ್ಲಿ ಸುಕ್ಕುಗಳು ಎಣಿಸಬಹುದಾದಷ್ಟು ಸ್ಪಷ್ಟವಾಗಿ ಎದ್ದುತೋರುತ್ತಿದ್ದವು. ತಾನು ತನ್ನ ಪೂರ್ವಜರ ಭೂಮಿಯನ್ನು, ಜಮೀನುಗಳನ್ನು, ಹಸುವನ್ನು ಬಿಟ್ಟು ಹೋಗುತ್ತಿದ್ದೇನೆಂಬುದೇ ಬಿಳಿಯನ ಕೋಪಕ್ಕೆ ಕಾರಣವೆಂದು ಮೂಟಿ ಮೊದಲು ಭಾವಿಸಿದ. ಅದು, ಆತನಿಗೆ ಮಹಾನಗರಕ್ಕೆ ಹೋಗಲು ಬಿಳಿಯನು ಹೇಳಿದಾಗ ಮೂಟಿಗೆ ಅದು ಇಷ್ಟವಾಗಲಿಲ್ಲ. ಏಕೆಂದರೆ ಅಲ್ಲಿ ಮನುಷ್ಯ ಹೆಗ್ಗಣವಾಗುತ್ತಾನೆ.

ಆದರೆ ಹಣವಿದ್ದಲ್ಲಿ ರಹದಾರಿ ಪತ್ರ ಪಡೆಯುವ ಎಷ್ಟೋ ವಿಧಾನಗಳಿವೆ. ಅದಕ್ಕೆಂದೇ ಮೂಟಿ ಹಸುವನ್ನು ಮಾರಿದ. ಆನಂತರ ಕೇಪ್‌ಟೌನ್‌ಗೆ ಬಂದ.

ಓಹ್, ಇದೊಂದು ಸುಂದರ ಪ್ರದೇಶ. ಇಲ್ಲಿನ ಸಾಗರ ಎಷ್ಟೋ ಅಣೆಕಟ್ಟುಗಳಲ್ಲಿನ ಜಲ ಸಂಗ್ರಹಕ್ಕಿಂತ ದೊಡ್ಡದು. ಸಾಗರದ ಮೇಲೆ ದೂರ ದೂರ ಹೋಗುವ ಜನರಿದ್ದಾರೆ. ಕಷ್ಟಪಟ್ಟು ಕೆಲಸ ಮಾಡಿದರೆ, ರಹದಾರಿ ಪತ್ರ ಪಡೆದರೆ ಸಾಗರ ದಾಟಿ ಬಿಳಿಯರ ನಾಡಿಗೆ ಹೋಗಬಹುದು. ಇಲ್ಲಿನ ದೊಡ್ಡ ಪರ್ವತ ಕಾರೂ ಕೊಪ್ಪಿಯಂತೆ ಸಮತಟ್ಟಾಗಿದೆ, ಆದರೆ ಎಷ್ಟೋ ಎತ್ತರವಾಗಿದೆ.

ಮೂಟಿಗೆ ಮತ್ತೆ ಆ ಗೂಳಿ ಕತ್ತಿನ ಬಿಳಿಯನ ನೆನಪಾಯಿತು. ಇನ್ನೂ ತನ್ನ ಬಳಿ ರಹದಾರಿ ಪತ್ರವಿಲ್ಲದಿದ್ದುದರಿಂದ ಭಯಗೊಂಡಿದ್ದ. ಆದರೆ ಹಣವಿದ್ದಲ್ಲಿ ರಹದಾರಿ ಪತ್ರ ಪಡೆಯುವ ಎಷ್ಟೋ ವಿಧಾನಗಳಿವೆ. ಸಭೆಯಲ್ಲಿ ತನ್ನ ಜನರೇ ಇರುವರು. ನಗರದ ರೀತಿ ರಿವಾಜುಗಳನ್ನರಿತಿದ್ದ ಮ್ಪಿಸ ಇರುವನು. ಆತ ಬಿಳಿಯರ ಭಾಷೆಯಲ್ಲಿ ಮಾತನಾಡಬಲ್ಲ.

ಆದರೆ ಮ್ಪಿಸ ಆತನಿಗೆ ರಹದಾರಿ ಪತ್ರ ಪಡೆಯುವವರೆಗೂ ಹುಷಾರಾಗಿರಬೇಕೆಂದು ಹೇಳಿದ್ದ. ಅದರಲ್ಲೂ ನೀಲಿ ಸಮವಸ್ತ್ರಧಾರಿಗಳ ಬಗ್ಗೆ ಎಚ್ಚರಿಸಿದ್ದ. ಆದ್ದರಿಂದಲೇ ಅವರು ಸಭಾಭವನ ಪ್ರವೇಶಿಸಿದಾಗ ಅವನಿಗೆ ಗಂಟಲಲ್ಲೇನೋ ಸಿಕ್ಕಿಕೊಂಡಂತಾಗಿತ್ತು.

ಇನ್ನೂ ಜನ ಹಾಡುತ್ತಲೇ ಇದ್ದರು.

ಹೋಜಾ ಮೋಯಾ, ಹೋಜಾ ಮೋಯಾ, ಓಯಿಂಗೆವೇಲ್...

ಮುನ್ನುಗ್ಗಲಿ ಚೇತನ, ಮುನ್ನುಗ್ಗಲಿ ಪವಿತ್ರ ಚೇತನ, ಎಂಬ ಈ ಸಾಲುಗಳನ್ನು ಮೂಟಿಯೂ ಹಾಡಿದ. ಹಾಡುತ್ತಿದ್ದಂತೆಯೇ ಆತನಿಗೆ ಹೆಮ್ಮೆ ಹಾಗೂ ಪ್ರೀತಿಯಿಂದ ಎದೆ ಬಿರಿಯುವಂತಾಯಿತು. ಈ ಆಫ್ರಿಕದ ಬಗ್ಗೆ ಅವನಿಗೆ ಹೆಮ್ಮೆಯೆನಿಸಿತು. ಆದರೆ ಈ ಹೆಮ್ಮೆಗೆ ಅವಮಾನದ ಲೇಪನವಿತ್ತು. ಆತನ ಈ ಪ್ರೇಮ ನೈಜ ಪ್ರೇಮವಾಗಿರಲಿಲ್ಲ. ಹಾಡುತ್ತಿದ್ದಂತೆಯೇ ಆತನಿಗೆ ಹಲವಾರು ವರ್ಷಗಳ ಅನಂತರದ ಆಫ್ರಿಕದ ಚಿತ್ರ ಮೂಡಿತು. ಬಹುಶಃ ಹತ್ತು ವರ್ಷಗಳ ಮುಂದಿನದು, ಬಹುಶಃ ನೂರು ವರ್ಷಗಳ ಮುಂದಿನದು. ಆದರೆ ಈ ಚಿತ್ರ ಎರಡು ಬಗೆಯದಾಗಿತ್ತು. ಮೊದಲು ಮೂಡಿದ ಚಿತ್ರ ಇದು.

ಆತ ಒಬ್ಬ ಕರಿಯನ ಮುಖವನ್ನು ನೋಡಿದ. ಆ ಮುಖ ಹಲ್ಲು ಕಿರಿಯುತ್ತಿತ್ತು. ಹಲ್ಲುಗಳನ್ನು ಎಣಿಸಬಹುದಿತ್ತು. ಕರಿಯ ಇನ್ನೊಬ್ಬನ ಮುಖವನ್ನು ನೋಡಿ ನಗುತ್ತಿದ್ದ. ಆತ ಒಬ್ಬ ಬಿಳಿಯ. ಆದರೆ ಈ ನಗುವಿನಲ್ಲಿ ದ್ವೇಷವಿರಲಿಲ್ಲ. ಬಿಳಿಯನೂ ತಲೆಯಾಡಿಸಿ ಪ್ರತಿಯಾಗಿ ನಕ್ಕ. ಹರ್ಷದ ಹೊನಲು ಹರಿಯಿತು. ಪರಸ್ಪರ ಬೆನ್ನು ತಟ್ಟಿದರು. ಈಗ ಚಿತ್ರದಲ್ಲಿ ಬದಲಾವಣೆಯಾಗಿ ಮಹಾನಗರಗಳು ಮೂಡಿದವು. ಇಲ್ಲಿ ಸಂಪದ್ಭರಿತ ಮನೆಗಳಿದ್ದವು. ಭೂಮಿಯ ಉತ್ಪನ್ನಗಳಿಂದ ತುಂಬಿತುಳುಕುತ್ತಿದ್ದ ಮಳಿಗೆಗಳಿದ್ದವು. ಅಲ್ಲಿಂದಿಲ್ಲಿಗೆ ಓಡಾಡುತ್ತಿದ್ದ ಜನಗಳಿದ್ದರು. ಅವರ ಮುಖಗಳಲ್ಲಿ ಭೀತಿಯ ಸೋಂಕೂ ಇರಲಿಲ್ಲ. ಗಂಡಸರು ಮತ್ತು ಹೆಂಗಸರು ಯಾವಾಗಲೂ ಮಾಡುವ ಕೆಲಸಗಳನ್ನೇ ಇವರೂ ಮಾಡುತ್ತಿರುವ ಸ್ವಾರಸ್ಯವನ್ನು ನೋಡಿ ಮೂಟಿಗೆ ನಗೆಯೇ ಬಂದಂತಾಯಿತು. ಆದರೆ ಈಗ ಇಂತಹ ಕೆಲಸವನ್ನು ಕಪ್ಪು ಸ್ತ್ರೀ ಪುರುಷರು ಸಹ ಮಾಡುತ್ತಿದ್ದರು. ಅಂತೆಯೇ ಬಿಳಿಯ ಸ್ತ್ರೀ ಪುರುಷರು ಮತ್ತು ಕಂದು ಸ್ತ್ರೀ ಪುರುಷರು. ಅವರು ಉಣ್ಣುತ್ತಾ, ಕುಡಿಯುತ್ತಾ, ಮತ್ತೆ ಅಡುಗೆ ತಯಾರಿಸುತ್ತಾ ಆನಂದೋಲ್ಲಾಸದಿಂದಿದ್ದರು. ಪ್ರತಿಯೊಬ್ಬರೂ ನಗುತ್ತಲಿದ್ದರು. ಮೂಟಿ ಸಹ ನಕ್ಕ – ಕಪ್ಪು,

ಕೆಂಪು, ಬಿಳಿ ಜನರು ಒಟ್ಟಾಗಿ ನಗುವ ಸ್ವಾರಸ್ಯ ಕಂಡು.

ಈಗ ಮೂಟಿಯ ಕಣ್ಣ ಮುಂದೆ ಹೊಲಗದ್ದೆಗಳು. ಜೋಳದ ತೆನೆಗಳು ದಪ್ಪನಾಗಿದ್ದವು. ದ್ರಾಕ್ಷಿ ಬಳ್ಳಿಗಳಿಂದ ಗೊಂಚಲು ಗೊಂಚಲಾಗಿ ದ್ರಾಕ್ಷಿಗಳು ಇಳಿಬಿದ್ದಿದ್ದವು. ಕಪ್ಪು ಮನುಷ್ಯನೊಬ್ಬ ಸನಿಕೆ ಹಿಡಿದು ನೆಟ್ಟಗೆ ನಿಲ್ಲುತ್ತಿದ್ದ ಮಣ್ಣಿನಿಂದ ಕೊಳೆಯಾಗಿದ್ದ ಕೈಗಳನ್ನು ಕಣ್ಣ ಮೇಲಿಟ್ಟು ದಿಗಂತದತ್ತ ನಿಟ್ಟಿಸಿದ. ಬಿಳಿಯನಿಗೆ ಏನೋ ಹೇಳಿದ. ಈಗಿನದು ಬರಿ ನಗು ಮಾತ್ರವಲ್ಲ. ಅದಕ್ಕೂ ಮೀರಿದುದು. ಮಣ್ಣಿನ ವಾಸನೆಯನ್ನು, ನೆಲದ ಅಂತಸ್ಸತ್ವವನ್ನು ಅರಿತ ಭಾವ. ಇದು ಮೊದಲ ಚಿತ್ರ.

ಆದರೆ ಎರಡನೆಯ ಚಿತ್ರವೊಂದಿತ್ತು. ಈಗ ಮೂಟಿ ನೋಡಿದುದು ರೋಷವನ್ನು ಅಡಗಿಸಿಟ್ಟ ಕಪ್ಪು ಮುಖ. ಕಣ್ಣುಗಳು ಹಾಗೂ ಬಾಯಿಯ ಸುತ್ತಲ ಸಣ್ಣ ಗೆರೆಗಳು ಒಳ್ಳೆಯದರ ಸೂಚನೆಯಾಗಿರಲಿಲ್ಲ. ಈ ಸಲ ಬಾಯಿ ಬಿಗಿದುಕೊಂಡಿತ್ತು. ಹಲ್ಲುಗಳನ್ನು ಎಣಿಸಲಾಗುತ್ತಿರಲಿಲ್ಲ. ಈ ಸಲ ಅದು ಬಿಳಿಯನ ಮುಖವನ್ನು ನೋಡಿ ಪಕ್ಕಕ್ಕೆ ತಿರುಗಿಕೊಂಡಿತು. ಈಗ ಮೂಟಿಯ ಕಣ್ಣ ಮುಂದೆ ಭವಿಷ್ಯದ ಮಹಾನಗರಗಳ ಚಿತ್ರ ಸುಳಿಯಿತು. ಇಲ್ಲ, ಇದು ಸಾಧ್ಯವಿಲ್ಲ. ಎಲ್ಲೆಲ್ಲೂ ಕಪ್ಪು ಮುಖಗಳು. ಪೋಲೀಸರು ಕಪ್ಪು, ಜನಗಳು ಕಪ್ಪು, ನಿಮ್ಮಿಂದ ಹಣ ತೆಗೆದುಕೊಳ್ಳುವವರು ಕಪ್ಪು. ಬೇಗಬೇಗ ನಡೆಯುತ್ತಿದ್ದ ಮಹಿಳೆಯರು, ಪುರುಷರು, ಕಪ್ಪು. ಆದರೆ ಉಳಿದವರೆಲ್ಲಿ? ಬಿಳಿಯರು ಮತ್ತು ಕಂದು ಜನರು. ಮೂಟಿಗೆ ಎಲ್ಲವನ್ನೂ ನಂಬುವುದೇ ಅಸಾಧ್ಯವೆನಿಸಿತು. ಅವರು ಎಲ್ಲೋ ಕೆಲವರಿದ್ದರು, ಆ ಕೆಲವರೂ ಸಹ ಒಮ್ಮೆ ಕರಿಯರು ಮಾಡುತ್ತಿದ್ದ ಕೆಲಸವನ್ನು ಮಾಡುತ್ತಿದ್ದರು ಎಂಬುದನ್ನು ನೋಡಿದಾಗ ಅವನಿಗೆ ಅಪಾರ ದುಃಖವಾಯಿತು. ಜಮೀನುಗಳಲ್ಲಿ ಬಿಳಿಯರಿರಲಿಲ್ಲ. ಮಹಾನಗರಗಳಲ್ಲಿ ಬಿಳಿಯರಿರಲಿಲ್ಲ. ಮೂಟಿಗೆ ಇದನ್ನು ನಂಬಲು ಅಸಾಧ್ಯವೆನಿಸಿತು.

ಇದು ಮೂಟಿಯ ಕಣ್ಣಮುಂದೆ ಮೂಡಿದ ಎರಡನೆಯ ಚಿತ್ರ.

ಇಂಕೋಸಿ ಸಿಕೆಲೇಲ ತಿನ ಉಸಾಫೋ ಲ್ವಾಖೊ...

ಜನ ಇನ್ನೂ ಹಾಡುತ್ತಲೇ ಇದ್ದರು – ದೇವರೇ ನಿನ್ನ ಮಕ್ಕಳಾದ ನಮ್ಮನ್ನು ಕಾಪಾಡು ಎಂದು. ದೇವರೇ ಆಫ್ರಿಕದ ಮಕ್ಕಳನ್ನು ಕಾಪಾಡು. ಆಫ್ರಿಕ ಪ್ರಾಚೀನ ನಾಡು, ಆದರೂ ಮಗುವಿನಂಥ ನಾಡು. ನೋವಿನಲ್ಲಿ, ನರಳುವಿಕೆಯಲ್ಲಿ ಅದು ಹಣ್ಣಾಗಿದೆ. ಆದರೂ ಎಳೆತನದ ನಗು, ನಲಿವು ಹೊಂದಿದೆ. ಈ ಜಗತ್ತಿಗೆ ಆಫ್ರಿಕ ಅರ್ಥವಾಗದು – ಎದೆಹಾಲು ಕುಡಿಯುತ್ತಿರುವ ಮಗುವನ್ನು ಎಸೆಯುವ ತಾಯಿಯಂತೆ. ಭೂಮಿ ನರಳುತ್ತಿದೆ. ಜನ ನರಳುತ್ತಿದ್ದಾರೆ, ಮಕ್ಕಳೂ ಅಷ್ಟೆ. ಕುಂದಿದ ತೇಜಸ್ಸಿನ ಕಣ್ಣುಗಳ ಈ ಆಫ್ರಿಕದ ಮಕ್ಕಳಿಗೆ ದೇವರು ಒಳಿತು ಮಾಡಲಿ. ಅವರ ಧ್ವನಿಯಲ್ಲಿ ನಗು ಚಿಮ್ಮದು. ಏಕೆಂದರೆ ಆ ಮಕ್ಕಳೂ ಆಫ್ರಿಕದ ಒಂದು ಭಾಗ. ಆ ಮಕ್ಕಳೇ ಆಫ್ರಿಕ.

ತೆನೆಯ ಭಾರದಿಂದ ಬಾಗಿದ ಜೋಳದ ಜಮೀನುಗಳಲ್ಲಿನ ಮಗುವನ್ನು ಹೋಗಿ ನೋಡಿ. ಅದರ ಮಂಕಾದ ಕಣ್ಣುಗಳು, ಮುದಿಯಾದ ಮೂತಿ ನಿಮಗೆ ಕಾಣದೆ? ಅದರ ಉಡುಗಿದ ಅಂತಸ್ಸತ್ವ, ನೋವು ತುಂಬಿದ ನಗು ನಿಮಗೆ ಅರಿವಾಗದೆ? ಆ ಮಗುವೂ ನೋವಿನಿಂದ ಹಣ್ಣಾಗಿದೆ. ಬತ್ತಿದ ಎದೆ, ತಿರುಳಿಲ್ಲದ ಹಣ್ಣು ಅದಕ್ಕೆ ಗೊತ್ತು. ನದಿ ತಟಾಕದಲ್ಲಿ ದಟ್ಟನೆಯ ಧೂಳು ಮುಸುಕಿದೆ. ತಂದೆ ಗುರುಗುಟ್ಟುತ್ತಾ ತಲೆ ತಿರುಗಿಸಿಕೊಂಡು ಹೋಗುತ್ತಾನೆ. ಮಕ್ಕಳು ತಾಯಿಯ ಕಣ್ಣಿನಲ್ಲಿ ಕಂಬನಿ ನೋಡಿದ್ದಾರೆ. ಏಕೆಂದು ತಿಳಿಯದೆಯೇ, ತಾವೂ ಮೌನದಿಂದ

ಅತ್ತಿದ್ದಾರೆ. ಇವರು ಆಫ್ರಿಕದ ಮಕ್ಕಳು. ಇವರು ವಯಸ್ಸಾದ ಸ್ತ್ರೀಪುರುಷರು, ಆದರೆ ಯೌವನದ ನಗು ನಗುವವರು.

ದೇವರು ಮಹಾನಗರಗಳಲ್ಲಿರುವ ಮಕ್ಕಳಿಗೆ ಒಳಿತು ಮಾಡಲಿ. ಅವರಿಗೆ ದಾಡಿಗಳಿಲ್ಲ; ಆದರೂ ವಯಸ್ಕ ಗಂಡಸರಂತಿದ್ದಾರೆ. ಆಫ್ರಿಕದಲ್ಲಿ ಶೋಕವಿದೆ. ಏಕೆಂದರೆ ಮಕ್ಕಳು ಈಗ ಮುಂಚಿನಂತೆ ತೊರೆಗಳಲ್ಲಿ ಆಡುವುದಿಲ್ಲ. ಅವರು ಮಹಾನಗರಗಳ ರೀತಿನೀತಿಗಳನ್ನು ಅನುಸರಿಸುತ್ತಾರೆ. ವೆಲ್ಡ್‌ಗಳಲ್ಲಿನ ನಲಿವು ಪಟ್ಟಣಗಳಲ್ಲಿನ ಶೋಕದಲ್ಲಿ ಮುಳುಗಿಹೋಗಿದೆ. ಎಳೆಯರು ಓಲಾಡುತ್ತಾರೆ. ಧೋರಣೆಯಿಂದ ನಗುತ್ತಾರೆ. ಕೈಯಲ್ಲಿ ಕಠಾರಿಯಿದೆ, ಕಣ್ಣಿನಲ್ಲಿ ದ್ವೇಷವಿದೆ. ಆದರೆ ಮಹಾನಗರಗಳ ಸ್ಥಿತಿಗತಿಗಳ ಬಗ್ಗೆ ಅಪನಂಬಿಕೆ ಒಳ್ಳೆಯದಲ್ಲ. ದೇವರೇ ನಿನ್ನ ಮಕ್ಕಳಾದ ನಮಗೆ ಒಳಿತು ಮಾಡು. ನಮಗೂ ಮುಪ್ಪು ತಗಲದಂತೆ ಮಾಡು. ಆದರೆ ನಾವು ಆಫ್ರಿಕದ ಒಂದು ಅವಿಭಾಜ್ಯ ಅಂಗವಾಗಿರುವಂತೆ ಮಾಡು. ಆಫ್ರಿಕದ ನಾಳಿನ ಜನತೆಯಾಗಲಿರುವ ನಮ್ಮ ಸಂತತಿಗೆ ದೇವರು ಒಳಿತು ಮಾಡಲಿ. ನಗರಗಳಿಗೆ, ಪಟ್ಟಣಗಳಿಗೆ, ಗ್ರಾಮಗಳಿಗೆ ಒಳಿತು ಮಾಡಲಿ, ಮಾನವನ ನಡೆ ಉತ್ತಮ ನಡೆಯಾಗುವಂತೆ ದೇವರು ನಮಗೆ ಬೆಳಕು ತೋರಲಿ. ದೇವರು ಜನತೆಗೆ, ಮಕ್ಕಳಿಗೆ, ಹುಲ್ಲುಗಾವಲುಗಳಿಗೆ, ಬೆಟ್ಟಗುಡ್ಡಗಳಿಗೆ ಒಳಿತು ಮಾಡಲಿ. ದೇವರು ಆಫ್ರಿಕವನ್ನು ಕಾಪಾಡಲಿ.

ಜನ ಇನ್ನೂ ಹಾಡುತ್ತಲೇ ಇದ್ದರು. ನೀಲಿ ಸಮವಸ್ತ್ರಗಳು ಇನ್ನಷ್ಟು ಹತ್ತಿರ ಬಂದವು. ತನ್ನಲ್ಲಿ ರಹದಾರಿ ಪತ್ರವಿಲ್ಲವೆಂಬುದು ಮೂಟಿಗೆ ಗೊತ್ತಿತ್ತು. ಆದರೂ ಅವರು ಹಾಡುತ್ತಿದ್ದಂತೆಯೇ ಮೂಟಿಯ ಮುಖದಲ್ಲಿ ಒಂದು ತೇಜಸ್ಸು ಬೆಳಗಿತು.

ದೇವರು ಆಫ್ರಿಕಕ್ಕೆ ಒಳಿತು ಮಾಡಲಿ...

ರಹದಾರಿ ಪತ್ರವಿಲ್ಲದ ಇನ್ನೊಬ್ಬನನ್ನು ಈ ಮಧ್ಯೆ ನಿಶ್ಶಬ್ದವಾಗಿ ಹೊರಗೊಯ್ಯಲಾಯಿತು.

ಮಾಲುಫಾಕೋನ್ಯಿಸ್ ಉಂಶೊಂದೋ ಲ್ವಾಯೋ...

ಈಗ ಮೂಟಿಗೆ ಹೆಮ್ಮೆ ಹಾಗೂ ವಾತ್ಸಲ್ಯದಿಂದ ಎದೆ ಬಿರಿಯುವಂತಾಯಿತು. ನಮ್ಮ ಪ್ರಾರ್ಥನೆ ಕೇಳಿ ಅವರಿಗೆ ಒಳಿತು ಮಾಡು...

ಸಮವಸ್ತ್ರಗಳು ಇನ್ನಷ್ಟು ಹತ್ತಿರ ಬಂದವು. ದೀಪದ ಬೆಳಕಿನಲ್ಲಿ ಲೋಹದ ಗುಂಡಿಗಳು ಥಳಥಳಿಸಿದವು.

ಹೋಜಾ ಮೋಯಾ, ಹೋಜಾ ಮೋಯಾ, ಓಯಿಂಗೆವೇಲ್...

ಮುನ್ನುಗ್ಗಲಿ ಚೇತನ, ಮುನ್ನುಗ್ಗಲಿ ಪವಿತ್ರ ಚೇತನ

ಇಂಕೋಸಿ ಸಿಕೆಲೇಲ...

ತನ್ನ ಜನದ ಬಗ್ಗೆ ಉಕ್ಕಿದ ಒಲವಿನ ಮಹಾಪೂರದಲ್ಲಿ ತಾನು ತೇಲಿ ಹೋಗುತ್ತಿದ್ದೇನೆ ಎನಿಸಿತು ಮೂಟಿಗೆ.

ತಿನಾ ಲುಸಾಫೋ ಲ್ವಾಖೋ...

ದೇವರೇ ನಿನ್ನ ಮಕ್ಕಳಾದ ನಮಗೆ ಒಳಿತು ಮಾಡು, ಎಂದು ಬಿರಿದ ಗಂಟಲಿನಲ್ಲಿ ಆತ ಪ್ರಾರ್ಥಿಸಿದ. ದೇಹ ಕಂಪಿಸುತ್ತಿತ್ತು. ಅನಂತರ, ನೀಲಿ ಸಮವಸ್ತ್ರಗಳು ಆತನ ಮುಂದೆ ನಿಂತಂತೆ ಅಂತಿಮ ಜಯಘೋಷ.

ಇಂಕೋಸಿ ಸಿಕೆಲೇಲ ಆಫ್ರಿಕ!

○ ಜಿ. ಆರ್ಥರ್ ಮೈಮಾನೆ

ಹಸಿದ ಹುಡುಗ

ಬಿಸಿಲು ಸುಡುತ್ತಿತ್ತು. ಜೊಹಾನ್ಸ್ ಬರ್ಗ್‌ಅನ್ನು ಡಿಸೆಂಬರ್‌ನಲ್ಲಿ ಮಧ್ಯಾಹ್ನದ ವೇಳೆ ಮುಸುಕುವ ಜಡತೆ ಗಾಳಿಯನ್ನೂ ಸ್ತಬ್ಧವನ್ನಾಗಿಸಿತ್ತು. ದೂರದಲ್ಲಿ, ತುಕ್ಕುಹಿಡಿದ ಕಬ್ಬಿಣದ ಗೋಡೆಗಳ ಹಿಂಬದಿಯಿಂದ ಯಾವುದೋ ಗುಡುಗುಡು ಶಬ್ದ ಮಂದವಾಗಿ ಕೇಳಿಬರುತ್ತಿತ್ತು. ಮಧ್ಯೆಮಧ್ಯೆ ಅದು ಕೇಳಿಸದಂತೆ ಕಾರುಗಳು ಭರ್ರೆಂದು ಹೋಗುತ್ತಿದ್ದವು. ರಸ್ತೆಯ ಆಚೆ ಬದಿಯಲ್ಲಿನ ಪಡಖಾನೆಗೆ ನಿಧಾನವಾಗಿ ಹೋಗುತ್ತಿದ್ದ ಕರಿಯರ ದಟ್ಟ ಸಂದಣಿಯಿಂದಾಗಿ ಕಾರುಗಳು ಅತ್ತಿತ್ತ ತಿರುಗಿದಾಗ ಟಯರುಗಳ ಶಬ್ದ ನೋವಿನ ಚೀತ್ಕಾರದಂತೆ ಕೇಳಿಸುತ್ತಿತ್ತು.

ಆತ ನಿಂತಿದ್ದ ಕಾಲು ಬದಲಾಯಿಸಿದ: ಆತನಿಗೆ ಆಸರೆ ಯಾಗಿದ್ದ ಕಬ್ಬಿಣದ ಗೋಡೆ ಈಗ ಆತನ ಹಳೆ ಅಂಗಿಯ ತೋಳಿನ ಇನ್ನೊಂದು ಭಾಗವನ್ನು ಸುಡಲಾರಂಭಿಸಿತು; ತೋಳಿನ ತೂತಾದ ಭಾಗದಲ್ಲಿ ಇನ್ನಷ್ಟು ಬಿಸಿ.

"ಬಾ ಮರಿ! ನನಗೊಂದು ಚೂರು ಮಾಂಸ ಕೊಡಲ್ವ?"

ಕಣ್ಣುಗಳು ಬೇಡಿಕೆಯ ನೋಟ ಕಳೆದುಕೊಂಡು ಎಷ್ಟೋ ವರ್ಷಗಳಾಗಿದ್ದವು. ಆದರೆ ಧ್ವನಿಯಲ್ಲಿ ಆ ಭಾವ ಇನ್ನೂ ಪೂರ್ತಿ ಹೋಗಿರಲಿಲ್ಲ.

'ಆಗದು. ನಿನ್ನದು ನೀನೇ ತೆಗೆದುಕೊ' ಇನ್ನೂ ಮುಗ್ಧ ವಾಗಿರಬೇಕಾಗಿದ್ದ ಮಾತು. ಆದರೆ ಬಾಯಿತುಂಬಾ ಕರಿದ ಮಾಂಸ ತುಂಬಿಕೊಂಡು ಗುರುಗುಟ್ಟಿತು. 'ಈಗ ನಿನಗೋಸ್ಕರ ಬೇರೆ ಕಳ್ಳತನ ಮಾಡಬೇಕೇನು?'

ಅದೇ ವಯಸ್ಸಿನ ಇನ್ನಿಬ್ಬರು ಕರಿಯ ಹುಡುಗರು ಪರಸ್ಪರ ಸ್ವಲ್ಪವೇ ದೂರದಲ್ಲಿ ಕುಳಿತಿದ್ದರು. ಒಬ್ಬ ಒಂದಷ್ಟು ಹಳದಿ ಜೋಳದ ಕಾಳುಗಳನ್ನು ಬಾಯಲ್ಲಿ ತುರುಕಿಕೊಂಡಿದ್ದ. ಇನ್ನೊಬ್ಬನ ಬಾಯಲ್ಲಿ ದೊಡ್ಡ, ತಿಳಿನೀಲಿ ಗೆಣಸು. ಇಬ್ಬರೂ ತಿರಸ್ಕಾರದಿಂದ ನಕ್ಕರು.

ಹುಡುಗ ಅವರ ಸಣ್ಣ, ಕೊಳಕು ತಲೆಗಳ ಆಚೆಯ, ಧೂಳು ಮುಸುಕಿದ, ಸುಡುತ್ತಿದ್ದ ಫುಟ್‌ಬಾಲ್ ಮೈದಾನದತ್ತ ನೋಡಿದ. ಆತನ ಕಣ್ಣುಗಳು ಮತ್ತೆ ಪಕ್ಕದ ಹುಡುಗನತ್ತ ತಿರುಗಿದವು.

ಅವನ ದವಡೆಗಳು ಏಕಪ್ರಕಾರವಾಗಿ ಚಲಿಸುತ್ತಿದ್ದುದನ್ನು ನೋಡಿದಷ್ಟೂ ಈತನ ಖಾಲಿ ಹೊಟ್ಟೆಯಲ್ಲಿ ಸಂಕಟ ಹೆಚ್ಚುತ್ತಿತ್ತು. ಕಳೆದ ರಾತ್ರಿಯಿಂದ ಆತ ಏನನ್ನೂ ತಿಂದಿರಲಿಲ್ಲ. ಇವತ್ತು ಯಾಕೋ ದಿನ ಸರಿಯಿರಲಿಲ್ಲ. ಎಲ್ಲ ವ್ಯಾಪಾರಿಗಳ ಹತ್ತಿರ ನಡೆಸಿದ ಪ್ರಯತ್ನಗಳೂ ವಿಫಲವಾಗಿದ್ದವು – ನೊಣಗಳು ಮೊಟ್ಟೆಯಿರಿಸಿದ ಮಾಂಸದ, ಸಿಪ್ಪೆ ಜಾರುತ್ತಿದ್ದ ಜೋಳದ ಕುಂಡಿಗೆಗಳ ಹಾಗೂ ಇನ್ನಿತರ ಆಹಾರ ಪದಾರ್ಥಗಳ ವ್ಯಾಪಾರಿಗಳಿಂದ ಹಿಡಿದು, ರಸ್ತೆಯ ಆಚೆ ಬದಿಯ ಪಡಖಾನೆ ಗಿರಾಕಿಗಳವರೆಗೆ.

ಬಹುಶಃ ಇಂದು ತಾನು ಎಂದಿಗಿಂತ ಹೆಚ್ಚು ಹಸಿದಿರುವುದೇ ಕಾರಣವಿರಬೇಕು. ಅಂತೂ ತಾನು ಸೋತಿದ್ದ – ತಾನು ಆರಿಸಿದ ಸಮಯ ಸರಿಯಾಗಿರಲಿಲ್ಲ. ಈಗ ಅವನ ಜತೆಗಾರರು – ಅವರಲ್ಲಿ ಕೆಲವರು ಕದಿಯುವ ತನ್ನ ವಿಫಲ ಪ್ರಯತ್ನದಿಂದ ಉಂಟಾದ ಅನ್ಯಗಮನದ ಸದುಪಯೋಗಪಡೆದು ಆಹಾರ ಸಂಪಾದಿಸಿದ್ದವರು – ಅವನಿಗೆ ಒಂದು ತುಣುಕನ್ನೂ ಕೊಡಲೊಲ್ಲರು.

"ಮರಿ, ದಯವಿಟ್ಟು..."

"ಆಗೊಲ್ಲ!"

"ಆದರೆ ನೀನು ಯಾವಾಗಲೂ ಕೊಡುವೆಯಲ್ಲ!"

"ಇವತ್ತು ಇಲ್ಲ."

"ನನಗೆ ನಿಜವಾಗಿಯೂ ಹಸಿವಾಗಿದೆ."

"ನನಗೂ ಅಷ್ಟೆ."

ಇನ್ನು ಬೇಡಲಾರದ ಕಣ್ಣುಗಳು ತೇವವಾಗಲಾರಂಭಿಸಿದವು.

"ನಾನು ನಿನ್ನ ಗೆಳೆಯ. ಅಲ್ಲವಾ ಮರಿ?"

"ನನಗೆ ತುಂಬಾ ಹಸಿವಾಗಿರೋವಾಗ ಅಲ್ಲ."

ಹುಡುಗ – ಅವನನ್ನು ಹುಡುಗ ಅಂತ ಕರೆಯುತ್ತಿದ್ದರು; ಯಾಕೆಂದರೆ ಯಾರೂ ಅವನ ನಿಜವಾದ ಹೆಸರು ಕೇಳುವ ಗೊಡವೆಗೆ ಬಂದಿರಲಿಲ್ಲ; ಆ ಹೆಸರೂ ಅವನಿಗೆ ಇನ್ನೇನು ಮರೆತುಹೋಗುತ್ತಿತ್ತು. ಆತ ತನ್ನ ಜೇಬಿನಲ್ಲಿದ್ದ ಸೀಸೆಯ ಮೇಲೆ ಕೈಯಾಡಿಸಿದ.

ಬೆನ್‌ಜೀನ್. ತನ್ನ ಕೊಳಕಲು ಅಂಗಿಯ ತೋಳಿನ ಮೇಲೆ ಸ್ವಲ್ಪ ಚಿಮುಕಿಸಿಕೊಂಡು ಒಂದಷ್ಟು ಮೂಸಿ ನೋಡಿದರೆ ಸಾಕು, ಆಗ ತನ್ನ ಸಂಕಟ ಮರೆಯುವುದು.

ಆ ಯೋಚನೆಯಿಂದಲೇ ಆತನ ಖಾಲಿ ಹೊಟ್ಟೆಯಲ್ಲಿ ತೊಳಸಿದಂತಾಯಿತು, ಅವನಿಗೆ ಅದಕ್ಕೂ ಮೀರಿದ ಹಸಿವೆಯಾಗಿತ್ತು. ಏನಾದರೂ ತಿಂದ ಮೇಲೆ ಬೇಕಾದರೆ...

ಹೊಟ್ಟೆಯೊಳಗಿನ ನೋವು ಹೆಚ್ಚುತ್ತಿತ್ತು. ಆತನಿಗೆ ಕಬ್ಬಿಣದ ಗೋಡೆಯ ಆಸರೆ ಪಡೆದರೂ ಇನ್ನು ನೆಟ್ಟಗೆ ನಿಲ್ಲಲು ಆಗುತ್ತಿರಲಿಲ್ಲ. ತಲೆ ಸುತ್ತಲಾರಂಭಿಸಿತು. ಕಿವಿಗಳೂ ಸಣ್ಣಗೆ ಗುಂಯ್‌ಗುಡುತ್ತಿದ್ದವು.

ಕಂಬನಿ ಒಸರಿದ ಕಣ್ಣುಗಳು ಮಂಜಾಗತೊಡಗಿದ್ದವು.

"ಇವರು ಹಾಳಾಗ! ನನ್ನಮ್ಮ ಹಾಳಾಗಲಿ – ನನ್ನಪ್ಪನೂ ಅಷ್ಟೇ. ನನ್ನಮ್ಮನ ಮಿಂಡನೂ ಹಾಳಾಗಲಿ – ನನ್ನಪ್ಪನ ರಂಡೆಯೂ ಹಾಳಾಗಲಿ!"

ಆತನ ಜತೆಗಾರರು ಮೆಲ್ಲನೆ ತಲೆಯೆತ್ತಿ ನೋಡಿದರು:

ಹದಿಮೂರು ವರ್ಷ ವಯಸ್ಸಿನ ಧ್ವನಿ ಅಬ್ಬರಿಸುತ್ತಿತ್ತು. ತನ್ನ ತಂದೆ ತಾಯಿಯರು, ಅವರ ಸಂಬಂಧಿಕರು, ಅವರ ಅಪ್ಪ ಅಮ್ಮಂದಿರು ಎಲ್ಲರ ಮೇಲೂ ತನಗೆ ಕೇಳಿ ತಿಳಿದ ಎಲ್ಲ ಬಯ್ಗಳನ್ನೂ ಎರಚುತ್ತಿತ್ತು.

ಅವನು ಈ ಸ್ಥಿತಿಗೆ ಬರಲು ಸುಮಾರು ಐದು ವರ್ಷಗಳು ತಗಲಿದ್ದವು.

ಅದು ಶುರುವಾದದ್ದು ಆತನ ತಾಯಿಯ ಮೊದಲ ಪಾನಪಾತ್ರೆಯೊಂದಿಗೆ – ಅಂದರೆ ಆಕೆ ಕುಡಿಯಲಾರಂಭಿಸಿದಾಗಿನಿಂದ. ಅದು ಜೊಹಾನ್ಸ್ ಬರ್ಗ್‌ನ ಬಡಾವಣೆಗಳಲ್ಲಿ ಭಟ್ಟಿಯಿಳಿಸಿ ಪೊಲೀಸರಿಂದ ಬಚ್ಚಿಡಲು ಹಾಗೂ ಬೇಗ ಪಕ್ವವಾಗಲು ರಂಧ್ರವೊಂದರಲ್ಲಿ ಮುಚ್ಚಿಡಲಾಗುತ್ತಿದ್ದ ಹಲವಾರು ಮದ್ಯಗಳಲ್ಲಿ ಒಂದಾಗಿತ್ತು. ಆಕೆಗೆ ಮತ್ತು ಬರಲು ಸರಿಯಾಗಿ ಒಂದು ಗ್ಯಾಲನ್ ಕುಡಿಯಬೇಕಾಗುತ್ತಿತ್ತು. ಆಕೆಯಲ್ಲಿ ಇನ್ನೂ ನಿರೋಧಕ ಶಕ್ತಿಯಿತ್ತು.

ಜತೆಯಲ್ಲೇ ಆಕೆಯ ಮೊಂಡುತನವೂ ಹೆಚ್ಚಾಗಿತ್ತು. ಆತನ ಅಪ್ಪ ಹೊಡೆದಾಗ ಪ್ರತಿಯಾಗಿ ಮೇಲೆ ಬೀಳುವಷ್ಟು. ಕುಡುಕ ಹೆಂಗಸಿನ ಜತೆ ಕುಡುಕ ಗಂಡಸಿನ ಜಗಳ. ಕೋಣೆಯಲ್ಲಿನ ಕೆಲವು ಪೀಠೋಪಕರಣಗಳ ಮುರಿತ. ಬಾಗಿಲನ್ನು ಕೀಲಿಗಳಿಂದ ಇನ್ನಷ್ಟು ಸಡಿಲಿಸುವಿಕೆ. ಕೊನೆಗೆ ಹೊಸ್ತಿಲಾಚೆ ನಿರಂತರವಾಗಿ ನಿಂತಿರುತ್ತಿದ್ದ ನೀರಿನ ಮೇಲೆ ಬೀಳಾಟ.

ಹೊಡಿ, ಬಯ್ಯಿ, ಪರಚು, ಚಿಂದಿ ಮಾಡು, ನೆರೆಹೊರೆಯವರಿಗೊಂದು ನೋಟ. ಕೆಸರಿನಲ್ಲಿ ಬಿದ್ದೇಳುತ್ತಿರುವ ಅರೆಬತ್ತಲೆ ದೇಹಗಳಿಗೆ ದಾರಿಹೋಕರಿಂದ ಆಕಸ್ಮಿಕ ತುಳಿತ. ಕೊನೆಗೆ ಯಾರಾದರೂ ಬಂದು ಬಿಡಿಸಬೇಕು. ಅಥವಾ ಅವರಿಗೇ ಇನ್ನು ಜಗಳವಾಡ ಲಾರದಷ್ಟು ಸುಸ್ತಾಗಬೇಕು – ಮೇಲೇಳಲೂ ಸಾಧ್ಯವಾಗದಷ್ಟು.

ಅನಂತರ ಕತ್ತಲೆ ಮುಸುಕುವುದು. ಒಂದು ರೀತಿಯ ಸಂಧಾನ ಆರಂಭವಾಗುವುದು. ಮಂಚದ ತುಕ್ಕುಹಿಡಿದ ಸ್ಪ್ರಿಂಗುಗಳು ಕಿರ್ರೆನ್ನುವುವು. ಗುರುಗಾಟ, ಚೀತ್ಕಾರ ಮತ್ತು ನೀಳವಾದ ಉಸಿರಾಟ.

ಅನಂತರ ಸ್ತಬ್ಧತೆ, ನಿದ್ದೆ. ಶೂನ್ಯವಾದ ಕಾರ್ಗತ್ತಲು.

ಆತನ ಮನಸ್ಸು ತಾನಾಗಿಯೇ ಇದಕ್ಕೆಲ್ಲಾ ಹೊಂದಿಕೊಂಡಿತ್ತು. ಅವರು ಹೊಡೆದಾಡುವಾಗ ಅಳುತ್ತ ಮೂಲೆಯಲ್ಲಿ ಕೂರುವುದನ್ನು ಆತನೆಂದೋ ಬಿಟ್ಟಿದ್ದ. ಗುರುಗಾಟ, ಚೀತ್ಕಾರ, ನೀಳವಾದ ಉಸಿರಾಟವನ್ನು ಈಗ ಕುತೂಹಲದಿಂದ ಕೇಳಿಸಿಕೊಳ್ಳುತ್ತಿರಲಿಲ್ಲ.

ಅನಂತರ ಆತನ ತಂದೆ ರಾತ್ರಿಯ ಹೊತ್ತು ಹೊರಗಡೆಯೆ ಉಳಿಯುವುದನ್ನು ಆರಂಭಿಸಿದ್ದ. ಆತ ಹಿಂತಿರುಗಿದಾಗಲೆಲ್ಲಾ ಶಾಪ ಹಾಕುತ್ತ ಜಗಳ, ಇನ್ನಷ್ಟು ಹೊಡೆದಾಟ ಆಗುತ್ತಿತ್ತು.

ಸ್ವಲ್ಪ ಕಾಲದ ನಂತರ ಗಂಡಸರು ಬರಲಾರಂಭಿಸಿದರು. ರಾತ್ರಿ ಬಹಳ ಹೊತ್ತಿನ ನಂತರ; ಆತನ ಅಪ್ಪ ಬರುವುದಿಲ್ಲವೆಂದು ಆಕೆಗೆ ಖಾತ್ರಿಯಾದ ಬಳಿಕ. ಅನಂತರ ಆತ ವಾರಗಟ್ಟಲೆ ಹೊರಗೆ ಉಳಿಯಲಾರಂಭಿಸಿದ. ಗಂಡಸರು ಬೇಗನೆಯೇ ಬರುತ್ತಿದ್ದರು.

ಒರಟು ಗಡ್ಡ ಹಾಗೂ ಗಾಯದ ಗುರುತಿನ ಮುಖದ ಮನುಷ್ಯ. ಆತನಿಗೆ ಬಲು ಆತುರ, ಮೊದಲು ಮದ್ಯ ಅನಂತರ ತಡಕಾಡ. ಮೊದಲು ಆಕೆ ಒಲ್ಲೆ ಎಂದಳು. "ಸ್ವಲ್ಪ ತಡಿ, ಮಗ ಮಲಗಲಿ" ಎಂದಳು. ಆದರೆ ಆಕೆಯ ಮೇಲೆ ಮದ್ಯದ ಪರಿಣಾಮ ಜೋರಾಗಿತ್ತು. ಮಗ ಅರ್ಥವಾಗದೆ ನೋಡುತ್ತಿರುವಂತೆಯೇ ಶರಣಾಗಿದ್ದಳು.

ಅನಂತರ ಚೀತ್ಕಾರ ಹಾಗೂ ದೀರ್ಘವಾದ ಉಸಿರಾಟ – ಮಿಣುಗುಟ್ಟುವ ಮೋಂಬತ್ತಿಯ ಬೆಳಕು ಆತನಿಗೆ ಎಲ್ಲವನ್ನೂ ನೋಡಲು ಸಾಕಾಗಿತ್ತು.

ಮೊದಲ ರಾತ್ರಿ ಆತ ಅತ್ತು ಅತ್ತು ನಿದ್ದೆ ಹೋಗಿದ್ದ. ಆತ ತನಗೆ ಅಳು ಬರಲು ಅವಕಾಶ ಕೊಟ್ಟದ್ದು ಅದೇ ಕಡೆಯ ಸಲ.

ಒಮ್ಮೆ ಎರಡು ವಾರಗಳ ನಂತರ ತನ್ನ ತಂದೆ ಬಂದ. ಮನೆಯಲ್ಲಿ ಒಬ್ಬಾತ ಹತ್ತು ದಿನಗಳಿಂದ ಒಂದೇ ಸಮನೆ ಬರುತ್ತಿದ್ದ. ಆತ ಹಾಸಿಗೆಯಲ್ಲಿ ಮಲಗಿರುವುದನ್ನು ತನ್ನ ತಂದೆ ನೋಡಿದ.

ಜಗಳವೆಂದರೆ ಅದು ! ಮೂವರೂ ಅಮಲಿನ ವಶವಾಗಿರಲಿಲ್ಲ.

ತನ್ನ ತಂದೆಯ ತುಟಿಗಳ ಮೇಲೆ ಬೊಬ್ಬೆ ಬಂದಿತ್ತು, ಒಂದು ಕಣ್ಣು ಊದಿಕೊಂಡಿತ್ತು, ಸಿಕ್ಕಿದಷ್ಟು ಬಟ್ಟೆಗಳನ್ನು ಗಂಟುಕಟ್ಟಿಕೊಂಡು ಆತ ಹೊರಟುಹೋದ.

ಇಂತಹ ಗಯ್ಯಾಳಿ ಹೆಂಗಸಿನ ಜತೆ ಇನ್ನೆಂದೂ ಬಾಳುವುದಿಲ್ಲ ಎಂದು ತನ್ನ ತಂದೆ ನೆರೆಯವರ ಮುಂದೆ ಶಪಥ ಮಾಡಿದ್ದ.

ಮನೆಯಾಚೆ ಹೆಂಗಸರನ್ನಿಟ್ಟುಕೊಂಡಿರುವ ಗಂಡಸಿನ ಜತೆ ತಾನು ಕೂಡ ಇನ್ನೆಂದೂ ಬಾಳುವುದಿಲ್ಲ ಎಂದು ಆಕೆ ಆತ ಹೋಗುತ್ತಿದ್ದಂತೆಯೇ ಘೂತ್ಕರಿಸಿದ್ದಳು.

ಮರುದಿನ ಬೆಳಗ್ಗೆ ತನ್ನ ತಾಯಿ 'ಮಾಮೂಲು' ತಂದೆಯನ್ನು ಕರೆಯುವಂತೆ ತನಗೆ ಹೇಳಿದಳು.

ಹುಡುಗ ಕರೆಯುವುದಿಲ್ಲ ಎಂದ. ಹೊಡೆತ ಬಿತ್ತು.

ಮುಂದೆ ಬೀಳಲಿದ್ದ ಹಲವಾರು ಹೊಡೆತಗಳಿಗೆ ಅದು ನಾಂದಿ. ಆದರೆ ಆತ ಅಳು ಬರಿಸಿಕೊಳ್ಳಲಿಲ್ಲ. ಆತನ ತಾಯಿಗೆ ಇದರಿಂದ ಇನ್ನಷ್ಟು ಕೋಪ ಬಂದಿತು. ಹೊಡೆತಗಳು ಮುಂದುವರಿದವು. ಕೊನೆಗೊಂದು ದಿನ ಆತನಿಗೆ ಸಾಕುಸಾಕೆನಿಸಿ, ತನ್ನ ತಂದೆಯನ್ನು ಹುಡುಕಿಕೊಂಡು ಓಡಿಹೋಗಬೇಕೆಂದುಕೊಂಡ. ತನ್ನ ತಂದೆ ಜಾರ್ಜ್ ಗಾಕ್‌ನಲ್ಲಿ ಇರುವ ನೆಂಬುದನ್ನು ಆತ ಕೇಳಿಸಿಕೊಂಡಿದ್ದ – ಅದೇ ಗಲ್ಲಿಯ ಇತರ ಹೆಂಗಸರು ನಲ್ಲಿಕಟ್ಟೆಯ ಬಳಿ ಗಟ್ಟಿಯಾಗಿ ಮಾತನಾಡಿಕೊಳ್ಳುತ್ತಿದ್ದಾಗ. ಜಾರ್ಜ್ ಗಾಕ್ ಎಲ್ಲಿದೆ ? ಎಂದು ಹಿರಿಯ ಹುಡುಗರನ್ನು ಕೇಳಿದ.

ನಗರಕ್ಕೆ ರೈಲಿನಲ್ಲಿ ಹೋಗು. ಅನಂತರ ಇನ್ನೊಂದು ರೈಲನ್ನು ಹತ್ತು. ಜಾರ್ಜ್ ಗಾಕ್‌ನಲ್ಲಿ ಇಳಿ – ನಗರದ ಇನ್ನೊಂದು ಭಾಗ ಅಷ್ಟೆ.

ಅವನು ಹಾಗೇ ಮಾಡಿದ. ಪಕ್ಕದ ಮನೆಯಲ್ಲಿದ್ದವರೊಬ್ಬರು – ಅವರ ಕೆಲಸ ರೈಲಿನಲ್ಲಿ ಸಿಹಿತಿಂಡಿ ಮಾರುವುದು – ಅವನಿಗೆ ದಾರಿ ತೋರಿಸಿದರು.

ಅವನ ಜತೆಗಾರರು ಅವನನ್ನು ಜಾರ್ಜ್ ಗಾಕ್ ಎಂಬ ನಿಲ್ದಾಣದಲ್ಲಿ ಬಿಟ್ಟರು. ಅಲ್ಲಿ ಬೇಕಾದಷ್ಟು ರೈಲುಗಳು ಸುತ್ತಲೂ ಓಡಾಡುತ್ತಿದ್ದವು. ಜಾರ್ಜ್ ಗಾಕ್ ಊರೆಲ್ಲಿ ? ಸೇತುವೆಯಾಚೆ ಒಂದು ಬೀದಿ ದಾಟಬೇಕು. ಆದರೆ ಕಾರುಗಳ ಬಗ್ಗೆ ಹುಷಾರಾಗಿರಪ್ಪ. ರಸ್ತೇಲೆ ನಡಕೊಂಡು ಹೋಗು. ನಿನಗೇ ಕಾಣುತ್ತೆ. ಗೇಟಲ್ಲಿ ಹೋಗು.

ಅಲ್ಲಿಗೂ ಹೋದ.

ನನ್ನ ತಂದೆ ಎಲ್ಲಿ ? ಯಾರು ನಿನ್ನ ತಂದೆ ? ಜೊಹಾನ್ಸ್. ಪೂರ್ತಿ ಹೆಸರೇನು ? ನನಗೆ ಗೊತ್ತಿಲ್ಲ. ನೀನು ಎಲ್ಲಿಂದ ಬಂದೆ ? ಆರ್ಲಾಂಡೋ ಜೋಪಡಿಗಳಿಂದ. ಅಯ್ಯೋ ಪಾಪ !

ಅವನು ಆ ಇಕ್ಕಟ್ಟಿನ ರಸ್ತೆಗಳಲ್ಲಿ ಹಿಂದೂ ಮುಂದೂ ಓಡಾಡಿದ. ಎರಡು ಬದಿಗಳಲ್ಲೂ ಕಡ್ಡಿ ಪೆಟ್ಟಿಗೆಯಂತಹ ಮನೆಗಳು. ಒಂದೇ ತರಹ ಕೊಳಕಾಗಿ, ಒಂದೇ ತರಹ ಗಡಸುತನದಿಂದ

ಇದ್ದವು. ಅಂಗ್ಳೈಯಗಲದ ಹೊರಾವರಣದಲ್ಲಿನ ಹಲವಾರು ಹಣ್ಣಿನ ಮರಗಳ ಹಿಂದೆ ಮುದುರಿಕೊಂಡಂತೆ ಇದ್ದವು.

ಇಲ್ಲಿ ರಸ್ತೆ ತಪ್ಪೋದು ಬಹಳ ಸುಲಭ. ಮನೆಗಳು, ರಸ್ತೆಗಳು – ಮರಗಳು ಕೂಡಾ – ಒಂದೇ ತರಹ ಇದ್ದವು.

ಅಮ್ಮಾ, ಒಂದು ಚೂರು ರೊಟ್ಟಿ ಕೊಡ್ತೀರಾ ?

ಹೋಗಾಚೆ !

ಅಮ್ಮಾ, ದಯವಿಟ್ಟು ಒಂದು ಚೂರು ರೊಟ್ಟಿ ಕೊಡ್ತೀರಾ ?

ಯಾರ ಮಗು ನೀನು ?

ಅಮ್ಮಾ, ದಯವಿಟ್ಟು ಒಂದು ಚೂರು ಮಾಂಸ ಕೊಡ್ತೀರಾ ?

ಕಷ್ಟಪಟ್ಟು ಸಂಪಾದಿಸಬೇಕಪ್ಪ , ಹುಡುಗ.

ಆಗಲೀಮ್ಮ, ತುಂಬ ಕಷ್ಟಪಡೋಕೂ ಸಿದ್ಧ.

ಬಾ ಒಳಗೆ.

ದೊಡ್ಡ, ದುರ್ನಾತದ ಡ್ರಮ್ಮುಗಳು. ಅದನ್ನೆಲ್ಲಾ ತೊಳಿ ಹುಡುಗಾ. ಬೇಗ ತೊಳೀಬೇಕು. ಸಾಯಂಕಾಲದ ವೇಳೆಗೆ ಭಟ್ಟಿಗೆ ಸಿದ್ಧವಾಗಿರಬೇಕು.

ಇವಳೇನು ಹೆಂಡ ಇಳಿಸ್ತಾಳೋ ?

ಸೂರ್ಯ ಮುಳುಗಿದಾಗ, ಅವನು ಆ ವಿಸ್ತರಣೆಯ ಸುತ್ತ ಹಾಕಿದ್ದ ಬೇಲಿಯ ಗೇಟಿನ ಬಳಿ ನಿಂತಿದ್ದ. ಅದೊಂದೇ ದಾರಿ ಎಂದು ಅವನಿಗೆ ಹೇಳಿದ್ದರು. ನೂರಾರು ಜನ ಗಂಡಸರು ಪ್ರವಾಹದಂತೆ ಒಳಗೆ ಹೋದರು. ಅವನ ತಂದೆ ಕಾಣಲಿಲ್ಲ.

ಮತ್ತೆ ಆ ಸ್ಥೂಲದೇಹದ ಕೊಳಕಲು ಹೆಂಗಸಿನ ಬಳಿಗೆ. ಇನ್ನಷ್ಟು ದೊಡ್ಡ, ಇನ್ನಷ್ಟು ಕೊಳಕಲು ಡ್ರಮ್ಮುಗಳು.

ಅಮ್ಮಾ, ನಾನು ನಿನಗೋಸ್ಕರ ಇನ್ನೊಂದಷ್ಟು ಕೆಲಸ ಮಾಡಿದರೆ, ನನಗೆ ಇನ್ನೊಂದಷ್ಟು ಆಹಾರ... ಹಾಗೂ ಮಲಗಲು ಸ್ಥಳ ಕೊಡುತ್ತೀಯಾ ?

ಓಹೋ.

ಶನಿವಾರ ಹಾಗೂ ಭಾನುವಾರ – ಡ್ರಮ್ಮುಗಳ ತುಂಬಾ ಭಟ್ಟಿಯಿಳಿದು ಅವನಿಗೆ ಬಿಡುವಾದಾಗ – ಅವನು ಜನತುಂಬಿದ ಒಂದೊಂದು ಆವರಣದಲ್ಲೂ ಒಬ್ಬೊಬ್ಬರ ಮುಖವನ್ನೂ ನೋಡಿಕೊಂಡು ಹೋದ. ವಿಚಾರಿಸುವುದನ್ನು ಬಿಟ್ಟುಬಿಟ್ಟಿದ್ದ.

ಮುಂದಿನ ಶನಿವಾರ ರಾತ್ರಿ ಅವನನ್ನು ಕಂಡ. ಇನ್ನೂ ಮುಂಚೆಯೇ ನೋಡಬಹುದಿತ್ತು. ಆದರೆ ಅವರೆಲ್ಲರೂ ಕುಡಿಯುತ್ತಾ, ನಗುತ್ತಾ, ಒಬ್ಬರ ಮೇಲೊಬ್ಬರು ಕೂಗಾಡುತ್ತಾ ಇದ್ದ ಹಿತ್ತಲ ಆವರಣದಲ್ಲಿ ಕತ್ತಲು ಕತ್ತಲಾಗಿತ್ತು.

ತನ್ನ ಕಡೆ ಗಮನ ಸೆಳೆಯಲು ಆತನ ಷರಟಿನ ತೋಳನ್ನು ಹಿಡಿದು ಬಲವಾಗಿ ಜಗ್ಗಬೇಕಾಯಿತು.

ಮಂಕಾದ, ಶೂನ್ಯ ನೋಟದ ಕಣ್ಣುಗಳು ಆತನತ್ತ ತಿರುಗಿದವು.

"ಏನು ಬೇಕು, ಹುಡುಗಾ ?"

"ನಾನು ನಿನಗೆ ಗೊತ್ತಲ್ಲವೆ, ಅಪ್ಪಾ ?"

ಕೆಂಪು ಕಣ್ಣಿನ ದೀರ್ಘ ನೋಟ; ಹೊಟ್ಟೆಯಲ್ಲಿ ತುಂಬಿದ್ದ ಕೆಟ್ಟ ವಾಸನೆಯ

ಬೀರ್‌ನಿಂದಾಗಿ ಒಂದು ತೇಗು.

"ನೀನು ನನ್ನ ಮಗನಲ್ಲವೆ ?"

ಅವನು ನಕ್ಕ. "ಹೌದಪ್ಪ, ನಾನು ನಿನ್ನನ್ನು ಹುಡುಕ್ತಿದ್ದೆ... ಬಹಳ, ಬಹಳ ದಿನಗಳಿಂದ !"

"ಒಳ್ಳೆಯ ಹುಡುಗ !" ಅವನ ಕತ್ತನ್ನು ಒಂದು ತೋಳು ಬಳಸಿತು, ಉಸಿರುಕಟ್ಟುವಂತೆ.

"ಈ ಚಿಕ್ಕ ಹುಡುಗನನ್ನ ನೋಡಿದಿಯಾ ಕುಮಾಲೋ? ನನ್ನ ಮಗ! ತುಂಬಾ ದಿನಗಳಿಂದ ಇವನನ್ನು ನೋಡಿರಲಿಲ್ಲ. ತನ್ನ ತಂದೆಯನ್ನು ನೋಡುವುದಕ್ಕಾಗಿ ಆರ್ಲಾಂಡೋನಿಂದ ಸೀದಾ ಬಂದಿದ್ದಾನೆ. ಒಳ್ಳೆಯ ಹುಡುಗ. ತನ್ನ ತಾಯಿ ಅವಳಿಗೆ ಹೆಂಡ ಕೊಡಿಸುವ ಯಾವ ಗಂಡಸನ್ನಾದರೂ ನನ್ನ ಹಾಸಿಗೆಯ ಮೇಲೆ ಹತ್ತಿಸಿಕೊಳ್ಳುವ ಹಾದರಗಿತ್ತಿಯೆಂಬುದನ್ನು ತಿಳಿದಿದ್ದಾನೆ."

ಮತ್ತೆ ತೇಗಿದ. ಹುಡುಗ ಉಪಾಯವಾಗಿ ತನ್ನ ಕೈಯನ್ನು ಬಾಯಿ ಮತ್ತು ಮೂಗಿಗೆ ಅಡ್ಡಲಾಗಿಟ್ಟುಕೊಂಡ.

"ನಿನ್ನ ಅಪ್ಪ ನಿನ್ನನ್ನು ಮನೆಗೆ ಕರೆದುಕೊಂಡು ಹೋಗುತ್ತಾನೆ – ನನ್ನ ಮನೆಗೆ! ಯೋಚಿಸಬೇಡ. ನಿನ್ನ ಹೊಸ ತಾಯಿಯ ಬಳಿಗೆ ಕರೆದುಕೊಂಡು ಹೋಗುವೆ. ಒಳ್ಳೆಯ ಹೆಂಗಸು – ನಿನ್ನ ಪುಟ್ಟ ತಂಗಿಯನ್ನೂ ನೋಡುವೆಯಂತೆ."

ಹೊಸ ತಾಯಿ. ಹಿಂದೆ ಹೊಸ ತಂದೆ ಬಂದಿದ್ದ. ಆತಂಕ ಅವನ ಹೊಟ್ಟೆಯಲ್ಲಿ ಮುಂಜುಗಡ್ಡೆಯಿಟ್ಟು ತಿರುವಿದಂತಾಯಿತು.

ಬಹುಶಃ ಅವಳು ತನ್ನನ್ನು 'ತಾಯಿ' ಎಂದು ಕರೆಯುವಂತೆ ನನ್ನನ್ನು ಬಲವಂತಪಡಿಸ ಲಾರಳು. ಬಹುಶಃ ನನಗೆ ಅವಳು ಇಷ್ಟವಾಗಬಹುದು, ತಾಯಿ ಎಂದು ಕರೆಯಲೂಬಹುದು.

ಆತ ತಂದೆಯ ಕೈಹಿಡಿದು ರಸ್ತೆಯಲ್ಲಿ ಕರೆದುಕೊಂಡು ಹೋದ. ಬೀದಿದೀಪ ದಾಟಿದಾಗ ಉದ್ದನೆಯ ನೆರಳು, ಕ್ರಮೇಣ ಕಿರಿದಾಗುವುದು ಮುಂದಿನ ದೀಪಸ್ತಂಭದಡಿ ಬಂದಾಗ ಸಣ್ಣ ವರ್ತುಲ. ಮತ್ತೆ ಅವರ ಮುಂದೆ ಉದ್ದನೆಯ ನೆರಳು, ಮತ್ತೆ ಹ್ರಸ್ವ, ಮತ್ತೆ ವರ್ತುಲ.

ಗೇಟೊಂದರ ಬಳಿ ತಿರುಗಿದರು. ಸುತ್ತಿಕೊಂಡು ಹಿಂದೆ ಹೋದರು. ಹಿಂದಿನ ಬೇಲಿಯ ಬಳಿ ಸಣ್ಣದೊಂದು ಗುಡಿಸಲು. ಕಿರಿದಾದ ಬಾಗಿಲು ಜೋರಾಗಿ ತಟ್ಟುವಿಕೆ.

"ಯಾರದು ?"

"ನಾನು !" ಸ್ವಲ್ಪ ನಿಶ್ಶಬ್ದ.

ಬೀಗದ ಕೈ ತಿರುಗಿಸಿದ ಕರಕರ ಸದ್ದು; ಬಾಗಿಲು ತೆರೆದಾಗಿನ ಕುಂಯ್ ಎಂಬ ಶಬ್ದ; ಬೆಳಕಿನ ಕೋಲು.

ಸಣ್ಣ ಕೊಠಡಿ. ಅಲ್ಲಿ ತುಂಬಿತ್ತು. ನೆಲದಿಂದ ಎತ್ತರದಲ್ಲಿರುವಂತೆ ಇಟ್ಟಿಗೆಗಳ ಮೇಲೆ ಹಾಸಿದ ಜೋಡು ಹಾಸಿಗೆ; ಮನುಷ್ಯ ಗಾತ್ರದ, ಒಡಕಲು ಕನ್ನಡಿಯಿದ್ದ ಬಟ್ಟೆಗಳ ಬೀರು, ಅಂಡಾಕಾರದ ದೊಡ್ಡ ಮೇಜು ಮತ್ತು ಆರು ಕುರ್ಚಿಗಳು; ಹಗಲು ಉಪಯೋಗಿಸಲು ಇನ್ನೊಂದು ಹಾಸಿಗೆ ಮತ್ತು ಸ್ಟೌವ್, ಬಿಸಿಗಾಳಿ, ಹಳೇ ವಾಸನೆ. ಹೆಂಗಸೊಬ್ಬಳ ಬಳಿ ಅಳುತ್ತಿರುವ ಮಗು.

"ಮತ್ತೆ ಕುಡಿದು ಬಂದೆಯಾ. ಈ ಕೊಳಕು ಹುಡುಗ ಯಾರು ?"

"ಹುಡುಗ...ಕೊಳಕು ? ಓಹ್! ಹೌದು. ನನ್ನ ಮಗ. ತನ್ನ ತಂದೆಯೊಂದಿಗಿರಲು ಆರ್ಲಾಂಡೋವಿನಿಂದ ಸೀದಾ ಬಂದಿದ್ದಾನೆ."

"ಅಂದರೆ...ಅವನು ಇಲ್ಲಿರಲು ಬಂದಿದ್ದಾನೆ?"

"ಅಲ್ಲವೆ ಮತ್ತೆ! ಅವನು ನನ್ನ ಮಗ, ಅಲ್ಲವಾ?"

ಆತ ಅಲ್ಲಿ ಮೂರು ತಿಂಗಳು ಇದ್ದ. ಅನಂತರ ಹೊರಟ. ಆ ಹೆಂಗಸನ್ನು 'ತಾಯಿ' ಎಂದು ಕರೆಯುವಂತೆ ಯಾರೂ ಅವನನ್ನು ಬಲವಂತ ಮಾಡಲಿಲ್ಲ. ಆದರೆ ಆತ ಹಾಗೆ ಕರೆದ.

"ಸಂತೋಷವಾಗಿದ್ದೀಯಾ, ಮಗು? ನಿನ್ನ ತಂದೆಯ ಹೊಸ ಮನೆ ಇಷ್ಟವಾಯಿತಾ? ನಿನ್ನ ಹೊಸ ತಾಯಿ, ಸೊಗಸಾದ ಹೆಂಗಸು. ಆರ್ಲಾಂಡೋವಿನ ಹಾದರಗಿತ್ತಿಯಂತಲ್ಲ. ಅವಳು...."

"ಅವಳು ನನ್ನ ತಾಯಿ. ಆಕೆಯ ಬಗ್ಗೆ ಹಾಗೆಲ್ಲಾ ಮಾತನಾಡಬೇಡ!"

"ಹ್ಹ! ನಿನ್ನ ತಂದೆಗೇ ಎದುರುತ್ತರ ಕೊಡ್ತೀಯಾ?"

"ನೀನು ನನ್ನ ತಾಯಿ ಬಗ್ಗೆ ಹಾಗೆಲ್ಲಾ ಮಾತಾಡ್ತೀಯಲ್ಲ?"

"ಹ್ಹ!"

ಆತನೊಂದಿಗೆ ಯಾರೂ ಹೆಚ್ಚಾಗಿ ಮಾತನಾಡುತ್ತಿರಲಿಲ್ಲ. ಅವನಿಗೆ ದಿನಕ್ಕೆ ಎರಡು ಸಲ ಊಟ ಹಾಕುತ್ತಿದ್ದರು, ಮಲಗೋದಕ್ಕೆ ಒಂದು ಸೋಫಾ ಇತ್ತು, ಅಷ್ಟೆ. ಅವನಿಗೆ ಇನ್ನೂ ಹೆಚ್ಚಿನದು ಬೇಕಾಗಿತ್ತು; ಒಂದು ಮನೆ; ಊಟ ಮಾಡಿ ಮಲಗುವ ವಸತಿಗೃಹವಲ್ಲ.

ನಿಮ್ಮ ಚೀಲ ಹೊರಲೇ ಅಮ್ಮಾ?

ಏ ಹುಡುಗ! ಇಲ್ಲಿ ಭಿಕ್ಷೆ ಕೇಳಬೇಡ! ಅದಕ್ಕೆಲ್ಲಾ ಇಲ್ಲಿ ಅವಕಾಶ ಇಲ್ಲ ಅಂತ ಗೊತ್ತಿಲ್ಲವೇನು?

ಭಿಕ್ಷೆ ಅಲ್ಲ. ತುತ್ತಿಗಾಗಿ ದುಡಿದು ಸಂಪಾದಿಸಲು.

ಎದುರುತ್ತರ ಕೊಡ್ತೀಯಾ? ದಸ್ತಗಿರಿ...

ಅವನು ಹೊರಟ. ಶನಿವಾರದ ಬೆಳಗಿನ ಮಾರುಕಟ್ಟೆಯ ದಟ್ಟ ಜನಸಂದಣಿಯ ಮಧ್ಯೆ ಕಾಲೆಳೆದುಕೊಂಡು.

ಆಗ ತಾನೇ ಕರಿದ ಮಾಂಸದ ವಾಸನೆ ಸ್ತಬ್ಧ ಬಿಸಿ ಗಾಳಿಯಲ್ಲಿ ಹರಡಿತ್ತು. ಇತರ ಎಷ್ಟೋ ವಾಸನೆಗಳಿಗಿಂತ ಭಿನ್ನವಾಗಿತ್ತು. ಅದರಿಂದ ಅವನ ಹಸಿವು ಕೆರಳಿತು, ತಲೆ ಸುತ್ತು ಬಂದಿತು.

ದೂರದಲ್ಲಿ ಕೆಂಪು ಬಳಿದ ಕಬ್ಬಿಣದ ಗೋಡೆಯೊಳಗಿನಿಂದ ಆಗತಾನೇ ಸಿದ್ಧವಾದ ಬೀರ್‌ನ ಮಂದವಾದ, ತೇವಮಿಶ್ರಿತ ವಾಸನೆ ಆತನನ್ನು ಹಿಂದಕ್ಕಟ್ಟಲು ಪ್ರಯತ್ನಿಸಿತು. ಆದರೆ ಕಲ್ಲಿದ್ದಲ ಒಲೆಯ ಮೇಲೆ ಪಾತ್ರೆಯೊಳಗಿನಿಂದ ಹಾಗೂ ಕಬ್ಬಿಣದ ಗೋಡೆಯ ಕೆಳಗಿನ ಸಾಲು ಮೇಜುಗಳ ಮೇಲಿದ್ದ ಕರಿದ ಮಾಂಸದ ಉಪ್ಪಿನ ಘಾಟು ಆತನನ್ನು ಕರೆಯಿತು.

ಎಷ್ಟು ಹೊತ್ತಿನಿಂದ ನಾನಿಲ್ಲಿ ನಿಂತಿದ್ದೇನೆ? ನನ್ನ ಒಣಗಿದ ಬಾಯನ್ನು ಸರಿಮಾಡಲು ಯಾರಾದರೂ ಒಂದೇ ಒಂದು ಚೂರು ಮಾಂಸ ಕೊಡಲಾರರೆ? ನನ್ನ ಹೊಟ್ಟೆಯ ನೋವನ್ನು ಕಡಿಮೆ ಮಾಡಲಾರರೆ?

"ಇಲ್ಲಿ ಬಾ?"

ಅವನು ಸುತ್ತ ನೋಡಿದ. ಆ ಸಣ್ಣ ಹುಡುಗ ಒಣಕಲಾಗಿದ್ದ, ತನ್ನಂತೆಯೇ ಹಸಿದವನು. ಆತನ ಕೊಕ್ಕರೆ ಕತ್ತಿಗೆ ತಲೆ ಬಹಳ ದಪ್ಪವೆನಿಸಿತು. ಕಣ್ಣುಗಳು ಆಳ ಹಾಗೂ ಪ್ರಕಾಶಮಾನವಾಗಿ ಇದ್ದವು. ಏನೋ ಗುಟ್ಟಿನ ಪ್ರಶ್ನೆ ಕೇಳುವಂತಿದ್ದವು.

"ಏನು ?"

"ಹಸಿವಾ ?"

"ಹೌದು."

"ಬಾ."

ರಸ್ತೆಯಾಚೆ, ರೈಲುಮಾರ್ಗದ ಮೇಲೆ, ತುಕ್ಕಿನ ಪದರಗಳ ಕಬ್ಬಿಣದ ಗೋಡೆಯ ಬಳಿ, ಬಿಸಿಲಲ್ಲಿ ನೆಲದ ಮೇಲೆ ಕುಳಿತಿದ್ದ ಹುಡುಗರ ಒಂದು ತಂಡ. ಅವರು ಹೊಗೆಬತ್ತಿ ಸೇದುತ್ತಿದ್ದರು.

"ನೀನೆಲ್ಲಿಂದ ಬಂದೆ ?"

"ಆರ್ಲಾಂಡೊ ಮತ್ತು ಜಾರ್ಜ್ ಗಾಕ್."

"ಹಸಿವಾ ? ನಮ್ಮ ಜತೆ ಸೇರಿ ಆಹಾರ ಕದಿಯಬೇಕಾ ?"

"ಹೌದು. ಆಹಾರ !"

"ಇವನಿಗೆ ಪುಕ್ಕಲು ! ಹೆಣ್ಣಿಗ."

"ನಿನಗೆ ಹೆದರಿಕೇನಾ ?"

"ಹೌದು... ಇಲ್ಲ !"

"ಇದನ್ನ ತೆಗೆದುಕೊ. ತಾಕತ್ತು ಬರುತ್ತೆ."

ಸಣ್ಣದಾಗಿ ಉಂಡೆಕಟ್ಟಿದ ಕೊಳಕು ಚಿಂದಿ.

"ನಿನ್ನ ಬಾಯಲ್ಲಿ ಇಟ್ಟುಕೋ – ಉಸಿರೆಳೆದುಕೋ."

ಹಬೆಯಿಂದ ಅವನ ಒಣಗಿದ ಗಂಟಲು ಸುಟ್ಟಂತಾಯಿತು, ನರಗಳನ್ನು ಹಿಡಿದಂತಾಯಿತು. ಕೆಮ್ಮು ಒತ್ತರಿಸಿಕೊಂಡು ಬಂತು.

ಅವನು ಮೊಣಕಾಲಿನ ಮೇಲೆ ಕುಳಿತು ವಾಂತಿ ಮಾಡಲು ಪ್ರಯತ್ನಿಸಿದ. ಕೆಳ ತುಟಿಯಿಂದ ಲಾಲಾರಸದ ಒಂದೇ ಒಂದು ಬುರುಗು ಬಂದು ಗಾಳಿಯಲ್ಲಿ ಪಟಗುಟ್ಟುವ ಚಿಂದಿ ಬಟ್ಟೆಯಂತೆ ಕಂಡಿತು.

ಹ್ಹ – ಹ್ಹ – ಹ್ಹ – ಹ್ಹ – ಹ್ಹ – ಹ್ಹ! ಹೆಣ್ಣಿಗ !

ಅಲ್ಲ! ಅವನಿಗೆ ತುಂಬಾ ಹಸಿವು. ಹೇಗೂ ಊಟದ ಹೊತ್ತು. ಇಲ್ಲೇ ಇರು, ಹುಡುಗಾ, ಬೇಗ ಬರ್ತೀವಿ – ಆಹಾರ ತೊಗೊಂಡು.

ಅವನು ಅಲ್ಲೇ ಮೈಚಾಚಿದ. ಹುಲ್ಲಿನ ಗಂಟುಗಳು ಅವನ ಖಾಲಿ ಹೊಟ್ಟೆಯೊಳಗಿನಿಂದ ಹಾದು ಬೆನ್ನಿನ ನರಕ್ಕೆ ಚುಚ್ಚಿದಂತಾಯಿತು. ಆತನ ಬಾಯಿ ತಾನಾಗಿಯೇ ತೆರೆದಿತ್ತು. ವಾಂತಿ ಮಾಡಲು ಮತ್ತೆ ಪ್ರಯತ್ನ. ಏನೂ ಇಲ್ಲ. ಮೂರು ಬಾರಿ ಕ್ಯಾಕರಿಸಿದ ಮೇಲೆ ಒಂದು ಚೂರು ಲಾಲಾರಸ ಬಿತ್ತು. ಉಗಿದ. ಏನೂ ಇಲ್ಲ.

ಪಡಖಾನೆಯ ಆಚೆ ತಿನಿಸುಗಳನ್ನಿಟ್ಟಿದ್ದ ಮೇಜಿನ ಸಾಲಿನ ಕಡೆಯಿಂದ ಕೂಗಾಟ ಹಾಗೂ ಬಯ್ದಾಟ. ಓಡುವ ಹೆಜ್ಜೆಗಳ ಸಪ್ಪಳ ಮತ್ತು ಕೆಣಕುವ ನಗು.

ಅವರು ಅವನ ಸುತ್ತ ಕುಳಿತಿದ್ದರು.

"ತಗೋ, ತಿನ್ನು."

"ಎಲ್ಲಿ ಸಿಕ್ಕಿತು ?"

"ಕದ್ದೆವು."

"ಅವರು ನಮ್ಮನ್ನ ಇಲ್ಲಿ ಹಿಡಿಯೋಲ್ವಾ ?"

"ಇಲ್ಲ, ಅವರು ಆ ಮೇಜುಗಳನ್ನ ಒಂದು ಕ್ಷಣವೂ ಬಿಡಲಾರರು."

ಅವರು ಎಲ್ಲೆಲ್ಲೊ ಕದ್ದರು: ಅಂಗಡಿಗಳು, ಕೈಗಾಡಿಗಳು, ಹೋಟೆಲ್‌ಗಳು, ಮಾರುಕಟ್ಟೆ, ಎಲ್ಲೆಲ್ಲಿ ಆಹಾರ ದೊರೆಯುವುದೋ ಅಲ್ಲಿ. ಕೆಲವು ಸಲ ಅವರ ಹರಕಲು ಷರಾಯಿಗಳು ಕಾಲಿಗೆ ತೊಡರಿಕೊಂಡು ಓಡಲು ಅಡ್ಡಿಯುಂಟುಮಾಡಿದಾಗ ಬಟ್ಟೆಗಳನ್ನೂ ಕದಿಯುತ್ತಿದ್ದರು.

"ನಿನ್ನ ಅಪ್ಪ ಮತ್ತು ಅಮ್ಮ ಎಲ್ಲಿ, ಮರಿ ?"

"ಗೊತ್ತಿಲ್ಲ, ಅಪ್ಪನ್ನ ದಸ್ತಗಿರಿ ಮಾಡಿದರು – ಜಮೀನಿನಲ್ಲಿ ದುಡಿಯಲು ಕಳಿಸಿದ್ದರು.

"ಅಮ್ಮ ?"

"ನನಗೆ ಗೊತ್ತಿಲ್ಲ."

"ಒಂದು ವರುಷ... ಎರಡು ವರುಷ... ಯಾವಾಗಿನಿಂದ ?"

"ಗೊತ್ತಿಲ್ಲ."

ಅವನು ಕೆಳಗೆ ನೋಡಿದ. ಮರಿ ಅವನ ಮಾಂಸದ ಚೂರನ್ನು ಮುಗಿಸಿ, ತುಕ್ಕು ಹಿಡಿದ, ತೂತಿನ ಕಬ್ಬಿಣದ ಗೋಡೆಯ ಅಷ್ಟಿಷ್ಟು ನೆರಳಿನಲ್ಲಿ ಮಲಗಿದ್ದ.

ಬಿಸಿಲನ್ನು ಮಂದವಾಗಿ ಪ್ರತಿಫಲಿಸುತ್ತಿದ್ದ ಫುಟ್‌ಬಾಲ್ ಮೈದಾನದತ್ತ ಆತ ನೋಡಿದ. ಬಂಟು ಆಟದ ಮೈದಾನ. ಹಸಿದ ಬಂಟು ಮಕ್ಕಳ ಮೈದಾನ.

ಅವನ ಹಿಂದಿನ ರಸ್ತೆಯಿಂದ ಕೂಗಾಟ ಹಾಗೂ ನಗು ಕೇಳಿಸಿತು. ಎರಡು ಗಂಟೆಯ ಸಮಯವಿರಬೇಕು. ಅವರು ಈಗ ಮತ್ತೆ ಕೆಲಸಕ್ಕೆ ಹೊರಟಿದ್ದಾರೆ. ಬೀರ್ ತುಂಬಿದ ಹೊಟ್ಟೆಗಳು. ಅರ್ಧ ಅಮಲು.

ಮರಿ ಗೊರಕೆ ಹೊಡೆಯುತ್ತಿದ್ದ: ಅವನ ಕೊಳಕು ಮುಖದ ಮೇಲೊಂದು ನಗೆ. ಉಬ್ಬಿದ ಕೊಳಕು ಹೊಟ್ಟೆ ಮೇಲೆ ಕೆಳಗೆ ಹೋಗುವ ದೃಶ್ಯ. ಒಂದು ಕಾಲದಲ್ಲಿ ಅಂಗಿಯಾಗಿದ್ದ ಕೊಳಕಲು ಚಿಂದಿ ಬಟ್ಟೆಯ ಮೂಲಕ ಒಮ್ಮೆ ಕಾಣುವುದು, ಮತ್ತೆ ಹಿಂದೆ ಸರಿಯುವುದು.

ಇನ್ನಿಬ್ಬರೂ ನಿದ್ದೆಯಲ್ಲಿದ್ದರು. ಅಲ್ಲ, ಪ್ರಜ್ಞಾಹೀನ ಸ್ಥಿತಿಯಲ್ಲಿದ್ದರು. ಬೆಂಜೀನ್‌ನ ಒಂದೆರಡು ಎಳೆತ ನಿದ್ದೆಯ ದುಪ್ಪಟವನ್ನು ಅವರ ವ್ಯಾವಹಾರಿಕ ಮೆದುಳಿನ ಸುತ್ತ ಸುತ್ತಿತ್ತು.

ಅವನ ಹೊಟ್ಟೆಯೊಳಗಿನ ನೋವಿನ ಗಡ್ಡೆ ಒಮ್ಮೆ ತೀವ್ರವಾಗಿ ಉರುಳಾಡಿತು. ಏದುತ್ತಾ, ಅವನು ಥಟ್ಟನೆ ಹುಲ್ಲಿನ ಮೇಲೆ ಕುಳಿತ. ಅವನೆಂದೂ ಹಸಿವೆಯಿಂದ ಇಷ್ಟು ನಿಶ್ಶಕ್ತನಾಗಿರಲಿಲ್ಲ.

ನೀಳವಾಗಿ ಮೈಚಾಚಿ ಕಣ್ಣುಗಳನ್ನು ಮುಚ್ಚಿಕೊಂಡ. ಬಹುಶಃ ನಿದ್ದೆ ಮಾಡಿ ಎದ್ದರೆ ತನಗೆ ಹಾಯೆನಿಸಬಹುದು.

ಬೆನ್ನ ಮೇಲೆ ಮಲಗಿದ. ಆದರೆ ಅವನ ಖಾಲಿ ಹೊಟ್ಟೆ ಬೆನ್ನು ಮೂಳೆಯ ಮೇಲೆ ಒತ್ತರಿಸಿಕೊಂಡು ವಾಕರಿಕೆ ಬರುವಂತಾಯಿತು.

ಹೊಟ್ಟೆ ಕೆಳಗೆ ಬರುವಂತೆ ಉರುಳಿದ. ಅದರೆ ಹುಲ್ಲು ಅವನ ಹೊಟ್ಟೆಯ ಮೂಲಕ ಬೆನ್ನ ಮೂಳೆಗೆ ಒತ್ತಿದಂತಾಯಿತು.

ಪಕ್ಕಕ್ಕೆ ತಿರುಗಿ ಮಲಗಿದ. ಹೊಟ್ಟೆ ಒಂದೇ ಭಾಗಕ್ಕೆ ಜೋತು ಬಿದ್ದು ಮುಜುಗರವೆನಿಸಿತು.

ಹೀಗೆ ತರಹಾವರಿ ಮಲಗಿದ, ಆದರೆ ಯಾವುದೂ ತೃಪ್ತಿಕರವೆನಿಸಲಿಲ್ಲ. ಕೊನೆಗೆ ಕುಳಿತು ಕೊಂಡ. ಕಾದ ಗೋಡೆಗೆ ನಿತ್ರಾಣದಿಂದ ಒರಗಿಕೊಂಡು ಕಾಲು ಚಾಚಿದ. ತಲೆ ಖಾಲಿಯಾಗಿದೆ ಎನಿಸಿತು, ಕಿವಿಯಲ್ಲಿನ ಗುಂಯ್‌ಗುಟ್ಟುವಿಕೆ ಕಿವುಡನ್ನು ಉಂಟುಮಾಡುವಷ್ಟು ಜೋರಾಗಿತ್ತು.

ನಾನು ಏನಾದರೂ ಮಾಡಲೇಬೇಕು! ತನ್ನಲ್ಲೆ ತಾನು ಅಂದುಕೊಂಡ. ನೀರು ತುಂಬಿದ ಅವನ ಕಣ್ಣುಗಳ ನೋಟ ನಿದ್ದೆ ಮಾಡುತ್ತಿದ್ದ ಅವನ ಸ್ನೇಹಿತರ ಮೇಲೆ ಅತ್ತಿಂದಿತ್ತ ಸುಳಿಯಿತು. ದುರಾಶಾಪೀಡಿತ, ಸ್ವಾರ್ಥಿ ಹಂದಿಗಳು! ನನ್ನನ್ನು ಹಸಿವಿನಿಂದ ಸಾಯಲು ಬಿಟ್ಟು ತಾವು ನಿದ್ದೆ ಹೊಡೆಯುತ್ತಾರೆ! ಅವರು ನರಕದಲ್ಲಿರಲು ಯೋಗ್ಯರು.

ಹೌದು, ಯಾಕಾಗಬಾರದು? ತನ್ನ ತಲೆಯಲ್ಲಿ ಮಿಂಚಿದ ಯೋಚನೆಯಿಂದ ಆತನ ಕೈಕಾಲು ತಣ್ಣಗಾಗಿ ಥಟ್ಟನೆ ಮರಗಟ್ಟಿದಂತಾಯಿತು.

ಅವರು ಯಾಕೆ ಸುಟ್ಟುಹೋಗಬಾರದು? ಅದರಲ್ಲೂ ಮುಖ್ಯವಾಗಿ ಮರಿ: ಅವನಿಗೇ ಆಗಬೇಕು – ಆತ ತನ್ನ ಸ್ನೇಹಿತನಂತೆ!

"ಅವನಿಗೊಂದಷ್ಟು ಒಳ್ಳೆ ಮಾಂಸ ಕರಿದುಕೊಡುವೆ!"

ಜೇಬಿನಲ್ಲಿದ್ದ ಬೆಂಜೀನ್ ಸೀಸೆಯನ್ನು ಜ್ವರ ಬಂದವನ ಕಾತರತೆಯಿಂದ ತಡಕಾಡಿಕೊಂಡ. ಕೆಲಸ ಪೂರೈಸುವ ಮುನ್ನವೇ ಆ ಹುಚ್ಚು ಯೋಚನೆ ಎಲ್ಲಿ ಬಿಟ್ಟುಹೋಗುವುದೋ ಎಂದು ಹೆದರಿ.

ಆತನ ಕೈಬೆರಳುಗಳಿಗೆ ಕಾರ್ಕ್ ಎಳೆಯುವಷ್ಟೂ ಶಕ್ತಿಯಿರಲಿಲ್ಲ. ಹಲ್ಲನ್ನು ಉಪಯೋಗಿಸಿದ.

ಇದಂತೂ ಮರಿಗೆ ಹೆದರಿಕೆ ಉಂಟುಮಾಡುತ್ತೆ – ಆತ ನರಕಕ್ಕೆ ಹೋಗಲು ತನಗಿಷ್ಟವಿಲ್ಲ ಎಂದು ಯಾವಾಗಲೂ ಹೇಳುತ್ತಿದ್ದ. ಮೆಲ್ಲಗೆ ಬಗ್ಗಿ ಮರಿಯ ಬಟ್ಟೆ ಮೇಲೆ ಬೆಂಜೀನನನ್ನು ಸಿಂಪಡಿಸಿದ. ನೀರು ತುಂಬಿದ ಕಣ್ಣುಗಳ ಮೂಲಕ ಕಾಣುತ್ತಿದ್ದ ಬರಿ ಮೈಮೇಲೆ ಒಂದು ತೊಟ್ಟೂ ಬೀಳದಂತೆ ಎಚ್ಚರಿಕೆ ವಹಿಸಿದ.

ಹೆಚ್ಚು ಬೇಡ, ತನಗೆ ತಾನೇ ಎಚ್ಚರಿಕೆ ಹೇಳಿಕೊಂಡ: ಅವನಿಗೆ ಒಂದು ಪಾಠ ಕಲಿಸಲು ಸಾಕಾಗುವಷ್ಟು ಮಾತ್ರ!

ತನ್ನ ಅಂಗಿಯ ಜೇಬಿನಿಂದ ಒಂದು ಕೊಳಕಲು ಬೆಂಕಿಕಡ್ಡಿ ಹಾಗೂ ಬೆಂಕಿಪೊಟ್ಟಣದ ಒಂದು ತುಂಡನ್ನು ತೆಗೆದ. ಕೆಲವು ಕೊಳಕು ಕಾಗದಗಳನ್ನು ರಾಶಿಮಾಡಿ ನಿಧಾನವಾಗಿ ಕಡ್ಡಿಗೀಚಿದ. ಜ್ವಾಲೆಯನ್ನು ಎರಡು ಕೈಗಳ ನಡುವೆ ಕಾಪಾಡುತ್ತಾ ಕಾಗದದ ರಾಶಿಗೆ ಬೆಂಕಿ ತಗುಲಿಸಿದ.

ಅನಂತರ ಆ ಉರಿಯುತ್ತಿದ್ದ ಕಾಗದಗಳನ್ನು ಕೈಯಲ್ಲೆತ್ತಿಕೊಂಡು ತನ್ನ ಸ್ನೇಹಿತನ ಹೊಟ್ಟೆಯ ಮೇಲೆ ಥಟ್ಟನೆ ಹಾಕಿದ.

ಒಂದು ಕ್ಷಣ ಏನೂ ಆಗಲಿಲ್ಲ.

ಅನಂತರ ಕಿತ್ತಳೆ ವರ್ಣದ ಜ್ವಾಲೆಗಳು ಭುಗಿಲೆದ್ದವು. ಮರಿ ಕಿರಿಚುತ್ತಾ ಬಯ್ದಾಡುತ್ತ ನೆಗೆದೆದ್ದ. ಮೈಸುಡುವ ಧಗೆಯಿಂದ ಎಚ್ಚೆತ್ತ ಇನ್ನಿಬ್ಬರು ಪೋರರೂ ಕಿರಿಚಲಾರಂಭಿಸಿದರು.

ಇವನು ಇನ್ನು ನೆಟ್ಟಗೆ ನಿಲ್ಲುವ ಮೊದಲೇ ಮರಿ ಉದ್ದಕ್ಕೂ ಚೀರುತ್ತಲೇ ರಸ್ತೆಯೆಡೆಗೆ ಓಡಿದ.

ಮೂಕನಾಗಿ ಈತನೂ ಹಿಂಬಾಲಿಸಿದ.

ಜನಭರಿತ ರಸ್ತೆಯಲ್ಲಿ ಒಬ್ಬಾತ ಮರಿಯನ್ನು ಅಚ್ಚರಿಯಿಂದ ತಡೆದು ನಿಲ್ಲಿಸಿದ. ಇನ್ನೊಬ್ಬ ತನ್ನತ್ತ ಧಾವಿಸಿದ ಹುಡುಗನನ್ನು ಹಿಡಿದ.

ತಂಪು ಕೋಣೆ ನಿಶ್ಶಬ್ದವಾಗಿತ್ತು. ಛಾವಣಿ ಎತ್ತರ ಹಾಗೂ ಸುಂದರ. ಪ್ರತಿಯೊಬ್ಬರೂ ತುದಿಗಾಲಲ್ಲಿ ನಡೆಯುತ್ತಿದ್ದರು, ಮೆಲುದನಿಯಲ್ಲಿ ಮಾತನಾಡುತ್ತಿದ್ದರು. ಹಲವು ಬಿಳಿಯ

ಮುಖಗಳು, ಕೆಲವು ಕಪ್ಪು ಮುಖಗಳು.

ಶ್ವೇತ ಮಹಿಳೆಯೊಬ್ಬಳು ಎದ್ದು ನಿಂತಳು. ಆಕೆ ಅಂದಳು :

"ನ್ಯಾಯಮೂರ್ತಿಯವರಲ್ಲಿ ವಿಜ್ಞಾಪನೆ. ಈ ಹುಡುಗನ ಹಿನ್ನೆಲೆಯನ್ನು ಕಲ್ಯಾಣ ಅಧಿಕಾರಿ ಪರಿಶೀಲಿಸಿದ್ದಾರೆ. ಹೆಚ್ಚು ವಿವರಗಳಿಲ್ಲ. ಈತನ ತಾಯಿಯಿದ್ದ ಸ್ಥಳವಾದ ಆರ್ಲಾಂಡೋಗೆ ನಾವು ಹೋಗಿದ್ದೆವು: ಆಕೆ ಅಲ್ಲಿಂದ ಹೊರಟುಬಿಟ್ಟಿದ್ದಾಳೆ, ಎಲ್ಲಿಗೆ ಎಂಬುದು ಯಾರಿಗೂ ಗೊತ್ತಿಲ್ಲ, ಈತನ ತಂದೆಯ ವಿಷಯವೂ ಅಷ್ಟೆ."

"ನಾಚಿಕೆಗೇಡು ! ಒಂದು ನಾಗರಿಕ ದೇಶದಲ್ಲಿ ಇಂಥದು ಹೇಗೆ ಸಂಭವಿಸಿತು ?"

"ಆಗುತ್ತದೆ, ಸ್ವಾಮಿ. ನನ್ನ ತಪಸೀಲಿನಲ್ಲಿ ಇನ್ನೂ ಅನೇಕ ನಿದರ್ಶನಗಳಿವೆ. ಇದು ನಾಚಿಕೆ ತರುವಂಥಾದ್ದು."

ಒಂದು ನಾಗರಿಕ ದೇಶದಲ್ಲಿ ಏನೇನು ಆಗುತ್ತದೆ ಎಂಬ ಬಗ್ಗೆ ಬಾಲ ನ್ಯಾಯಾಲಯದ ಈ ಹೊಸ ನ್ಯಾಯಮೂರ್ತಿಗೆ ಒಂದು ಉಪನ್ಯಾಸ ನೀಡುವುದನ್ನು ಆಕೆ ತನ್ನ ಕೆಳತುಟಿ ಕಚ್ಚಿ ತಡೆದುಕೊಂಡುದು ಎಲ್ಲರಿಗೂ ವಿದಿತವಾಯಿತು.

"ನೀವೇನು ಸಲಹೆ ಮಾಡುತ್ತೀರಿ ?

"ಈತನನ್ನ ವೀರ್ಡಾ ಹಾಸ್ಟಲ್‌ಗೆ ಕಳುಹಿಸೋಣ ಸ್ವಾಮಿ."

ಕಾಗದದ ಮೇಲೆ ಲೇಖನಿ ಗೀಚಿದ ಕರ್ಕಶ, ಒಣ ಶಬ್ದ.

ಅನಂತರ ದುಭಾಷಿಯತ್ತ ತಿರುಗಿ :

"ಈ ಹುಡುಗನಿಗೆ ಆತನನ್ನು ಸುಧಾರಣಾ ಗೃಹವೊಂದಕ್ಕೆ ಕಳುಹಿಸುತ್ತಿದ್ದೇವೆಂದು ಹೇಳು. ಆತ ಇನ್ನೂ ಸ್ವಲ್ಪ ದೊಡ್ಡವನಾಗಿದ್ದಿದ್ದರೆ ಹುಡುಗನೊಬ್ಬನ ಕೊಲೆಯತ್ನದ ಆಪಾದನೆಯ ಮೇಲೆ ಸೆರೆಮನೆಗೆ ಹೋಗುತ್ತಿದ್ದನೆಂದು ಹೇಳು. ವೀರ್ಡಾದಲ್ಲಿ ಆತನಿಗೆ ಓದಲು ಮತ್ತು ಬರೆಯಲು ಕಲಿಸುವರೆಂದೂ ವೃತ್ತಿಯೊಂದರಲ್ಲಿ ತರಬೇತಿ ನೀಡುವರೆಂದೂ ಹೇಳು. ಆತ ದೊಡ್ಡವನಾದ ಮೇಲೆ ಹೊರಪ್ರಪಂಚಕ್ಕೆ ಬಂದು ಜವಾಬ್ದಾರಿಯುತ ವ್ಯಕ್ತಿಯಾಗಿ ಬಾಳಬಹುದು."

ದುಭಾಷಿ ಈ ಹೆದರಿದ, ಅಚ್ಚರಿಗೊಂಡ, ಪೇಲವ ಹುಡುಗನತ್ತ ತಿರುಗಿದ. ಹುಡುಗನ ತಲೆಯ ಮೇಲೆ ಶೂನ್ಯ ನೋಟ ಬೀರುತ್ತಾ, ತಾನು ಇಂತಹ ಹತ್ತಾರು ಹುಡುಗರಿಗೆ ಹೇಳಿದ್ದುದನ್ನೇ ಪ್ರಾದೇಶಿಕ ಭಾಷೆಯಲ್ಲಿ ತಿಳಿಸಿದ. ನ್ಯಾಯಮೂರ್ತಿ ಏನು ಹೇಳಿದರೆಂಬು ದೊಂದಷ್ಟು ಅದಕ್ಕಿಂತ ಹೆಚ್ಚಾಗಿ ತನ್ನದೇ ಆದ ಬುದ್ಧಿವಾದ.

"ನಿನಗೆ ತಂದೆಯಿಲ್ಲ, ನಿನಗೆ ತಾಯಿಯಿಲ್ಲ. ನಿನಗೆ ನಿನ್ನಹೊರತು ಇನ್ನೇನೂ ಇಲ್ಲ. ನಿನ್ನ ಬದುಕಿಗೆ ಯಾರೂ ಹೊಣೆಗಾರರಿಲ್ಲ. 'ಆರುಮೈಲಿ'ಯಲ್ಲಿ ನೀನು ಎರಡು ವಿಷಯ ಕಲಿಯುವೆ: ಪ್ರಾಮಾಣಿಕ ಹಾಗೂ ನೀರಸ ಬಾಳ್ವೆ ನಡೆಸುವುದು ಹೇಗೆ ಎಂಬುದು. ಮತ್ತು ಅಪ್ರಾಮಾಣಿಕ ಹಾಗೂ ಆರಾಮ ಬಾಳ್ವೆ ನಡೆಸುವುದು ಹೇಗೆ ಎಂಬುದು, ಆಯ್ಕೆ ನಿನ್ನದೆ... ಆದರೆ, ನಿನಗೆ ದೇವರ ಸಹಾಯವಿರಲಿ, ಏಕೆಂದರೆ ಅದು ಕಷ್ಟದ ಆಯ್ಕೆ!" ದುಭಾಷಿ ತನ್ನ ಮಾತು ಮುಗಿಸಿ ಆಗಲೇ ನ್ಯಾಯಪೀಠದತ್ತ ಶೂನ್ಯ ನೋಟ ಬೀರುತ್ತಿದ್ದ.

ಸಮವಸ್ತ್ರಧಾರಿ ಪೊಲೀಸನೊಬ್ಬ ಹುಡುಗನನ್ನು ಒಂದು ಕೊಠಡಿಗೆ ಕರೆದೊಯ್ದ. ಅಲ್ಲಿ ಆಗಲೇ ಕೆಲವರು ಹುಡುಗರು ಸೇರಿದ್ದರು.

"ಟ್ಸೋಟ್ಸಿ ಕಾರ್ಖಾನೆಗೆ ಇನ್ನೊಬ್ಬ ಗಿರಾಕಿ." ಎಂದು ಆತ ಮೇಲ್ವಿಚಾರಕನಿಗೆ ನೀರಸ ಧ್ವನಿಯಲ್ಲಿ ಹೇಳಿ ನ್ಯಾಯಾಲಯಕ್ಕೆ ಮತ್ತೆ ನಡೆದ.

○ ಎಜೆಕಿಯೆಲ್ ಎಂಫಲೀಲಿ

ಬದುಕಿದವರು-ಸತ್ತವರು

ಲೆಬೋನಾಗೆ ತನ್ನ ಕಿಸೆಯಲ್ಲಿನ ಪತ್ರ ಉರಿಯುತ್ತಿದೆಯೆನ್ನಿಸಿತು. ರೈಲು ಮಾರ್ಗದಿಂದ ಅದನ್ನು ಎತ್ತಿಕೊಂಡಾಗಿನಿಂದ ಅದು ಒಂದೇ ಸಮನೆ ಕಾಟ ಕೊಡುತ್ತಿತ್ತು.

ಊಟ ಮಾಡುವಾಗ ಓದುವೆ ಅಂದುಕೊಂಡ. ಅಲ್ಲಿಯವರೆಗೆ ಆತ ತನ್ನ ಕೆಲಸ ಮುಂದುವರಿಸಬೇಕು. ಅದೆಂದರೆ, ಜನರು ಪ್ಲಾಟ್‌ಫಾರ್ಮ್ ಹಾಗೂ ರೈಲು ಮಾರ್ಗದ ಮೇಲೆ ಸತತವಾಗಿ ಎಸೆಯುತ್ತಿರುವ ಕಚಡಾವನ್ನು ಎತ್ತುವುದು. ಟಾರುಂಡೆ ಅಂಟಿಸಿದ್ದ ತಂತಿ ತುಂಡೊಂದನ್ನು ಅದಕ್ಕೋಸ್ಕರ ಲೆಬೋನಾ ಉಪಯೋಗಿಸುತ್ತಿದ್ದ. ಇದರಿಂದ ಬಗ್ಗಬೇಕಾಗುತ್ತಿರಲಿಲ್ಲ. ಟಾರುಂಡೆಯನ್ನು ಕಾಗದದ ಚೂರು ಅಥವಾ ಅಂತಹ ಇನ್ನಾವುದಾದರೂ ಕಚಡಾ ಮೇಲೆ ಒತ್ತುವುದು, ಅನಂತರ ಅದನ್ನು ಬಿಡಿಸಿಕೊಂಡು ತೋಳಿಗೆ ಜೋತುಬಿದ್ದ ಚೀಲದಲ್ಲಿ ತುಂಬಿಕೊಳ್ಳುವುದು. ಲೆಬೋನಾನ ಮನಸ್ಸಿನಲ್ಲಿ ಹಲವು ವಿಷಯಗಳು ಸುಳಿದವು : ಹಿಂದಿನ ಮಧ್ಯಾಹ್ನ ಸತ್ತ ಮನುಷ್ಯ, ಸತ್ತ, ಅಷ್ಟೆ. ಮನುಷ್ಯನೊಬ್ಬ ಹಾಗೆ ಸಾಯುವುದೆಂದರೆ ಏನರ್ಥ ? ಇಲಿಯಂತೆ ಅಥವಾ ಬೀದಿ ನಾಯಿಯಂತೆ.

ಕೆಲಸಗಾರರ ನೂಕುನುಗ್ಗಲು ಮುಗಿದಿತ್ತು. ಫ್ಲಾಟ್‌ಫಾರ್ಮ್‌ನಲ್ಲಿನ ಬೆಂಚುಗಳ ಮೇಲೆ ಕೆಲವೇ ಹೆಂಗಸರು ಕುಳಿತಿದ್ದರು. ಒಬ್ಬಾಕೆ ಆತನ ಚಲನವಲನಗಳನ್ನು ಕಣ್ಣುಗಳಿಂದಲೇ ಹಿಂಬಾಲಿಸುತ್ತಿದ್ದಳು. ದಪ್ಪನೆ ಹೆಂಗಸು ಎಂಬುದನ್ನು ಲೆಬೋನಾ ಗಮನಿಸಿದ. ಆಕೆ ಕುಳಿತು ನೋಡುತ್ತಲೇ ಇದ್ದಳು. ಹೆಂಗಸರ ಸ್ವಭಾವವೇ ಹಾಗೆ. ಸುಮ್ಮನೆ ಕುಳಿತು ಯಾವುದೇ ಕಾರಣವಿಲ್ಲದೆ ನಿಮ್ಮತ್ತ ನೋಡುವಳು; ಬಹುಶಃ ತಲೆಗೆ ಕೆಲಸವಿಲ್ಲದ್ದರಿಂದ; ಅಥವಾ ಅವಳು ಎಲ್ಲದರ ಬಗ್ಗೆಯೂ ಯೋಚಿಸುತ್ತಿದ್ದಳೇನೋ. ಆದರೂ ಆತನಿಗೆ ಗೊತ್ತಿತ್ತು, ತಾನೊಂದು ನೊಣವಾಗಿದ್ದರೂ ಆಕೆ ತನ್ನನ್ನು ಇಡೀ ದಿನ ದಿಟ್ಟಿಸಬಹುದು. ಆದರೆ ಅಲ್ಲ, ಕಾಗದವನ್ನಲ್ಲ. ಆಕೆ ಅದರ ಬಗ್ಗೆ ಯೋಚಿಸುತ್ತಿರಲಾರಳು. ತನ್ನ ಕಿಸೆಯಲ್ಲಿನ ಕಾಗದ. ಅದು ಅವಳದಲ್ಲ – ಇಲ್ಲ, ಸಾಧ್ಯವಿಲ್ಲ; ಆತ ಅದನ್ನು ಇನ್ನೂ ಕೆಳಗೆ ರೈಲು

ಮಾರ್ಗದಿಂದ ಎತ್ತಿಕೊಂಡಿದ್ದ. ಅವಳು ಏನಾದರೂ ಹೇಳಲಿ, ಆದರೆ ಆ ಕಾಗದವಂತೂ ಅವಳದಲ್ಲ.

ಆ ಮನುಷ್ಯ: ಸಾವು ಸದಾ ಜೇಬಿನಲ್ಲಿದ್ದಂತೆ ಅಥವಾ ಗಂಟಲಿನಲ್ಲೇ ಇದ್ದಂತೆ ಮನುಷ್ಯನೊಬ್ಬ ಸಾಯಬಹುದೆಂದು ಯಾರು ತಾನೆ ಯೋಚಿಸಿದ್ದಾರು?

ಸ್ಟಾಫೆಲ್ ವಿಸ್ಸರ್‌ಗೆ ಕೋಪ ಬಂದಿತ್ತು; ತಾನೊಬ್ಬ ಹುಚ್ಚ ಎಂಬ ಭಾವನೆಯಿಂದ ಉಂಟಾದ ಕೋಪ. ಯಾವುದೂ ಸರಿಹೋಗಿರಲಿಲ್ಲ. ಅದರೆ ಆತ ವಿಶ್ವವಿದ್ಯಾನಿಲಯದಲ್ಲಿ ಕಲಿತಿದ್ದುದರ ಪ್ರಕಾರ ಪ್ರತಿಯೊಂದೂ ಸರಿಹೋಗಲೇಬೇಕು, ಎಲ್ಲ ವಿಷಯದಲ್ಲೂ.

"ಸಮಾಧಾನ ತಂದುಕೋ, ಸ್ಟಾಫೆಲ್."

"ಇಂತಹ ತಪ್ಪುಗಳು ಎಂದಿಗೂ ಆಗಬಾರದು."

"ಇತರರೆಲ್ಲರ ಕೈ ಬಿಡುವುದು ಸರಿಯಲ್ಲ, ಅಲ್ಲವೆ?"

"ಉಪದೇಶ ಬೇಡ, ದೇವರಾಣೆಗೂ!"

ಡಾಪಿ ಫೌರಿ ಇನ್ನೊಂದಷ್ಟು ವ್ಹಿಸ್ಕಿ ತೆಗೆದುಕೊಂಡ.

ಸ್ಟಾಫೆಲ್ ಅಂದ:

"ಇದೆಲ್ಲಾ ಜಾಕ್‌ಸನ್ನನ ತಪ್ಪು. ಆತ ನಿನ್ನೆ ಹೋದ. ಸಂಜೆ ಅಲ್ಲಿದ್ದು ರಾತ್ರಿಯ ಅಡುಗೆ ಮಾಡಬೇಕಾಗಿತ್ತು. ಆದರೆ ಬರಲಿಲ್ಲ. ಇವತ್ತು ಬೆಳಿಗ್ಗೆಯೂ ಇಲ್ಲ. ನನಗೆ ಹಾಳು ಬೆಳಗಿನ ಉಪಾಹಾರ ಹೊತ್ತಿಗೆ ಸರಿಯಾಗಿ ಇಲ್ಲ, ಏಕೆಂದರೆ ನಾನೇ ಮಾಡಬೇಕು. ನಿನಗೆ ಗೊತ್ತಲ್ಲ, ನನಗೆ ಪ್ರತಿನಿತ್ಯ ಬೆಳಗ್ಗೆ ಒಳ್ಳೆ ತಿಂಡಿ ಇರಲೇಬೇಕು. ಇನ್ನೂ ಕೆಡುಕಿನ ಸಂಗತಿಯೆಂದರೆ, ನನ್ನ ಗಡಿಯಾರವೂ ಸರಿಯಿಲ್ಲ, ಕೆಟ್ಟು ನಿಂತಿದೆ ಕಣಯ್ಯ. ನನ್ನನ್ನು ಎಬ್ಬಿಸಲು ಹಾಳು ಜಾಕ್‌ಸನ್ ಇಲ್ಲಿಲ್ಲ. ಇನ್ನೇನಾಗುತ್ತೆ. ನನಗೆ ನಿದ್ದೆಯೋ ನಿದ್ದೆ – ಅದೂ ಹಿಂದಿನ ರಾತ್ರಿಯ ಭೋಜನ ಕೂಟದ ತರುವಾಯ, ನಿನಗೆ ಗೊತ್ತಲ್ಲ. ಶುಕ್ರವಾರ ಬೆಳಗ್ಗೆ ಐದು ಗಂಟೆಯಾದರೂ ಹಾಳಾದವನು ಇನ್ನೂ ಬಂದಿರಲಿಲ್ಲ. ಕೇಪ್‌ಟೌನ್ ರೈಲು ಇವತ್ತು ಬೆಳಗ್ಗೆ ಹೊರಡೋಕೆ ಮುಂಚೆ ನಾನು ಸರಿಯಾಗಿ ಅಲ್ಲಿದ್ದು ರೆನ್ಸ್‌ಗೆ ದಾಖಲೆಪತ್ರ ಕೊಡೋಕೆ ಹೇಗೆ ಸಾಧ್ಯವಾಗ್ತಿತ್ತು?"

ಫೌರಿ ಎಂದ:

"ನಾನೀಗ ಯೋಚಿಸ್ತಿದೀನಲ್ಲ ಸ್ಟಾಫೆಲ್, ಇಡೀ ವಿಷಯ ಎಷ್ಟು ಗಂಭೀರವಾದದ್ದು ಎಂಬುದು ನನಗೆ ಮನದಟ್ಟಾಗದೆ ಇಲ್ಲ. ಈಗ ಸಚಿವರಿಗೆ ಅಧಿವೇಶನಕ್ಕೆ ಮುಂಚೆ ಈ ಕುರಿತು ಯೋಚಿಸೋಕೆ ವರದೀನೇ ತಲಪಿರೋಲ್ಲ. ಇನ್ನೇನ್ಮಾಡೋದು ನಾವು?"

"ಎಕ್ಸ್‌ಪ್ರೆಸ್ ಮೇಲ್ ಮೂಲಕ ಕಳಿಸೋಕೆ ಇನ್ನೂ ಸಾಕಷ್ಟು ಕಾಲವಿದೆ."

ಡಾಪಿ ಫೌರಿ ಚಿಂತಾಮಗ್ನನಾದಂತೆ ಕಂಡ.

"ಇನ್ನೇನು ಆಕಾಶ ಕಳಚಿ ಬೀಳುತ್ತೆ ಅಂದ್ಕೋಬೇಕಾಗಿಲ್ಲ" ಅಂದ, ಸ್ನೇಹಿತನಿಗಿಂತ ಮುಖ್ಯವಾಗಿ ತನಗೇ ಹೇಳಿಕೊಳ್ಳುವಂತೆ. "ಇನ್ನೊಂದು ವ್ಹಿಸ್ಕಿ ತಗೋ."

ಸ್ಟಾಫೆಲ್ ತನಗೊಂದು, ತನ್ನ ಸ್ನೇಹಿತನಿಗೊಂದು ಬಗ್ಗಿಸಿದ.

"ಎಷ್ಟು ಸೊಗಸಾದ ಕೆಲಸ ಮಾಡಿದೀವಿ, ಡಾಪಿ!"

"ಬಲೇ ಸೊಗಸು. ಇದನ್ನ ನೋಡಿದೆಯಾ?", ಫೌರಿ ಒಂದು ದಿನಪತ್ರಿಕೆ ಹಿಡಿದು ವರದಿಯೊಂದನ್ನು ನಡುಗುವ ಬೆರಳಿನಿಂದ ತೋರಿಸಿದ. ನಗರದ ಹೊರವಲಯದ

ಮನೆಯೊಂದರಲ್ಲಿ ಆಫ್ರಿಕನ್ನರು ಬಿಳಿಯರ ಕುಟುಂಬ ಆಚೆ ಹೋಗಿದ್ದಾಗ "ಭಾರೀ ಮೇಜವಾನಿ" ನಡೆಸಿದರೆಂದು ವರದಿ ಹೇಳಿತ್ತು. ಔತಣ, ಸಂಗೀತ, ಕುಣಿತ.

ಸ್ಟಾಫೆಲ್‌ಗೆ ಉದ್ವೇಗ ತಡೆದುಕೊಳ್ಳಲಾಗಲಿಲ್ಲ. ಅವನೆಂದ :

"ನೋಡು, ಈಗ ನೋಡು ಆಯೋಗದ ಜನಗಳಿಗೆ ನಾನು ಹೇಳಿದ್ದೇ ಇದು. ಅವರಲ್ಲಿ ಕೆಲವರಿಗೆ ಎಷ್ಟು ಮಂದಬುದ್ಧಿಯೆಂದರೆ, ಕಾಫಿರ್‌ಗಳು* ನಮ್ಮ ಮನೆಮಠಗಳನ್ನು ಮುತ್ತಿ, ಅಲ್ಲೇ ನೆಲೆಸಿ, ಜೂಜಾಡಿ, ಮಕ್ಕಳು ಮಾಡಿ, ಕುಡಿದು, ತಮ್ಮ ಹೆಂಗಸರೊಂದಿಗೆ ಮಲಗುತ್ತಾರೆಂದರೆ, ಅಷ್ಟು ಮಾತ್ರವೂ ಅರ್ಥವಾಗುವುದಿಲ್ಲ. ಈ ಮೂರ್ಖರಿಗೆ ಅರ್ಥವಾಗುವುದಿಲ್ಲ, ಕಾಫಿರ್‌ಗಳು ಅವರ ಮನೆಗಳಿಗೂ ನುಗ್ಗಿ ಯಜಮಾನಿಕೆ ನಡೆಸಿ ಬಿಳಿಯ ಹುಡುಗಿಯರೊಂದಿಗೆ ಮಲಗುವತನಕ. ಬಿಳಿಯರ ನಾಗರಿಕತೆ ಏನಾಗಬೇಕು ?"

"ಇನ್ನೊಂದು ಭಾಷಣ ಬೇಡ, ಸ್ಟಾಫೆಲ್. ನಾವು ಆಯೋಗದ ಮುಂದೆ ಇದರ ಬಗ್ಗೆ ಎಷ್ಟು ಮಾತಾಡಿದ್ದೇವೆಂದರೆ, ನನಗಂತೂ ಉಸಿರುಕಟ್ಟಿದ ಹಾಗಾಗಿದೆ."

"ಇಲ್ನೋಡು ಡಾಪಿ ಫೌರಿ, ನನಗೆ ನನ್ನ ಮಾತೆಂದರೆ ಬಹಳ ಇಷ್ಟ ಎಂದು ನೀನು ತಿಳಿದುಕೊಂಡಿದ್ದರೆ, ಅದು ಸರಿಯಲ್ಲ."

"ಹಾಗಲ್ಲ, ಸ್ಟಾಫೆಲ್ ನೀನಂತೂ ಯಾವಾಗಲೂ ಬುದ್ಧಿವಂತನೇ ಆಗಿದೀಯೆ. ನನಗೆ ನಿನ್ನ ಮಿದುಳಿನ ಬಗ್ಗೆ ಅಸೂಯೆಯಾಗುತ್ತದೆ. ಸಮಸ್ಯೆ ಬಂತೆಂದರೆ ನಿನ್ನ ಹತ್ತಿರ ಉತ್ತರ ಸಿದ್ಧವಾಗಿರ್‍ತದೆ. ಅದಿರಲಿ. ಇವತ್ತು ರಾತ್ರಿಯಂತೂ ನಾನು ವಿಧೇಯ ಶ್ರೋತೃವಾಗಿರುವ ಆಶ್ವಾಸನೆ ಕೊಡುವುದಿಲ್ಲ ನಾನು ಸುಮ್ಮನೆ ಕುಡಿಯಬೇಕು, ಅಷ್ಟೆ."

"ಬಿಡಯ್ಯಾ, ನಿನಗೆ ನನ್ನ ಮಾತು ಕೇಳಿಸಿಕೊಳ್ಳುವ ಬಯಕೆ ಇರುವುದು ನಿನಗೂ ಗೊತ್ತಿದೆ. ನನಗೆ ಮಾತಾಡಲೇಬೇಕು ಅನ್ನಿಸಿದಾಗ, ನೀನು ಕೇಳಿಸಿಕೊಳ್ಳಲೇಬೇಕು. ಇಷ್ಟವಿರಲಿ ಇಲ್ಲದಿರಲಿ."

ಡಾಪಿ ಸ್ಟಾಫೆಲ್‌ನತ್ತ ತಲೆಯೆತ್ತಿ ನೋಡಿದ. ಕಲಾವಿದ ಮುಖವುಳ್ಳ ಬಡಕಲು ವ್ಯಕ್ತಿ. ಮುಖದ ಮೇಲೆ ಹೆಚ್ಚಾಗಿ ಕಾಣಿಸಿಕೊಳ್ಳದ ಬುದ್ಧಿಶಕ್ತಿ. ಬಡಾಯಿ ತೋರುವ ರಗ್‌ಬಿ ಆಟಗಾರರ ಜಾತಿಯಲ್ಲ ಎಂದುಕೊಂಡ ಡಾಪಿ. ತನ್ನ ಕೀಳರಿಮೆ ಬಗ್ಗೆ ಅವನಿಗೆ ತನ್ನ ಮೇಲೆಯೇ ಎಷ್ಟೋ ಬಾರಿ ಬೇಸರವೆನಿಸಿತು. ತನ್ನ ಸ್ನೇಹಿತನ ಕಿರುಭಾಷಣದುದ್ದಕ್ಕೂ ಡಾಪಿಯ ಮುಖದಲ್ಲಿ ಆಳವಾದ ನೋವು ವ್ಯಕ್ತವಾಗಿತ್ತು.

"ನಾನೊಂದು ಮಾತು ಹೇಳ್ತೀನಿ," ಎಂದ ಸ್ಟಾಫೆಲ್, "ನಿನಗೆ ಗೊತ್ತಲ್ಲ, ನಾನು ಈ ಕೊಂಪೆಯಲ್ಲಿ ಕೊಳೆಯುತ್ತಾ ಸಮಿತಿಗಳಲ್ಲಿ ಒತ್ತಾಯದ ಮೇಲೆ ದಡ್ಡ ಜನರನ್ನು ಸಹಿಸಿ ಕೊಂಡಿರುವುದರ ಬದಲು – ಇದೊಂದನ್ನೂ ನೀನು ನಂಬುತ್ತಿಲ್ಲವೆಂದು ನನಗೆ ಗೊತ್ತು – ಪ್ರಪಂಚ ಸುತ್ತುತ್ತಾ ಜನರನ್ನ, ಸಂಸ್ಕೃತಿಗಳನ್ನ ಅರಿಯುತ್ತಾ, ಹಾಗೆ ಬಹುಶಃ ಒಂದಷ್ಟು ಕಲೆಗಳನ್ನ ಕಲಿಯುತ್ತಾ ಇರಬಯಸ್ತೀನಿ. ಡಾಪಿ, ತಮಗೆ ಇಷ್ಟವಾದ ಇನ್ನೇನನ್ನೋ ಮಾಡಬಯಸುವವರು ನಮ್ಮಲ್ಲಿ ನೂರಾರು ಮಂದಿ ಇರಬೇಕು. ಆದರೆ ನಾವೆಲ್ಲಾ ಯಾವ್ಯಾವುದೋ ನೆಗೆಯುವ ಕುದುರೆಗಳಿಗೆ ಕಟ್ಟುಬಿದ್ದಿರ್‍ತೀವಿ; ನಾವು ಇಲ್ಲಿ ಇರುವವರೆಗೂ ಅದನ್ನೇ ಇಷ್ಟಪಡುತ್ತಾ ಒಂದು ರಾಷ್ಟ್ರೀಯ ಧೋರಣೆ ಬೆಳೆಸಿಕೊಳ್ಳಬೇಕು. ಜತೆಗೆ ನಾವು

---

* ಕಾಫಿರ್ : ಮೂಲತಃ ಬಂಟು ಪಂಗಡಕ್ಕೆ ಸೇರಿದ ನೀಗ್ರೋಗಳಲ್ಲಿ ಒಂದು ವಿಭಾಗ. ಈಗ ಬಿಳಿಯರು ತುಚ್ಛೀಕಾರದಿಂದ ಎಲ್ಲ ಆಫ್ರಿಕನ್ ನೀಗ್ರೋಗಳಿಗೂ ಅನ್ವಯಿಸುವ ಪದ.

ಮಾತಾಡ್ತಾನೇ ಇರಬೇಕಯ್ಯ. ಈ ಮೂರ್ಖ ರೂಯಿನೆಕ್ಕರಂತೆ* ಸಮಸ್ಯೆಯ ಎರಡು ಮುಖಗಳನ್ನೂ ನೋಡುತ್ತಾ ಕುಳಿತಿರಲು ನಮಗೆ ಸಮಯವಿಲ್ಲ. ಕಾಫಿರ್‌ಗಳನ್ನ ಹತೋಟಿಯಲ್ಲಿಟ್ಟು ಕೊಂಡಿರುವುದರಿಂದ ಮಾತ್ರವೇ ಅವರ ಬಗ್ಗೆ ನ್ಯಾಯ ಮತ್ತು ನೀತಿಯಿಂದ ವರ್ತಿಸುತ್ತಿದ್ದೇವೆಂದು ತೋರಿಸಿಕೊಳ್ಳುವುದರಿಂದ ಇನ್ನು ಮುಂದೆ ಪ್ರಯೋಜನವಿಲ್ಲ. ಆವರಣದೊಳಗೇ ಇರುವುದನ್ನು ಆತ ಇಷ್ಟಪಡುತ್ತಾನೆಂದು ಅವನಿಗೆ ಹೇಳುವ ಪ್ರಯತ್ನವೂ ಉಪಯೋಗವಿಲ್ಲದ್ದು."

"ಕಾಫಿರ್ ಏನು ಬಯಸುತ್ತಾನೆಂಬುದನ್ನು ನಾವು ತಿಳಿದಿರುವುದರಿಂದಲೇ ಅಲ್ಲವೇ ಆ ಮಹಾತ್ವಾಕಂಕ್ಷೆಗಳಿಗೆ ನಾವು ಪೂರ್ಣವಿರಾಮ ಹಾಕಬೇಕಾದ್ದು? ನನಗೆ ಕಾಣುವಂತೆ, ಅಪಾಯವಿರುವುದು ಕಾಫಿರ್‌ನ ಹೆಚ್ಚು ಹೆಚ್ಚು ಕೋಪ ಹಾಗೂ ನೈರಾಶ್ಯದಿಂದಲ್ಲ. ಅದು ಬಿಳಿಯರಾದ ನಾವು ಆತನಿಗೆ ಏನು ಹೇಳುತ್ತೀವೋ ಅದೇ ಸತ್ಯ ಎಂದು ನಂಬುವ ನಮ್ಮ ಧೋರಣೆಯಲ್ಲೂ ಇದೆ. ಒಂದು ದಿನ ಇದು ನಮ್ಮನ್ನು ನಿದ್ದೆಗೆ ನೂಕಬಹುದು – ಒಂದು ದುರ್ದಿನ ಗೊತ್ತಾ? ಮಾತಾಡುತ್ತಲಿರುವುದು ಅಗತ್ಯ ಡಾಪಿ – ಬಿಳಿಯರನ್ನು ಮೈಮರೆವಿನಿಂದ ಅರಿವಿಗೆ ಹೊಡೆದೆಬ್ಬಿಸುವವರೆಗೂ. ಮಹಾಜನತೆಗೆ ವಿಸ್ಮೃತಿಯಲ್ಲಿ ನಿದ್ದೆ ಕಳೆಯುವುದು ಅಪಾಯಕಾರಿಯೆನಿಸುವಷ್ಟು ಸುಲಭ."

ಡಾಪಿ ಚಪ್ಪಾಳೆ ತಟ್ಟಿದ, ಅರ್ಧ ದಿಗ್ಭ್ರಮೆಯಿಂದ, ಅರ್ಧ ಅಣುಕುತನದಿಂದ, ಅರ್ಧ ಮೆಚ್ಚುಗೆಯಿಂದ, ಇಂತಹ ಸಂದರ್ಭಗಳಲ್ಲಿ ಆತನಿಗೆ ಸ್ಟಾಫೆಲ್ ವಿಸರ್‌ನನ್ನು ಯಾವ ಪದದಿಂದ ವರ್ಣಿಸಬಹುದು ಎಂಬುದು ಎಂದಿಗೂ ತಿಳಿಯುತ್ತಿರಲಿಲ್ಲ. ಮೇಧಾವಿ? – ಹೌದು, ಆಗಿರಲೇಬೇಕು. ಆದರೆ ಸ್ಟಾಫೆಲ್ ತಾನು ಇತರರಿಂದ ಎಷ್ಟೋ ಬಾರಿ ಕೇಳಿದ್ದ ಮಾತುಗಳನ್ನೂ ಹೇಳುತ್ತಿದ್ದ. ಓಹ್, ನನಗೆ ಗೊತ್ತಿತ್ತು – ಎಲ್ಲ ನಮ್ಮಂತೆಯೇ ಆಳವಾದ ಆ ಕಣ್ಣುಗಳ ಹಿಂದೆ ಸಾಮಾನ್ಯವಾಗಿ ಇರುವುದು ಮೊಂಡುತನ, ಹಾಗೆಂದು ಯೋಚನೆ ಮಾಡುವುದರಿಂದ ಡಾಪಿಗೆ ಸ್ವಲ್ಪ ಸಮಾಧಾನವೆನಿಸಿತು. ಆತ ಸಂಕೀರ್ಣ ಮಾನವರನ್ನು ನಂಬುತ್ತಿರಲಿಲ್ಲ. ಲೇಬಲ್ ಒಂದನ್ನು ಸರಾಗವಾಗಿ ಕಿಸೆಯಿಂದ ತೆಗೆದು ಮನುಷ್ಯನ ಕೋಟಿನ ಕಾಲರ್‌ಗೆ ಸಿಕ್ಕಿಸುವಂತಿದ್ದರೆ ಜೀವನ ಎಷ್ಟೋ ಸುಖಕರವಾಗಿರುತ್ತಿತ್ತು. ಗೋಲಕಕ್ಕೆ ನೀವು ಹಣ ಹಾಕಿದ್ದೀರೆಂಬುದನ್ನು ಸೂಚಿಸಲು ಮಹಿಳೆಯೊಬ್ಬಳು ನಿಮಗೆ ತಗುಲಿಸುವ ಚೀಟಿಯಂತೆ. ಕಾಣಿಕೆಗೆ ಪ್ರತಿಫಲವಾದ ಬ್ಯಾಡ್ಜ್‌ನಂತೆ.

"ನಾವೆಷ್ಟು ಮಾತಾಡಿದರೂ ಅದು ಹೆಚ್ಚಾಗದು. ಬಡಾವಣೆಗಳಲ್ಲಿರುವ ಕಾಫಿರ್ ಸೇವಕರ ಬಗ್ಗೆ ಆ ವರದಿಯಲ್ಲಿ ನಾವು ಹೇಳಿದುದೇ ಕೊನೆಯ ಮಾತಾದೀತೆಂದು ಭಾವಿಸಿದರೆ ತಪ್ಪಾದೀತು" ಮತ್ತೆ ನುಡಿದ ಸ್ಟಾಫೆಲ್.

ತಾನು ಕಾರ್ಯದರ್ಶಿಯಾಗಿದ್ದ ಕ್ರೈಸ್ತ ಪ್ರಾಟೆಸ್ಟೆಂಟ್ ಪಕ್ಷದ ಸಾಮಾಜಿಕ ವ್ಯವಹಾರ ಆಯೋಗಕ್ಕಾಗಿ ಸ್ಟಾಫೆಲ್ ವಿಸ್ಸರ್ ಮೂರು ತಿಂಗಳ ಕಾಲ ಹಗಲಿರುಳೂ ದುಡಿದಿದ್ದ. ಆಯೋಗದ ವರದಿಯನ್ನು ಪಾರ್ಲಿಮೆಂಟ್‌ನಲ್ಲಿ ತಮ್ಮ ಪ್ರತಿನಿಧಿಯಾದ ಟಾಲೆನ್ ರೆನ್ಸ್‌ಗೆ ಕೊಡಬೇಕಿತ್ತು. ಆತ ನಂತರ ಅದನ್ನು ಮಂತ್ರಿಮಂಡಲದ ಸದಸ್ಯನೊಬ್ಬನೊಂದಿಗೆ

---

* ರೂಯಿನೆಕ್ : ದಕ್ಷಿಣ ಆಫ್ರಿಕದ ಡಚ್ ಮೂಲದ ಬಿಳಿಯರು ಇಂಗ್ಲಿಷ್ ಮೂಲದವರನ್ನು ಸ್ವಲ್ಪ ತಿರಸ್ಕಾರದಿಂದ ಕರೆಯುವ ಪದ.

ಚರ್ಚಿಸ ಬೇಕಿತ್ತು. ತೀವ್ರ ಪ್ರತಿಕ್ರಮ ಅಗತ್ಯವೆಂದು ಸಲಹೆ ಮಾಡಲಾಗಿತ್ತು. "ಪರಿಸ್ಥಿತಿ ವಿಕೃತರೂಪ ತಳೆದಿದೆ" ಎಂದು ಸ್ಟಾಫೆಲ್ ತನ್ನ ಸಂಗಾತಿಗಳ ಮನದ ಮೇಲೆ ಸತತವಾಗಿ ಮುದ್ರೆಯೊತ್ತಿದ್ದ. ಟಾಲೆನ್ ರೆನ್ಸ್‌ನನ್ನು ನಿರ್ದಿಷ್ಟ ಗಳಿಗೆಯಲ್ಲಿ ನೋಡಲಾಗದ್ದಕ್ಕಾಗಿ ಆತನಿಗೆ ತನ್ನ ತಲೆಯನ್ನೆ ಕತ್ತರಿಸಿಕೊಳ್ಳಬೇಕೆನಿಸಿತ್ತು. ಇದಕ್ಕೆಲ್ಲ ಕಾರಣವೆಂದರೆ ಜಾಕ್ಸನ್ ಎಂದಿನಂತೆ ಬಂದು ಅವನನ್ನು ಎಬ್ಬಿಸಿ ಅವನ ಪ್ರಿಯವಾದ ಬೆಳಗಿನ ಉಪಾಹಾರವನ್ನು ಕೊಡದಿದ್ದದು.

"ಸರಿ, ಸ್ಟಾಫೆಲ್, ಬೆಳಗ್ಗೆ ನಿನ್ನನ್ನ ಕಚೇರಿಯಲ್ಲಿ ನೋಡ್ತೀನಿ."

ಡಾಪಿ ಫೌರಿ ಹೊರಟ. ಸಾಕಷ್ಟು ಅಮಲೇರಿತ್ತು. ಬಾಗಿಲತ್ತ ಸಾಗಿದಂತೆ ಸ್ವಲ್ಪ ಎಡವಿದ. ತುಟಿಗಳ ಮೇಲೆ ಅರ್ಥವಿಲ್ಲದ ನಗೆ ತೇಲುತ್ತಿತ್ತು.

ಅವರಿಬ್ಬರೂ ದೀರ್ಘ ಕಾಲದಿಂದ ಸ್ನೇಹಿತರಾಗಿದ್ದರು. ಆದರೂ ಡಾಪಿ ಫೌರಿಗೆ ತಾನು ಸ್ಟಾಫೆಲ್‌ನೊಂದಿಗೆ ಗಂಭೀರ ಚರ್ಚೆ ನಡೆಸಿದ ನಂತರವೆಲ್ಲಾ ಕೀಳರಿಮೆ ತುಂಬುವುದು ತಪ್ಪಿರಲಿಲ್ಲ. ವಿಸ್ಸರ್ ಎಂದಿಗೂ ಅವನಿಗೆ ನಿಲುಕದವನಾಗಿದ್ದ, ಅವನಿಗೆ ಸುಸ್ತು ಹೊಡೆಸುತ್ತಿದ್ದ, ಅವನನ್ನು ತನ್ನ ಮಿಗಿಲಾದ ಬುದ್ಧಿಶಕ್ತಿಯಿಂದ ತುಳಿದುಬಿಡುತ್ತಿದ್ದ. ಅವನು ಹೆಚ್ಚು ಹೆಚ್ಚು ಕುಡಿಯುತ್ತಿದ್ದ, ಸ್ಟಾಫೆಲ್ ತನಗರಿವಿಲ್ಲದೇ ಆತನಲ್ಲಿ ಉಂಟುಮಾಡುತ್ತಿದ್ದ ನೋವನ್ನು ಮರೆಮಾಚಿಕೊಳ್ಳಲು. ಆದರೂ ವೃತ್ತಿ ಸಂಬಂಧ ಮಾತುಕತೆಯಾಡುವಾಗ ಡಾಪಿಗೆ ಇನ್ನೂ ಅಷ್ಟು ಆಳವಾದ ನೋವಾಗುತ್ತಿತ್ತು. ಅಲ್ಲದೆ, ಫೌರಿಗೆ ಸ್ಟಾಫೆಲ್‌ನ ಹಿಡಿತದಿಂದ ಬಿಡಿಸಿಕೊಳ್ಳಲು ಸಾಕಷ್ಟು ಮನಸ್ಥೈರ್ಯ ಎಂದಿಗೂ ಬಂದಿರಲಿಲ್ಲ. ಆತನ ಸ್ನೇಹಿತನಂತೂ ತನ್ನ ಬೌದ್ಧಿಕ ಶಕ್ತಿಗೆ ಒಂದು ಹೀರುಕೊಳವೆಯಿರಲಿ ಎಂಬ ಕಾರಣದಿಂದಲೋ ಏನೋ, ತಮ್ಮಿಬ್ಬರ ಮೈತ್ರಿಯನ್ನು ಉಳಿಸಿಕೊಂಡಿರಲು ಎಲ್ಲ ಪ್ರಯತ್ನವನ್ನೂ ಮಾಡುತ್ತಿದ್ದ.

ಸ್ಟಾಫೆಲ್‌ನ ಮನಸ್ಸು ನಿಧಾನವಾಗಿ ತನ್ನ ವಸತಿಯತ್ತ ಹಿಂತಿರುಗಿತು – ಮುಖ್ಯವಾಗಿ ಜಾಕ್ಸನ್ ಬಗ್ಗೆ. ತನ್ನ ಬಾಣಸಿಗ ಜಾಕ್‌ಸನ್ ಆತನಿಗೆ ಇಷ್ಟನಾಗಿದ್ದ. ಆತ ನಾಲ್ಕು ವರ್ಷ ಗಳಿಂದಲೂ ಪಳಗಿದ ಪ್ರಾಣಿಯಂತೆ ತನಗೆ ನಿಷ್ಠೆಯಿಂದ ಸೇವೆಸಲ್ಲಿಸುತ್ತಿದ್ದ. ಅವಿವಾಹಿತ ನಾಗಿದ್ದ ತನ್ನ ಎಲ್ಲ ವೈಚಿತ್ರ್ಯಗಳಿಗೂ, ತಿನ್ನುವುದರಲ್ಲಿನ ಓರೆಕೋರೆಗಳಿಗೂ ಹೊಂದಿಕೊಂಡು ಉಪಚರಿಸುತ್ತಿದ್ದ. ತಾನು ಫ್ಲಾಟ್ ಒಂದರಲ್ಲಿದ್ದುದರಿಂದ ಜಾಕ್‌ಸನ್‌ಗೆ ಮನೆ ಶುಚಿಮಾಡ ಬೇಕಾದ ಅಗತ್ಯವಿರಲಿಲ್ಲ. ಇದು ಸ್ಟಾಫೆಲ್‌ನ ಮನೆಮಾಲೀಕನೆನಿಸಿದ್ದ ಆಳಿನ ಕೆಲಸವಾಗಿತ್ತು.

ಜಾಕ್‌ಸನ್ ಎಂದಿನಂತೆ ಗುರುವಾರದ ರಜೆ ತೆಗೆದುಕೊಂಡಿದ್ದ. ಅವನು ಹೋಗಿದ್ದುದು ತನ್ನ ಅತ್ತೆಯು ಅವನ ಇಬ್ಬರು ಮಕ್ಕಳೊಂದಿಗೆ ವಾಸವಾಗಿದ್ದ ಕೆಳವರ್ಗದವರ ಮನೆಗಳ ಬಡಾವಣೆಗೆ. ಅವರನ್ನು ಆತ ಮೃಗಾಲಯಕ್ಕೆ ಕರೆದುಕೊಂಡು ಹೋಗಲಿದ್ದ. ಹಾಗೆ ಕರೆದುಕೊಂಡು ಹೋಗುವುದಾಗಿ ಎಷ್ಟೋಬಾರಿ ಆಶ್ವಾಸನೆ ಕೊಟ್ಟಿದ್ದ. ಆತನ ಹೆಂಡತಿ ಇನ್ನೊಂದು ಬಡಾವಣೆಯಲ್ಲಿ ಕೆಲಸ ಮಾಡುತ್ತಿದ್ದಳು. ಅಕೆ ಅವರೊಂದಿಗೆ ಮೃಗಾಲಯಕ್ಕೆ ಹೋಗುವಂತಿರಲಿಲ್ಲ. ಏಕೆಂದರೆ, ತನಗೆ ಮಕ್ಕಳ ಬಟ್ಟೆಹೊಲೆಯುವುದು ಉಳಿದಿತ್ತೆಂದು ಅವಳು ಹೇಳಿದ್ದಳು.

ಒಂದು ದಿನದ ರಜೆಯ ಅನಂತರ ಜಾಕ್‌ಸನ್ ನಿರೀಕ್ಷೆಯಂತೆ ಮರಳದಿದ್ದುದು ಇದು ಎರಡನೆಬಾರಿ. ಮೊದಲ ಸಲ ಆತ ಮರುದಿನ ಬೆಳಗ್ಗೆ ಬಂದಿದ್ದ. ಕ್ಷಮಾಪಣೆ ಕೇಳಿದ್ದೂ ಕೇಳಿದ್ದೆ. ಹಾಳು ಕಾಫಿರ್ ಎಲ್ಲಿ ಹೋಗಿರಬಹುದೆಂದು ಸ್ಟಾಫೆಲ್‌ಗೆ ಕುತೂಹಲ ವಾಯಿತು. ಆದರೆ ಆತನ ಮನಸ್ಸು ಹೊಸ ಪರಿಸ್ಥಿತಿಗೆ ಹೊಂದಿಕೊಳ್ಳುವುದರಲ್ಲಿ ಮಗ್ನವಾಗಿತ್ತು.

ಜಾಕ್‌ಸನ್‌ಗೆ ಏನೇನು ಆಗಿರಬಹುದೆಂಬುದನ್ನು ಯೋಚಿಸಲು ಬಿಡುವಿರಲಿಲ್ಲ.

ಸ್ಟಾಫೆಲ್‌ನ ಮನಸ್ಸು ವರ್ತುಲಗಳಲ್ಲಿ ಸುತ್ತುತ್ತಿತ್ತು. ಒಂದು ನಿರ್ದಿಷ್ಟ ಬಿಂದುವಿಗೆ ಬರುತ್ತಲೇ ಇರಲಿಲ್ಲ. ಅದು ಹಾಗೆ, ಹೀಗೆ, ಇಂಥಿಂಥ ರೀತಿಯಲ್ಲಿ, ಇತ್ತೀಚಿನ ಸಭೆಗಳಲ್ಲಿ ತಾನು ಹಲವಾರು ಬಾರಿ ಕೇಳಿದ್ದ ಧ್ವನಿಗಳು ತಲೆಯಲ್ಲಿ ಗುಯ್‌ಗುಡುತ್ತಿದ್ದವು. ತನ್ನಂತಹ ಭಾಷಣಕಾರರಿಂದ ಕ್ರಮೇಣ ಪ್ರಜ್ವಲಿಸುತ್ತಿದ್ದ ಕುಪಿತ ನಿವಾಸಿಗಳ ರೋಷದ ಧ್ವನಿಗಳು. ಪ್ರತಿಮನೆಯಲ್ಲಿನ ಸೇವಕರ ಸಂಖ್ಯೆ ಕಡಿಮೆಯಾಗಬೇಕೆಂದು ಒತ್ತಾಯಪಡಿಸುತ್ತಿದ್ದ ಭೀತಿಯುತ ಧ್ವನಿಗಳು; ಏಕೆಂದರೆ ಕರಿಯರು ಐರೋಪ್ಯರ ಮನೆ ಹಿತ್ತಲಲ್ಲಿನ ತಮ್ಮ ಗೂಡುಗಳಿಂದಲೇ ಬಡಾವಣೆಗಳಲ್ಲಿ ಆಧಿಪತ್ಯ ನಡೆಸುವುದು ಸರಿಯಲ್ಲ. ಆದರೆ ಇನ್ನಿತರ ಸಭೆಗಳಲ್ಲೂ ರೋಷದ ಧ್ವನಿಗಳಿದ್ದವು. ಸೇವಕರನ್ನು ಹೊರಗಟ್ಟಿದರೆ ಅವರು ಪ್ರತಿನಿತ್ಯ ಹೊತ್ತಿಗೆ ಸರಿಯಾಗಿ ಕೆಲಸಕ್ಕೆ ಬರುವುದು ಹೇಗೆ? ಅದೂ ತಾವು ತಮ್ಮ ಕೆಲಸಗಳಿಗೆ ಹೋಗುವ ಮುಂಚೆ? ಇತರ ಧ್ವನಿಗಳು : ನಮ್ಮ ಆವರಣಗಳಲ್ಲಿ ಬಹಳ ಮಂದಿ ದೇಶೀಯರಿದ್ದಾರೆ ಅಂತ ನಿಮಗೆ ಯಾರು ಹೇಳಿದರು? ಇನ್ನೂ ಇತರ ಧ್ವನಿಗಳು: ನಾವು ನಮ್ಮ ಕೈಲಾದಷ್ಟು ಸೇವಕರನ್ನು ಇಟ್ಟುಕೊಳ್ಳಬಯಸ್ತೇವೆ.

ಧ್ವನಿಗಳ ರೋಷ ಹೆಚ್ಚುತ್ತಲೇ ಇತ್ತು. ದೂರದಲ್ಲಿ ಭೋರ್ಗರೆಯುವ ಸಮುದ್ರದಂತೆ. ಹತ್ತಿರಹತ್ತಿರ ಬಂದು ಅಪ್ಪಳಿಸಿ ನೆಮ್ಮದಿಗೆಡಿಸುವ ಅಲೆಗಳಂತೆ. ಬೇರೆಬೇರೆ ಭಾಷೆಗಳ ಧ್ವನಿಗಳು. ಭಿನ್ನ, ವಿಭಿನ್ನ, ವಾದಗಳು. ಒಂದು ನೀತಿ ಮಂಡನೆಗೆ ಹಲವಾರು ಮೂಲಾಧಾರಗಳು. ಮೃದುವಾದ, ಮೆಲ್ಲನೆಯ ಮಾತುಗಳು ಮತ್ತು ಆತುರದ ಭಾವೋದ್ರೇಕದ ಮಾತುಗಳು.

ಮುಖ್ಯ ವಾದವಿವಾದಗಳ ಸುಳಿಯಲ್ಲಿ ಮನಸ್ಸು ಸುತ್ತಲಾರಂಭಿಸಿತು : ನೀನು ಮಾಡ ಕೂಡದು, ನಾವು ಮಾಡುವೆವು; ನಾವು ಮಾಡಬಲ್ಲೆವು, ನೀನು ಮಾಡಲಾರೆ; ಅವರು ಮಾಡಕೂಡದು, ಅವರು ಮಾಡಬೇಕು; ಅವರು ಯಾಕೆ? ಅವರು ಯಾಕಾಗಬಾರದು? ಹೌದು, ಈ ಕೆಲವರು ಕಾಫಿರ್ ಪ್ರೇಮಿಗಳು ಕರಿಯರ ದೂರ ಹೋಗುವಿಕೆಯಿಂದ ತಮ್ಮ ಐಷಾರಾಮದ ಜೀವನಕ್ಕೆ ಧಕ್ಕೆ ಬರುವ ಯೋಚನೆಯನ್ನೂ ಸಹಿಸರು; ಕರಿಯರ ದುಡಿಮೆಗೆ ಅಗ್ಗದ ಬೆಲೆ, ಸ್ಟಾಫೆಲ್ ತನ್ನಲ್ಲೆ ಅಂದುಕೊಂಡ.

ಇವೆಲ್ಲ ಧ್ವನಿಗಳ ನಡುವೆ ಆತನ ಕಣ್ಣ ಮುಂದೆ ಪೂರ್ವ ಸಿದ್ಧ ಧೋರಣೆಗಳನ್ನು ಬೆಂಬಲಿಸಲು ಸಿದ್ಧಾಂತವೊಂದರ ಸೃಷ್ಟಿಗೆ ತಾನು ಕಷ್ಟಪಟ್ಟು ಬೆವರಿಡುತ್ತಿರುವ ಚಿತ್ರ ಮೂಡಿತು. ಸದಾಸಿದ್ಧ ಧೋರಣೆಗಳು. ಹಲವಾರು ಜನರು ಅವರವರ ಕಾಲದಲ್ಲಿ ತನ್ನಲ್ಲಿ ಬಿತ್ತಿದವು. ತನ್ನ ತಾಯಿ, ತನ್ನ ತಂದೆ, ತನ್ನ ಸೋದರರು, ತನ್ನ ಸ್ನೇಹಿತರು, ತನ್ನ ಶಾಲಾಶಿಕ್ಷಕರು, ತನ್ನ ವಿಶ್ವವಿದ್ಯಾನಿಲಯದ ಉಪನ್ಯಾಸಕರು, ಹಾಗೂ ತನ್ನನ್ನು ನಮ್ಮವನೆಂದು ಹೇಳಿಕೊಂಡ ಇತರೆಲ್ಲ ಜನ. ಆತನ ಮನಸ್ಸಿನಲ್ಲಿ ಈ ಸಮಗ್ರ ಕ್ರಿಯಾಸರಣಿಯ ಪೂರ್ಣ ಅರಿವಿತ್ತು. ದೃಢನಂಬಿಕೆಯಿಂದ ಕೆಲಸ ನಡೆಸಬೇಕು, ಇಲ್ಲವೇ ಸುಮ್ಮನಿರಬೇಕು.

ಈ ಮಧ್ಯೆ, ಆತನ ಅರಿವಿಗೆ ಬರುವುದಕ್ಕೂ ಮುಂಚೆಯೇ, ಈ ಧ್ವನಿಗಳು ಶತಶತ ಮಾನಗಳಿಂದ ಉರುಳಿಬಂದ ಇತರ ಧ್ವನಿಗಳ ಪ್ರತಿಧ್ವನಿಗಳಾಗಿ ಮಾರ್ಪಟ್ಟಿದ್ದವು: ತುಪಾಕಿ ಸಿಡಿತದ, ಫಿರಂಗಿಯ ಪ್ರತಿಧ್ವನಿ; ಕಲ್ಲಿನ ಮೇಲೆ, ಮರಳಿನ ಮೇಲೆ ಉರುಳಿ ಬರುತ್ತಿರುವ ಗಾಡಿ ಚಕ್ರಗಳ ಪ್ರತಿಧ್ವನಿ; ದ್ವೇಷ ಹಾಗೂ ಪ್ರತೀಕಾರದ ಪ್ರತಿಧ್ವನಿ. ಆತನಿಗೆ ಅನುಭವ ವಾದುದೆಲ್ಲಾ ಇಷ್ಟೇ: ತನ್ನ ಅಂತರಾಳದಲ್ಲಿನ ಯಾವುದೋ ಒಂದು ಶಕ್ತಿ ಇತಿಹಾಸದ ಸಂದು

ಗೊಂದುಗಳಲ್ಲಿ ಸಂಚರಿಸುತ್ತಾ ತನ್ನ ಗತಜೀವನದ ಒಂದು ಭಯಂಕರ ಅಧ್ಯಾಯದೊಡನೆ ಸಂಪರ್ಕಿಸುವ ದಾರದ ತುಂಡುಗಳನ್ನು ಅರಸುತ್ತಿರುವುದು. ಆತ ಪೂರ್ಣವಾಗಿ ಶರಣಾಗತನಾದ – ಈ ಭಯಂಕರ ಇತಿಹಾಸದ ಭಾಗವಾಗಿಯೇ ಉಳಿಯಬೇಕೆಂಬ ಅದಮ್ಯ ಬಯಕೆಗೆ, ಇಲ್ಲವಾದರೆ ಪ್ರಸ್ತುತದ ಪೈಶಾಚಿಕ ಅಗತ್ಯತೆಗಳ ಕಾಲ್ತುಳಿತ; ತನ್ನ ಸ್ವಂತ ವ್ಯಕ್ತಿತ್ವದ ವಿನಾಶ : ಓ ದೇವರೇ, ಇಲ್ಲ, ಇಲ್ಲ ! ತನಗರಿವಿಲ್ಲದಂತೆಯೇ ಆತ ತನ್ನ ಮಾಂಸಖಂಡಗಳ ಮೇಲೆ ಮೊಸಳೆಯ ಚರ್ಮವನ್ನು ಪದರಪದರವಾಗಿ ಪೇರಿಸಿಕೊಳ್ಳಲು ಪ್ರಯತ್ನಿಸುತ್ತಿದ್ದ. ಅಸ್ಪಷ್ಟ ಭವಿತವ್ಯದಲ್ಲೊಂದು ದಿನ ತನಗೆ ಘಾಸಿ ಮಾಡಬಹುದಾದ ಯೋಚನೆಗಳ ಅಥವಾ ಭಾವನೆಗಳ ವಿರುದ್ಧ ಇದು ರಕ್ಷಣೆ.

ಮಂಪರಿನಿಂದ ಎಚ್ಚೆತ್ತಾಗ ಸ್ಟಾಫೆಲ್ ವಿಸ್ಸರ್ ಗ್ರೀನ್‌ಸೈಡ್‌ನಲ್ಲಿನ ಜಾಕ್‌ಸನ್‌ನ ಪತ್ನಿಯನ್ನು ನೆನಪಿಗೆ ತಂದುಕೊಂಡ. ತನ್ನ ಸೇವಕ ಎಲ್ಲಿದ್ದಾನೆಂಬುದು ಗೊತ್ತಿದೆಯೆ ಎಂದು ಆತ ಆಕೆಯನ್ನು ಕೇಳಿರಲಿಲ್ಲ. ಧಿಗ್ಗನೆ ಎದ್ದು ತನ್ನ ಟೆಲಿಫೋನ್ ಡಯಲ್ ತಿರುಗಿಸಿದ. ವರ್ಜಿನಿಯಾಳ ಮನೆಯೊಡೆಯನನ್ನು ಕರೆದು ಆತನನ್ನು ಕೇಳಿದ. ಇಲ್ಲ, ವರ್ಜಿನಿಯಾಳಿಗೆ ತನ್ನ ಗಂಡ ಎಲ್ಲಿರುವನೆಂಬುದು ಗೊತ್ತಿಲ್ಲ. ಅವಳಿಗೆ ಗೊತ್ತಿದ್ದ ಮಟ್ಟಿಗೆ, ಆಕೆಯ ಗಂಡ ಮಕ್ಕಳನ್ನು ಮೃಗಾಲಯಕ್ಕೆ ಕರೆದುಕೊಂಡು ಹೋಗುವೆನೆಂದು ಕಳೆದ ಭಾನುವಾರ ಹೇಳಿದ್ದ. ತನ್ನ ಗಂಡನಿಗೆ ಏನಾಗಿರಬಹುದು, ಎಂದು ಆಕೆಯೂ ತಿಳಿಯಬಯಸಿದಳು. ಆತ ಪೊಲೀಸರಿಗೆ ಏಕೆ ಟೆಲಿಫೋನ್ ಮಾಡಿಲ್ಲ ? ವರ್ಜಿನಿಯಾಳಿಗೆ ಬೆಳಗ್ಗೆಯೇ ಏಕೆ ಫೋನ್ ಮಾಡಲಿಲ್ಲ ? ವರ್ಜಿನಿಯಾಳ ಮನೆಯೊಡೆಯ ಈ ಪ್ರಶ್ನೆಗಳನ್ನು, ಇಂತಹ ಇನ್ನೂ ಅನೇಕವನ್ನು ಕೇಳಿದ. ಉತ್ತರ ಕೊಡಲಾಗದಿದ್ದುದರಿಂದ ಸ್ಟಾಫೆಲ್‌ಗೆ ತಲೆ ಚಿಟ್ಟೆನಿಸಿತು.

ನಗರದ ಹೊರವಲಯದ ಯಾವುದೇ ಪೊಲೀಸ್ ಸ್ಟೇಷನ್ನಿನಲ್ಲಾಗಲೀ ಅಥವಾ ಮಾರ್ಷಲ್ ಸ್ಕ್ವೇರ್ ಸ್ಟೇಷನ್ನಿನಲ್ಲಾಗಲೀ ಜಾಕ್‌ಸನ್ನನ ಹೆಸರು ದಾಖಲಾಗಿರಲಿಲ್ಲ. "ಏನಾದರೂ ಸುದ್ದಿ ಬಂದರೆ ತಿಳಿಸುತ್ತೇವೆ" ಎಂದರು. ಬಹುಶಃ ಸ್ಟಾಫೆಲ್‌ನ ಕಾಫಿರ್ ತನ್ನ ಪ್ರೇಯಸಿಯೊಂದಿಗೆ ಮಲಗಲು ಇನ್ನೆಲ್ಲೊ ಹೋಗಿದ್ದ, ಕೆಲಸಕ್ಕೆ ವಾಪಸಾಗುವುದನ್ನು ಮರೆತುಬಿಟ್ಟಿದ್ದಾನೇನೋ ಎಂದು ಒಂದು ಪೊಲೀಸ್ ಸ್ಟೇಷನ್ನಿನ ಎಳೆಯ ಧ್ವನಿಯೊಂದು ಹೇಳಿತು. ಅಥವಾ ಜಾಕ್‌ಸನ್ ಅಲ್ಲೇ ಎಲ್ಲೋ ಮತ್ತಿನಲ್ಲಿರಬಹುದು ಎಂದೂ ಆತನೇ ಸೂಚಿಸಿದ. "ಈ ಕಾಫಿರ್‌ಗಳ ವಿಷಯ ಗೊತ್ತಲ್ಲ." ಕ್ಷೀಣ ರೋಗಗ್ರಸ್ತ ಧ್ವನಿಯಲ್ಲಿ ನಕ್ಕ. ಸ್ಟಾಫೆಲ್ ರಿಸೀವರನ್ನು ಕುಕ್ಕಿದ.

ಫ್ಲಾಟಿನ ಬಾಗಿಲನ್ನು ಯಾರೋ ಮೆಲ್ಲಗೆ ತಟ್ಟಿದರು. ಕಾತರದಿಂದ ತೆರೆದಾಗ ಆತ ಕಂಡದ್ದು ಕೈಯಲ್ಲಿ ಹ್ಯಾಟ್ ಹಿಡಿದು ನೆಟ್ಟಗೆ ನಿಂತಿರುವ ಆಫ್ರಿಕನ್ನನೊಬ್ಬನನ್ನು.

"ಏನು ?"

"ನೋಡಿ, ಬಾಸ್,"

"ಏನಾಗಬೇಕು ?"

"ಇದನ್ನು ತಂದಿದೀನಿ, ಬಾಸ್," ಬಿಳಿಯನಿಗೆ ಕಾಗದ ಕೊಡುತ್ತಿದ್ದಂತೆಯೇ ಆತನಿಗೆ ಅನ್ನಿಸಿದ್ದು : ಈತ ರೈಲ್ವೆಯಲ್ಲಿ ಕೆಲಸ ಮಾಡುವ ಆ ಎಲ್ಲ ಬಿಳಿಯರಂತೆಯೇ... ನಾನು ಅದನ್ನು ಅಂಟಿಸಿದ್ದು ಒಳ್ಳೆಯದಾಯಿತು...

"ಯಾರದು ಇದು ? ಇಲ್ಲಿ ಇರೋ ವಿಳಾಸ, ಜಾಕ್‌ಸನ್‌ದು ! ಇದೆಲ್ಲಿ ಸಿಕ್ತು ನಿನಗೆ ?"

"ಲೈನ್ ಕ್ಲೀನ್ ಮಾಡ್ತಿದ್ದೆ, ಬಾಸ್, ಪಾರ್ಕ್ ಸ್ಟೇಷನ್‌ನಲ್ಲಿ ರೈಲ್ವೆ ಲೈನ್‌ಗಳ ಮೇಲಿನ ಕಾಗದಗಳನ್ನ, ಕಚಡಾನ್ನ ಎತ್ತಿಹಾಕೋದು. ಕೆಲಸ ಮಾಡ್ತಿದ್ದ ಹಾಗೆ ಏನೋ ಯೋಚನೆ ಬಂತು. ಆಗಲೇ ಇದನ್ನ ಎತ್ತಿಕೊಂಡೆ ಇದನ್ನ, ಯಾರು ಬೀಳಿಸಿರಬಹುದು ಅಂತ ನನ್ನಲ್ಲೇ ಕೇಳಿಕೊಂಡೆ. ಆದರೆ..."

"ಸರಿ, ಇದನ್ನ ನಿನ್ನ ಬಾಸ್ ಹತ್ತಿರ ಯಾಕೆ ತಗೊಂಡು ಹೋಗಲಿಲ್ಲ ?"

"ಅಲ್ಲಿ ಕಾಗದಗಳನ್ನ ತುಂಬಾ ತಿಂಗಳು ಇಟ್ಟಿರ್ತಾರೆ ಬಾಸ್, ಅದನ್ನ ತಗೊಂಡು ಹೋಗೋಕೆ ಯಾರೂ ಬರೋಲ್ಲ."

ಸ್ಟಾಫೆಲ್‌ಗೆ ಇದು ಗೊತ್ತೇ ಇರಬೇಕು ಎಂಬ ಧ್ವನಿಯಿತ್ತು, ಆತನ ಮಾತಿನಲ್ಲಿ.

ಎಲಾ ಇವನ ಧೈರ್ಯವೆ, ಬಿಳಿಯರ ಕೆಲಸದ ವಿಧಾನದಲ್ಲಿ ತಪ್ಪು ಹುಡುಕುತ್ತಿದ್ದಾನಲ್ಲ ?

"ಸುಳ್ಳು ! ಅದರಲ್ಲೇನಿದೆ ಅನ್ನೋದನ್ನ ನೋಡಲು ನೀನು ಮೊದಲು ಅದನ್ನ ಒಡೆದೆ. ಅದರಲ್ಲಿ ದುಡ್ಡೇನೂ ಕಾಣಿಸದಿದ್ದಾಗ ಮತ್ತೆ ಅಂಟಿಸಿದೆ. ನೀನು ಅದನ್ನ ಒಡೆದದ್ದು ನಿನ್ನ ಯಜಮಾನನಿಗೆ ಗೊತ್ತಾಗಬಹುದು ಅಂತ ಭಯವಾಯ್ತು. ಅಲ್ಲವೆ ?"

"ಅಲ್ಲ, ಬಾಸ್, ಏನೇ ಆದರೂ ಇದನ್ನ ಇಲ್ಲಿಗೇ ತರ್ತಾ ಇದ್ದೆ."

ಅವನು ಸ್ಟಾಫೆಲ್‌ನ ಕೈಯಲ್ಲಿದ್ದ ಕಾಗದವನ್ನೇ ನಿಟ್ಟಿಸಿದ. "ಸತ್ಯವೇ ದೇವರು, ಬಾಸ್" ಎಂದ ಲೆಬೋನಾ – ಸತ್ಯವನ್ನು ಅರಿಯುವ ಸಾಮರ್ಥ್ಯವಿಲ್ಲದವನಿಗೆ ಸುಳ್ಳು ಹೇಳುವ ಅವಕಾಶ ಬಂದದ್ದಕ್ಕಾಗಿ ಹರ್ಷಿಸುತ್ತಾ ಹಾಗೆಯೇ ಯೋಚಿಸಿದ : ಇವನಿಗೆ ಯಾರಾದರೂ ಸತ್ಯ ಹೇಳಬಹುದೆಂಬ ಅನುಮಾನ ಬರುವಷ್ಟು ಸಜ್ಜನಿಕೆಯೂ ಇಲ್ಲ !

ಇವರು ಬಿಳಿಯರಿಗೆ ಯಾವಾಗೂ ಬೇಕೆಂತಲೇ ಸುಳ್ಳು ಹೇಳುತ್ತಾರೆ ಎಂದು ಸ್ಟಾಫೆಲ್ ತನ್ನಲ್ಲೇ ಅಂದುಕೊಂಡ.

ತಾನು ಒಳ್ಳೆಯ ಕೆಲಸವೊಂದನ್ನು ಮಾಡುತ್ತಿರುವೆನೆಂಬ ಭಾವನೆ ಲೆಬೋನಾನಲ್ಲಿ ಬೆಳೆಯುತ್ತಿತ್ತು. ಆದರೆ ಬಿಳಿಯನಿಗೆ ಇನ್ನಷ್ಟು ಸಿಡುಕು ಹೆಚ್ಚುತ್ತಿತ್ತು.

"ನಿನ್ನ ವಾಸ ಎಲ್ಲಿ ?"

"ಕೆನ್ಸಿಂಗ್‌ಟನ್‌ನಲ್ಲಿ, ಬಾಸ್, ಈಗ ಅಲ್ಲಿಗೆ ಹೋಗ್ತೀನಿ. ನನ್ನ ಹೆಂಡತಿ ಅಲ್ಲೇ ಕೆಲಸ ಮಾಡೋದು."

ಇವನೂ ಒಬ್ಬನಾ ? ಬಿಳಿಯನ ಪ್ರದೇಶದಲ್ಲೇ ವಾಸ – ಇರಲಿ ಇದಕ್ಕೆ ಪೂರ್ಣ ವಿರಾಮ ಹಾಕೋಣ ಇವನ ಮುಖ ನೋಡು. ಎಷ್ಟು ಹಾಯಾಗಿದಾನೆ !

"ಆಗಲಿ, ಹೋಗು."

ಬಾಗಿಲಲ್ಲಿ ನಿಂತಿದ್ದಷ್ಟು ಹೊತ್ತೂ ಸ್ಟಾಫೆಲ್‌ಗೆ ಕರಿಯನ ಬೆವರಿನ ವಾಸನೆಯ ಕಡೆಯೇ ಗಮನವಿತ್ತು, ಅವನು ಹೊಸ್ತಿಲ ಆಚೆ ನಿಂತಿದ್ದರೂ.

ಲೆಬೋನಾ ಹೊರಟು ನಿಂತವನು ತಕ್ಷಣವೇ ಏನನ್ನೋ ನೆನಸಿಕೊಂಡ. ಬಿಳಿಯ ಅವನನ್ನು ಹೆಚ್ಚಿಗೆ ಪ್ರಶ್ನಿಸುವ ಮುಂಚೆಯೇ ಎಲ್ಲವನ್ನೂ ಹೇಳಲಾರಂಭಿಸಿದ. ನಿಧಾನವಾಗಿ, ಆದರೆ ಭಾವೋದ್ರೇಕವನ್ನು ತಡೆಯಲಾಗದೆ.

"ನನಗೆ ಹೃದಯದಲ್ಲಿ ನೋವಾಗಿದೆ ಬಾಸ್, ಈ ಬಡ ಮನುಷ್ಯ ರೈಲಿನಿಂದ ಹೊರಬಂದ. ಫ್ಲಾಟ್‌ಫಾರ್ಮ್ ಮೇಲೆ ಎರಡು ಸಾಲು ಮೆಟ್ಟಲು ಮಾತ್ರವಿದೆ. ಜನರು ಕೆಳಕ್ಕೆ ಇಳಿಯುತ್ತಿರುವಾಗ ಇತರರು ಮೇಲೆ ಹತ್ತಲು ಹೇಗೆ ಸಾಧ್ಯ, ಎಂದು ನಾನು ನನ್ನಲ್ಲೇ

ಕೇಳಿಕೊಂಡೆ. ನಿಮಗೆ ಹೊತ್ತಲ್ಲಾ, ಈಗ ಕಬ್ಬಿಣದ ಗೇಟುಗಳಿವೆ. ಒಂದು ಸಲಕ್ಕೆ ಒಬ್ಬರು ಮಾತ್ರ ಹೋಗಬಹುದು, ಬರಬಹುದು. ಅಲ್ಲಿ ಇನ್ನೊಂದು ಕಡೆ ಆರ್ಲಾಂಡೋಗೆ ರೈಲು ಹೊರಟುನಿಂತಿದೆ."

ನನಗೆ ಇದನ್ನೆಲ್ಲಾ ಕಟ್ಟಿಕೊಂಡು ಏನಾಗಬೇಕಿದೆ? ಇವನು ಇದನ್ನ ಏನೆಂದು ಕೊಂಡಿದ್ದಾನೆ, ದೂರು ಹೇಳುವ ಕಛೇರಿಯೇ?

"ಇಲ್ನೋಡಿ, ಇದಾದದ್ದು ಹೇಗೆ: ಒಂದು ದೊಡ್ಡ ಗುಂಪು ಮೇಲೆ ಹೋಗಿದೆ. ಇನ್ನೊಂದು ದೊಡ್ಡ ಗುಂಪು ರೈಲಿಗೆ ನುಗ್ಗಲು ಪ್ರಯತ್ನಿಸಿದೆ. ನಾನು ನೋಡಿ ನನ್ನಲ್ಲೇ ಸಣ್ಣಗೆ ಸಿಳ್ಳೆ ಹಾಕಿಕೊಂಡೆ. ಜನ ಹೀಗೆ ಪರಸ್ಪರ ವಿರುದ್ಧ ದಿಕ್ಕಿನಲ್ಲಿ ಒಟ್ಟಿಗೇ ಹೋಗಲು ಹೇಗೆ ಸಾಧ್ಯ ಎಂದು ಕೇಳಿಕೊಂಡೆ. ಒಂದು ನದಿ ಇನ್ನೊಂದರ ಎದುರಾಗಿ ಹೋಗುವಂತೆ!"

ತಾವೇ ಬುದ್ಧಿವಂತರೆಂದುಕೊಂಡಿರುವ ಕಾಫಿರ್‌ಗಳಲ್ಲೊಬ್ಬ, ಹುಂ.

"ಈ ಮನುಷ್ಯ, ಅವನು ಮೇಲೆ ಹೋಗೋದನ್ನ ನಾನು ಗಮನಿಸ್ತಿದ್ದೆ. ಮೆಟ್ಟಲ ಮೇಲಿದ್ದವರಿಂದ ಅವನು ಕೆಳಕೆ ತಳ್ಳಲ್ಪಟ್ಟುದನ್ನೂ ನೋಡಿದೆ. ಅವರು ಕೆಳಕ್ಕೆ ನುಗ್ಗುತ್ತಾ ಅವನನ್ನು ತುಳಿಯುತ್ತಿದ್ದರು, ಒದೆಯುತ್ತಿದ್ದರು. ಅವನು ಉರುಳಿ ಉರುಳಿ ಫ್ಲಾಟ್‌ಫಾರ್ಮ್ ಮೇಲೆ ಬಿದ್ದ. ಅವನ ಬಾಯಿ ಹಾಗೂ ಮೂಗಿನಿಂದ ರಕ್ತ ಮಳೆಯಂತೆ ಬರುತ್ತಿತ್ತು. ಓಹ್, ಬಡ ಮನುಷ್ಯ ಸತ್ತೇಹೋದ ಎಂದು ನಾನಂದುಕೊಂಡೆ."

ಆ ಮನುಷ್ಯ ಯಾರೆಂಬುದನ್ನು ನಾನು ತಿಳಿಯಬೇಕಿಲ್ಲ. ಇವನ ಈ ಕತೆಯನ್ನು ಕೇಳ್ತಾ ನಾನ್ಯಾಕೆ ಇಲ್ಲಿ ನಿಂತಿರಬೇಕು!...

"ಹೀಗ್ನೋಡುವಷ್ಟರಲ್ಲಿ ಬಡ ಮನುಷ್ಯ ಸತ್ತೇಹೋಗಿದ್ದ. ನಾನಿನ್ನೂ ಮೆಟ್ಟಲು ಇಳಿದು ಹೋಗಿದ್ದೆ ಅಷ್ಟೆ. ಆಗಲೇ ಗೊತ್ತಾಯಿತು."

ನನಗಂತೂ ಏನೇನೂ ಆಸಕ್ತಿಯಿಲ್ಲ...

"ಟ್ರಾಮ್‌ನಲ್ಲಿ ಬರ್ತಾ ನಾನಂದುಕೊಂಡೆ, ಬಹುಶಃ ಇದು ಅವನ ಕಾಗದವಿರಬೇಕು."

"ಸರಿ, ಇನ್ನು ನಾನು ನೋಡಿಕೊಳ್ತೀನಿ"

ಲೆಬೋನಾ ಧೃಢವಾದ, ಆದರೆ ಎಚ್ಚರಿಕೆಯ ಹೆಜ್ಜೆಗಳನ್ನಿಡುತ್ತಾ ಹೊರಟುಹೋದ. ಸ್ಟಾಫಲ್‌ಗೆ ಹಾಯೆನಿಸಿತು.

ಆ ಕೂಡಲೇ ಅವನು ಆಸ್ಪತ್ರೆಗೆ ಹಾಗೂ ಶವಾಲಯಕ್ಕೆ ಫೋನ್ ಮಾಡಿದ. ಆದರೆ ಜಾಕ್‌ಸನ್ನನ ಸುಳಿವೇ ಇಲ್ಲ. ಕಾಗದವನ್ನ ತಾನು ಓದಬೇಕೋ ಬೇಡವೋ? ತಾನು ಅವನಿಗೊಂದು ಸೂಚನೆ ಕೊಡಬೇಕು, ಆದರೆ, ಇಲ್ಲ, ತಾನು ಕಾಫಿರನಲ್ಲ!

ಮತ್ತೆ ಬಾಗಿಲು ತಟ್ಟಿದ ಶಬ್ದ.

ಕೆಲವೇ ನಿಮಿಷಗಳ ಹಿಂದೆ ಲೆಬೋನಾ ನಿಂತಿದ್ದ ಸ್ಥಳದಲ್ಲಿಯೇ ಈಗ ಜಾಕ್‌ಸನ್ನನ ಹೆಂಡತಿ ವರ್ಜಿನಿಯಾ ನಿಂತಿದ್ದಳು.

"ಇನ್ನೂ ಬಂದಿಲ್ವಾ, ಒಡೆಯಾ?"

"ಇಲ್ಲ." ತಕ್ಷಣ ಏನೋ ತೋಚಿಕೊಂಡು ಆಕೆಗೆ ಅಡುಗೆಮನೆಯಲ್ಲಿನ ಕುರ್ಚಿ ತೋರಿಸಿ ಕುಳಿತುಕೊಳ್ಳಲು ಹೇಳಿದ.

"ಇನ್ನೆಲ್ಲಿ ಹೋಗಿರಬಹುದು?"

"ಗೊತ್ತಿಲ್ಲ. ಒಡೆಯಾ" ಆಕೆ ಮೆಲ್ಲನೆ ಅಳಲು ಆರಂಭಿಸಿದಳು. "ಭಾನುವಾರ ನಾವು

ಒಟ್ಟಿಗೆ ಇದ್ದೆವು ಒಡೆಯ, ನನ್ನ ಒಡೆಯನ ಮನೆಯಲ್ಲಿ. ನಾವು ನಮ್ಮ ಮಕ್ಕಳ ಬಗ್ಗೆ ಮಾತನಾಡಿದೆವು. ನಿಮಗೆ ಗೊತ್ತಲ್ಲ. ಒಬ್ಬನಿಗೆ ಏಳು ವರ್ಷ, ಇನ್ನೊಂದಕ್ಕೆ ನಾಲ್ಕು ವರ್ಷ ಕೆಲವು ತಿಂಗಳು. ಮೊದಲನೆಯದು ಥೇಟ್ ತನ್ನ ತಂದೆಯ ತರಹವೆ, ಅದೇ ಕಣ್ಣು, ಮೂಗು, ಅವರು ಜತೆಗಾರರಿಂದ ಮೃಗಾಲಯದ ಬಗ್ಗೆ ಅನೇಕ ಬಾರಿ ಕೇಳಿದ್ದರು. ನೋಡಲು ಹೋಗಬೇಕು ಅಂತ ಬಯಸಿದ್ದರು. ಕರಕೊಂಡು ಹೋಗಿ ಪ್ರಾಣಿಗಳನ್ನ ತೋರಿಸ್ತೀನಿ ಅಂತ ಜಾಕ್‌ಸನ್ ಮಾತುಕೊಟ್ಟ."

ಆಕೆ ಮಾತು ನಿಲ್ಲಿಸಿ ಮೆಲ್ಲಗೆ ಅಳಲಾರಂಭಿಸಿದಳು. ಅವಳಿಗೆ ಮಾತಿನ ಮಧ್ಯೆ ವಿರಾಮ ಕೊಡಲು ಅದೊಂದು ವಿಧಾನ ಮಾತ್ತ ಗೊತ್ತಿತ್ತೋ ಎನ್ನುವಂತೆ,

"ಚಿಕ್ಕದಕ್ಕೆ ತಂದೆಯಿಂದರೆ ಪ್ರೇಮ. ಆದ್ದರಿಂದಲೇ ಜಾಕ್‌ಸನ್‌ಗೂ ಅಚ್ಚುಮೆಚ್ಚು. ದೊಡ್ಡವನು, ಎನ್‌ಕಾಟಿ, ಅವತ್ತು ಏನು ಹೇಳಿದ ಗೊತ್ತಾ? ಅದೇ, ಅಜ್ಜಿ ಅವರನ್ನ ನಮ್ಮ ಹತ್ತಿರ ಕರಕೊಂಡು ಬಂದಿದ್ದ ದಿನ. ಅಪ್ಪನಿಗೆ, ನೀನು ಸತ್ತರೆ ವಾಸಿ ಅಂದ, ಯಾಕೇ ಅಂದರೆ, ಅಪ್ಪ ಅವನಿಗೆ ಹೆಚ್ಚು ಸಿಹಿ ಕೊಡಲಿಲ್ಲವಂತೆ. ದೇವರೇ ಗತಿ. ಅವನು ನಮ್ಮ ಮನೆಯ ಬಂಡುಕೋರನೇ ಆಗಲಿದ್ದಾನೆ. ಅವನನ್ನ ನೆಟ್ಟಗೆ ಇಡಬೇಕಾದರೆ ಬಲವಾದ ಮನುಷ್ಯನೇ ಆಗ್ಬೇಕು. ಇನ್ನು ಈಗ ಜಾಕ್‌ಸನ್ ಏನಾದರೂ ಏನಾದರೂ...ಅಯ್ಯೋ, ದೇವರೇ,"

ಆಕೆ ಗಟ್ಟಿಯಾಗಿ ಅಳಲಾರಂಭಿಸಿದಳು.

"ಆಗಲಿ. ಅವನು ಎಲ್ಲೇ ಇದ್ದರೂ ಸರಿಯೇ, ಪತ್ತೆ ಮಾಡೋಕೆ ನನ್ನ ಕೈಲಾದ್ದನ್ನ ಮಾಡ್ತೀನಿ. ನೀನು ಈಗ ಹೋಗಬಹುದು, ಯಾಕೆಂದರೆ ನನಗೆ ಬಾಗಿಲು ಮುಚ್ಚೋ ಸಮಯ."

"ಒಳ್ಳೇದು, ಒಡೆಯ."

ಅವಳು ಹೊರಟಳು.

ಸ್ಟಾಫೆಲ್ ರಸ್ತೆಗಿಳಿದು ತನ್ನ ಕಾರಿನೊಳಗೆ ಕೂತ. ಹತ್ತಿರದ ಪೊಲೀಸ್ ಠಾಣೆ ಐದು ಮೈಲಿ ಆಚೆ. ತನ್ನ ಜೀವನದಲ್ಲಿ ಮೊದಲ ಬಾರಿಗೆ ಆತ ಕರಿಯನೊಬ್ಬನನ್ನು – ಆತ ಕಡೇ ಪಕ್ಷ ಒಬ್ಬ ಸೇವಕನಾಗಿಯಾದರೂ ತನಗೆ ಬೇಕಾದವನೆಂಬ ಕಾರಣದಿಂದ – ಹುಡುಕಲು, ತನ್ನ ವಸತಿಯಿಂದ ಹೊರಗೆ ಬಂದಿದ್ದ.

ವರ್ಜಿನಿಯಾಳ ಕರುಣೆ ಹುಟ್ಟಿಸುವ ಮೊರೆ; ಸುತ್ತುಬಳಸಿಕೊಂಡು, ತಡೆಯಿಲ್ಲದೆ, ಆಕೆ ಮಾತನಾಡುವ ರೀತಿ; ನಾಜೂಕಿಲ್ಲದ, ಆದರೆ ನಿಷ್ಠಾವಂತಳಾದ, ವರ್ಜಿನಿಯಾ; ರೈಲ್ವೆ ಕೆಲಸಗಾರ ಹಾಗೂ ಆತನ, 'ನೀನು ಕೇಳಿದರೆಷ್ಟು ಬಿಟ್ಟರೆಷ್ಟು' ಎಂಬ ಮಾತಿನ ರೀತಿ; ಈಗ ತಾನು ಕಾರಿನಲ್ಲಿ ಹೋಗುತ್ತಿರುವ ಸಮಯದಲ್ಲಿಯೇ ಬಹುಶಃ ಪಿತೃವಿಹೀನರಾಗಿರಬಹುದಾದ ಇಬ್ಬರು ಮಕ್ಕಳ ಚಿತ್ರ; ಸತ್ತ ಮನುಷ್ಯನೊಬ್ಬ ಸ್ಟೇಷನ್ನಿನ ಮೆಟ್ಟಲುಗಳ ಮೇಲಿಂದ ಉರುಳಿ ಬೀಳುತ್ತಿರುವ ಹಾಗೂ ಲೆಬೋನಾ ತನಗೆ ಪರಿಚಿತನಲ್ಲದವನೊಬ್ಬನ ಬಗ್ಗೆ ಪರಿತಾಪ ಪಡುತ್ತಿರುವ ಚಿತ್ರ... ಈ ಚಿತ್ರಗಳು ಒಂದಕ್ಕೊಂದಕ್ಕೆ ಸುತ್ತಿಕೊಂಡು ಬಿಡಿಸಲಾರದಗಂಟಾದವು. ಆತನಿಗೆ ಒಂದಕ್ಕೊಂದು ಹೊಂದಲಾರದ ಮತ್ತು ಪರಸ್ಪರ ವಿರುದ್ಧವಾದ ವಿಷಯಗಳ ಪರಿಮಿತಿಯಲ್ಲಿ ಯೋಚಿಸಿ ಮಾತ್ರ ಅಭ್ಯಾಸವಾಗಿತ್ತು. ಕಪ್ಪೆಂದರೆ ಕಪ್ಪು. ಬಿಳಿಯೆಂದರೆ ಬಿಳಿ – ಅಷ್ಟೇ ಆತನಿಗೆ ಮುಖ್ಯವಾಗಿದ್ದುದು.

ಆದ್ದರಿಂದಲೇ ಆತನಿಗೆ ಈಗ ತನ್ನ ಹೃದಯದ ಯಾವುದೋ ಮೂಲೆಯಿಂದ ಮತ್ತೆ ಮತ್ತೆ ಮೇಲೇಳುತ್ತಿದ್ದ ಪ್ರಶ್ನೆಗಳಿಗೆ ಉತ್ತರ ಹೇಳಲು ಶಕ್ಯವಾಗಲಿಲ್ಲ; ತಾವೇತಾವಾಗಿ

ಬರುತ್ತಿದ್ದ ಮೊನಚಾದ ಸಣ್ಣ ಪ್ರಶ್ನೆಗಳು. ಒಮ್ಮೊಮ್ಮೆ ಉಲ್ಕೆಯಂತೆ, ಒಮ್ಮೆ ಬಾಣದಂತೆ, ಭರ್ರನೆ ಬರುವುವು; ಒಮ್ಮೆ ಚಳಿಗಾಲದ ಸೂರ್ಯನಂತೆ ಮೆಲ್ಲನೆ ಮೇಲೇರುವುವು. ಅವುಗಳನ್ನು ನಿರೋಧಿಸಲು ಅವನು ನಿರ್ಧರಿಸಿದ್ದ. ಜನಗಳನ್ನು ವರ್ಗೀಕರಿಸಿ ಯೋಚಿಸುವುದೇ ಎಷ್ಟೋ ಸುಲಭವಾಗಿತ್ತು.

ಪೊಲೀಸ್ ಠಾಣೆಯಲ್ಲಿನ ಆತನ ಸ್ನೇಹಿತ ಆತನಿಗೆ ಸಹಾಯ ಮಾಡುವ ಭರವಸೆ ನೀಡಿದ. ಆ ಕಾಗದ, ಅದನ್ನ ತಾನು ಜಾಕ್‌ಸನ್ನನ ಹೆಂಡತಿಗೆ ಕೊಡಲಿಲ್ಲವೇಕೆ ? ಅದನ್ನು ಹೊಂದಲು ಆಕೆಗೆ ತನ್ನ ಗಂಡನಷ್ಟೇ ಅಧಿಕಾರವಿತ್ತಲ್ಲವೆ ?

ಸ್ವಲ್ಪ ಹೊತ್ತಿನ ಅನಂತರ ಆತನಿಗೆ ಲಕೋಟೆಯನ್ನು ಒಡೆದು ನೋಡುವ ಬಯಕೆ ತಡೆಯಲಾಗಲಿಲ್ಲ; ಅದರಿಂದಲೇ ಏನಾದರೂ ಸುಳಿವು ಸಿಗಬಹುದಲ್ಲವೆ ? ಮಡಚಿದ್ದುದನ್ನು ಆತ ಜಾಗರೂಕತೆಯಿಂದ ಬಿಡಿಸಿದ. ಸೊಗಸಾದ ಚಿತ್ರಗಳಿದ್ದವು. ಒಂದರಲ್ಲಿ ಒಬ್ಬ ಗಂಡಸು ಮತ್ತು ಹೆಂಗಸು, ಇನ್ನೊಂದರಲ್ಲಿ ಇಬ್ಬರು ಮಕ್ಕಳು, ಅವರದೇ ಎನ್ನುವುದರಲ್ಲಿ ಅನುಮಾನವೇ ಇಲ್ಲ. ಅವು ಜಾಕ್‌ಸನ್ ದಂಪತಿಗಳ ಚಿತ್ರಗಳು, ನಿಜ.

ಒಳಗಿನ ಪತ್ರವನ್ನು ಜಾಕ್‌ಸನ್ನನಿಗೇ ಬರೆಯಲಾಗಿತ್ತು. ಸ್ಟಾಫೆಲ್ ಅದನ್ನು ಓದಿದ. ವೆಂಡಾಲ್ಯಾಂಡ್‌ನಲ್ಲಿನ ಯಾವುದೋ ಪ್ರದೇಶದಿಂದ ಜಾಕ್‌ಸನ್ನನ ತಂದೆ ಬರೆದಿದ್ದುದು. ಆತನಿಗೆ ಬಹಳ ಕಾಯಿಲೆಯಾಗಿದ್ದು ಹೆಚ್ಚು ದಿನ ಬದುಕುವ ನಿರೀಕ್ಷೆ ಇರಲಿಲ್ಲ. ಜಾಕ್‌ಸನ್‌ಗೆ ಬೇಗ ಬರಲಾಗುವುದೆ ? ಏಕೆಂದರೆ ಆತನಿಗೆ ಸರ್ಕಾರಿ ಅಧಿಕಾರಿಗಳು ಆತನ ಜಾನುವಾರಿನ ಸ್ವಲ್ಪ ಭಾಗವನ್ನು ಬಿಟ್ಟುಕೊಡಬೇಕೆಂದು ಹೇಳುತ್ತಿದ್ದಾರೆ. ಭೂಸಂಪತ್ತು ಹಾಳಾಗುವುದನ್ನು ತಪ್ಪಿಸುವ ಸಲುವಾಗಿಯಂತೆ. ತಾನಂತೂ ಮುದುಕ. ಕೈಲಾಗದವನು. ಜಾಕ್‌ಸನ್ ಬೇಗ ಬಂದರೆ ಈ ಬಗ್ಗೆ ನಿಗಾ ಕೊಡಬಹುದು. ಜನಕ್ಕೆ ಬೇಕಾದದ್ದು ಹೆಚ್ಚು ಭೂಮಿಯೇ ವಿನಾ ಕಡಮೆ ಜಾನುವಾರು ಅಲ್ಲವೆಂದು ಸರ್ಕಾರಿ ಅಧಿಕಾರಿಗಳಿಗೆ ಹೇಳಲು ಮಾತ್ರ ತನ್ನಿಂದ ಸಾಧ್ಯ. ಮನುಷ್ಯರ ಸಂತತಿಯನ್ನು ನಿಲ್ಲಿಸಲು ಬಿಳಿಯರು ಕೆಲವು ಪದಾರ್ಥಗಳನ್ನು ಉಪಯೋಗಿಸುವರೆಂದು ಆತ ಕೇಳಿದ್ದ. ಆದರೆ ತನ್ನ ಜಾನುವಾರು ಹಾಗೂ ಕತ್ತೆಗಳ ವಿಷಯದಲ್ಲೂ ಹಾಗೆಯೇ ಮಾಡುವ ಕಾಲ ಬಂದಿದೆಯೆಂದು ಬಿಳಿಯ ತಿಳಿದಿದ್ದರೆ – ಅದು ಕತ್ತೆ ಹಸುವಿಗೆ ಜನ್ಮ ಕೊಡುವ ಕಾಲ. ಆದರೆ ದುರದೃಷ್ಟವಶಾತ್ ತನಗೆ ಇರುವ ಶಕ್ತಿಯೆಂದರೆ ತನ್ನ ಜಾನುವಾರು ಕಡಿಮೆಯಾಗದಿರಲಿ ಎಂದು ದೇವತೆಗಳಲ್ಲಿ ಪ್ರಾರ್ಥಿಸುವಷ್ಟು ಮಾತ್ರ. ಜಾಕ್‌ಸನ್ ಬೇಗ ಬರಲೇಬೇಕು. ತನಗೆ ಬಹಳ ಇಷ್ಟವಾದ ಚಿತ್ರಗಳನ್ನು ಈಗ ಕಳಿಸುತ್ತಿರುವುದೇಕೆಂದರೆ ಅವು ಸುರಕ್ಷಿತವಾಗಿರಲಿ ಎಂದು. ತಾನು ಯಾವಾಗಲಾದರೂ ಸಾಯಬಹುದು. ಪತ್ರವನ್ನು ಸ್ವರ್ಣನಗರಿಗೆ ಹೋಗುತ್ತಿರುವ ಒಬ್ಬಾತನ ಕೈಲಿ ಕಳಿಸುತ್ತಿರುವೆ.

ಮುಕ್ತಾಯ ಹೀಗಿತ್ತು ; ದೇವರು ನನ್ನ ಮಗನಾದ ನಿನಗೆ ಮತ್ತು ನನ್ನ ಸೊಸೆಗೆ ಮತ್ತು ನನ್ನ ಸುಂದರ ಮೊಮ್ಮಕ್ಕಳಿಗೆ ಒಳಿತು ಮಾಡಲಿ. ನಾನು ಶಾಂತಿಯಿಂದ ಸಾಯುವೆ. ಏಕೆಂದರೆ ನನಗೆ ನನ್ನ ಮೊಮ್ಮಕ್ಕಳನ್ನು ತೊಡೆಯ ಮೇಲೆ ಕೂರಿಸಿಕೊಳ್ಳುವ ಸ್ವರ್ಗಸದೃಶ ಸೌಭಾಗ್ಯವಿತ್ತು.

ಪತ್ರವನ್ನು ಅರ್ಧವಿರಾಮ, ಪೂರ್ಣವಿರಾಮ ಮುಂತಾದ ಯಾವುದೇ ಚಿಹ್ನೆಗಳನ್ನೂ ಬಳಸದೆ ಬಹಳ ಕೆಟ್ಟ ರೀತಿಯಲ್ಲಿ ಗೀಜಲಾಗಿತ್ತು. ಸ್ವಲ್ಪ ನಡುಗುವ ಕೈಗಳಿಂದಲೇ ಸ್ಟಾಫೆಲ್ ಎಲ್ಲ ವಸ್ತುಗಳನ್ನೂ ಮತ್ತೆ ಲಕೋಟೆಯೊಳಗೆ ಹಾಕಿದ.

ಸೋಮವಾರ ಮಧ್ಯಾಹ್ನ ಊಟದ ವೇಳೆಯಲ್ಲಿ ಸ್ಟಾಫೆಲ್ ವಿಸ್ಸರ್ ತನ್ನ ಕಾರಿನಲ್ಲಿ

ಫ್ಲಾಟ್‌ಗೆ ಹೋದ. ಸುಮ್ಮನೆ ಒಮ್ಮೆ ನೋಡಿ ಬರೋಣ ಎಂದು. ಜಾಕ್‌ಸನ್ ತನ್ನ ಕೋಣೆಯಲ್ಲಿ ಹಾಸಿಗೆಯ ಮೇಲೆ ಮಲಗಿದ್ದುದು ಕಾಣಿಸಿತು. ಸೇವಕನ ಮುಖವೆಲ್ಲಾ ಊದಿಕೊಂಡಿದ್ದು ಇಡೀ ತಲೆ ಹಾಗೂ ಕೆನ್ನೆಗಳಿಗೆ ಶುಭ್ರ ಬ್ಯಾಂಡೇಜ್ ಹಾಕಲಾಗಿತ್ತು. ಉಬ್ಬಿದ ಮುಖದ ನಡುವೆ ಕಣ್ಣುಗಳೂ ಮಿರಗುಟ್ಟುತ್ತಿದ್ದವು.

"ಜಾಕ್‌ಸನ್ !"

ಸೇವಕ ತಲೆಯೆತ್ತಿ ನೋಡಿದ.

"ಏನಾಯ್ತು ?"

"ಪೊಲೀಸರು."

"ಎಲ್ಲಿ ?"

"ವಿಕ್ಟೋರಿಯಾ ಪೊಲೀಸ್ ಸ್ಟೇಷನ್."

"ಯಾಕೆ ?"

"ನನ್ನನ್ನು ಕೋತಿ ಎಂದು ಕರೆದರು."

"ಯಾರು ?"

"ರೈಲಿನಲ್ಲಿನ ಬಿಳಿಯರು."

"ನನಗೆ ಎಲ್ಲವನ್ನೂ ಹೇಳು. ಜಾಕ್‌ಸನ್."

ತನ್ನ ಸೇವಕ ಹಿಂಜರಿಯುತ್ತಿರುವನೆಂದು ಸ್ಟಾಫೆಲ್‌ಗೆ ಅನ್ನಿಸಿತು. ಜಾಕ್‌ಸನ್ ಕುಳಿತಾಗ ಆತನ ಇಳಿಬಿದ್ದ ತೋಳುಗಳಲ್ಲಿ ಹಾಗೂ ಇಡೀ ಆಕೃತಿಯಲ್ಲಿ ಕಹಿ ತುಂಬಿರುವಂತೆ ಆತನಿಗೆ ತೋರಿತು.

"ನಾನು ಸುಳ್ಳು ಹೇಳುತ್ತಿದ್ದೀನಿ ಅಂದುಕೊಂಡಿದ್ದೀರಾ ಯಜಮಾನ್ರೆ ? ಕರಿಯ ಯಾವಾಗಲೂ ಸುಳ್ಳು ಹೇಳುತ್ತಾನೆ. ಅಲ್ಲವೆ ?"

"ಇಲ್ಲ, ಜಾಕ್‌ಸನ್, ನೀನು ನನಗೆ ಎಲ್ಲವನ್ನೂ ಹೇಳಿದರೆ ಮಾತ್ರ ನಾನು ಸಹಾಯ ಮಾಡಬಲ್ಲೆ" ಅದು ಹೇಗೋ ಬಿಳಿಯ ಇನ್ನೂ ತಾಳ್ಮೆಯಿಂದಲೇ ಇದ್ದ.

"ನಾನು ಮಕ್ಕಳನ್ನ ಮೃಗಾಲಯಕ್ಕೆ ಕರೆದುಕೊಂಡು ಹೋದೆ. ವಾಪಸಾಗುತ್ತಾ ನನ್ನ ರಾತ್ರಿ ಶಾಲೆಯ ಪುಸ್ತಕ ಓದ್ತಿದ್ದೆ. ರೈಲಿನೊಳಗೆ ಬಿಳಿಯರು ಬಂದು ಪ್ರತಿಯೊಬ್ಬರನ್ನೂ ಶೋಧಿಸಿದರು. ಒಬ್ಬ ನಾನು ಓದುತ್ತಿದ್ದುದನ್ನು ಕಂಡು, ಈ ಕೋತಿ ಪುಸ್ತಕ ಹಿಡಿದುಕೊಂಡು ಏನು ಮಾಡ್ತದೆಯಂತೆ ಅಂದ. ನನಗೆ ನಿಂತುಕೊಳ್ಳ ಹೇಳಿದ. ಮನುಷ್ಯರೊಂದಿಗೆ ಅದೇ ಮೊದಲ ಬಾರಿಗೆ ಮಾತನಾಡುತ್ತಿರುವನೋ ಎಂಬಂತೆ ಅರಚಿಕೊಂಡ. ಕಾಡ್ಮನುಷ್ಯರು ಮನುಷ್ಯನನ್ನು ನೋಡಿದಾಗ ಹಾಗೆಯೇ ಮಾಡುವುದು. ನನಗೆ ಮೈಯೆಲ್ಲಾ ಕೆಂಡವಾಯಿತು. ಆತನ ಕಾಲರ್ ಮತ್ತು ಟೈ ಹಿಡಿದುಕೊಂಡು ಒಮ್ಮೆ ಅಲುಗಾಡಿಸಿದೆ. ಹಣ್ಣು ತುಂಬಿದ ಮಾರುಲ ಗಿಡವನ್ನು ಎಂದಾದರೂ ನೋಡಿದ್ದೀರಾ ? ಹಾಗೆ ಅಲುಗಾಡಿಸಿದೆ. ಇತರ ಬಿಳಿಯರು ನನ್ನನ್ನು ಮುಂದಿನ ಸಣ್ಣ ಕೊಠಡಿಯೊಂದಕ್ಕೆ ಕರೆದೊಯ್ದರು. ಅಲ್ಲಿ ಪ್ರತಿಯೊಬ್ಬರೂ ನನಗೆ ಜೋರಾಗಿ ಹೊಡೆದರು. ಸ್ಟೇಷನ್ ಬಂದಾಗ ನನ್ನನ್ನು ಫ್ಲಾಟ್‌ಫಾರ್ಮ್‌ಗೆ ನೂಕಿದರು. ನಾನು ಮೊಣಕಾಲ ಮೇಲೆ ಬಿದ್ದೆ. ಅವರೇ ಎತ್ತಿ, ಪೊಲೀಸ್ ಠಾಣೆಗೆ ಕರೆದೊಯ್ದರು. ನಗರದಲ್ಲಿನದಲ್ಲ, ಇನ್ನೂ ದೂರದ್ದು, ಎಲ್ಲಿ ಅನ್ನುವುದು ನನಗೆ ತಿಳಿಯದು. ವಿಕ್ಟೋರಿಯಾ ಸ್ಟೇಷನ್ ಇರಬಹುದು ಅಂತ ಈಗ ಅನಿಸ್ತಿದೆ. ಅಲ್ಲಿ ನನ್ನ ಮೇಲೆ, ಕುಡಿದು ಗಲಾಟೆ ಮಾಡಿದ ಆಪಾದನೆ ಹೊರಿಸಿದರು. ಒಂದು ಪೌಂಡ್ ಇದೆಯಾ ? ಎಂದರು. ಇಲ್ಲ ಎಂದೆ. ನಿಮಗೆ ಫೋನ್ ಮಾಡಿ ಎಂದೆ.

ತಲೆಹರಟೆ ಮಾಡಿದರೆ ಗತಿ ಕಾಣಿಸ್ತೀವಿ ಎನ್ನುತ್ತಾ ಮತ್ತೆ ಹೊಡೆದು ಒದ್ದರು. ಆನಂತರ ಬಿಟ್ಟರು. ನಾನು ಅನೇಕ ಮೈಲಿ ನಡೆದು ಆಸ್ಪತ್ರೆ ಸೇರಿದೆ. ಈಗ ನೋವು."

ಜಾಕ್‌ಸನ್ ಮಾತು ನಿಲ್ಲಿಸಿ ತಲೆಯನ್ನು ಇನ್ನಷ್ಟು ಬಗ್ಗಿಸಿದ.

ಮತ್ತೆ ತಲೆಯೆತ್ತಿದಾಗ ಹೇಳಿದ :

"ನನ್ನ ತಂದೆಯ ಕಾಗದವನ್ನು ಕಳೆದುಕೊಂಡೆ. ನನ್ನ ಒಳ್ಳೆಯ ಚಿತ್ರಗಳಿದ್ದವು."

ಆತನ ಪ್ರತಿ ಮಾತಿನಲ್ಲೂ, ಕೈಯಿನ ಪ್ರತಿ ಅಲುಗಾಟದಲ್ಲೂ ವೇದನೆ ತುಂಬಿದ್ದುದು ಸ್ಟಾಫೆಲ್‌ಗೆ ವೇದ್ಯವಾಯಿತು. ಇದೇ ಕತೆಯನ್ನು ಆತ ಪತ್ರಿಕೆಗಳಲ್ಲಿ ಎಷ್ಟೋಬಾರಿ ಓದಿದ್ದ. ಆದರೆ ಎಂದೂ ಅದಕ್ಕೆ ಹೆಚ್ಚಿನ ಗಮನ ಕೊಟ್ಟಿರಲಿಲ್ಲ.

ಆತ ಜಾಕ್‌ಸನ್‌ಗೆ ಹಾಸಿಗೆಯಲ್ಲೇ ಮಲಗಿಕೊಂಡಿರುವಂತೆ ಹೇಳಿದ. ನಾಲ್ಕು ವರ್ಷಗಳಲ್ಲಿ ಪ್ರಥಮ ಬಾರಿಗೆ ಆತ ವೈದ್ಯನಿಗೆ ಫೋನ್ ಮಾಡಿ ತನ್ನ ಸೇವಕನಿಗೆ ಚಿಕಿತ್ಸೆ ನಡೆಸಲು ಹೇಳಿದ. ಅದುವರೆಗೂ ಆತ ಯಾವಾಗಲೂ ಅವನನ್ನು ಆಸ್ಪತ್ರೆಗೆ ಕಳಿಸುತ್ತಿದ್ದ ಅಥವಾ ತಾನೇ ಕರೆದುಕೊಂಡು ಹೋಗುತ್ತಿದ್ದ.

ನಾಲ್ಕು ವರ್ಷಗಳ ಕಾಲ ಆತ ಸೇವಕನೊಬ್ಬನೊಂದಿಗೆ ವಾಸಿಸಿದ್ದ. ಆದರೂ ಆ ಸೇವಕನಿಗೆ ಹೆಂಡತಿಯೊಬ್ಬಳಿದ್ದಾಳೆ ಹಾಗೂ ಇಬ್ಬರು ಮಕ್ಕಳನ್ನು ಆತ ಅತ್ತೆಯ ಬಳಿ ಬಿಟ್ಟಿದ್ದಾನೆ ಎನ್ನುವುದಕ್ಕಿಂತ ಆತನ ಬಗ್ಗೆ ಹೆಚ್ಚಿಗೆ ಏನೂ ತಿಳಿದಿರಲಿಲ್ಲ. ಆಗಲೂ ಅವರು ದೂರದ ಅಸ್ಪಷ್ಟ ಚಿತ್ರಗಳು ಮಾತ್ರವಾಗಿದ್ದರು... ಯಾರೋ ವ್ಯಕ್ತಿಗಳು, ಹೆಸರುಗಳು; ರಕ್ತ ಮತ್ತು ಮಾಂಸ, ಹೃದಯ ಮತ್ತು ಮನಸ್ಸು ತುಂಬಿರುವ ಮನುಷ್ಯರಾಗಿರಲಿಲ್ಲ. ನಾಚಿಕೆಯ ಚೀತ್ಕಾರವನ್ನು ಅದುಮಿಡಲು, ತನ್ನ ಹೃದಯದ ಸುತ್ತ ರಕ್ಷಣೆಗೆಂದು ನಿರ್ಮಿಸಿಕೊಂಡಿದ್ದ ಕಬ್ಬಿಣದ ಸರಳುಗಳ ಮೇಲೆ ಬಡಿಯುತ್ತಿದ್ದ ಇತ್ತೀಚಿನ ಘಟನೆಗಳ ಸ್ಮರಣೆಯನ್ನು ತಳ್ಳಿಹಾಕಲು ಕೋಪ ಭುಗಿಲೆದ್ದಿತು. ಈ ವಿಷಯಗಳ ಬಗ್ಗೆ ಯೋಚಿಸದಿದ್ದರೇ ಮೇಲು. ಆತನ ಕೋಪದ ಕಾವು ಅವನನ್ನು ಕಮರಿಹಾಕಿತು. ಮುಂದೇನು ? ಆತನಿಗೆ ಗೊತ್ತಿರಲಿಲ್ಲ. ಕಾಲ ಬೇಕು, ಕಾಲ ಬೇಕು, ಕಾಲ ಬೇಕು. ಭೂತದಿಂದ ವರ್ತಮಾನದವರೆಗಿನ ಹಲವಾರು ಸುಳಿಗಳ ಘರ್ಷಣೆಯಿಂದ ದಟ್ಟವಾಗಿ, ಇನ್ನಷ್ಟು ದಟ್ಟವಾಗಿ ಕವಿಯುತ್ತಿದ್ದ ಇಬ್ಬನಿಯನ್ನು ಭೇದಿಸಿಕೊಂಡು ತಾನು ನೋಡಬೇಕಾದರೆ ಕಾಲ ಬೇಕು, ಕಾಲ ಬೇಕು.

ತನಗೆ ಯೋಚನೆ ಮಾಡುವುದು ಬೇಕಿಲ್ಲ, ಅನುಭವಿಸುವುದು ಬೇಕಿಲ್ಲ ಎಂಬುದು ಸ್ಟಾಫೆಲ್ ವಿಸ್ಸರ್‌ಗೆ ಆಗ ಅರಿವಾಯಿತು. ಆತನಿಗೆ ಏನಾದರೂ ಮಾಡಬೇಕೆನ್ನಿಸಿತು... ಜಾಕ್‌ಸನ್‌ಗೆ ತನ್ನ ತಂದೆಯ ಬಳಿಗೆ ಹೋಗಲು ಒಂದು ದಿನದ ರಜೆ ಬೇಕು... ಜಾಕ್‌ಸನ್ನನನ್ನು ವಜಾ ಮಾಡುವುದೆ ? ಇಲ್ಲ. ಆತನನ್ನು ಕೇವಲ ಹೆಸರಿನಂತೆ ಪರಿಗಣಿಸುವುದನ್ನು ಮುಂದುವರಿಸುವುದೇ ಮೇಲು. ಇನ್ನೊಬ್ಬ ಮನುಷ್ಯನಂತೆ ಬೇಡ. ಜಾಕ್‌ಸನ್ ಒಂದು ಯಂತ್ರದಂತೆ ತನಗಾಗಿ ಕೆಲಸ ಮಾಡುವುದನ್ನು ಮುಂದುವರಿಸಲಿ. ಈ ಮಧ್ಯೆ, ತಾನು ತನ್ನ ಕೆಲಸವನ್ನು ಮಾಡಬೇಕು – ಆಯೋಗದ ವರದಿಯನ್ನು ಕಳುಹಿಸಬೇಕು. ಅದು ಸ್ಪಷ್ಟ, ಇನ್ನೇನಲ್ಲವಾದರೂ. ಆತ ಬಿಳಿಯ, ಹೊಣೆಗಾರಿಕೆ ವಹಿಸಬೇಕಾದವನು. ಬಿಳಿಯ ಎಂದರೆ ಹೊಣೆಗಾರಿಕೆ ಅರಿತವನು ಎಂದರ್ಥ... ❍

○ ಆಲ್ಫ್ ವಾನೆನ್ ಬರ್ಗ್

ಪ್ರತಿಧ್ವನಿಗಳು

ಧೂಳಿನಲ್ಲಿ ನಿಂತ ಮೂವರು ರಸ್ತೆ ಫಲಕದತ್ತ ನೋಡಿದರು. "ಇನ್ನು ಎರಡು ದಿನಗಳಲ್ಲಿ ನಾವು ನಮ್ಮ ದೇಶದಲ್ಲಿರುವೆವು" ಎಂದ ತ್ಸೋಲೋ. ತ್ಸೋಲೋ, ಮಾಕಿ ಮತ್ತು ಟೆಂಬ ಹಲವಾರು ದಿನಗಳಿಂದ ಸಹಸ್ರ ಗಿರಿಗಳ ಕಣಿವೆಗೆ ಹೋಗುವ ರಸ್ತೆಯಲ್ಲಿದ್ದರು. ಹಗಲಲ್ಲಿ ಅವರು ಸೂರ್ಯನಡಿಯ ಹಳದಿ ಮಣ್ಣಿನಲ್ಲಿ ನಡೆಯುತ್ತಿದ್ದರು. ರಾತ್ರಿ ರಸ್ತೆ ಬದಿಯಲ್ಲಿ ಉರಿ ಹಚ್ಚುವರು. ಬಾಯಾರಿದ ಭೂಮಿಯಲ್ಲಿ ತಮ್ಮ ದಣಿವನ್ನು ಇಂಗಿಸುವರು. ಅವರು ಮಾತನಾಡುತ್ತಿದ್ದದ್ದು ಕಡಿಮೆ. ತಾವು ಬಿಟ್ಟುಬಂದಿದ್ದ ಪ್ರದೇಶದ ಭಯಾನಕತೆ ಇನ್ನೂ ಅವರ ಮನಸ್ಸನ್ನು ಆವರಿಸಿತ್ತು.

ನಾಲ್ಕು ನೂರಕ್ಕೂ ಹೆಚ್ಚು ಮಂದಿ ಅವರ ಸಹ–ಗಣಿ ಕಾರ್ಮಿಕರು ಅಪಘಾತದಲ್ಲಿ ಸತ್ತಿದ್ದರು. ಬಂಡೆಗಳ ಉರುಳುವಿಕೆಯಿಂದ ಹೊರ ಜಗತ್ತಿನ ಸಂಪರ್ಕ ಕಳೆದುಕೊಂಡಿದ್ದವರನ್ನು ತಲಪಲು ಮೂರು ವಾರಗಳ ಕಾಲ ನಡೆದ ಪ್ರಯತ್ನ ವಿಫಲಗೊಂಡನಂತರ ಇಡೀ ಪ್ರದೇಶದಲ್ಲಿ ಸ್ಮಶಾನಮೌನ ಇಳಿಬಿದ್ದಿತ್ತು. ಬೇಲಿಯ ಬಳಿ ಸುತ್ತುವರಿದಿದ್ದ ಮೂಕರಾದ, ಮಂಕಾದ, ಅಳುವ ದಿಗ್ಭ್ರಮೆಗೊಂಡ ಅವರ ಪತ್ನಿಯರು ಹಾಗೂ ಸಂಬಂಧಿಕರು ಹಿಂದೆ ಹೋಗಿದ್ದರು. ಅವರು ನಿಂತ ಸ್ಥಳದಲ್ಲಿ ಉಳಿದಿದ್ದ ಹರಿದ ವೃತ್ತಪತ್ರಿಕೆಗಳು ಗಾಳಿಯಿಂದಾಗಿ ಮುಳ್ಳು ತಂತಿಗಳಿಗೆ ಜೋತುಬಿದ್ದಿದ್ದವು. ನಿಶ್ಶಬ್ದ ಯಂತ್ರಗಳು ಮಬ್ಬು ಆಕಾಶದ ಹಿನ್ನೆಲೆಯಲ್ಲಿ ಕಪ್ಪಗೆ ಕಾಣುತ್ತಿದ್ದವು. ಆವರಣದೊಳಗಿನ ಚಟುವಟಿಕೆ ಹತಾಶ ನಿರ್ಗಮನಕ್ಕೆ ಪೂರ್ವಸಿದ್ಧತೆ ಮಾತ್ರವಾಯಿತು – ನಿರಾಶ್ರಿತರ ಸಾಗಾಣಿಕೆ ಶಿಬಿರದಂತೆ.

"ಈ ಸೂರ್ಯನ ಶಾಖ ನಮ್ಮ ತೋಳುಗಳ ಮೇಲೆ ಬಿಳಿಯನ ಕಾನೂನಿನಷ್ಟೇ ಭಾರವಾಗಿದೆ" ಎನ್ನುತ್ತಾ ತ್ಸೋಲೋ ತನ್ನ ಕೈಗಳಲ್ಲಿದ್ದ ಹೊರೆಯನ್ನು ಕಾಲಬಳಿಯ ಧೂಳಿನಲ್ಲಿ ಎತ್ತಿಹಾಕಿದ.

"ಅಥವಾ ಗಣಿಗಳಲ್ಲಿನ ನಮ್ಮ ಜನರ ವೇದನೆಯಂತೆ", ಎಂದ ಮಾಕಿ.

ತ್ಸೋಲೋ ಎಂದ :

"ನಾವು ಮಾತನಾಡಬಾರದ ಕೆಲವು ವಿಷಯಗಳಿವೆ. ಬಿಳಿಯನ ಕಾನೂನುಗಳನ್ನು ನಾವು ಬದಲಾಯಿಸುವೆವು, ಆದರೆ ಗಣಿಯೊಳಗಿನ ವೇದನೆಯನ್ನು ಎಂದಿಗೂ ಬದಲಾಯಿಸಲಾಗದು."

ಒಂದು ಕ್ಷಣ ಅವರು ಮಾತಿಲ್ಲದವರಾದರು. ಗಣಿಯೊಳಗಿನ ವೇದನೆಯ ಸ್ಮರಣೆ ಅವರಲ್ಲಿ ನೋವನ್ನುಂಟುಮಾಡಿತು.

"ಇಂದು ರಾತ್ರಿ ಇಲ್ಲೆ ಉಳಿದು ನಾಳಿನ ನಡಿಗೆಗೆ ಶಕ್ತಿ ಕೂಡಿಸಿಕೊಳ್ಳೋಣ," ಎಂದ ಟೆಂಬ.

ಮಾಕಿ ನುಡಿದ :

"ಬೇಡ, ಅದಕ್ಕಿಂತ ರಾತ್ರಿ ನಡೆಯುವುದೇ ಉತ್ತಮ. ಏಕೆಂದರೆ ನಾಳೆ ಸಂಜೆಯ ವೇಳೆಗೆ ಮನೆ ಸೇರಬಹುದು. ಮನೆ ಹತ್ತಿರ ಬರುತ್ತಿದ್ದಂತೆ ನನ್ನ ಕಾಲುಗಳಿಗೆ ಶಕ್ತಿ ಬಂದು ದಣಿವು ಮರೆಯುತ್ತಿದ್ದೆ."

ಬೇಲಿಯೊಳಗಿನ ಸಂದಿಯೊಂದರ ಮೂಲಕ ಅವನು ನಡೆದ. ಉಳಿದವರು ಅವನನ್ನು ಅನುಸರಿಸಿ ನೆಲದಲ್ಲಿ ಆಳವಾಗಿ ಅಚ್ಚೊತ್ತಿದಂತಿದ್ದ ಒಣಗಿದ ನದಿತಳವೊಂದಕ್ಕೆ ಇಳಿದರು.

ಮೊದಲಿನಿಂದಲೂ ನಡೆದುಬಂದಿದ್ದೇ ಹಾಗೆ. ತ್ಸೋಲೋನೇ ನಾಯಕ. ಊರಿನಲ್ಲಿ ಒಟ್ಟಿಗಿದ್ದಾಗ ಅವರನ್ನು ಉಳುಮೆ ಮಾಡಲು ಕರೆದೊಯ್ದವನು ತ್ಸೋಲೋ. ಭೂಮಿ ಬಂಜರಾಗಿ ಬೆಳೆ ಕೆಟ್ಟಾಗ ಕಾರ್ಮಿಕರನ್ನು ಸೇರಿಸಿಕೊಳ್ಳುವ ಕಚೇರಿಗೂ ಅವರು ಆತನನ್ನು ಅನುಸರಿಸಿದ್ದರು. ಒಮ್ಮೆ ಆತನ ಜತೆ ಸೆರೆಮನೆಗೂ ನಡೆದಿದ್ದರು. ಆದರೆ ಅದು ಬಹಳ ವರ್ಷಗಳ ಹಿಂದೆ. ಆತನದೇ ಅತ್ಯಂತ ದೃಢಸಂಕಲ್ಪ. ಮೊದಲಿನಿಂದಲೂ ನಡೆದು ಬಂದಿದ್ದೇ ಹಾಗೆ.

"ಇದು ಒಳ್ಳೆಯ ಜಾಗ" ಎಂದ ತ್ಸೋಲೋ. ಕಡಿದಾದ ದಂಡೆಯೊಂದರ ಕೆಳಭಾಗದಲ್ಲಿನ ಮರಳ ಮೇಲೆ ದುಪ್ಪಟಿಗಳನ್ನು ಹಾಕಿದ.

ಮಾಕಿಯೆಂದ,

"ನದಿ ತಿರುಗುವತ್ತ, ಅಂದರೆ ರಸ್ತೆಯಿಂದ ನಾವು ಕಾಣಿಸದೆಡೆಗೆ ಹೋದರೆ ಉತ್ತಮ, ಇಲ್ಲಿ ಅಪಾಯವಿದೆ !"

ಸ್ವಲ್ಪ ನೀರವತೆ. ಅನಂತರ ಆತನ ಧ್ವನಿ ಮರುಕಳಿಸಿತು : "ಇಲ್ಲಿ ಅಪಾಯವಿದೆ... ಅಪಾಯವಿದೆ... ಇದೆ..."

"ನಮ್ಮನ್ನು ಅಣಕಿಸುವವರು ಯಾರು ?" ಎಂದ ಮಾಕಿ.

"ಇದೊಂದು ಬೆಟ್ಟದ ಮೋಡಿ" ಎಂದುತ್ತರವಿತ್ತ ತ್ಸೋಲೋ. ಟೆಂಬ ತನ್ನ ಹಚ್ಚಡವನ್ನು ತ್ಸೋಲೋನದರ ಬಳಿ ಭದ್ರವಾಗಿಟ್ಟ. "ಇದು ಒಳ್ಳೆಯ ಜಾಗ" ಎಂದು ಒಪ್ಪಿದ.

ಬಿಸಿ ಕಳೆದುಕೊಳ್ಳುತ್ತಿದ್ದ ಮರಳಿನ ಮೇಲೆ ಹೀಗೆ ಸ್ವಲ್ಪ ಹೊತ್ತು ಅವರು ಕುಳಿತರು. ತೀರದ ನೆರಳು ನದೀಪಥದ ಮೇಲೆ ನೀಳವಾಗುವುದನ್ನೇ ಗಮನಿಸಿದರು. ಮೊದಲು ಮಾತನಾಡಿದವನು ತ್ಸೋಲೋ :

"ನಾವು ಇಲ್ಲಿಗೆ ಬರಲು ಬೇಲಿಯೊಂದರ ಮೂಲಕ ನುಸುಳಿದೆವೆಂಬುದು ನಿನಗೆ ನೆನಪಿದೆಯೆ ?"

"ಹೌದು," ಎಂದ ಟೆಂಬ. "ನಮಗೆ ಸಂದಿ ಮಾಡಿಕೊಟ್ಟವನು ನೀನೆ."

"ನಾವು ಬೇಲಿಯೊಂದರ ಮೂಲಕ ಬಂದುದರ ಅರ್ಥ ಏನು ?"

"ಅದರ ಅರ್ಥ ನಾವು ಒಬ್ಬ ಬಿಳಿಯ ರೈತನ ಕೃಷಿ ಭೂಮಿಯ ಮೇಲಿದ್ದೇವೆ ಅಂತ."

"ನನ್ನ ಹೊಟ್ಟೆ ಹಸಿವೆಯ ಸೂಚಕವಾಗಿ ಗುರಗುರ ಶಬ್ದ ಮಾಡುತ್ತಿದೆ ಅಂತ ಈಗ ನಾನು ನಿನಗೆ ಹೇಳಿದರೆ ?"

"ಆಗ ನಾನು, ಇಂತಹ ಕೃಷಿ ಭೂಮಿಯಲ್ಲಿ ಕುರಿಗಳು ಇರುತ್ತವೆ ಎನ್ನುವೆ."

"ಓಹ್ ! ನೀನು ಒಳ್ಳೆಯ ಮನುಷ್ಯ ಟೆಂಬ. ಹೇಗೆಂದು ಹೇಳಲಿ ? ಒಳ್ಳೆಯ ಮನುಷ್ಯ" ಟೆಂಬನ ಬೆನ್ನ ಮೇಲೆ ಹೊಡೆಯುತ್ತಾ ತ್ಸೋಲೋ ಹೇಳಿದ. "ಹೌದು, ಬಹಳ ಒಳ್ಳೆಯ ಮನುಷ್ಯ."

ಟೆಂಬನಿಗೆ ಖುಷಿಯಾಯಿತು. "ನಿನ್ನಿಂದಲೇ ನಾನು ಇವನ್ನೆಲ್ಲಾ ಕಲಿತಿರುವುದು," ಎಂದ.

ಯೋಚನಾಲಹರಿಯಲ್ಲಿದ್ದ ಮಾಕಿಗೆ ಅವರ ಮಾತುಗಳು ಹಿನ್ನೆಲೆ ಶಬ್ದದಂತೆ ಕೇಳಿಸಿದವು. ತಾನು ಮನೆ ಸೇರಲಿರುವ ಆನಂದದ ಬಗ್ಗೆ, ತಾನು ಬಿಟ್ಟು ಬಂದ ಪ್ರದೇಶದಲ್ಲಿನ ಶೋಕದ ಬಗ್ಗೆ ಆತ ಯೋಚಿಸಿದ. ಗಣಿಕೆಲಸಗಾರರನ್ನು ಸಮಾಧಿ ಮಾಡಿದ ಕಲ್ಲುಗಳ ಉರುಳುವಿಕೆಯಿಂದ ತಾನು ತಪ್ಪಿಸಿಕೊಂಡ ಬಗ್ಗೆ, ಇದೆಲ್ಲಾ ಸೂಕ್ತ ರಕ್ಷಣಾ ವ್ಯವಸ್ಥೆ ಮಾಡದಿದ್ದ ಬಿಳಿಯ ಗಣಿ ಮಾಲಿಕರಿಂದಲೇ ಉಂಟಾದದ್ದು ಎಂಬ ಮಾತಿನ ಬಗ್ಗೆ, ಆತ ಯೋಚಿಸಿದ. ತನ್ನ ಸ್ನೇಹಿತ ಮೋಸೆಸ್ ಬಗ್ಗೆಯೂ ಯೋಚಿಸಿದ. ಹೌದು, ಅಪಘಾತದಲ್ಲಿ ಪ್ರಾಣ ಕಳೆದುಕೊಂಡ ಮೋಸೆಸ್. ಇನ್ನು ಎರಡೇ ದಿನಗಳಲ್ಲಿ ಆತ ಗಣಿ ಬಿಡಬೇಕಾಗಿತ್ತು, ಇನ್ನು ಎರಡೇ ದಿನಗಳಲ್ಲಿ ಆತ ತನ್ನ ಮನೆಯವರನ್ನು ಸೇರಬೇಕಾಗಿತ್ತು. ಇನ್ನು ಎರಡೇ ದಿನ. ತನ್ನ ಮನೆಯ ಬಗ್ಗೆ ಮಾತನಾಡುವಾಗ ಆತ ಎಷ್ಟು ಖುಷಿಯಾಗಿದ್ದ. ಆತನ ಕಣ್ಣುಗಳು ಹೇಗೆ ಮಿನುಗುತ್ತಿದ್ದವು. ಆದರೆ, ಆಗಲೇ ಭಾರಿ ತುಪಾಕಿಯೊಂದು ಸಿಡಿದಂತೆ ಶಬ್ದವಾಯಿತು, ಗಣಿಯ ಛಾವಣಿ ಆತನ ಕನಸುಗಳ ಮೇಲೆ ಕುಸಿದುಬಿತ್ತು.

ಆನಂತರ ಒಳಗೆ ಸಿಕ್ಕಿಬಿದ್ದವರನ್ನು ಹೊರತೆಗೆಯಲು ತಾವು ಆಸೆಯಿಟ್ಟುಕೊಂಡು ದುಡಿದ ಮೊದಲ ಕೆಲವು ದಿನಗಳನ್ನು, ಹಾಗೂ ಆಸೆಯಿಂದ ಮಣ್ಣನ್ನು ಎತ್ತಿ ಜರುಗಿಸಿದ್ದ ಆಮೇಲಿನ ದಿನಗಳನ್ನು, ಆತ ನೆನಪು ಮಾಡಿಕೊಂಡ.

ಆದರೆ ಹೆಚ್ಚಾಗಿ ಆತ ಮನೆಯತ್ತಲೇ ಯೋಚಿಸಿದ. ಮೊಜಾಂಬಿಕ್‌ಗೆ ಹೋಗುವವರು ತಮ್ಮ ರೈಲುಗಳನ್ನು ಹತ್ತುತ್ತಿದ್ದಾಗ ತಾವು ಕಾತರದಿಂದ ಕಾಯುತ್ತಿದ್ದದ್ದು. ತಮ್ಮ ಪತ್ನಿಯರು ತಮ್ಮ ಸುರಕ್ಷಿತತೆಯ ಬಗ್ಗೆ ಚಿಂತಿಸುತ್ತಿದ್ದಿರಬಹುದೆಂದು ಅವರು ಮೂವರಿಗೂ ಗೊತ್ತಿತ್ತು. ಆದರೆ ಅವರು ಹುಟ್ಟೂರಿಗೆ ಮರಳಲು ಸಾರಿಗೆ ವ್ಯವಸ್ಥೆಗಾಗಿ ಇನ್ನೂ ಎರಡು ವಾರ ಕಾಯಬೇಕಾಗುವುದೆಂದು ಅವರಿಗೆ ಹೇಳಲಾಯಿತು. ಆಗ ತ್ಸೋಲೋ ತನ್ನ ಹಚ್ಚಡಗಳನ್ನು ಸುತ್ತಿ ತನ್ನ ನಿರ್ಧಾರವನ್ನು ಹೇಳಿದ್ದ. ಅವರು ಅವನನ್ನು ಅನುಸರಿಸಿದ್ದರು.

"ಈ ಮಾಕಿ ಒಬ್ಬ ಕನಸುಗಾರ" ಎಂದ ತ್ಸೋಲೋ.

"ಹೌದು, ಜತೆಗೆ ಮೂರ್ಖ ಕೂಡ. ಏಕೆಂದರೆ ಕುರಿಗಳ ಬಗ್ಗೆ ಮಾತನಾಡುವಾಗ, ನಾವು ಆಹಾರದ ಬಗ್ಗೆ ಮಾತನಾಡುತ್ತಿರುತ್ತೇವೆ ಎಂದ ಟೆಂಬ.

ಮಾಕಿ ನುಡಿದ :

"ನನ್ನ ಮನಸ್ಸಿನಲ್ಲಿ ಎಷ್ಟೋ ದೊಡ್ಡ ವಿಷಯಗಳು ತುಂಬಿರುವಾಗ ನಾನು ಆಹಾರದ

ಬಗ್ಗೆ ಚಿಂತಿಸಬೇಕೆಂದು ನೀವು ಬಯಸುತ್ತೀರಾ? ಇನ್ನು ಎರಡು ದಿನಗಳಲ್ಲಿ ನಾನು ಮನೆಯಲ್ಲಿ ಹೆಂಡತಿಯೊಂದಿಗಿರುವೆ. ನನ್ನ ಮಗ ನಾನು ನೋಡಿರುವ ವಿಷಯಗಳ ಕತೆ ಕೇಳ್ತಾನೆ. ನಾವು ಬೆಂಕಿಯ ಪಕ್ಕ ಕುಳಿತುಕೊಳ್ತೇವೆ. ಅನಂತರ ಆತನಿಗೆ ನಾನು ನೋಡಿರುವ ನೋವಿನ ವಿಷಯಗಳನ್ನು ಹೇಳ್ತೇನೆ. ನನ್ನ ಹೊಟ್ಟೆಯಲ್ಲಿನ ಕೂಗಾಟಕ್ಕೆ ಉತ್ತರ ಕೊಡೋಕ್ಕಿಂತ ಹೆಚ್ಚಿನ ಸಂತೋಷ ನನ್ನ ಕುಟುಂಬದ ಜತೆಯಲ್ಲಿರುವುದಕ್ಕೆ ಮೀಸಲು. ಅಷ್ಟರಿಂದಲೇ ನಾನು ಕನಸುಗಾರನಾದೆನೇನು ?"

ತ್ಸೋಲೋ ಎಂದ :

"ನೀನು ಜೀವನದ ಬಗ್ಗೆ ಕಲಿತಿರುವುದು ಏನೂ ಇಲ್ಲವೆಂದೇ ಹೇಳಬೇಕು! ನೀನು ಕಲ್ಲಿದ್ದಲನ್ನು ಕತ್ತರಿಸುವುದನ್ನ ಹಾಗೂ ಕನಸು ಕಾಣುವುದನ್ನ ಕಲಿತಿದ್ದೀಯೆ; ಆದರೆ ನಿನಗೆ ವಿವೇಕ ಬಂದಿಲ್ಲ" ಆತನ ಮಾತಿನಲ್ಲಿ ರಸ್ತೆಯ ಕಹಿ ಧೂಳು ತುಂಬಿತ್ತು.

"ನಾವು ಕನಸುಗಳಿಂದಲೇ ಬದುಕಲಾಗುವುದಿಲ್ಲ" ಎಂದ ಟೆಂಬ.

"ನೀನು ಮನೆಯ ಬಗ್ಗೆ ಮಾತನಾಡುತ್ತೀಯೆ. ಆದರೆ ನಾವು ಗಣಿಗಳಲ್ಲಿ ಕೆಲಸ ಹುಡುಕಿ ಮಕ್ಕಳಿಗೆ ಹಣ ಕಳುಹಿಸದಿದ್ದರೆ ಅಲ್ಲಿ ಏನಿರುತ್ತದೆ ? ಒಂದು ತುಂಡು ಬರಡು ನೆಲ : ಅದರಲ್ಲಿ ನಮ್ಮ ಸಂಸಾರಗಳು ಉಪವಾಸದಿಂದಿರಬೇಕು, ಅಷ್ಟೇ ತಾನೆ ? ಈ ಮನೆಯ ಬಗ್ಗೆ ನೀನು ಅದು ಸ್ವರ್ಗವೇ ಏನೋ ಎಂಬಂತೆ ಮಾತನಾಡುತ್ತೀಯೆ ! ನೀನೊಬ್ಬ ಕನಸುಗಾರ. ಗಣಿಯಲ್ಲಿ ಮೋಸೆಸ್ ಎಂಬ ಹೆಸರಿನ ಒಬ್ಬಾತನಿದ್ದಂತೆ," ಎಂದ ತ್ಸೋಲೋ.

"ಹೌದು, ನೀನು ಮೋಸೆಸ್‌ನಂತೆಯೇ !" ಎಂದು ಕೂಗಿದ ಟೆಂಬ.

ಪರ್ವತಗಳು ಪ್ರತಿಧ್ವನಿಸಿದವು : "ನೀನು ಮೋಸೆಸ್‌ನಂತೆ... ಮೋಸೆಸ್‌ನಂತೆ... ನಂತೆ."

"ನನಗೆ ಈ ಸ್ಥಳ ಇಷ್ಟವಿಲ್ಲ. ನಾವು ಹೊರಡೋಣ. ರಸ್ತೆಯಲ್ಲಿರುವ ಬದಲು, ಇಲ್ಲಿ ಕೂತು ಕುರಿಗಳನ್ನು ಕದಿಯುವ ಬಗ್ಗೆ ಮಾತನಾಡುತ್ತಿರೋದರಿಂದ, ಈ ಪರ್ವತಗಳೂ ನಮ್ಮನ್ನು ಅಣಕಿಸುತ್ತಿವೆ." ಎಂದ ಮಾಕಿ.

"ಓಹ್ ! ನಮ್ಮ ಕನಸುಗಾರನಿಗೆ ಒಂದು ಪ್ರತಿಧ್ವನಿಯನ್ನು ಕೇಳಿದರೂ ಭಯ."

ಟೆಂಬನ ಮೂದಲಿಕೆ.

ತ್ಸೋಲೋ ಹೇಳಿದ.

"ಬಾ, ನಡಿ ಅವನನ್ನು ಅವನ ಕನಸುಗಳ ಅಥವಾ ಅವನ ಭೀತಿಗಳ ಜತೆಯಲ್ಲೇ ಬಿಟ್ಟಿರೋಣ; ನಮಗೆ ಮಾಡಲು ಸಾಕಷ್ಟು ಕೆಲಸವಿದೆ."

ಮಾಕಿ ಕೇಳಿದ :

"ಆದರೆ ಮನೆಗೆ ಇಷ್ಟು ಹತ್ತಿರ ಬಂದಿರುವಾಗ ಈ ಕೆಲಸವನ್ನೇಕೆ ಮಾಡಬೇಕು ? ನಾವು ಸಿಕ್ಕಿಹಾಕಿಕೊಂಡರೆ, ಅನಂತರ ಮತ್ತೆ ಮುಂದೆ ಹೋಗೋದಕ್ಕೆ ಬಹಳ ದಿನಗಳಾಗುತ್ತವೆ. ಈ ರೈತರಿಗೆ ನಮ್ಮ ಬಗ್ಗೆ ಹೆದರಿಕೆ. ಯಾಕೆಂದರೆ ಅವರಿಗೆ ನಮ್ಮ ಬಗ್ಗೆ ಏನೂ ಗೊತ್ತಿಲ್ಲ. ಆದರೆ ಒಮ್ಮೊಮ್ಮೆ ಆ ಹೆದರಿಕೆಯಿಂದಲೇ ಅವರು ನಮ್ಮೊಂದಿಗೆ ಭೀಕರವಾಗಿ ವರ್ತಿಸಬಹುದು."

"ನನ್ನ ಬಳಿ ಚಾಕು ಸಿದ್ಧವಾಗಿದೆ, ಒಂದು ಕುರಿಯನ್ನು ಹುಡುಕೋಣ," ಎಂದ ಟೆಂಬ.

ತ್ಸೋಲೋ ಒಪ್ಪಿದ :

"ಹೌದು, ಅನಂತರ ಹೋಗೋಣ. ಮಾಕಿ, ನಾವು ಹೋಗಿರುವಾಗ ನೀನು ಇಲ್ಲಿ ಉರಿ ಹಾಕಿಟ್ಟಿರ್ತೀಯಾ ?"

“ನಾವು ಸಿಕ್ಕಿಹಾಕಿಕೊಂಡರೆ, ಬಹಳ ದಿನಗಳೇ ಆಗ್ತವೆ!” ಅವರು ದಂಡೆಯಾಚೆ ಹೋಗುತ್ತಿದ್ದಂತೆ ಮಾಕಿ ಕೂಗಿಕೊಂಡ.

ಅವರು ಉತ್ತರ ಕೊಡಲಿಲ್ಲ. ಆದರೆ ಪರ್ವತಗಳು ಉತ್ತರ ಕೊಟ್ಟವು: “ಬಹಳ ದಿನಗಳಾಗ್ತವೆ... ದಿನಗಳಾಗ್ತವೆ... ಆಗ್ತವೆ...”

ಅನಂತರ ನದೀತಳವನ್ನು ಕತ್ತಲು ಮತ್ತು ನಿಶ್ಶಬ್ದತೆ ಆವರಿಸಿತು. ಏಕಾಂಗಿತನದ ಶೀತಲ ಮಾರುತ ಆತನ ಎದೆ ನಡುಗಿಸಿತು. ಎದುರು ತೀರದ ಕಡುಕತ್ತಲಿನ ಆಚೆ, ಅಗೋಚರ ಚಂದ್ರನಿಂದ ಮೂಡಿದ ಮಸಕು ಬೆಳಕು ಆಕಾಶದಲ್ಲಿ ನೀಲ ದಾರಗಳ ಪರದೆ ಎಳೆಯುತ್ತಿತ್ತು. ಯಾವುದೋ ಮಹಾಪೂರ ತಂದೊಗೆದಿದ್ದ ಕಟ್ಟಿಗೆಗಳನ್ನು ಆತ ಶೇಖರಿಸಿ ಮರಳು ಮಧ್ಯದ ಕಲ್ಲುಬಂಡೆಯೊಂದರ ಬಳಿ ಪೇರಿಸಿಟ್ಟ. ಒಂದು ಕಾಲದಲ್ಲಿ ಅಲ್ಲೇ ನದಿ ಹರಿಯುತ್ತಿತ್ತು.

ಉರಿಯ ಶಾಖದಲ್ಲಿ ಆತನಿಗೆ ಮನೆಯವರ ಸಹವಾಸದಲ್ಲಿರುವ ಅನುಭವವಾಯಿತು. ಸುತ್ತಲಿನದೆಲ್ಲವನ್ನು ಮರೆತರೆ, ಕುಣಿಯುತ್ತಿರುವ ಹಳದಿ ಆಕಾರಗಳು ಆತನಿಗೆ ತನ್ನ ಗುಡಿಸಲಿನ ಗೋಡೆಗಳನ್ನು, ತನ್ನ ಪತ್ನಿಯ ನವುರಾದ ಪ್ರೇಮವನ್ನು ನೆನಪಿಗೆ ತಂದವು. ತನ್ನ ಮಗ ಪಕ್ಕದಲ್ಲೇ ಕುಳಿತು ಪ್ರಶ್ನೆಗಳನ್ನು ಕೇಳುತ್ತಿರುವಂತೆ ಭಾಸವಾಯಿತು. ಆತನೊಂದಿಗೆ ಇರಲು ತಾನು ನಡೆದುಬಂದ ಹಲವಾರು ಸುದೀರ್ಘ ಮಾರ್ಗಗಳ ಬಗ್ಗೆ ಹೇಗೆ ವಿವರಿಸಬೇಕೆಂಬುದನ್ನು ಕುರಿತು ಯೋಚಿಸಿದ.

“ಇನ್ನೂ ಕನಸು ಕಾಣುತ್ತಿದ್ದಾನೆ!”

ತ್ಸೋಲೋನ ಮೂದಲಿಕೆಯ ಧ್ವನಿ ಕತ್ತಲಿನಲ್ಲಿ ಕೇಳಿಬಂತು.

ಮಾಕಿ ತನ್ನ ಯೋಚನೆಗಳನ್ನು ಕೊಡವಿಕೊಂಡ. ಬೆಳಕಿನಲ್ಲಿ ಎರಡು ಆಕೃತಿಗಳು ಮೂಡಿದವು. ಮೊದಲು ಬಂದವನು ಕೈಯಲ್ಲಿ ಚಾಕು ಹಿಡಿದ ತ್ಸೋಲೋ. ಆತನ ಹಿಂದೆ, ಹೆಗಲ ಮೇಲೆ ಕುರಿಯ ಮಾಂಸ ಹೊತ್ತ ಟೆಂಬ.

ಟೆಂಬನೆಂದ: “ಹ್ಹ! ಇವನು ಉರಿಯನ್ನೂ ಸರಿಯಾಗಿ ನೋಡಿಕೊಂಡಿಲ್ಲ – ಅದೂ ಆರಿಹೋಗಬೇಕೇನು?”

“ಇದನ್ನು ತೆಗೆದುಕೋ,” ಎನ್ನುತ್ತಾ ತ್ಸೋಲೋ ಮಾಕಿಗೆ ಒಂದು ಚಾಕು ಕೊಟ್ಟ.

“ನಾವು ಗಂಡಸರು ನಮ್ಮ ಕೆಲಸ ಮಾಡಿದ್ದೇವೆ. ಈಗ ಹೆಂಗಸಿನ ಹೃದಯ ಹೊಂದಿರುವಾತ ಕುರಿಯನ್ನು ಅಡುಗೆಗೆ ಸಿದ್ಧಪಡಿಸಬೇಕು.”

ಆದರೆ ನಾವು ನಮ್ಮ ಕೈಗಳಲ್ಲಿ ಈ ಕುರಿಯ ರಕ್ತದೊಂದಿಗೆ ಪತ್ತೆಯಾದರೆ, ಇನ್ನು ಮನೆ ಸೇರುವುದೆಲ್ಲಿ ಬಂತು!” ಎಂದ ಮಾಕಿ.

“ನಾಳಿನ ಪ್ರಯಾಣಕ್ಕೆ ಶಕ್ತಿ ಇರಬೇಕಾದರೆ ನಾವು ತಿನ್ನಬೇಕೋ ಬೇಡವೊ?” ಎಂದ ಟೆಂಬ.

“ನೀನು ಅಪಾಯದ ಕನಸು ಕಾಣುತ್ತಿರುವೆ – ಇಲ್ಲಿ ಯಾರೂ ಇಲ್ಲ ಯಾರೂ ಇಲ್ಲ,” ಎಂದು ತ್ಸೋಲೋ ಮೂದಲಿಸಿದ.

ಬೆಟ್ಟಗಳು ಆ ಮಾತನ್ನು ದೃಢಪಡಿಸಿದವು: “ಇಲ್ಲಿ ಯಾರೂ ಇಲ್ಲ... ಯಾರೂ ಇಲ್ಲ... ಇಲ್ಲ...”

ಚಾಕುವನ್ನು ಕೈಲಿ ಹಿಡಿದಿದ್ದಂತೆಯೇ ಕೆಂಡದ ಪ್ರಕಾಶದ ಮುಂದೆ ಮಾಕಿ ನೆಟ್ಟಗೆ ನಿಂತ.

“ನನ್ನ ಶಕ್ತಿ ಅವರಿಗೆ ಸೇರಿದ ವಸ್ತುಗಳಿಂದ ಬಂದುದಲ್ಲ” ಎಂದ.

ತ್ಸೋಲೋಗೆ ಕೋಪ ಬಂತು.

"ಅವರು ಶ್ರೀಮಂತರಾಗಲೆಂದು ನಾವು ಕಲ್ಲಿದ್ದಲು ಕತ್ತರಿಸುವುದಿಲ್ಲವೆ? ನಾವು ನಡೆದರೂ, ಅವರು ಕಾರುಗಳಲ್ಲಿ ಹೋಗಲಿ ಅಂತ ರಸ್ತೆಗಳನ್ನು ಮಾಡಿಕೊಡುವುದಿಲ್ಲವೆ? ನಮಗೆ ಸೇರಿದ ಪ್ರತಿಯೊಂದನ್ನೂ ನಮ್ಮಿಂದ ಅವರು ಕಸಿದುಕೊಳ್ಳಿಲ್ಲವೆ? ನಾವು ಈ ಕುರಿಯನ್ನು ತೆಗೆದುಕೊಂಡೆವೆಂದು ನಿನಗೆ ಯೋಚನೆ. ಅವರು ನಮ್ಮಿಂದ ಎಲ್ಲವನ್ನೂ ತೆಗೆದುಕೊಂಡಿದ್ದಾರೆ – ನಮ್ಮ ಶಕ್ತಿಯನ್ನು ಕೂಡ."

"ಆದರೆ ನನಗೆ ಆಗಲೇ ಶಕ್ತಿ ಬಂದಿದೆ," ಎಂದು ಕೂಗಿದ ಮಾಕಿ. "ಯಾಕೆಂದರೆ ನಾನು ಇನ್ನೇನು ಮನೆ ತಲುಪಲಿದ್ದೇನೆ!"

ಅವರು ನಿಂತಿದ್ದ ತೀರದ ಮೇಲಿನಿಂದ ಸವಾಲಿನ ಕೂಗೊಂದು ಕೇಳಿಬಂತು. ತುಪಾಕಿ ಶಬ್ದವಾಯಿತು.

ತ್ಸೋಲೋ ಮತ್ತು ಟೆಂಬ ಬೆಳಕಿನಿಂದ ದೂರ ಓಡಿದರು. ನದಿಯ ರಸ್ತೆಗೆ ಕಾಣಿಸದಂತೆ ತಿರುಗುವ ಕತ್ತಲ ಪ್ರದೇಶದಲ್ಲಿ ಕಣ್ಮರೆಯಾದರು.

ಆರುತ್ತಿದ್ದ ಬೆಂಕಿಯ ಬೆಳಕಿನ ವರ್ತುಲದಿಂದ ಸ್ವಲ್ಪ ಆಚೆಯಲ್ಲಿ ಹಚ್ಚಡಗಳ ಮೂರು ಗಂಟುಗಳಿದ್ದವು. ಬೆಂಕಿಯ ಪಕ್ಕದಲ್ಲಿ ಎರಡು ದೇಹಗಳು ಮುದುರಿ ಬಿದ್ದಿದ್ದವು; ಕುರಿ ಮತ್ತು ಮಾಕಿ. ಬೆಟ್ಟಗಳು ಅಣಕಿಸಿದವು: "ಇನ್ನೇನು ಮನೆ ತಲುಪಲಿದ್ದೇನೆ... ಮನೆ ತಲುಪಲಿದ್ದೇನೆ... ತಲುಪಲಿದ್ದೇನೆ..."   ◖

○ ಅಲನ್ ಪೇಟನ್

ಮೊಗಸಾಲೆಯಲ್ಲಿ ಆತಿಥ್ಯ

1960ರಲ್ಲಿ ದಕ್ಷಿಣ ಆಫ್ರಿಕ ತನ್ನ ಸ್ವರ್ಣಮಹೋತ್ಸವವನ್ನು ಆಚರಿಸಿತು. ಅತ್ಯುತ್ತಮ ಶಿಲ್ಪಕೃತಿಗಾಗಿ ಒಂದು ಸಹಸ್ರ ಪೌಂಡ್ ಬಹುಮಾನವನ್ನು ಎಡ್ವರ್ಡ್ ಸಿಮೆಲಾನಿ ಎಂಬ ಕಪ್ಪು ಮನುಷ್ಯ ಪಡೆದಾಗ ದೇಶದಾದ್ಯಂತ ಸಂಭ್ರಮ ಉಂಟಾಯಿತು. 'ಆಫ್ರಿಕನ್ ಮಾತೆ ಮತ್ತು ಮಗು' ಎಂಬ ಆತನ ಶಿಲ್ಪಕೃತಿ ದಕ್ಷಿಣ ಆಫ್ರಿಕದ ಬಿಳಿಯರ ಮೆಚ್ಚುಗೆಗೆ ಪಾತ್ರವಾದುದು ಮಾತ್ರವೇ ಅಲ್ಲದೆ, ಅವರ ಆತ್ಮಸಾಕ್ಷಿಯನ್ನು ಅಥವಾ ಹೃದಯವನ್ನು ಅಥವಾ ಪ್ರತಿಕ್ರಿಯೆ ವ್ಯಕ್ತಪಡಿಸಬಲ್ಲ ಇನ್ನಾವುದೋ ಒಂದನ್ನು ತಟ್ಟಿತು. ಅದು ಆತನನ್ನು ಇತರ ರಾಷ್ಟ್ರಗಳಲ್ಲಿಯೂ ಪ್ರಸಿದ್ಧ ನನ್ನಾಗಿ ಮಾಡುವಂತೆ ತೋರಿತು.

ಆತನ ಕೆಲಸಕ್ಕೆ ಮನ್ನಣೆ ದೊರೆತುದು ಅಜಾಗರೂಕತೆ ಯಿಂದ. ಏಕೆಂದರೆ ಎಲ್ಲ ಸಮಾರಂಭಗಳನ್ನು ಹಾಗೂ ಸ್ಪರ್ಧೆಗಳನ್ನು ಕಟ್ಟುನಿಟ್ಟಾಗಿ ವರ್ಣವಿಭಜನೆಯ ಆಧಾರದಲ್ಲಿ ನಡೆಸಬೇಕು ಎಂಬುದು ಸರಕಾರದ ನೀತಿಯಾಗಿತ್ತು. 'ಬಿಳಿಯರಿಗೆ ಮಾತ್ರ' ಎಂಬ ಪದಗಳನ್ನು ಸ್ಪರ್ಧೆಯ ನಿಯಮಾವಳಿಯಿಂದ ಬಿಡುವಷ್ಟು ಬೇಜವಾಬ್ದಾರಿತನದಿಂದ ವರ್ತಿಸಿದುದಕ್ಕಾಗಿ ಶಿಲ್ಪಕೃತಿ ವಿಭಾಗದ ಸಮಿತಿಯು ಒಳಗಿಂದೊಳಗೇ ದೂಷಣೆಗೆ ಒಳಗಾಯಿತು. ಆದರೆ ಸಿಮೆಲಾನಿಯ ಕೆಲಸವು "ನಿರ್ವಿವಾದವಾಗಿ ಅತ್ಯುತ್ತಮ ವಾದುದಾಗಿದ್ದರೆ" ಅದಕ್ಕೆ ಪ್ರಶಸ್ತಿ ದೊರೆಯಬೇಕೆಂದು 'ಉನ್ನತ ವ್ಯಕ್ತಿಯೊಬ್ಬರು' ಹೇಳಿದರಂತೆ. ಅನಂತರ ಸಮಿತಿಯು ಈ ಬಹುಮಾನವನ್ನು ಇತರ ಬಹುಮಾನಗಳೊಂದಿಗೆ ಸಾರ್ವಜನಿಕ ಸಮಾರಂಭವೊಂದರಲ್ಲಿ ನೀಡಲು ನಿರ್ಧರಿಸಿತು. ಸ್ವರ್ಣೋತ್ಸವದ ಈ ವಿಭಾಗದ ಸಮಾರಂಭಗಳಿಗೆ ಅದೇ ಮುಕ್ತಾಯ.

ಸಮಿತಿಯ ಈ ನಿರ್ಧಾರಕ್ಕೆ ಸಮಾಜದ ಶ್ವೇತವರ್ಣೀಯರು ಆಶ್ಚರ್ಯವೆನಿಸುವಷ್ಟು ಬೆಂಬಲ ನೀಡಿದರು. ಆದರೆ ಕೆಲವು ಪ್ರಬಲ ವಲಯಗಳಲ್ಲಿ ದೇಶದ 'ಪರಂಪರಾನುಗತ ಧೋರಣೆ ಗಳಿಗೆ' ವ್ಯತಿರಿಕ್ತವಾಗಿ ವರ್ತಿಸುವ ಯಾವುದೇ ಕ್ರಮಕ್ಕೆ ತೀವ್ರ ವಿರೋಧ ವ್ಯಕ್ತವಾಯಿತು. ಪ್ರಶಸ್ತಿ ವಿಜೇತರಲ್ಲಿನ ಹಲವಾರು

ಮಂದಿ ಬಿಳಿಯರು ತಮ್ಮ ಬಹುಮಾನಗಳನ್ನು ತಿರಸ್ಕರಿಸುವರೆಂಬ ಬೆದರಿಕೆಯೂ ಬಂತು. ಆದರೂ ಬಿಕ್ಕಟ್ಟು ತಪ್ಪಿತು. ಏಕೆಂದರೆ ಶಿಲ್ಪಿಗೆ "ದುರದೃಷ್ಟವಶಾತ್ ಸಮಾರಂಭದಲ್ಲಿ ಭಾಗವಹಿಸಲು ಆಗಲಿಲ್ಲ".

"ಅಲ್ಲಿ ಹಾಜರಾಗಲು ನನ್ನ ಮನಸ್ಸು ಹಿಂಜರಿಯಿತು," ಎಂದು ಸಿಮೆಲಾನಿ ನನ್ನತ್ತ ತುಂಟತನದ ನೋಟ ಬೀರುತ್ತಾ ಹೇಳಿದ. "ನನ್ನ ತಂದೆ, ತಾಯಿ, ನನ್ನ ಹೆಂಡತಿಯ ತಂದೆ ತಾಯಿಯರು, ಹಾಗೂ ನಮ್ಮ ಧರ್ಮಗುರು, ಎಲ್ಲರೂ ಸಮಾರಂಭಕ್ಕೆ ಹೋಗಲು ನನ್ನ ಮನಸ್ಸು ಹಿಂಜರಿಯುತ್ತಿದೆ ಎಂದು ನಿರ್ಧರಿಸಿದರು. ಕೊನೆಗೆ ನಾನೂ ಹಾಗೆಯೇ ನಿರ್ಧರಿಸಿದೆ. ನಿಜ, ಮಜೋಸಿ, ಸೋಲಾ ಮತ್ತಿತರರು ನಾನೇ ಸ್ವತಃ ಹೋಗಿ ಬಹುಮಾನವನ್ನು ಸ್ವೀಕರಿಸಬೇಕೆಂದು ಬಯಸಿದ್ದರು. ಆದರೆ ನಾನು ಹೇಳಿದೆ. ಹುಡುಗರಿರಾ ನಾನೊಬ್ಬ ಶಿಲ್ಪಿಯೇ ವಿನಾ ಪ್ರದರ್ಶಕನಲ್ಲ ಅಂತ"

"ಈ ಮದ್ಯ ಸೊಗಸಾಗಿದೆ," ಎಂದ ಆತ. "ಅದರಲ್ಲೂ ಇಂತಹ ದೊಡ್ಡ ಲೋಟಗಳಲ್ಲಿ ಕುಡಿದಾಗ. ನನಗೆ ಇಂತಹ ಲೋಟ ಸಿಕ್ಕಿದ್ದು ಇದೇ ಮೊದಲು. ಬ್ರಾಂದಿಯನ್ನು ನಾನು ಇಷ್ಟು ನಿಧಾನವಾಗಿ ಕುಡಿದದ್ದೂ ಇದೇ ಮೊದಲು. ಆರ್ಲಾಂಡೋನಲ್ಲಿ ಒಬ್ಬನ ಗಂಟಲು ಕಬ್ಬಿಣದ ಗಂಟಲಾಗಿರಬೇಕಾಗುತ್ತೆ. ಪೊಲೀಸರು ಎಲ್ಲಿ ಬರುವರೋ ಎಂಬ ಆತಂಕದಿಂದ ತಲೆಯನ್ನು ಸುಮ್ಮನೆ ಹಿಂದಕ್ಕೆ ಬಾಗಿಸಿ ಸರ್ರನೆ ಸುರಿದುಕೋಬೇಕಾಗುತ್ತದೆ" ಆತ ಮತ್ತೂ ಹೇಳಿದ, "ಇದು ನನ್ನ ಜೀವನದಲ್ಲಿನ ಎರಡನೆಯ ಫ್ರೆಂಚ್ ಬ್ರಾಂದಿ. ಮೊದಲನೆಯದನ್ನು ಕುಡಿದ ಬಗ್ಗೆ ಕೇಳಬಯಸುವೆಯೇನು ?"

*   *   *

ವಾನ್ ಬ್ರಾಂಡಿಸ್ ರಸ್ತೆಯಲ್ಲಿನ ಅಲಬಾಸ್ಟರ್ ಪುಸ್ತಕದಂಗಡಿ ನಿನಗೆ ಗೊತ್ತಲ್ಲ? ನನ್ನ 'ಆಫ್ರಿಕನ್ ಮಾತೆ ಮತ್ತು ಮಗು' ಕೃತಿಯನ್ನು ಅಲ್ಲಿ ಪ್ರದರ್ಶಿಸಬಹುದೆ ಎಂದು ಅವರು ಸ್ಪರ್ಧೆಯ ನಂತರ ನನ್ನನ್ನು ಕೇಳಿದರು. ಅವರು ಅದಕ್ಕೆ ಒಂದು ಇಡೀ ಕಿಟಕಿಯನ್ನೇ ಬಿಟ್ಟು ಕೊಟ್ಟರು. ಹಿಂದೆ ಬಿಳಿಯ ವೆಲ್ವೆಟ್ ಪರದೆಯಿತ್ತು. ಬಿಳಿಯ ವೆಲ್ವೆಟ್ ಎಂಬುದು ಸರಿಯೋ ಅಲ್ಲವೋ ನಾನರಿಯೆ. ಅಂತೂ ಕೆಲವು ಪ್ರಶಂಸೆಯ ಮಾತುಗಳನ್ನೂ ಅವರು ಹೇಳಿದರು.

ಆದರೆ ಅದ್ಯಾಕೋ ನನಗೆಂದೂ ಆ ಕಿಟಕಿಯ ಬಳಿ ಹೋಗಿ ನೋಡಲು ಆಗಲೇ ಇಲ್ಲ. ಸ್ಟೇಷನ್‌ನಿಂದ ಹೆರಾಲ್ಡ್ ಕಚೇರಿಗೆ ಹೋಗುವ ಮಾರ್ಗದಲ್ಲಿ ನಾನು ಕೆಲವೊಮ್ಮೆ ಆ ಕಡೆ ಹಾಯುತ್ತಿದ್ದೆ. ಅಷ್ಟೊಂದು ಜನ ಅಲ್ಲಿ ನಿಂತಿರುವುದನ್ನು ನೋಡಿದಾಗ ನನಗೆ ಖುಷಿ ಯಾಗುತ್ತಿತ್ತು. ಆದರೆ ನಾನು ಓರೆನೋಟದಿಂದ ಮಾತ್ರ ಅದನ್ನು ಗಮನಿಸುತ್ತಿದ್ದೆ.

ಒಂದು ರಾತ್ರಿ ನಾನು ಹೆರಾಲ್ಡ್ ಕಚೇರಿಯಲ್ಲಿ ಬಹಳ ಹೊತ್ತು ಕೆಲಸ ಮಾಡುತ್ತಿದ್ದೆ. ಹೊರಗೆ ಬಂದಾಗ ರಸ್ತೆಗಳಲ್ಲಿ ಯಾರೂ ಇರಲಿಲ್ಲ. ಕಿಟಕಿಯ ಕಡೆ ಹೋಗಿ ನೋಡಿಕೊಂಡು ಬರೋಣ, ಮಾನವಸಹಜವಾದ ಕೆಲವು ಸಂತಸದ ಭಾವನೆಗಳನ್ನು ಅನುಭವಿಸೋಣ ಎಂದುಕೊಂಡೆ. ನನ್ನ ಅಮೋಘ ಕಲಾಕೃತಿಯನ್ನು ನೋಡ್ತಾ ನನಗೆ ಸ್ವಲ್ಪ ಮೈಮರೆತಿರಬೇಕು. ಬಿಳಿಯ ಯುವಕನೊಬ್ಬ ನನ್ನ ಪಕ್ಕದಲ್ಲೇ ನಿಂತಿರುವುದು ಥಟ್ಟನೆ ಗಮನಕ್ಕೆ ಬಂತು.

"ಇದರ ಬಗ್ಗೆ ನಿನಗೇನನಿಸುತ್ತೆ, ಮೇಟ್ ?" ಎಂದಾತ ಕೇಳಿದ.

'ಮೇಟ್' ಅನ್ನೋ ಸಂಬೋಧನೆ ಸ್ವಲ್ಪ ಅಪರೂಪ, ನಿನಗೆ ಗೊತ್ತಲ್ಲ ?

'ನಾನು ಇನ್ನೂ ನೋಡ್ತಾ ಇದೇನೆ,' ಅಂದೆ.

'ನಾನು ಇಲ್ಲೇ ಹತ್ತಿರ ವಾಸಿಸ್ತೇನೆ,' ಎಂದ ಅವನು. 'ಹೆಚ್ಚು ಕಮ್ಮಿ ಪ್ರತಿ ರಾತ್ರೀನೂ ಬಂದು ಇದನ್ನ ನೋಡ್ತೇನೆ. ನಿನಗೆ ಗೊತ್ತಿರಬೇಕು, ನಿಮ್ಮವರೇ ಒಬ್ಬರಲ್ವಾ ಅದನ್ನ ಮಾಡಿರೋದು? ಎಡ್ವರ್ಡ್ ಸಿಮೆಲಾನಿ ಅಂತ.'

'ಹೌದು, ನನಗೆ ಗೊತ್ತು.'

ಸೊಗಸಾಗಿದೆ, ಎಂದ. "ತಾಯಿಯ ತಲೆಯನ್ನು ನೋಡು. ಅವಳು ಮಗುವನ್ನ ಮುದ್ದು ಮಾಡ್ತಿದಾಳೆ. ಆದರೆ, ಹಾಗೇ ಸುತ್ತಲೂ ಗಮನಿಸ್ತಿದಾಳೆ. ಗೊತ್ತಾಯ್ತ? ಏನನ್ನೋ ಕಾಯುತ್ತಿರುವಂತೆ. ಅವಳಿಗೆ ಗೊತ್ತು, ತನ್ನದೇನೂ ಸುಲಭದ ಜೀವನವಲ್ಲ ಅಂತ."

ಇನ್ನೂ ಚೆನ್ನಾಗಿ ನೋಡಲಾಗುವಂತೆ ಆತ ತಲೆಯನ್ನು ಒಂದು ಪಾರ್ಶ್ವಕ್ಕೆ ಬಾಗಿಸಿದ.

"ಅವನಿಗೆ ಇದಕ್ಕಾಗಿ ಒಂದು ಸಹಸ್ರ ಪೌಂಡ್ ಬಂತು" ಎಂದ. 'ನಿಮ್ಮ ಜನಕ್ಕೆ ಅದು ಸಾಕಷ್ಟು ಹಣವೇ. ಆದರೆ ಅವನು ಇನ್ನೂ ಅದೃಷ್ಟವಂತನಾಗಲಿ. ನಿಮಗೆ ಅದೃಷ್ಟ ಕಡಮೆ, ಅಲ್ಲವೆ?

ಅನಂತರ ಗುಟ್ಟಿನಲ್ಲಿ ಹೇಳಿದ, ಸ್ವಲ್ಪ ಮದ್ಯ ಕುಡಿತೀಯಾ ಮೇಟ್?

ನಿಜವಾಗಿಯೂ ನನಗೆ ರಾತ್ರಿ ಅಷ್ಟು ಹೊತ್ತಿನಲ್ಲಿ ಮದ್ಯ ಕುಡಿಯೋ ಆಸಕ್ತಿ ಇರಲಿಲ್ಲ, ಅದೂ ಗುರುತು ಪರಿಚಯ ಇಲ್ಲದ ಬಿಳಿಯನೊಬ್ಬನೊಡನೆ. ಅಲ್ಲದೆ ನಾನು ಆರ್ಲಾಂಡೋಗೆ ಹೋಗೊ ರೈಲನ್ನು ಬೇರೆ ಹಿಡೀಬೇಕಾಗಿತ್ತು.

"ಕರಿಯರಾದ ನಾವು ಹನ್ನೊಂದು ಗಂಟೆ ಹೊತ್ತಿಗೆ ನಗರ ಬಿಟ್ಟು ಹೋಗಿರಬೇಕೆಂಬುದು ನಿನಗೆ ಗೊತ್ತಲ್ಲ," ಅಂದೆ. "ಹೆಚ್ಚು ಹೊತ್ತೇನೂ ಆಗೋಲ್ಲ. ಇಲ್ಲೇ ಮೂಲೇ ಹತ್ತಿರ ನನ್ನ ಫ್ಲಾಟ್ ಇದೆ. ನಿನಗೆ ಆಫ್ರಿಕಾನ್ಸ್ ಭಾಷೆ* ಬರುತ್ತಲ್ಲವೆ?"

"ಮಗುವಾಗಿದ್ದಾಗಿನಿಂದಲೇ ಕಲಿತಿದ್ದೇನೆ" ಅಂತ ಆಫ್ರಿಕಾನ್ಸ್ ಭಾಷೇಲೇ ಹೇಳಿದೆ.

"ಹಾಗಾದರೆ ನಾವು ಆಫ್ರಿಕಾನ್ಸ್‌ನಲ್ಲೇ ಮಾತಾಡೋಣ. ನನಗೆ ಅಂಥಾ ಸೊಗಸಾದ ಇಂಗ್ಲಿಷೇನೂ ಬರೋಲ್ಲ. ಅಂದಹಾಗೆ, ನನ್ನ ಹೆಸರು ವಾನ್ ರೆನ್ಸ್‌ಬರ್ಗ್. ನಿನ್ನದು?"

ನನ್ನ ಹೆಸರನ್ನ ಅವನಿಗೆ ಹೇಳುವಂತಿರಲಿಲ್ಲ. ನನ್ನ ಹೆಸರು ವಕಲೀಜ, ನಾನು ಆರ್ಲಾಂಡೋನಲ್ಲಿ ವಾಸಿಸ್ತಿದ್ದೇನೆ ಅಂತ ಹೇಳಿದೆ.

"ವಕಲೀಜ, ಅಂತಾನಾ? ನಾನು ಇದುವರೆಗೂ ಆ ಹೆಸರನ್ನೇ ಕೇಳಿರಲಿಲ್ಲ."

ಈಗಾಗಲೇ ಅವನು ಹೊರಟಿದ್ದ. ನಾನೂ ಅನುಸರಿಸುತ್ತಿದ್ದೆ, ಆದರೆ ಇಷ್ಟವಾಗಿಯಲ್ಲ. ಅದೇ ನನ್ನ ತಾಪತ್ರಯ ಅನ್ನೋದು ಇಷ್ಟರಲ್ಲೇ ನಿನಗೆ ಗೊತ್ತಾಗುತ್ತೆ. ನನಗೆ ಭೇಟಿ ಯೊಂದರಿಂದ ಬಿಡಿಸಿಕೊಳ್ಳೋಕೆ ಆಗೋಲ್ಲ. ನಾವು ಒಟ್ಟಿಗೇ ನಡೀತಾ ಇದ್ವಿ ಅಂತ ಹೇಳೋಕೆ ಆಗೋಲ್ಲ. ಅಂದರೆ ಅವನು ನನಗಿಂತ ಮುಂದೆ ನಡೀತಾ ಇದ್ದ ಅಂತಾನೂ ಅಲ್ಲ. ಅವನಲ್ಲಿ ಅಳುಕೇನೂ ತೋರಲಿಲ್ಲ. ಯಾರಾದ್ರೂ ನೋಡ್ತಾ ಇದಾರ ಅಂತ ಅವನೇನೂ ಸುತ್ತಮುತ್ತ ನೋಡ್ತಿರಲಿಲ್ಲ.

"ನಾನು ಏನು ಮಾಡಬೇಕು ಅಂತಿದ್ದೆ, ಗೊತ್ತಾ?" ಎಂದ ಅವನು.

'ಇಲ್ಲ,' ಅಂದೆ.

---

* ದಕ್ಷಿಣ ಆಫ್ರಿಕದಲ್ಲಿ ಪ್ರಚಲಿತವಾಗಿರುವ ಡಚ್ ಭಾಷೆ, ಡಚ್ ಸಂತತಿಗೆ ಸೇರಿದ ಬಿಳಿಯರ ಮಾತೃಭಾಷೆ,

"ನನಗೆ ಆ ತರಹದ ಪುಸ್ತಕದ ಅಂಗಡಿ ಇಡಬೇಕು ಅಂತಿತ್ತು. ಮೊದಲಿಂದಲೂ ಅಷ್ಟೆ, ನನಗೆ ಜ್ಞಾಪಕ ಇರೋವಾಗಿನಿಂದಲೂ, ನಾನು ಚಿಕ್ಕವನಾಗಿದ್ದಾಗ ನನ್ನದೇ ಒಂದು ಅಂಗಡಿ ಇತ್ತು. ಅವನು ತನ್ನಲ್ಲೇ ನಕ್ಕ. ಕೆಲವೇನೋ ನಿಜವಾದ ಪುಸ್ತಕಗಳಾಗಿದ್ದವು. ಕೆಲವನ್ನ ನಾನೇ ಬರೆದೆ. ಆದರೆ ನನ್ನ ಅದೃಷ್ಟ ಕೆಟ್ಟದಾಗಿತ್ತು. ನಾನು ಶಾಲೆ ಮುಗಿಸೋದಕ್ಕೆ ಮುಂಚೆಯೇ ನನ್ನ ತಂದೆತಾಯಿ ಸತ್ತುಹೋದರು,"

ಅನಂತರ ನನ್ನನ್ನ ಕೇಳಿದ, "ನಿನಗೆ ವಿದ್ಯಾಭ್ಯಾಸ ಆಗಿದೆಯಾ ?"

"ಹೌದು," ಅಂತ ಮನಸ್ಸಿಲ್ಲದ ಮನಸ್ಸಿನಿಂದ ಹೇಳಿದೆ. ಅನಂತರ ಅಂದುಕೊಂಡೆ, ಪ್ರಶ್ನೆ ಮುಂದುವರಿಯೋಕೆ ಬಿಟ್ಟಿದ್ದು ಮೂರ್ಖತನ ಅಂತ.

ನಾನು ಅಂದುಕೊಂಡಂತೆಯೇ ಆತ ಕೇಳಿದ, "ತುಂಬಾ ?"

ಮತ್ತೆ ಮನಸ್ಸಿಲ್ಲದೆ ಹೇಳಿದೆ, "ತುಂಬಾ."

ಒಮ್ಮೆಲೆ ಜಿಗಿದ. 'ಪದವಿ ?'

"ಹೌದು."

"ಸಾಹಿತ್ಯ ?"

"ಹೌದು."

ನೀಳವಾಗಿ ಉಸಿರು ಬಿಡುತ್ತಾ 'ಆಹಾ' ಎಂದ. ನಾವು ಅವನ ನಿವಾಸ ತಲುಪಿದ್ದೆವು. ಮಾರ್ಜೋರ್ಕಾ ಮ್ಯಾನ್‌ಷನ್ಸ್ ಅಂತ ಹೆಸರು. ಸಿರಿವಂತರ ಪ್ರದೇಶವೇನೂ ಅಲ್ಲ. ಪ್ರವೇಶ ದ್ವಾರದ ಬಳಿ ಯಾರೂ ಇಲ್ಲದ್ದನ್ನು ನೋಡಿ ಸಮಾಧಾನವಾಯಿತು. ಆದರೂ ನನ್ನ ಮನಸ್ಸಿಗೇನೂ ಹಿತವೆನಿಸ್ತಿರಲಿಲ್ಲ. ನನಗೆ ಅಂತಹ ಸ್ಥಳಗಳಲ್ಲಿ ಹಾಯಾಗಿರೋಕೆ ಆಗೊಲ್ಲ. ಜತೇಲಿ ಸ್ನೇಹಿತರು ಇದ್ದರೆ ಸರಿ. ಆದರೆ ಈ ಮನುಷ್ಯನೋ ಅಪರಿಚಿತ. ನೆಲಮಟ್ಟದಲ್ಲೇ ಲಿಫ್ಟ್ ಇತ್ತು. 'ಬಿಳಿಯರಿಗೆ ಮಾತ್ರ...' ಎಂಬ ಫಲಕ. ವಾನ್ ರೆಸ್ಸಬರ್ಗ್ ಬಾಗಿಲನ್ನು ತೆರೆದು ನನ್ನನ್ನು ಕೈ ಬೀಸಿ ಕರೆದ. ಅವನಲ್ಲಿ ಅಳುಕು ಇತ್ತೆ? ಇವತ್ತಿನವರೆಗೂ ನನಗೆ ತಿಳಿಯದು. ನೆಲಮಟ್ಟದಿಂದ ಮೇಲೆ ಹೋಗುವಂತೆ ಅವನು ಗುಂಡಿಯೊತ್ತುವುದನ್ನು ನಾನು ಕಾಯುತ್ತಿದ್ದಾಗ, ಅವನು ಗುಂಡಿಯ ಮೇಲಿರಿಸಿದ್ದ ಕೈಯನ್ನು ಹಾಗೆಯೇ ನಿಲ್ಲಿಸಿ ನನ್ನತ್ತ ಪ್ರಾಮಾಣಿಕವಾದ ಹಾಗೂ ನಿಃಸ್ವಾರ್ಥವಾದ ಒಂದು ವಿಧದ ಅಸೂಯೆಯಿಂದ ನೋಡಿದ.

'ನೀನು ಅದೃಷ್ಟವಂತ' ಅಂದ. 'ಸಾಹಿತ್ಯ, ನಾನು ಓದಬೇಕೆಂದಿದ್ದುದೂ ಅದೇ.'

ತಲೆಯಲ್ಲಾಡಿಸುತ್ತಾ ಅವನು ಗುಂಡಿಯೊತ್ತಿದ. ಮತ್ತೆ ಮೇಲೆ ನಿಲ್ಲುವವರೆಗೂ ಆತ ಮಾತನಾಡಲಿಲ್ಲ. ಆದರೆ ಲಿಫ್ಟ್‌ನಿಂದ ಹೊರಹೋಗುವ ಮುಂಚೆ ಥಟ್ಟನೆ ಹೇಳಿದ, 'ನನಗೊಂದು ಪುಸ್ತಕದ ಅಂಗಡಿ ಇದ್ದಿದ್ದರೆ, ನಾನು ಅವನಿಗೊಂದು ಕಿಟಿಕಿಕೊಡ್ತಿದ್ದೆ.'

ಹೊರಗೆ ಬಂದು ನುಣುಪಾದ ಕಾಂಕ್ರೀಟ್ ಮೊಗಸಾಲೆಯ ಮೇಲೆ ನಡೆದೆವು. ಒಂದು ಬದಿಯಲ್ಲಿ ಗೋಡೆ ಇತ್ತು. ಧಾರಾಳವಾಗಿ ಗಾಳಿ ಸುಳಿಯುತ್ತಿತ್ತು. ಕೆಳಗೆ ದೂರದಲ್ಲಿ ವಾನ್ ಬ್ರಾಂಡಿಸ್ ರಸ್ತೆ. ಇನ್ನೊಂದು ಬದಿಯಲ್ಲಿ ಬಾಗಿಲುಗಳು, ಅಪರಿಚಿತ ಬಾಗಿಲುಗಳು. ರೇಡಿಯೋಗಳ ಧ್ವನಿ ಹಾಗೂ ಜನರು ಮಾತನಾಡುತ್ತಿರುವ ಶಬ್ದ ಕೇಳಿಬರುತ್ತಿತ್ತು. ಆದರೆ ಒಬ್ಬ ಮನುಷ್ಯನೂ ಕಣ್ಣಿಗೆ ಬೀಳಲಿಲ್ಲ. ನನಗೆ ಅಷ್ಟು ಎತ್ತರದಲ್ಲಿ ವಾಸ ಮಾಡುವುದು ಇಷ್ಟವಾಗುವುದಿಲ್ಲ. ನಾವು ಆಫ್ರಿಕನ್ನರು ಮಣ್ಣಿಗೆ ಹತ್ತಿರದಲ್ಲಿರಲು ಬಯಸುವವರು. ಒಂದು ಬಾಗಿಲ ಬಳಿ ವಾನ್ ರೆನ್ಸ್‌ಬರ್ಗ್ ನಿಂತ. "ಒಂದು ನಿಮಿಷದಲ್ಲೇ ಬರ್ತೇನೆ," ಅಂತ ಹೇಳಿ

ಒಳಗೆ ಹೋದ. ಬಾಗಿಲು ತೆರೆದೇ ಇತ್ತು. ಒಳಗಿನಿಂದ ಮಾತಿನ ಶಬ್ದ ಕೇಳುತ್ತಿತ್ತು. ಇಲ್ಲಿ ಯಾರಿದ್ದಾರೆ ಎಂಬುದನ್ನು ಆತ ಹೇಳುತ್ತಿದ್ದಾನೆ ಎಂದುಕೊಂಡೆ. ಸುಮಾರು ಒಂದು ನಿಮಿಷದ ನಂತರ ಮತ್ತೆ ಬಾಗಿಲ ಬಳಿ ಬಂದ. ಕೈಯಲ್ಲಿ ಎರಡು ಲೋಟ ಕೆಂಪು ವೈನ್ ಇತ್ತು. ಸ್ನೇಹದಿಂದ ನಗುತ್ತಿದ್ದ.

"ಕ್ಷಮಿಸು, ಬ್ರಾಂದಿ ಇಲ್ಲ" ಎಂದ, 'ಬರೀ ವೈನ್. ಶುಭಮಸ್ತು.'

ನನಗೆ ಮೊಗಸಾಲೆಯಲ್ಲಿ ಮದ್ಯ ಸತ್ಕಾರ ಆಗುವುದೆಂದು ನಾನಂತೂ ಖಂಡಿತ ನಿರೀಕ್ಷಿಸಿರಲಿಲ್ಲ. ನೀನು ಈಗ ಅಂದುಕೊಂಡಿರಬಹುದಾದ ಭಾವನೆ ಮಾತ್ರವೇ ಅಲ್ಲ ನನ್ನಲ್ಲಿದ್ದದ್ದು. ನಾನು ಯೋಚಿಸುತ್ತಿದ್ದದ್ದು ಅಲ್ಲಿನ ಯಾವುದಾದರೂ ಅಪರಿಚಿತ ಬಾಗಿಲೊಂದು ಯಾವುದೇ ಕ್ಷಣದಲ್ಲಿ ತೆರೆಯಬಹುದೆಂದು. ನಾನು 'ಬಿಳಿಯರ' ಭವನದಲ್ಲಿರುವುದನ್ನು ಯಾರಾದರೂ ಕಾಣಬಹುದು. ಮಾತ್ರವಲ್ಲ, ನಾನು ಮತ್ತು ವಾನ್ ರೆನ್ಸ್‌ಬರ್ಗ್ ದೇಶದ ಮದ್ಯಪಾನ ನಿಯಮಗಳನ್ನು ಮುರಿಯುತ್ತಿರುವುದನ್ನು ವೀಕ್ಷಿಸಬಹುದು. ನಾನು ಕೋಪ ಗೊಂಡಿದ್ದರೆ ಈ ಸಂದಿಗ್ಧ ಪರಿಸ್ಥಿತಿಯಿಂದ ಪಾರಾಗಬಹುದಿತ್ತು. ಆದರೆ ನಿನಗೆ ಗೊತ್ತಿರುವಂತೆ ನಾನು ಸುಲಭವಾಗಿ ಕೋಪಮಾಡಿಕೊಳ್ಳುವವನಲ್ಲ. ಅಲ್ಲದೆ ಈ ಮನುಷ್ಯನ ಜತೆ ಕೋಪ ಮಾಡಿಕೊಳ್ಳುವುದು ನನಗೆ ನಿಜವಾಗಿ ಕಷ್ಟವಿತ್ತು. ಆದರೆ ನನಗೆ ಅಲ್ಲಿಂದ ಹೋಗಬೇಕೆನಿಸುತ್ತಿತ್ತು. ಅದು ಸಾಧ್ಯವಿರಲಿಲ್ಲ. ಒಮ್ಮೆ ನಾನು ಬಿಳಿಯರ ವಿರುದ್ಧ ಏನೋ ಅಂದಿದ್ದಾಗ ನನ್ನ ತಾಯಿ ಹೇಳಿದ್ದರು, ಹಾಗೆ ಮಾತನಾಡಬೇಡ, ನೀನು ಯಾರು ಎಂಬುದನ್ನು ತಿಳಿದು ಮಾತನಾಡು ಅಂತ. ನನಗೆ ಮೊಗಸಾಲೆಯಲ್ಲಿ ಮದ್ಯ ನೀಡಿದ ಮನುಷ್ಯನಿಂದ ನಾನು ಅದನ್ನು ಸ್ವೀಕರಿಸಿದ್ದೇಕೆ ಎಂಬುದನ್ನು ಆಕೆ ಒಮ್ಮೆಲೆ ಅರ್ಥಮಾಡಿಕೊಳ್ಳುತ್ತಿದ್ದಳು.

ವಾನ್ ರೆನ್ಸ್‌ಬರ್ಗ್ ಹೇಳಿದ. "ನಿನಗೆ ಈ ಮನುಷ್ಯ ಸಿಮೆಲಾನಿ ಗೊತ್ತಾ?"

"ನಾನು ಅವನ ಬಗ್ಗೆ ಕೇಳಿದ್ದೇನೆ," ಎಂದೆ.

"ನಾನು ಅವನ ಭೇಟಿ ಮಾಡಬಯಸ್ತೇನೆ," ಎಂದ ರೆನ್ಸ್‌ಬರ್ಗ್. "ನಾನು ಆತನೊಂದಿಗೆ ಮಾತನಾಡಬಯಸ್ತೇನೆ," ಎಂದು ವಿವರಿಸಿದ. "ನನ್ನ ಮನಸ್ಸಿನಲ್ಲಿರುವುದನ್ನೆಲ್ಲಾ ಆತನಿಗೆ ಹೇಳಬೇಕು, ಗೊತ್ತಾ?" ಎಂದ.

"ಸುಮಾರು ಐವತ್ತು ವರ್ಷ ವಯಸ್ಸಿನ ಹೆಂಗಸೊಬ್ಬಳು ಬಿಸ್ಕತ್‌ಗಳ ತಟ್ಟೆಯೊಂದನ್ನು ಹಿಡಿದು ಕೋಣೆಯಿಂದ ಬಂದಳು. ನನ್ನನ್ನು ನೋಡಿ ಮುಗುಳ್ನಕ್ಕು ವಂದಿಸಿದಳು. ನನಗೆ ಇಡೀ ಜಗತ್ತಿನ ಹಣವನ್ನೆಲ್ಲಾ ಕೊಟ್ಟಿದ್ದರೂ ನಾನು ಆಕೆಗೆ 'ದಾಂಕಿ ಮೈ ನೂಯಿ' (ಧನ್ಯವಾದಗಳು ನನ್ನ ಚಿಕ್ಕಮ್ಮಣ್ಣಿ) ಎಂದಾಗಲೀ, ಅಥವಾ ಇನ್ನೂ ಅಸಹ್ಯವೆನಿಸುವ 'ದಾಂಕಿ ಮಿಸ್ಸೆಸ್' ಎಂದಾಗಲೀ ಹೇಳಲಾಗುತ್ತಿರಲಿಲ್ಲ. ಅಥವಾ ನಾನು ಆಕೆಯೊಂದಿಗೆ ಇಂಗ್ಲೀಷ್‌ನಲ್ಲಿ ಮಾತನಾಡಲೂ ಬಯಸಲಿಲ್ಲ. ಏಕೆಂದರೆ ಅವಳದು ಆಫ್ರಿಕಾನ್ ಭಾಷೆಯಾಗಿತ್ತು. ಕೊನೆಗೆ ನಾನು ಏನಾದರೂ ಆಗಲಿ ಎಂದುಕೊಂಡು "ಮೆವ್ರು' (ಶ್ರೀಮತಿ) ಎಂಬ ಪದವನ್ನು ಉಪಯೋಗಿಸಿದೆ. ಇದರ ವಿನಯಶೀಲತೆಗೆ ಕೆಲವು ಆಫ್ರಿಕಾನರುಗಳು* ಕೆರಳಿ ಕರಿಯರನ್ನು ಹೊಡೆಯುವ ಸಂಭವವು ಉಂಟು. ಆದರೂ ನಾನು ಉಚ್ಚ ಆಫ್ರಿಕಾನ್ಸ್ ಭಾಷೆಯಲ್ಲಿ ಮಾತನಾಡುತ್ತಾ, ಮುಗುಳ್ನಕ್ಕು ವಂದಿಸಿ 'ಎಕ್ ಈಸ್ ಯು ದಾಂಕ್‌ಬಾರ್, ಮೆವ್ರು.'

---

* ಡಚ್ ಮೂಲದ ಬಿಳಿಯರು,

(ಶ್ರೀಮತಿಯವರೇ ನಿಮಗೆ ನಾನು ತುಂಬ ಅಭಾರಿಯಾಗಿದ್ದೇನೆ) ಅಂದೆ.

ಆದರೆ ಯಾರೂ ನನ್ನನ್ನು ಹೊಡೆದುರುಳಿಸಲಿಲ್ಲ. ಆ ಹೆಂಗಸು ಮುಗುಳ್ನಕ್ಕು ವಂದಿಸಿದಳು. ವಾನ್ ರೆನ್ಸ್‌ಬರ್ಗ್ ಎಲ್ಲೋ ಪಾತಾಳದಿಂದ ಮಾತನಾಡುವವನಂತೆ ಬಿಗಿದ ಧ್ವನಿಯಲ್ಲಿ ಹೇಳಿದ. "ನಮ್ಮ ದೇಶ ಸುಂದರವಾಗಿದೆ. ಆದರೆ ಅದು ನನ್ನ ಹೃದಯವನ್ನು ಒಡೀತದೆ."

ಆ ಹೆಂಗಸು ಆತನ ತೋಳ ಮೇಲೆ ಕೈಯಿಟ್ಟು, ಜಾನ್ನಿ, ಜಾನ್ನಿ ಎಂದಳು.

ಅನಂತರ ಮತ್ತೊಬ್ಬ ಹೆಂಗಸು ಮತು ಒಬ್ಬ ಗಂಡಸು, ಎಲ್ಲರೂ ಸುಮಾರು ಒಂದೇ ವಯಸ್ಸಿನವರೇ, ಮೇಲೆ ಬಂದು ವಾನ್ ರೆನ್ಸ್‌ಬರ್ಗ್‌ನ ಹಿಂದೆ ನಿಂತರು.

'ಆತ ಬಿ.ಎ.' ಎಂದು ವಾನ್ ರೆನ್ಸ್‌ಬರ್ಗ್ ಅವರಿಗೆ ಹೇಳಿದ. ಅದರ ಬಗ್ಗೆ ನಿಮಗೆ ಏನನ್ನಿಸುತ್ತೆ?'

ಮೊದಲ ಹೆಂಗಸು ನಕ್ಕು ಮತ್ತೆ ನನಗೆ ವಂದಿಸಿದಳು. ವಾನ್ ರೆನ್ಸ್‌ಬರ್ಗ್ ಶೋಕದ ಧ್ವನಿಯಲ್ಲಿ ಹೇಳಿದ, "ಅವನಿಗೆ ನಾನು ಬ್ರಾಂದಿ ಕೊಡಬೇಕೆಂದುಕೊಂಡಿದ್ದೆ. ಆದರೆ ವೈನ್ ಮಾತ್ರ ಇದೆ,"

ಎರಡನೆಯ ಹೆಂಗಸು ಹೇಳಿದಳು, "ನನಗೆ ನೆನಪಿದೆ ಜಾನ್ನಿ. ನನ್ನೊಡನೆ ಬಾ."

ಅವಳು ಮತ್ತೆ ಕೋಣೆಯೊಳಗೆ ಹೋದಳು. ಅವನು ಅವಳ ಹಿಂದೆ ಹೋದ. ಮೊದಲನೆಯವಳು ಹೇಳಿದಳು. "ಜಾನ್ನಿ ಒಳ್ಳೆಯ ಮನುಷ್ಯ. ವಿಚಿತ್ರ, ಆದರೆ ಒಳ್ಳೆಯವನು."

ನನಗೆ ಎಲ್ಲಾ ಹುಚ್ಚೆನಿಸಿತು. ನಾನು, ಒಬ್ಬ ಅಪರಿಚಿತ ಮನುಷ್ಯ, ಮನೆಯ ಮಗನ ಬಗ್ಗೆ ಶಿಫಾರಸಿನ ಮಾತುಗಳನ್ನು ಆಲಿಸುತ್ತಿರುವುದು, ಈ ಬಿಳಿಯ ಆಗಂತುಕರು ಮೊಗಸಾಲೆಯಲ್ಲಿ ನಿಂತು ನನ್ನನ್ನು ನೋಡುತ್ತಿರುವುದು – ನನ್ನನ್ನು ಎಲ್ಲಾದರೂ ಸ್ಪರ್ಶಿಸುವ ತೀವ್ರ ಅಭಿಲಾಷೆ ಯಿದ್ದರೂ, ಹೇಗೆ ಎನ್ನುವುದನ್ನು ತಿಳಿಯದೆಯೋ ಎಂಬಂತೆ! ಇದೆಲ್ಲ ನನ್ನ ಅರಿವಿಗೆ ಮೀರಿದ ವಿಷಯ ಎನ್ನಿಸಿತು. ಆದರೆ ನನ್ನತ್ತ ನೋಡಿ ನಕ್ಕು ವಂದಿಸಿದ ಮಹಿಳೆಯ ಮುಖದಲ್ಲಿ ಹೊಳೆಯುತ್ತಿದ್ದ ಶ್ರದ್ಧೆಯನ್ನು ಕಂಡು "ನನಗೆ ಅರ್ಥವಾಗುತ್ತದೆ, ಮೇವ್ರ"ಎಂದೆ.

"ಅವನು ಪ್ರತಿಮೆಯನ್ನು ನೋಡಲು ಪ್ರತಿರಾತ್ರಿ ಹೋಗ್ತಾನೆ," ಎಂದು ಆಕೆ ಹೇಳಿದಳು. "ಅಷ್ಟು ಸುಂದರ ಕಲಾಕೃತಿಯನ್ನು ದೇವರು ಮಾತ್ರ ಮಾಡಬಲ್ಲ, ಆದ್ದರಿಂದ ಅದನ್ನು ಮಾಡಿದವನಲ್ಲಿ ದೇವರು ನೆಲೆಸಿರಬೇಕು ಅಂತಾನೆ, ಅವನನ್ನು ಭೇಟಿ ಮಾಡಿ ತನ್ನ ಹೃದಯದಲ್ಲಿರೋದನ್ನೆಲ್ಲ ಅವನೊಂದಿಗೆ ಹೇಳಬಯಸುತ್ತಾನೆ." ಅವಳು ಮತ್ತೆ ಕೋಣೆಯತ್ತ ನೋಡಿದಳು. ಅನಂತರ ಧ್ವನಿಯನ್ನು ಸ್ವಲ್ಪ ಕುಗ್ಗಿಸಿ ಹೇಳಿದಳು.

"ಅದು ಒಬ್ಬ ಕಪ್ಪು ಮಹಿಳೆ ಮತ್ತು ಕಪ್ಪು ಮಗುವಾಗಿರುವುದೇ ಕಾರಣವಾಗಿರ್ಬೇಕು ಅನ್ನೋದು ನಿನಗೆ ಅರ್ಥವಾಗುತ್ತಲ್ಲ?"

"ನನಗೆ ಅರ್ಥವಾಗುತ್ತೆ, ಮೇವು" ಎಂದೆ.

ಪಕ್ಕದಲ್ಲಿದ್ದ ಗಂಡಸಿನತ್ತ ತಿರುಗಿ ಅವಳು ನನ್ನ ಬಗ್ಗೆ ಹೇಳಿದಳು. "ಈತ ಒಳ್ಳೆಯ ಹುಡುಗ."

ಅನಂತರ ಇನ್ನೊಬ್ಬ ಹೆಂಗಸು ವಾನ್ ರೆನ್ಸ್‌ಬರ್ಗ್ ಜತೆ ಹಿಂತಿರುಗಿದಳು. ವಾನ್ ರೆನ್ಸ್‌ಬರ್ಗ್‌ನ ಕೈಯಲ್ಲಿ ಒಂದು ಬ್ರಾಂದಿ ಸೀಸೆ ಇತ್ತು. ಅವನು ನಗುತ್ತಿದ್ದ. ಮುಖದಲ್ಲಿ ಸಂತೃಪ್ತಿಯಿತ್ತು. "ಇದು ಸಾಮಾನ್ಯ ಬ್ರಾಂದಿ ಅಲ್ಲ. ಫ್ರೆಂಚರದು," ಎಂದು ನನಗೆ ಹೇಳಿದ.

ಅವನು ಸೀಸೆ ತೋರಿಸಿದ. ನಾನು ಅಲ್ಲಿಂದ ಹೊರಟರೆ ಸಾಕಪ್ಪ ಎಂದುಕೊಳ್ಳುತ್ತಾ ಅದರತ್ತ ನೋಡಿದೆ. ಅದು ಕಾನ್ಯಾಕ್ ಜಾತಿಗೆ ಸೇರಿದ ಬ್ರಾಂದಿಯಾಗಿತ್ತು. ಅವನು ಗಂಡಸಿನತ್ತ

ತಿರುಗಿ ಹೇಳಿದ. "ಮಾವಾ, ನಿನಗೆ ನೆನಪಿದೆಯಾ? ನಿನಗೆ ಕಾಯಿಲೆಯಾಗಿದ್ದಾಗ ವೈದ್ಯರು ನೀನು ಬ್ರಾಂದಿ ತೆಗೆದುಕೊಳ್ಳಲೇಬೇಕೂಂತ ಹೇಳಿದ್ದರು. ಅಂಗಡಿಯಾತ ಇದು ಪ್ರಪಂಚದಲ್ಲೇ ಅತ್ಯುತ್ತಮ ಬ್ರಾಂದಿ ಅಂದಿದ್ದ?"

"ನಾನು ಹೊರಡಲೇಬೇಕು," ಎಂದು ನಾನು ಹೇಳಿದೆ. ರೈಲು ಹಿಡಿಯಬೇಕು.

"ನಾನು ನಿನ್ನನ್ನು ನಿಲ್ದಾಣಕ್ಕೆ ಕರೆದುಕೊಂಡು ಹೋಗ್ತೀನಿ" ಎಂದ ಆತ. 'ನೀನೇನೂ ಅದರ ಬಗ್ಗೆ ಯೋಚಿಸಬೇಡ.'

ಅವನು ನನಗೆ ಸ್ವಲ್ಪ ಮದ್ಯ ಬಗ್ಗಿಸಿದ. ತಾನು ಸ್ವಲ್ಪ ತೆಗೆದುಕೊಂಡ.

"ಮಾವ, ನೀನು ಸ್ವಲ್ಪ ತೆಗೆದುಕೊಂಡರೆ ಹೇಗೆ?" ಎಂದ.

"ತಗೋಬಹುದು", ಅಂತ ಆ ವಯಸ್ಸಾದ ಮನುಷ್ಯ ಹೇಳಿ, ತನಗೊಂದು ಲೋಟ ತೆಗೆದುಕೊಂಡು ಒಳಗೆ ಹೋದ.

'ಶುಭಮಸ್ತು,' ಎನ್ನುತ್ತಾ ವಾನ್ ರೆನ್ಸ್‌ಬರ್ಗ್ ತನ್ನ ಲೋಟವನ್ನು ನನ್ನತ್ತ ಎತ್ತಿದ. ಅದು ಒಳ್ಳೆಯ ಬ್ರಾಂದಿಯಾಗಿತ್ತು. ನಾನು ರುಚಿ ನೋಡಿರುವುದರಲೆಲ್ಲಾ ಅತ್ಯುತ್ತಮವಾದುದು. ಆದರೆ ನನಗೆ ಅಲ್ಲಿಂದ ಹೋದರೆ ಸಾಕು ಎನ್ನಿಸಿತ್ತು. ನಾನು ಮೊಗಸಾಲೆಯಲ್ಲಿ ನಿಂತು ವಾನ್ ರೆನ್ಸ್‌ಬರ್ಗ್‌ನ ಬ್ರಾಂದಿಯನ್ನು ಕುಡಿದೆ. ಅನಂತರ ಅವನ ಮಾವ ತನ್ನ ಲೋಟ ಹಿಡಿದು ಮತ್ತೆ ಬಂದ. ವಾನ್ ರೆನ್ಸ್‌ಬರ್ಗ್ ಅವನಿಗೂ ಬ್ರಾಂದಿ ಬಗ್ಗಿಸಿದ. ಮಾವ ತನ್ನ ಲೋಟವನ್ನೂ ನನ್ನತ್ತ ಎತ್ತಿದ. ನಮ್ಮೆಲ್ಲರಲ್ಲೂ ಸೌಹಾರ್ದತೆ ತುಂಬಿ ತುಳುಕಾಡುತ್ತಿತ್ತು. ಆದರೆ ನಾನು ಆ ಅಪರಿಚಿತ ಬಾಗಿಲುಗಳಲ್ಲಿ ಯಾವುದಾದರೂ ಒಂದು ತೆರೆದುಕೊಂಡರೆ... ಅಂತ ಅದಕ್ಕಾಗಿಯೇ ಕಾಯುತ್ತಿದ್ದೆ. ಬಹುಶಃ ನನ್ನ ಆತಿಥೇಯರೂ ಹೀಗೆಯೇ ಕಾಯುತ್ತಿದ್ದರೋ ಏನೋ ನನಗೆ ಗೊತ್ತಿಲ್ಲ. ಬಹುಶಃ ನಿಮಗೆ ಯಾರ ಅಂತರಾಳವನ್ನಾದರೂ ಸ್ಪರ್ಶಿಸಬೇಕೆಂಬ ತೀವ್ರ ಅಭಿಲಾಷೆ ಮೂಡಿದಾಗ, ನೀವು ಏನನ್ನೂ ಲೆಕ್ಕಿಸದಿರಬಹುದು. ನಾನು ನನ್ನ ಬ್ರಾಂದಿಯನ್ನು ಹೆಚ್ಚು ಕಮ್ಮಿ ಆರ್ಲಾಂಡೋನಲ್ಲಿ ಕುಡಿಯುವಷ್ಟೇ ವೇಗವಾಗಿ ಕುಡಿಯುತ್ತಿದ್ದೆ.

ನಾನು ಹೋಗಬೇಕು, ಎಂದೆ.

"ನಿನ್ನನ್ನು ನಾನು ಸ್ಟೇಷನ್‌ಗೆ ಕರೆದುಕೊಂಡು ಹೋಗುತ್ತೀನಿ," ಎಂದು ವಾನ್ ರೆನ್ಸ್‌ಬರ್ಗ್ ಹೇಳಿದ. ಅವನು ತನ್ನ ಬ್ರಾಂದಿಯನ್ನು ಮುಗಿಸಿದ. ನಾನೂ ನನ್ನದನ್ನು ಮುಗಿಸಿದೆ. ಲೋಟಗಳನ್ನು ನಾವು ಮಾವನ ಕೈಲಿತ್ತೆವು. "ಗುಡ್‌ನೈಟ್ ಮಗು" ಎಂದ ಆತ. "ದೇವರು ನಿನಗೆ ಒಳ್ಳೆಯದು ಮಾಡಲಿ," ಎಂದು ಮೊದಲನೆಯ ಹೆಂಗಸು ಹೇಳಿದಳು. ಎರಡನೆಯವಳು ನಕ್ಕು ವಂದಿಸಿದಳು. ಅನಂತರ ವಾನ್ ರೆನ್ಸ್‌ಬರ್ಗ್ ಮತ್ತು ನಾನು ಲಿಫ್ಟ್‌ನಲ್ಲಿ ಕೆಳಗಿಳಿದು, ಅವನ ಕಾರಿನಲ್ಲಿ ಕುಳಿತೆವು.

ನಿನ್ನನ್ನ ಸ್ಟೇಷನ್‌ಗೆ ಕರೆದುಕೊಂಡು ಹೋಗ್ತೇನೆ ಅಂತ ನಿನಗೆ ಹೇಳಿದ್ದೆ, ಎಂದ ಆತ. "ನಿನ್ನನ್ನ ಮನೆಗೂ ಕರೆದುಕೊಂಡು ಹೋಗಿಬಿಡಬಹುದು. ಆದರೆ ನನಗೆ ರಾತ್ರಿಯಲ್ಲಿ ಆರ್ಲಾಂಡೋಗೆ ಹೋಗುವುದೆಂದರೆ ದಿಗಿಲು." ಎಲಾಫ್ ರಸ್ತೆಯ ಮೂಲಕ ಹೋಗುತ್ತಿದ್ದೆವು. ನಾನು ಹೇಳಿದುದರ ಅರ್ಥವೇನು ಗೊತ್ತಾಯ್ತ? ಎಂದ ಆತ. ಅವನು ಯಾವುದಕ್ಕೋ ಉತ್ತರ ಬಯಸುತ್ತಿದ್ದಾನೆಂಬುದು ಗೊತ್ತಾಯ್ತು. ನಾನು ಉತ್ತರ ಹೇಳಲೂ ಬಯಸಿದೆ. ಆದರೆ ನನ್ನ ಕೈಲಿ ಆಗಲಿಲ್ಲ. ಏಕೆಂದರೆ ನನಗೆ ಅವನು ಯಾವುದಕ್ಕೆ ಉತ್ತರ ಬಯಸಿದ್ದನೆಂಬುದೇ ಗೊತ್ತಾಗಲಿಲ್ಲ. ರಾತ್ರಿಯಲ್ಲಿ ಆರ್ಲಾಂಡೋಗೆ ಹೋಗುವುದಕ್ಕೆ ದಿಗಿಲಾಗುವುದರ ಬಗ್ಗೆ ಆತ

ಮಾತನಾಡುತ್ತಿದ್ದಿರಲಾರ. ಏಕೆಂದರೆ ಯಾರೇ ಆದರೂ ಅದರ ಬಗ್ಗೆ ಅದಕ್ಕಿಂತ ಹೆಚ್ಚಿಗೆ ಹೇಳುವುದೇನಿದೆ ?

"ಯಾವುದರ ಅರ್ಥ ? ಎಂದು ಕೇಳಿದೆ."

ನಿನಗೆ ಗೊತ್ತಲ್ಲ. ನಮ್ಮ ನಾಡು ಸುಂದರವಾಗಿರುವುದರ ಬಗ್ಗೆ.

ಹೌದು. ನನಗೆ ಅವನ ಮಾತಿನ ಅರ್ಥ ಗೊತ್ತಾಯ್ತು. ನಿಜವಾಗಿಯೂ ಅವನು ನನ್ನ ಅಂತರಾಳವನ್ನು ಸ್ಪರ್ಶಿಸಬಯಸಿದ್ದ, ಆದರೆ ಅದು ಅವನಿಗೆ ಸಾಧ್ಯವಾಗಿರಲಿಲ್ಲ. ಯಾಕೆಂದರೆ ವರ್ಷಗಟ್ಟಲೆ ಕತ್ತಲೆಯಲ್ಲಿ ಕಳೆದ ಅವನ ಕಣ್ಣುಗಳು ಕುರುಡಾಗಿದ್ದವು, ನನಗೆ ಅದು ದು:ಖದ ವಿಷಯವೆನ್ನಿಸಿತು : ಮನುಷ್ಯರು ಎಂದೂ ಒಬ್ಬರನ್ನೊಬ್ಬರು ಸ್ಪರ್ಶಿಸದಿದ್ದರೆ, ಒಂದಲ್ಲ ಒಂದು ದಿನ ಅವರು ಒಬ್ಬರಿಗೊಬ್ಬರು ನೋವುಂಟುಮಾಡುವುದು ಖಂಡಿತ. ಅವನು ಕುರುಡಾಗಿದ್ದುದು, ನನ್ನನ್ನು ಸ್ಪರ್ಶಿಸಲಾಗದಿದ್ದುದು ದುಃಖದ ವಿಷಯವಾಗಿತ್ತು. ಯಾಕೆಂದರೆ ಕಪ್ಪು ಮನುಷ್ಯರು ಈಗ ಬಿಳಿಯರನ್ನು ಸ್ಪರ್ಶಿಸುವುದಿಲ್ಲ. ಒಂದು ವೇಳೆ ಸ್ಪರ್ಶಿಸಿದರೆ ಅದು ಆಕಸ್ಮಿಕವಾಗಿ. ಉದಾಹರಣೆಗೆ 'ತಾಯಿ ಮತ್ತು ಮಗು'ವಿನಂಥದ್ದನ್ನು ಏನಾದರೂ ಮಾಡಿದಾಗ.

"ಏನು ಯೋಚಿಸುತ್ತಿದ್ದೀಯಾ ?" ಅಂತ ಆತ ಕೇಳಿದ.

"ಹಲವಾರು ವಿಷಯಗಳು, ಎಂದೆ." ನನ್ನ ಶಬ್ದರಾಹಿತ್ಯ ನನಗೆ ಖೇದವನ್ನುಂಟು ಮಾಡಿತು. ಏಕೆಂದರೆ ಅವನು ನನ್ನಿಂದ ಏನನ್ನಾದರೂ ಬಯಸಿದ್ದನೆಂಬುದು ನನಗೆ ಗೊತ್ತಿತ್ತು. ಅವನು ಕೋಪದಿಂದ, ನೋವಿನಿಂದ, ಹತಾಶೆಯಿಂದ ಹಿಂದಕ್ಕೊರಗಿದಂತೆ ನನಗೆ ಭಾಸ ವಾಯಿತು. ನನಗೆ ಗೊತ್ತಿಲ್ಲ. ಅವನು ನಿಲ್ದಾಣದ ಮುಖ್ಯ ದ್ವಾರದ ಬಳಿ ವಾಹನವನ್ನು ನಿಲ್ಲಿಸಿದ. ನಾನು ಅಲ್ಲಿ ಒಳಕ್ಕೆ ಹೋಗುವಂತಿಲ್ಲ ಅನ್ನೋದನ್ನು ಅವನಿಗೆ ಹೇಳಲಿಲ್ಲ. ಕಾರಿನಿಂದ ಇಳಿದು, "ಸಹೃದಯತೆಯ ಸಂಜೆಗೆ ವಂದನೆಗಳು," ಎಂದೆ.

'ನೀನು ಬಂದದ್ದು ಅವರಿಗೆ ಇಷ್ಟವಾಯಿತು,'ಎಂದ. ನೀನೂ ಅದನ್ನ ಗಮನಿಸಿದೆಯಾ ?'

'ಹೌದು, ನಾನು ಅದನ್ನ ನೋಡಿದೆ,' ಎಂದೆ.

'ಅವನು ಸೀಟಿನಲ್ಲಿ ಕುಸಿದು ಕುಳಿತ. ಅರ್ಥವಾಗದ, ಪರಿಹಾರವಿಲ್ಲದ ವೇದನೆಯ ಹೊರೆ ಹೊತ್ತ ಮನುಷ್ಯನಂತೆ. ನನಗೆ ಅವನನ್ನು ಸ್ಪರ್ಶಿಸಬೇಕೆನ್ನಿಸಿತು. ಆದರೆ ನಾನು ರೈಲಿನ ಬಗ್ಗೆ ಯೋಚಿಸುತ್ತಿದ್ದೆ. ಅವನು ಗುಡ್‌ನೈಟ್ ಎಂದ; ನಾನೂ ಹೇಳಿದೆ. ಇಬ್ಬರೂ ಪರಸ್ಪರ ವಂದಿಸಿದೆವು. ಅವನು ಏನನ್ನು ಯೋಚಿಸುತ್ತಿದ್ದನೋ ದೇವರಿಗೇ ಗೊತ್ತು. ಕಬ್ಬಿಣದ ಪಾದರಕ್ಷೆ ಧರಿಸಿ ಓಟದ ಪಂದ್ಯಕ್ಕಿಳಿದು, ತನಗೆ ಚಲಿಸಲು ಏಕೆ ಆಗುತ್ತಿಲ್ಲವೆಂಬುದನ್ನು ಅರಿಯದ ವ್ಯಕ್ತಿಯಂತಾಗಿದ್ದ ಅವನು ಅಂತ ನನಗೆ ಅನಿಸ್ತಿದೆ.

ನಾನು ಆರ್ಲಾಂಡೋಗೆ ಹಿಂತಿರುಗಿದಾಗ ನನ್ನ ಹೆಂಡತಿಗೆ ನಡೆದ ಕತೆ ಹೇಳಿದೆ. ಅವಳು ಅತ್ತಳು. ○

○ ಐಸ್ ಕ್ರೀಹ

ಶವಪೆಟ್ಟಿಗೆ

ಅಂದು ಮುಂಜಾನೆ ನಾನು – ಆತನ ಪ್ರಥಮ ಮರಿ ಮೊಮ್ಮಗ – ಹುಟ್ಟಿದ ದಿನ ಮನೆಯಲ್ಲಿ ಎಲ್ಲರಿಗಿಂತಲೂ ಮೊದಲು ಎದ್ದಿದ್ದವನೆಂದರೆ ದೊಡ್ಡ ಓಪಾ ಲೋರೆನ್ಸ್. ನನ್ನ ಸುರಕ್ಷಿತ ಹಾಗೂ ಹರ್ಷದಾಯಕ ಆಗಮನದ ಸುದ್ದಿಯನ್ನು ಕೇಳಿದ ಕೂಡಲೇ ಆತ ಮನೆಯುದ್ದಕ್ಕೂ ತುದಿಗಾಲಲ್ಲಿ ನಡೆಯುತ್ತಾ, ಅಡುಗೆ ಮನೆಯ ಬಾಗಿಲು ದಾಟಲು ತನ್ನ ಬೃಹದಾಕಾರದ ಶರೀರವನ್ನು ಒಮ್ಮೆ ಬಗ್ಗಿಸಿ ಸ್ಥಿರಪ್ರಕಾಶದ ತಾರೆಗಳಡಿಯ ಹೊರಾವರಣಕ್ಕೆ ಬಂದ.

ಗಾಡಿಗಳ ಕೋಣೆಯಲ್ಲಿ ಆತ ತನ್ನ ಚಾಟಿಯನ್ನು ಕೊಂಡಿಯಿಂದ ತೆಗೆದು ತನ್ನ ತೋಳಿನ ಮೇಲೆ ಎಸೆದುಕೊಂಡ. ಅನಂತರ ದಾಪುಗಾಲಿನಲ್ಲಿ ವೆಲ್ಡ್‌ನತ್ತ* ನಡೆದ. ಅಲ್ಲಲ್ಲಿ, ತನ್ನ ಮನೆಯಿಂದ ಸುಮಾರು ಒಂದು ಮೈಲಿ ದೂರದಲ್ಲಿನ ಬೃಹತ್ತಾದ ಕರಾಳ ಗಿರಿಗಳ ನಡುವೆ ಆತ ತನ್ನ ಸುತ್ತಲಿನ ನಿದ್ರಾವಶ ಜಗತ್ತಿನ ಮೇಲೆ ಚಾಟಿ ಬೀಸತೊಡಗಿದ.

ನೀಳವಾಗಿದ್ದ ಆ ಚಾಟಿ ಬಾಗಿ ಬಳುಕಿ, ರಭಸದಿಂದ ಹರಿದಾಡಿ, ಮುಂಜಾನೆಯ ಗಾಢ ನೀರವತೆಯನ್ನು ಹೋಳು ಹೋಳಾಗಿ ಸೀಳಿತು. ಬಯಲಿನ ಶಾಂತತೆ, ಮುಟ್ಟಿದರೆ ಒಡೆಯುವಷ್ಟು ದುರ್ಬಲವಾಗಿತ್ತೇನೋ ಎಂಬಂತೆ ಭಗ್ನವಾಯಿತು. ದೊಡ್ಡ ಓಪಾ ಒಂದು ದಿನ್ನೆಯ ಮೇಲೆ ಕಾಲುಗಳನ್ನು ಅಗಲಿಸಿ ನಿಂತಿದ್ದ. ತಾರೆಗಳಿಂದ ತುಂಬಿದ ಬಾನಿನ ಹಿನ್ನೆಲೆಯಲ್ಲಿ ಆತ ಸ್ಪಷ್ಟವಾಗಿ ಕಾಣುತ್ತಿದ್ದ. ಅರವತ್ತು ವರ್ಷ ವಯಸ್ಸಾಗಿದ್ದರೂ, ಯೌವನದ ಮಾರ್ದವತೆಯನ್ನು ಇನ್ನೂ ಕಳೆದುಕೊಂಡಿರದಿದ್ದ ಆತನ ನಿಡಿದಾದ ಶರೀರ ಸ್ವಲ್ಪ ಬಾಗಿತ್ತು. ಎಳೆದ ತಂತಿಗಳಂತೆ ಬಿಗಿಯಾದ ಮಾಂಸಖಂಡ ಗಳಿಂದ ಕೂಡಿದ ತನ್ನ ಬಲಿಷ್ಠ ತೋಳುಗಳಿಂದ ಆತ ಚಾಟಿಯ ಹಿಡಿಯನ್ನು ಚಲಾಯಿಸುತ್ತಿದ್ದ: ಸುತ್ತಲಿನ ನಿಶ್ಚಲತೆಯ ನಡುವೆ ಚಲಿಸುತ್ತಿದ್ದ ಒಂದು ಕಡುಗಪ್ಪಾದ

---

* ವೆಲ್ಡ್ : ಹಿಂದೆ ಹೇಳಿದಂತೆ ಕುರುಚಲು ಕಾಡಿನಿಂದ ಕೂಡಿದ ಆಫ್ರಿಕದ ಬಯಲು ಭೂಮಿ; ಹುಲ್ಲುಗಾವಲು ಪ್ರದೇಶ.

ಆಕೃತಿ. ಅತ್ತ ಬೆಟ್ಟದ ಅಂಚುಗಳನ್ನು ಆಗ ತಾನೇ ಮಬ್ಬು ಬೆಳಕು ಸ್ಪರ್ಶಿಸಲಾರಂಭಿಸಿತ್ತು.

ಚಾಟಿಯ ಬಳ್ಳಿ ಒಮ್ಮೆ ಉದ್ದನೆಯ ಹಿಡಿಯ ಸುತ್ತ ಹಾವುಗಳ ಗುಂಪಿನಂತೆ ಸುತ್ತಿಕೊಳ್ಳುವುದು. ಒಮ್ಮೆ ಸನಿಕೆಯಂತೆ ಸರಸರ ಶಬ್ದ ಮಾಡುವುದು. ದೊಡ್ಡ ಓಪಾ ಹೆಚ್ಚು ಹೆಚ್ಚು ಉತ್ಸಾಹದಿಂದ ಕೈಯಾಡಿಸಿದಂತೆ, ಚಾಟಿ ಸತತವಾಗಿ ರಪರಪ ಸದ್ದು ಮಾಡುವುದು. ಕೆಳಗಿನ ಕಪ್ಪು ಕಣಿವೆಯಲ್ಲಿ ಅಲೆಅಲೆಯಾಗಿ ಅದರ ಪ್ರತಿಧ್ವನಿಯುಂಟಾಗುವುದು.

ವೆಲ್ಡ್‌ನ ಮೇಲೆ ಮಸುಕು ಬೆಳಕಿನ ಕಳ್ಳ ಹೆಜ್ಜೆ. ದಿಗಂತವನ್ನಾವರಿಸಿದ್ದ ಕಾರ್ಮೋಡಗಳ ಸಂದಿನಿಂದ ಕಂದು ಮತ್ತು ಕೆಂಪು ಉಡುಗೆಯ ಉಷೆಯ ಆಗಮನ. ಅನಂತರ ಎಷ್ಟು ಬೇಗ ಬೆಳಕಾಯಿತೆಂದರೆ, ಆ ಚಾವಟಿಯೇ ಮೋಡಗಳನ್ನು ತುಂಡರಿಸಿ, ಹೊಸ ಜೀವಕ್ಕೆ ದಾರಿ ಮಾಡಿ ವಿಶಾಲ ಜಗತ್ತಿಗೆ ಮತ್ತೊಂದು ಮುಂಜಾವವನ್ನು ನೀಡಿತೋ ಎಂಬಂತೆ ಕಂಡಿತು.

ಚಾಟಿ ಕೊನೆಯ ಬಾರಿಗೊಮ್ಮೆ ಲಘುವಾಗಿ ಬೀಸಿತು. ಹುಲ್ಲಿನ ಬೊಂತೆಯೊಂದರ ಮೇಲೆ ಹನಿಗೂಡಿದ ಇಬ್ಬನಿ ಸಾವಿರ ಚೂರಾಗಿ ಕೆಳಗೆ ಬಿದ್ದು ಕಿಡಿಗಳಂತೆ ಕಂಡಿತು.

ಇಬ್ಬನಿಯಿಂದ ಒದ್ದೆಯಾಗಿದ್ದ ಪಾದರಕ್ಷೆಗಳನ್ನು ಕಳಚದೆಯೇ ದೊಡ್ಡ ಓಪಾ ಲೋರೆನ್ಸ್ ಮನೆಯೊಳಗೆ ಬಂದು, ಮುಂದಿನ ಕೊಠಡಿಯ ಗೋಡೆಯ ಮೇಲೆ ಗೌರವಾನ್ವಿತ ಸ್ಥಾನ ಪಡೆದಿದ್ದ ಕಟ್ಟು ಹಾಕಿದ ತಮ್ಮ ವಂಶವೃಕ್ಷದ ಚಿತ್ರದತ್ತ ಯೋಚನಾಕ್ರಾಂತನಾಗಿ ನೋಡಿದ. ಬೆನ್ನ ಮೇಲೊಂದು ಗಂಟು ಹಾಗೂ ಬಣ್ಣ ಮತ್ತು ಬ್ರಷ್ಷುಗಳಿದ್ದ ಕಪ್ಪು ಪೆಟ್ಟಿಗೆ ಹೊತ್ತು ಒಂದು ಬೆಳಗ್ಗೆ ಅವರ ತಾಣಕ್ಕೆ ಬಂದ ಡೆನ್ಮಾರ್ಕಿನ ಅಲೆಮಾರಿಯೊಬ್ಬ ಅತ್ಯಂತ ಎಚ್ಚರಿಕೆಯಿಂದ ಬಿಡಿಸಿದ ಚಿತ್ರ ಅದು. ದೊಡ್ಡ ಓಪಾನೆ ಎಲ್ಲ ವಿವರಗಳನ್ನು ಒದಗಿಸಿದ್ದ. ವಂಶವೃಕ್ಷ ಯಾವ ಬುಡಕಟ್ಟಿಗೆ ಸೇರಿದ್ದೋ ಯಾರೂ ಹೇಳಲಾರರು. ಆದರೆ ಒಂದಂತೂ ನಿರ್ವಿವಾದವಾಗಿತ್ತು... ಅದು ಲೋರೆನ್ಸ್ ವೃಕ್ಷ. ಗಂಟು ಗಂಟಾಗಿತ್ತು. ಹಳೆಯದಾಗಿತ್ತು, ಬೇರುಗಳು ಯಾರೂ ಅರಿಯದ ಫಲವತ್ತಾದ ಭೂಮಿಯೊಳಗೆ ಆಳವಾಗಿ ಹೋಗಿತ್ತು. ವಿಸ್ತಾರವಾದ ಶಾಖೆಗಳು ಹಾಗೂ ಹಲವಾರು ಹೊಸ ಬೇರುಗಳಿಂದ ವೃಕ್ಷ ಇನ್ನಷ್ಟು ಎತ್ತರ ಬೆಳೆದಿತ್ತು. ಈಗ ಫ್ರಾನ್ಸಿನಾ ಆ ಚಿತ್ರವನ್ನು ಕೆಳಗಿಳಿಸಬೇಕು. ಅದರಲ್ಲಿ ಆ ಅಲೆಮಾರಿಯಷ್ಟೇ ಎಚ್ಚರಿಕೆಯಿಂದ ಹೊಸ ಹಸಿರು ಶಾಖೆಯನ್ನು ಚಿತ್ರಿಸಬೇಕು... ಅದಕ್ಕಾಗಿಯೇ ತಾನು, ದೊಡ್ಡ ಓಪಾ, ಇಡೀ ಒಂದು ವರ್ಷ ಫ್ರಾನ್ಸಿನಾಳಿಗೆ ಹಳ್ಳಿಯಲ್ಲಿ ಚಿತ್ರ ರಚನೆ ಬಗ್ಗೆ ವಿಶೇಷ ಶಿಕ್ಷಣ ನೀಡುವ ಸಲುವಾಗಿ ಹಣ ತೆತ್ತಿರಲಿಲ್ಲವೆ! ಅವಳನ್ನು ಆ ಮುದಿ ಇಂಗ್ಲಿಷ್ ಮೇಡಮ್ಮಳ ಬಳಿಗೆ ಕಳುಹಿಸುತ್ತಿದ್ದುದು ಕುಂಬಳಕಾಯಿ ಕೂಡಿಸಿಡಲೆಂದಲ್ಲ.

ಇದೇ ಕೊಠಡಿಯಲ್ಲೇ ನೀಗ್ರೋ ಹೆಂಗಸು ಆಯ್ ರೋಸಿ ತನ್ನ ಒಡೆಯನನ್ನು ಪ್ರಥಮ ಬಾರಿಗೆ ಭೇಟಿ ಮಾಡಿದುದು. ಮಹಾಮಾತೆ ಓಮಾಗೆ ತನ್ನನ್ನು ಈ ಜಗತ್ತಿಗೆ ತರಲು ಸಹಾಯ ಮಾಡಿದ್ದೂ ಆಕೆಯೇ. ದೊಡ್ಡ ಓಪಾಗಿಂತ ಕೆಲವು ವರ್ಷ ದೊಡ್ಡವಳಾದ ಅವಳು ಆತನನ್ನು ಮಗುವಾಗಿದ್ದಾಗ ನೋಡಿಕೊಂಡಿದ್ದಳು. ಅನೇಕ ಸಲ ಆತನನ್ನು ಬೆನ್ನ ಮೇಲೆ ಕೂರಿಸಿಕೊಂಡು ಮನೆಯಲ್ಲಿ ಅಥವಾ ಹೊರಗಿನ ವಿಸ್ತಾರವಾದ ಇಳಿಜಾರು ಮೈದಾನದಲ್ಲಿ ಸುತ್ತಾಡಿಸಿದ್ದಳು.

"ಮುದ್ದಾಗಿ ಚಿಮ್ಮುತ್ತಿರುವ ಮಗುವೊಂದು ತನ್ನತ್ತ ಗಮನ ಸೆಳೆಯಲು ಇದೇ ಕೋಣೆಯಲ್ಲೇ ಅರಚುತ್ತಿರುವಾಗ, ನಿರ್ಜೀವ ಚಿತ್ರದಲ್ಲಿರುವ ಮುದಿ ವೃಕ್ಷವೊಂದನ್ನು ಓಬಾಸಾ ನೋಡುತ್ತಿರುವುದರಲ್ಲಿ ಏನರ್ಥ ?" ಎಂದು ಆಕೆ ಆತನ ವಿಚಾರ ಮಗ್ನತೆಗೆ ಭಂಗ ತಂದಳು.

ದೊಡ್ಡ ಓಪಾ ಖುಷಿಯಾಗಿ ಹೇಳಿದ. "ಹೌದು, ಆಯಿ ರೋಸಿ. ಆದರೆ ವಿಚಿತ್ರ ನೋಡು. ನನ್ನಂತಹ ಒಬ್ಬ ಈ ಮರದ ಒಂದು ಶಾಖೆ ಮಾತ್ರವಷ್ಟೆ. ಆದರೂ ತಾನು ಅದರ ಅತ್ಯಂತ ಆಳವಾದ ಬೇರುಗಳಲ್ಲೊಂದರಷ್ಟೇ ಹಳಬ ಹಾಗೂ ಬಲಿಷ್ಠನೆಂದು ಆತನಿಗೆ ತೋರ್ತದೆ..."

ಏನೋ ಒಂದು ರೀತಿಯ ಸಂಕೋಚದಿಂದಲೇ ಆತ, ಅಮ್ಮ ಮತ್ತು ನಾನು ಮಲಗಿದ್ದ ಹಾಸಿಗೆಯ ಬಳಿ ಬಂದು ನಿಂತ. ನನ್ನೆಡೆಗೆ ಬಗ್ಗಿ ನನ್ನನ್ನು ಹುಬ್ಬುಗಂಟಿಕ್ಕಿ ನೋಡಿದ. ತಾಯಿಯ ಪೇಲವ ಹಣೆಯನ್ನು ತನ್ನ ದೊಡ್ಡ, ಒರಟು ಕೈಯಿಂದ ಸ್ವಲ್ಪ ನೇವರಿಸಿದ.

"ಅನ್ನಾ, ಮಗೂ, ಇವನು ಸೊಗಸಾದ, ಗಟ್ಟಿಮುಟ್ಟಾದ ಮಗ! ನಮಗೆ ನಿನ್ನ ಬಗ್ಗೆ ಹೆಮ್ಮೆಯೆನಿಸುತ್ತದೆ," ಎಂದಷ್ಟೆ ಹೇಳಿದ.

ಅಡುಗೆಮನೆಯಲ್ಲಿ ಆತ ಮೂರು ಕಪ್ ಕಾಫಿ ಕುಡಿದ. ಒಂದು ಪ್ಲೇಟ್ ರಸ್ಕ್ ಮುಗಿಸಿದ. ಅನಂತರ ನಿಧಾನವಾಗಿ ಕುರಿ ಕೊಟ್ಟಿಗೆಗೆ ನಡೆದು ಆರು ಕುರಿಗಳನ್ನು ಕತ್ತರಿಸಿದ. ಗಾಡಿಗಳ ಕೋಣೆಯ ಒಂದು ದೂರದ ಮೂಲೆಯಲ್ಲಿ ಜೇಡರ ಬಲೆಗಳ ನಡುವೆ ಅವುಗಳ ಚರ್ಮವನ್ನು ಒಣಗಲು ಸಾಲಾಗಿ ನೇತುಹಾಕಿದ. ಒಂದು ಕುರಿಯು, ದೇವರ ಈ ಸುಂದರ ಜಗತ್ತಿನಲ್ಲಿ ಇಂದು ಬೆಳಿಗ್ಗೆ ತಾನೆ ಪ್ರಥಮ ಬಾರಿಗೆ ಕಣ್ಣುಗಳನ್ನು ತೆರೆದ ಹೊಸ ಪೆಟ್ರಸ್ ಲಫ್ರಾಸ್ ಲೋರೆನ್ಸ್‌ಗೆ; ಎರಡನೆಯದು ಆಯಿ ರೋಸಿ ಮತ್ತು ಆಕೆಯ ಕುಟುಂಬಕ್ಕೆ; ಮೂರನೆಯದು ಕ್ಲೈನ್‌ಪ್ಲಾಸ್‌ನಲ್ಲಿ ಕುರಿಗಳನ್ನು ತೊಳೆಯುತ್ತಿದ್ದ ತನ್ನ ನೀಗ್ರೋ ನೌಕರರಿಗೆ; ಇನ್ನೊಂದು, ಮುಂದೆ ಮಗುವಿಗೆ ಧರ್ಮದೀಕ್ಷೆ ನೀಡಲಿರುವ ಡಾಮೀನಿಗೆ; ಐದನೆಯ ಕುರಿ ಜಮೀನಿನೊಳಗೆ ಬರುವ ಪ್ರಥಮ ಅತಿಥಿಗೆ ಕಟ್ಟಕಡೆಯದು ನೆರೆಯಾತನಿಗೆ ಮಂದಬುದ್ಧಿಯ ಮುದುಕ ಕೋಬಸ್ ವಾನ್‌ಗ್ರಾನ್. ಆತನೊಂದಿಗೆ ತನಗೆ ಸದಾ ಜಗಳ. ಎರಡು ದೀರ್ಘ ವರ್ಷಗಳ ಕಾಲ ತಮ್ಮಿಬ್ಬರ ಕುಟುಂಬಗಳ ನಡುವೆ ಒಂದೇ ಒಂದು ಮಾತಿಲ್ಲ. ಇದಕ್ಕೆಲ್ಲಾ ಕಾರಣವೆಂದರೆ ಒಂದು ಹಾಳು ಗೋಮಾಳದ ತುಂಡು. ಒಂದು ಸಲವಂತೂ ವಾನ್‌ಗ್ರಾನ್ ಮನೆಯವರು ತಮ್ಮಿಬ್ಬರ ಜಮೀನುಗಳ ಗಡಿ ಪ್ರದೇಶದಲ್ಲೇ ತೋಟ ಬೆಳೆಸಿ ತನ್ನ ಕೆಲವು ದನಗಳನ್ನು ವಿವಾದಿತ ಗೋಮಾಳದ ಆಚೆಗೆ ಸೆಳೆದಿದ್ದ. ಅನಂತರ ಅವುಗಳನ್ನು ಹೊಡೆದುಕೊಂಡು ಹೋಗಿ ಮೈಲಿಗಟ್ಟಲೆ ದೂರದಲ್ಲಿನ ಗ್ರಾಮದ ದೊಡ್ಡಿಯಲ್ಲಿ ಕೂಡಿಹಾಕಿದ್ದ. ಆದರೆ ಅದೆಲ್ಲಾ ಹಳೆಯ ಕತೆ. ಆತನಿಗೆ ಈಗ ಅದರ ಬಗ್ಗೆ ಯೋಚಿಸಲೂ ಆಸಕ್ತಿಯಿಲ್ಲ...

ಆ ದಿನ ಮಧ್ಯಾಹ್ನದ ವೇಳೆಗೆ ಮಹಾತಾಯಿ ಓಮಾಗೆ ಮಧ್ಯಾಹ್ನದ ಊಟಕ್ಕೆ ಅಗತ್ಯವಾದ ಸೇಬಿನ ಹಣ್ಣುಗಳನ್ನು ಅಟ್ಟದಿಂದ ಇಳಿಸಲು ಪುರುಸೊತ್ತಾಯಿತಷ್ಟೆ. ಕಲ್ಲಿನ ಮೆಟ್ಟಿಲುಗಳ ಮೇಲಿನ ಬಾಗಿಲು ಸ್ವಲ್ಪ ತೆಗೆದಿತ್ತು. ಅಟ್ಟದಲ್ಲಿ ಒಂದು ರೀತಿಯ ನೀಲಿ ಮಿಶ್ರಿತ ಮಸುಕು ಬೆಳಕು ಹರಡಿತ್ತು. ಕಡು ಕಂದು ಮತ್ತು ಅಚ್ಚ ಸ್ವರ್ಣವರ್ಣದ ಹೊಗೆಸೊಪ್ಪಿನ ಎಲೆಗಳು ಚಾವಣಿಯಿಂದ ಸಾಲುಸಾಲಾಗಿ ತೂಗಾಡುತ್ತಿದ್ದವು.

ದೊಡ್ಡ ಓಪಾನ ಶವಪೆಟ್ಟಿಗೆ ಎಂದಿನಂತೆ ಮಧ್ಯದಲ್ಲಿತ್ತು. ಆದರೆ ಸಾಮಾನ್ಯವಾಗಿ ಅದರೊಳಗೆ ಸಂಗ್ರಹಿಸಿಡಲಾಗುತ್ತಿದ್ದ ಒಣಗಿದ ಹಣ್ಣುಗಳು, ಚಹಾ ಎಲೆ ಮತ್ತು ಸಕ್ಕರೆ ಹಾಗೂ ಡಬ್ಬಗಳಲ್ಲಿನ ಆಹಾರ ಈಗ ಸುತ್ತಲೂ ಅವ್ಯವಸ್ಥಿತವಾಗಿ ಬಿದ್ದಿದ್ದವು. ಕೆಲವು ಒಂದೇಕಡೆ ರಾಶಿಯಾಗಿದ್ದವು. ಇನ್ನು ಕೆಲವನ್ನು ಸೊಟ್ಟಪಟ್ಟನೆ ಒಂದರ ಮೇಲೊಂದರಂತೆ ಪೇರಿಸಿಡ ಲಾಗಿತ್ತು. ಶವಪೆಟ್ಟಿಗೆಯ ತಲೆಯ ಭಾಗದಲ್ಲಿ ಮೀನಿನ ಡಬ್ಬವೊಂದರ ಮೇಲೆ ದೊಡ್ಡ

ಓಪಾನ ಪೈಪ್ ಇತ್ತು. ಆಶ್ಚರ್ಯದಿಂದ ಶವಪೆಟ್ಟಿಗೆಯತ್ತ ನಡೆದ ಮಹಾತಾಯಿ ಓಮಾ, ಅದರ ಬಳಿ ನಿಂತಳು. ಅಲ್ಲಿ ಬೆನ್ನ ಮೇಲೆ ಮಲಗಿದ್ದ ದೊಡ್ಡ ಓಪಾ ಗಾಢ ನಿದ್ರೆಯಲ್ಲಿದ್ದ.

ಇದನ್ನು ಕಂಡು ಸ್ವಲ್ಪ ವಿಚಲಿತಳಾದ ಮಹಾತಾಯಿ ಓಮಾ ನಿದ್ದೆಯಲ್ಲಿದ್ದ ತನ್ನ ಗಂಡನನ್ನೇ ನೋಡುತ್ತಾ ನಿಂತಳು. ಆಕೆ ಚಿಕ್ಕ ಹುಡುಗಿಯಾಗಿದ್ದಾಗ ಜನರು, "ಬಾಲಕ ಲಫ್ರಾಸ್‌ಗೆ ಒಂದು ಸುತ್ತು ಸಡಿಲು" ಎನ್ನುತ್ತಿದ್ದರು. ಅಥವಾ, "ಲೋರೆನ್ಸ್‌ನ ತಲೆ ಸಂಪೂರ್ಣ ಸರಿಯಾಗಿಲ್ಲ" ಎನ್ನುತ್ತಿದ್ದರು. ಆದರೆ ಅವರ ವಿವಾಹಿತ ಜೀವನದ ಇವೆಲ್ಲ ಹರ್ಷದ ವರ್ಷಗಳಲ್ಲೂ ಆಕೆಗೆ ಅತ್ಯಂತ ಆನಂದದ ಘಳಿಗೆಗಳನ್ನು ತಂದಿದ್ದುದು ಆತನ ಈ ಹಠಾತ್ ಲಹರಿಗಳು ಅಥವಾ 'ಸ್ಫೂರ್ತಿಗಳೇ' ಆಗಿದ್ದವು. ಅವನ ಸ್ವಭಾವದಲ್ಲಿದ್ದ ಒಂದು ರೀತಿಯ ಅಕೃತ್ರಿಮ ಮಕ್ಕಳಾಟಿಕೆಯ ಪ್ರತೀಕಗಳಾಗಿದ್ದವು ಅವು. ಆತ ಸಂತೃಪ್ತಿಯಿಂದ ಅಲ್ಲಿ ಮಲಗಿದಂತೆ ತೋರಿದ... ಆದರೆ ಆಕೆಯ ತುಟಿಗಳು ಬಿಗಿದವು. ಗಲ್ಲ ಗಡುಸಾಯಿತು. ಇದೇನು ಮೂರ್ಖತನ; ಬೆಳ್ಳಂಬೆಳಕಿನಲ್ಲಿ ತನ್ನ ಶವಪೆಟ್ಟಿಗೆಯಲ್ಲಿ ಮಲಗಿಕೊಳ್ಳುವುದು! ಬಗ್ಗಿ ಆತನ ತೋಳು ಹಿಡಿದು ಅಲ್ಲಾಡಿಸಿದಳು.

ದೊಡ್ಡ ಓಪಾ ಮಲಗಿದ್ದಂತೆಯೇ ಆಕೆಯತ್ತ ಆನಂದದ, ಪ್ರಶಾಂತ ನೋಟ ಬೀರಿದ. ಅನಂತರ ನಿದ್ದೆಯಿಂದ ಮುಲುಗುಟ್ಟುವ ಧ್ವನಿಯಲ್ಲಿ ವಿವರಿಸಿದ:

"ನಾನು ಇಲ್ಲೇ ನಿಂತು ಯೋಚಿಸಿದೆ... ನನ್ನ ಹಾಸಿಗೆಯ ಪರಿಚಯ ನನಗೆ ಚೆನ್ನಾಗಿದೆ, ಎಷ್ಟೋ ವರ್ಷಗಳಿಂದ ಅಭ್ಯಾಸವಾಗಿಬಿಟ್ಟಿದೆ. ನನ್ನ ತಂದೆ ತಾಯಿಯರು ಅದರ ಮೇಲೆ ಮಲಗುತ್ತಿದ್ದರು. ನಾನು ಅಲ್ಲೇ ಹುಟ್ಟಿದೆ. ನೀನೂ, ನಾನೂ ಅವೆಷ್ಟೋ ವರ್ಷಗಳಿಂದ ಅದರ ಮೇಲೇ ಮಲಗಿದ್ದೇವೆ. ಅದರ ಮೇಲೇ ನಾನು ಸಾಯುತ್ತೇನೆ. ಆದರೆ ಅನಂತರದ ನನ್ನ ಹಾಸಿಗೆಯ ವಿಷಯವೇನು? ಮುಂದೆ ಬಹಳಷ್ಟು ಕಾಲ ನಾನು ಮಲಗಬೇಕಾದುದು ಈ ಶವಪೆಟ್ಟಿಗೆಯಲ್ಲಿ ಅಲ್ಲವೆ – ಈ ತೇಗದ ಮರ, ನಾನು ಮತ್ತು ನನ್ನ ಮೂಳೆಗಳು ಧೂಳಾಗಿ ಬೂದಿಯಾಗುವವರೆಗೂ? ಹೇಗಿರುತ್ತೆ ಸುಮ್ಮನೆ ನೋಡೋಣ ಎಂದು ಒಳಹೊಕ್ಕೆ. ಪೈಪ್ ಹಚ್ಚಿ ಮೇಲಿನ ಜೇಡರ ಬಲೆಗಳನ್ನು ನೋಡುತ್ತಾ ಮಲಗಿದೆ" – ಆತ ತನ್ನ ಪೈಪನ್ನು ಎತ್ತಿಕೊಂಡು ಬಲೆಗಳತ್ತ ತೋರುತ್ತಿದ್ದ – "ಹೊಗೆಸೊಪ್ಪು ಹಾಗೂ ಸೇಬಿನ ಹಣ್ಣಿನ ಮಧುರ ವಾಸನೆಯಲ್ಲಿ ನನ್ನ ಯೋಚನೆಗಳು ಎತ್ತೆತ್ತಲೋ ಹರಿದಾಡಲಾರಂಭಿಸಿದವು..." ತನ್ನ ಯೋಚನೆಗಳ ಹರಿದಾಟ ಎಷ್ಟು ಸುಲಲಿತ ಹಾಗೂ ಸೊಬಗಿನದಾಗಿದ್ದ ವೆಂಬುದನ್ನು ಸೂಚಿಸುವಂತೆ ದೊಡ್ಡ ಓಪಾ ತನ್ನ ಪೈಪನ್ನು ಹಲವಾರು ಬಾರಿ ಮೆಲ್ಲಗೆ ಆಡಿಸಿದ.

"ಆದರೆ ಮುದಿ ಸಾಂಟಾ" – ಆತ ಈಗ ಶವಪೆಟ್ಟಿಗೆಯಲ್ಲಿ ನೆಟ್ಟನೆ ಕೂತ – "ನಿನ್ನ ಕುರಿ ಮಾಂಸದ ಅಡುಗೆ ವಿಷಯವೇನಾಯ್ತು? ನಿನಗೆ ಗೊತ್ತಲ್ಲ, ನನಗೆ ಅದೆಂದರೆ ಬಹಳ ಇಷ್ಟ! ಅಲ್ಲದೆ ನನಗೆ ಎಷ್ಟು ಹಸಿವಾಗಿದೆಯೆಂದರೆ ಹೊಟ್ಟೆಯೊಳಗೆ ಆಹಾರಕ್ಕಾಗಿ ಕೂಗು ಹೊರಟಿದೆ!"

ಹರ್ಷದಿಂದ ನಗುತ್ತಾ ಅವರಿಬ್ಬರೂ ತೋಳಲ್ಲಿ ತೋಳು ಹಾಕಿಕೊಂಡು ಅಟ್ಟದ ಅಗಲವಾದ ಮೆಟ್ಟಿಲುಗಳನ್ನಿಳಿದರು.

ಅಂದಿನ ದಿನಗಳಲ್ಲಿ ದೊಡ್ಡ ಓಪಾನಂತೆ ಸ್ವೆಲ್ಲನ್‌ಡಾಮ್‌ನಿಂದ ಅತ್ಯಂತ ದೂರದಲ್ಲಿ ಹೊಲಗಳನ್ನು ಹೊಂದಿದ್ದ ಕೃಷಿಕರು ಹಳ್ಳಿಗೆ ಹೋಗುತ್ತಿದ್ದುದು ಬಹಳ ಅಪರೂಪ. ಗೋಧಿ ಬೆಳೆಯ ಮೇಲೆ ಆಲಿಕಲ್ಲಿನ ಮಳೆಯಂತೆ, ಜಾನುವಾರಿಗೆ ದೊಡ್ಡ ರೋಗದಂತೆ, ಕುರಿಗೆ ನೀಲಿ

ನಾಲಗೆಯ ವ್ಯಾಧಿಯಂತೆ, ಮನುಷ್ಯನಿಗೆ ಸಾವು ಯಾವಾಗ ಬೇಕಾದರೂ ಬರಬಹುದು. ಆದ್ದರಿಂದಲೇ ಪ್ರತಿಯೊಬ್ಬನೂ ಅಟ್ಟದಲ್ಲಿ ತನ್ನ ಶವಪೆಟ್ಟಿಗೆಯನ್ನು ಸಿದ್ಧವಾಗಿಟ್ಟುಕೊಂಡಿರುತ್ತಿದ್ದನು.

ದೊಡ್ಡ ಓಪಾನ ಶವಪೆಟ್ಟಿಗೆಗೆ ಸಾಕಷ್ಟು ಹಣ ಖರ್ಚಾಗಿದ್ದಿರಬೇಕು. ಸ್ವೆಲ್ವನ್ ಡಾಮ್‌ನ ಅಂಗಡಿಯಲ್ಲಿ ಅದು ಅರ್ಧ ಡಜನ್ ಕಪ್ಪು ಶವಪೆಟ್ಟಿಗೆಗಳ ನಡುವೆ ಕಂದುಬಣ್ಣದಲ್ಲಿ ಮಿರುಗುಟ್ಟುತ್ತಿತ್ತು. ದೊಡ್ಡ ಓಪಾ ಒಂದು ಕ್ಷಣವೂ ಯೋಚಿಸಲಿಲ್ಲ. "ಇದೇ ನನ್ನ ಮಂಚ" ಎಂದೆನ್ನುತ್ತಾ ಕೈಬೆರಳಿನ ಗಿಣ್ಣುಗಳಿಂದ ಶವಪೆಟ್ಟಿಗೆಯ ಮುಚ್ಚಳದ ಮೇಲೆ ಕುಟ್ಟಿದ. ಅದನ್ನು ತನ್ನ ಗಾಡಿಯೊಳಗೆ ಹಾಕಿಕೊಂಡು ತನ್ನ ಸ್ನೇಹಿತ ಜಾನ್ ಸ್ಟೀನ್ ಮನೆಗೆ ಹೋದ. ಅಲ್ಲಿ ಅವನು, ಅವನ ಆತಿಥೇಯ ಹಾಗೂ ಅವರ ಮೂರ್‍ನಾಲ್ಕು ಮಂದಿ ಆಪ್ತ ಮಿತ್ರರು ಒಟ್ಟು ಸೇರಿ ಡ್ರಾಸ್ಡಿ ಕುಟುಂಬದ ಮನೆ ಜಗಲಿಯ ಮೇಲೆ ದೀರ್ಘಕಾಲದ 'ಪಾನಗೋಷ್ಠಿ' ನಡೆಸಿದರು. ಹದವಾಗಿದ್ದ ಹಳೆ ಕೇಪ್ ವೈನ್, ಗೆಳೆಯರು ಕಂಠಪೂರ್ತಿ ಕುಡಿದರು. ನೆರಳು ಕವಿದು ಕೈಗಳಲ್ಲಿ ಹಿಡಿದಿದ್ದ ಪಾನ ಪಾತ್ರೆಗಳು ಕಣ್ಣಿಗೆ ಕಾಣಿಸದಂತಾಗುವವರೆಗೂ 'ಗೋಷ್ಠಿ' ನಡೆದಿತ್ತು.

ನಾನು ಅಟ್ಟದ ಮೇಲಿನ ಆ ಶವಪೆಟ್ಟಿಗೆಯನ್ನು ಅನೇಕ ಬಾರಿ ನೋಡಿದ್ದೆ. ನಾನು ಅದನ್ನು ಮೊದಲ ಬಾರಿಗೆ ಯಾವಾಗ ನೋಡಿದೆನೆಂಬುದು ಇನ್ನೂ ಸ್ಪಷ್ಟವಾಗಿ ನೆನಪಿದೆ. ಕೆಲವು ಒಣಗಿದ ಹಣ್ಣುಗಳನ್ನು ಕದಿಯಲೆಂದು ನಾನು ಅಟ್ಟದೊಳಗೆ ನುಸುಳಿದ್ದೆ; ತಕ್ಷಣವೇ ಅದು ಕಣ್ಣಿಗೆ ಬಿತ್ತು. ತೆಳುವಾಗಿದ್ದರೂ ಮೋಪಾದ ರಚನೆ. ಸುತ್ತಲಿದ್ದ ಕೆಂಪು ಮತ್ತು ಹಸಿರು ಡಬ್ಬಗಳು, ಬಿಳಿ ಪೆಟ್ಟಿಗೆಗಳು, ಕೆಂಪಗೆ ಕಾದಂತಿರುವ ಸೇಬಿನ ಹಣ್ಣುಗಳು ಹಾಗೂ ಪ್ರಫುಲ್ಲ ವರ್ಣಗಳ ಕಂಠಾಭರಣದಂತಿರುವ ಹೊಗೆಸೊಪ್ಪಿನ ಎಲೆಗಳು – ಇವೆಲ್ಲದರ ಮಧ್ಯೆ ಕಪ್ಪಗಿದ್ದರೂ ಆ ಅರೆ – ಬೆಳಕಿನಲ್ಲಿ ಅದು ಹೊಳೆಯುತ್ತಿತ್ತು. ನನಗೆ ಗೊತ್ತಿಲ್ಲದೆಯೇ ನನ್ನ ಟೊಪ್ಪಿಗೆಯನ್ನು ತೆಗೆದಿದ್ದೆ: ಶವಪೆಟ್ಟಿಗೆಯಿಂದ ನನ್ನ ಕಣ್ಣುಗಳನ್ನು ತೆಗೆಯಲಾರದೆ ಅಲ್ಲಿಯೇ ನಿಂತಿದ್ದೆ. ಆದರೆ ಒಣಗಿದ ಹಣ್ಣುಗಳೊಂದಿಗೆ ಕಾರ್ಯೋನ್ಮುಖನಾಗಲು ಹೆಚ್ಚುಕಾಲ ಬೇಕಾಗಲಿಲ್ಲ. ಮತ್ತೆ ನಾನು ಶವಪೆಟ್ಟಿಗೆಯನ್ನು ನೋಡುವ ವೇಳೆಗೆ ಮುಚ್ಚಳವನ್ನು ತೆಗೆದಿರಿಸಲಾಗಿತ್ತು. ಮಹಾತಾಯಿ ಓಮಾ ಅದನ್ನು ತನ್ನ ಚಹಾಪುಡಿ, ಸಕ್ಕರೆ ಹಾಗೂ ಡಬ್ಬಗಳಲ್ಲಿನ ಆಹಾರಗಳನ್ನಿಡಲು ಉಗ್ರಾಣದಂತೆ ಉಪಯೋಗಿಸುತ್ತಿದ್ದಳು.

ದೊಡ್ಡ ಓಪಾ ತನ್ನ ನೆಚ್ಚಿನ ಮೊಮ್ಮಗಳು ಫ್ರಾನ್ಸಿನಾ ಜತೆ ಬಾಂಟೆ ಬಾಕ್ಸ್‌ಕ್ಲೂಫ್‌ನಿಂದ ಟ್ರಾನ್ಸ್‌ವಾಲ್‌ಗೆ ಸಹಸ್ರ ಮೈಲುಗಳ ಪ್ರವಾಸ ಒಮ್ಮೆ ಕೈಗೊಂಡ. ಅವನ ಉದ್ದೇಶ ತಾನು ಹಲವಾರು ವರ್ಷಗಳಿಂದ ನೋಡಿರದಿದ್ದ ಬಂಧುಗಳನ್ನು ಭೇಟಿ ಮಾಡುವುದು ಹಾಗೂ ಅಲ್ಲಿ ಸ್ವಲ್ಪ ವ್ಯಾಪಾರ ಮಾಡುವುದಾಗಿತ್ತು. ಈ ಸಂದರ್ಭದಲ್ಲಿ ಕೂಡ ಶವಪೆಟ್ಟಿಗೆ ಅವನನ್ನು ಹಿಂಬಾಲಿಸಿತ್ತು. ಆಹಾರ ವಸ್ತುಗಳಿಂದ ತುಂಬಿತುಳುಕಾಡುತ್ತಿದ್ದ ಆ ಪೆಟ್ಟಿಗೆ ಆತನ ಮುಚ್ಚಿದ ಗಾಡಿಯ ಹಿಂಭಾಗದಲ್ಲಿ ಇನ್ನೂ ಹಲವಾರು ಸಾಮಾನು ಸರಂಜಾಮುಗಳೊಂದಿಗೆ ಒತ್ತಾಗಿ ಪೇರಿಸಲ್ಪಟ್ಟಿತ್ತು.

ದೊಡ್ಡ ಓಪಾ ತನ್ನ ಚಾಟಿಯನ್ನು ಝಳಪಿಸಿ, ಎತ್ತುಗಳಿಗೆ ಹೊಯ್ ಗುಟ್ಟಿದ. ಫ್ರಾನ್ಸಿನಾ ಕೊನೆಯ ಬಾರಿಗೆ ತನ್ನ ಟೊಪ್ಪಿಗೆಯನ್ನು ಬೀಸಿದಳು. ತಲೆಯೆತ್ತಿದಾಗ ಆಕೆ ಸೂರ್ಯನ ಬೆಳಕಿನಲ್ಲಿ ಮಿರುಗುವ ಪಕ್ವವಾದ ಕೆನೆಯಂತೆ ತೋರುತ್ತಿದ್ದಳು. ಕೀರ್ ಗುಟ್ಟುತ್ತಿದ್ದ ಗಾಡಿ ಸ್ವಲ್ಪವೇ ಸಮಯದಲ್ಲಿ ಕಣಿವೆಯ ಹಿಂದೆ ಮರೆಯಾಯಿತು.

ಒಂಭತ್ತು ತಿಂಗಳುಗಳ ತರುವಾಯ ಅವರು ತಮ್ಮ ದೀರ್ಘ ಪ್ರವಾಸದಿಂದ ಹಿಂತಿರುಗಿದರು – ಶವಪೆಟ್ಟಿಗೆ ಇರಲಿಲ್ಲ. ಟಾಂಟೆಸಾರಿಯ ಊಮ್ ಲೆವಿಸ್ ಎಂಬಾತ ಬುಷ್‌ವೆಲ್ಡ್ ಪ್ರದೇಶದ ಬೆಂಗಾಡಿನಲ್ಲಿ ಸಿಂಹ ನಖಗಳ ನಂಜಿನಿಂದ ಪ್ರಾಣ ಬಿಟ್ಟಾಗ ದೊಡ್ಡ ಓಪಾ ತನ್ನ "ತೇಗದ ಹಾಸುಗೆ"ಯನ್ನು ಆತನಿಗೆ ಅರ್ಪಿಸಿದ. ಸಾವಿನಂತಹ ಸಣ್ಣ ವಿಷಯದ ಬಗ್ಗೆ ತಾನೇಕೆ ಯೋಚಿಸಬೇಕೆಂದು ಆತ ಅಂದುಕೊಂಡ! ತನಗೆ ಇನ್ನೂ ಎತ್ತಿನ ಬಲವಿತ್ತು. ಅಲ್ಲದೆ ದಿನದಿನಕ್ಕೂ ಶಕ್ತಿಶಾಲಿಯಾಗುತ್ತಿರುವೆನೆನಿಸಿತ್ತು.

ಆದರೆ ಮತ್ತೆ ಧಾರ್ಮಿಕ ಸಭೆ ಸೇರಿದಾಗ ಆತ ಸ್ವೆಲ್ಲನ್‌ಡಾವರ್‌ನ ಶವಪೆಟ್ಟಿಗೆ ಮಳಿಗೆಯಲ್ಲಿನ ಹೊಚ್ಚ ಹೊಸ 'ಕರಿ ಕುರಿ' ಮಾದರಿಗಳಲ್ಲಿ ಒಂದನ್ನು ಆಯ್ಕೆ ಮಾಡುವ ಮುಂಜಾಗರೂಕತೆ ವಹಿಸಿದ. ಆ ಭಾಗಗಳ ಕೃಷಿಕರಲ್ಲಿ ತಮ್ಮ ಶವಪೆಟ್ಟಿಗೆಗಳನ್ನು ಒಬ್ಬರಿಂದೊಬ್ಬರಿಗೆ ಎರವಲಾಗಿ ಕೊಡುವ ವಾಡಿಕೆ ಇತ್ತು. ಉದಾಹರಣೆಗೆ, ಶವಪೆಟ್ಟಿಗೆಯಿಲ್ಲದ ಕಡೆ ಹಠಾತ್ ಮರಣ ಸಂಭವಿಸಿದ್ದು, ಕುದುರೆ ಗಾಡಿ ಅಥವಾ ಎತ್ತಿನ ಬಂಡಿ ಸಮಯಕ್ಕೆ ಸರಿಯಾಗಿ ತಲುಪಲಾರದಷ್ಟು ಆ ಗ್ರಾಮ ದೂರವಾಗಿದ್ದಲ್ಲಿ ಸಮೀಪದ ಯಾರೇ ಆದರೂ ನೆರೆಯಾತನ 'ಅಂತಿಮ ಸುಖಪ್ರಯಾಣ'ಕ್ಕೆ ಸಹಾಯ ನೀಡಲೇಬೇಕಲ್ಲ!

ಅಟ್ಟದ ಮೇಲಿನ ದೊಡ್ಡ ಓಪಾನ ಶವಪೆಟ್ಟಿಗೆ ಕನಿಷ್ಟ ಪಕ್ಷ ಮೂರು ಬಾರಿ ಬದಲಾವಣೆಯಾದದ್ದು ನನ್ನ ನೆನಪಿನಲ್ಲಿದೆ. ಮೊದಲು ಕೂಸ್ ಬಾಡನ್ ಹರ್ಸ್ಟ್ ಎಂಬಾತ ದೊಡ್ಡ ಓಪಾನ ಶವಪೆಟ್ಟಿಗೆಯಲ್ಲಿ ಸೋಯೆಟ್ ವಾಟರ್‌ನ ಹಳೆ ಮನೆಯ ಬಳಿಯಲ್ಲಿನ ಬೇಡನ್‌ಹಾರ್ಸ್ಟ್ ಇಗರ್ಜಿಯ ಆವರಣಕ್ಕೆ ಪಯಣಿಸಿದ. ಆ ಶವಪೆಟ್ಟಿಗೆಗೆ ಬೇಡನ್ ಹಾರ್ಸ್ಟ್ ಕುಟುಂಬದವರು ಬದಲಿಯೊಂದನ್ನು ಕೊಟ್ಟರು. ಅದರಲ್ಲಿ ಓಪ್ಲಾಸ್‌ನ ಮಾಲುಗಣ್ಣಿನ, ಫ್ರಾನ್ಸ್ ಡಿ ವ್ರೀಸ್ ಅಂತಿಮ ಯಾತ್ರೆ ಕೈಗೊಂಡ. ನನಗೆ ತಿಳಿದಂತೆ, ಒಂದು ವರ್ಷದ ನಂತರ, ಹ್ಯೂನಿನ್‌ಗ್ರಾಂಟ್‌ನ ಪೀಪಾಯಿ–ಹೊಟ್ಟೆ ಹ್ಯಾನ್ಸ್ ಬಾಷಾಫ್ ಮಾನ್ಯ ಓಪಾನ ಮಂಚದಲ್ಲಿ ತನ್ನ ಸಮಾಧಿಗೆ ತೆರಳಿದ.

ಮತ್ತೊಮ್ಮೆ ನಾನು ಬೇಸಗೆಯ ದೀರ್ಘರಜೆಯನ್ನು ಜಮೀನಿನಲ್ಲಿ ಕಳೆಯುತ್ತಿದ್ದೆ. ನನ್ನ ಆಗಮನದ ಎರಡನೆಯ ಮಧ್ಯಾಹ್ನ ದೊಡ್ಡ ಓಪಾನ ಚಿತ್ತದಲ್ಲಿ ನೆರೆಯ ಕುಟುಂಬದೊಂದಿಗಿನ ಹಳೆಯ ವಿರಸ ಕೊರೆಯುತ್ತಿತ್ತು. ಕೊಟ್ಟಿಗೆಯ ಬಾಗಿಲ ಬಳಿ ಆತ ತನ್ನ ಹಿರಿಯ ಮಗ ಊಮ್ ಪೀಟ್ ಜತೆ ಇದರ ಬಗ್ಗೆ ಚರ್ಚಿಸುತ್ತಿದ್ದ.

ಆತ ಹೇಳುತ್ತಿದ್ದ :

"ನೀಫ್ ಕೋಬಸ್ ಎಂತಹ ಎಡಬಿಡಂಗಿ ಮನುಷ್ಯ! ಕೊಟ್ಟಿಗೆಯ ಒಳಗೆ ಹೋಗಲು ಮೊಂಡಾಟ ಮಾಡುವ ಕುರಿಯಂತೆಯೇ! ಈ ಕೊನೆಯಿಲ್ಲದ ಕಚ್ಚಾಟವನ್ನು ನಿಲ್ಲಿಸಲು ಏನೇನು ಮಾಡಬಹುದೋ ಅದೆಲ್ಲವನ್ನೂ ನಾನು ಮಾಡಿರುವೆ – ಆದರೆ ಏನೂ ಪ್ರಯೋಜನವಿಲ್ಲ! ಗೋಮಾಳದ ಮೂರನೆಯ ಒಂದು ಭಾಗವನ್ನೂ ತೆಗೆದುಕೊಳ್ಳುವಂತೆ ಆತನಿಗೆ ಹೇಳಿದೆ. ಆತ ಅದರಲ್ಲಿ ತನಗಿಷ್ಟ ಬಂದುದನ್ನು ಮಾಡಿಕೊಳ್ಳಬಹುದು. ಉತ್ತಬಹುದು, ಬಿತ್ತಬಹುದು. ಸುತ್ತಲೂ ಬೇಲಿಯನ್ನೂ ಹಾಕಿಕೊಳ್ಳಬಹುದು. ನಮ್ಮ ಕೆಲವರು ರೈತರುಗಳಿಗೆ ಗುರುತುಗಲ್ಲುಗಳು ಸಾಕಾಗವೆಂದು ಕೇಳಿದ್ದೇನೆ. ಅವರು ಈಗ ಮುಳ್ಳುತಂತಿ ಉಪಯೋಗಿಸುತ್ತಿದ್ದಾರೆ. ವಿಚಿತ್ರ ಉಪಾಯ! ಹಾಗಾದರೆ ನಾವು ಇದನ್ನು ನಮ್ಮ ಮೈತ್ರಿ ತಂತಿ ಎಂದು ಕರೆಯಬಹುದು! ಆದರೆ ನಾವು ತೊರೆಯ ಬಳಿಯಲ್ಲಿನ ಆ

ಸಣ್ಣ ಜಾಗವನ್ನು ಮಾತ್ರ ಉಳಿಸಿಕೊಳ್ಳಬೇಕು. ಅದರಿಂದ ನಮಗೊಂದಷ್ಟು ನೀರು ಸಿಕ್ಕುವುದು. ಆದರೆ ಎತ್ತರದಲ್ಲಿರುವ ಅವರಿಗೇ ಹೆಚ್ಚಿನ ಪಾಲು ಲಭ್ಯ".

ಬೇಸಗೆಯ ದೀರ್ಘ ದಿನಗಳು ಬೇಗ ಕಳೆದವು. ದೊಡ್ಡ ಓಪಾ ಹೊಸ ಅಭ್ಯಾಸ ವೊಂದನ್ನು ಬೆಳೆಸಿಕೊಂಡಿದ್ದುದನ್ನು ನಾನು ಸ್ವಲ್ಪದರಲ್ಲಿಯೇ ಕಂಡುಹಿಡಿದುಕೊಂಡೆ. ಹಗಲು ಹೊತ್ತು ಆತ ಇದ್ದಕ್ಕಿದ್ದಂತೆ ನಾಪತ್ತೆಯಾಗುತ್ತಿದ್ದ. ಗೋಧಿಯ ಹೊಲಗಳಲ್ಲಾಗಲೀ ಅಥವಾ ಅಣೆಕಟ್ಟೆ ಬಳಿಯಲ್ಲಾಗಲೀ ಕಾಣುತ್ತಿರಲಿಲ್ಲ.

ಒಂದು ಮಧ್ಯಾಹ್ನ ನಾನು ನಮ್ಮ ಪ್ರದೇಶಕ್ಕೆ ಸುಮಾರು ಎರಡು ಮೈಲಿ ದೂರದಲ್ಲಿ ನದಿದಂಡೆಯ ಮೇಲೆ ನಡೆಯುತ್ತಿದ್ದೆ. ಅಲ್ಲಿ ಪರ್ವತ ತಪ್ಪಲಿನ ಕಣಿವೆಯೊಂದರಲ್ಲಿ ಹತ್ತಿರ ದಿಂದಲೇ ಬಂದ ಸುದೀರ್ಘ ಚೀತ್ಕಾರವೊಂದರಿಂದ ಬೆಚ್ಚಿಬಿದ್ದೆ. ಒಮ್ಮೆ ನಿಂತಿತು, ಮತ್ತೆ ಆರಂಭವಾಯಿತು. ಭಾರಿ ನೋವು ಅನುಭವಿಸುತ್ತಿರುವ ಪ್ರಾಣಿಯೊಂದರ ದೀರ್ಘ ನರಳಾಟದಂತೆ ಅದು ನನಗೆ ತೋರಿತು. ಅದನ್ನೇ ಕೇಳುತ್ತಾ, ನಿಂತಲ್ಲೇ ನಿಂತಿದ್ದೆ. ಅನಂತರ ಪೊದೆಗಳ ಮಧ್ಯೆ ದಾರಿ ಬಿಡಿಸಿಕೊಳ್ಳುತ್ತಾ ಯಾಂತ್ರಿಕವಾಗಿ ಮುನ್ನಡೆದಾಗ ಹುಲ್ಲಿನ ದಂಡೆಯೊಂದರ ಮೇಲೆ ಕುಳಿತಿದ್ದ ದೊಡ್ಡ ಓಪಾನನ್ನು ಕಂಡೆ. ಅವನು ತನ್ನ ಕೈಗಳಿಂದ ಮಂಡಿ ಹಿಡಿದು ಬಗ್ಗಿ ಕುಳಿತಿದ್ದ. ಹಿಂಡಿಕೊಂಡಿದ್ದ ಅವನ ಮುಖಮುದ್ರೆಯನ್ನು ನಾನೆಂದೂ ಮರೆಯಲಾರೆ. ಅವನು ಕೈಗಳನ್ನು ಒಮ್ಮೊಮ್ಮೆ ಮುಷ್ಟಿಕಟ್ಟಿ ಸಡಿಲ ಮಾಡಿಕೊಳ್ಳುತ್ತಿದ್ದಂತೆ ಅವನ ತುಟಿಗಳಿಂದ ಭಯಂಕರ ಚೀತ್ಕಾರ ಹೊರಬೀಳುತ್ತಿತ್ತು.

ನನ್ನ ಹೃದಯದ ಮೇಲೆ ತಣ್ಣನೆಯ ಕೈಯಿಟ್ಟಂತಾಯಿತು. ಪೊದೆಯೊಂದರ ಹಿಂದೆ ಬೆದರಿ ಮೂಕನಾಗಿ ನಿಂತಿದ್ದ ನನ್ನನ್ನು ದೊಡ್ಡ ಓಪಾ ನೋಡಿದ.

ಆ ಕೂಡಲೇ ನೋವಿನ ಮುಖಮುದ್ರೆ ಮಾಯವಾಯಿತು. ನೋಟ ಶಾಂತವಾಯಿತು, ಕಣ್ಣುಗಳಲ್ಲಿ ಪ್ರಥಮ ಬಾರಿಗೆ ಕಿರುನಗೆ ಮಿಂಚಿತು. ನನ್ನನ್ನು ಹತ್ತಿರ ಬರುವಂತೆ ಕರೆದ. ನಾನು ಆತನ ಬಳಿಯಲ್ಲಿಯೇ ಕುಳಿತೆ. ಕೆಲವೇ ನಿಮಿಷಗಳಲ್ಲಿ ಆತ ಎಂದಿನಂತೆ ವಿನೋದದಿಂದ ಮಾತನಾಡಲಾರಂಭಿಸಿದ. ತಾನು ಮತ್ತು ತನ್ನ ಮೂವರು ಸೋದರರು ಸಣ್ಣ ಹುಡುಗರಾಗಿದ್ದಾಗಿನ ಹಳೆಯ ಹೊನ್ನಿನ ದಿನಗಳನ್ನು ಕುರಿತು ಮಾತನಾಡ ಲಾರಂಭಿಸಿದ. ತಾವು ಇಲ್ಲೆ ನದಿದಂಡೆಯ ಮೇಲೆ ಹಗಲಿರುಳೂ ಕಳೆಯುತ್ತಿದ್ದುದನ್ನು ಕುರಿತು ಹೇಳಿದ. ಇಂದಿನ ಜನರು ಕೈಯಲ್ಲಿ ಹಿಡಿಯಲೂ ಆರದ ಭಾರಿ ತುಪಾಕಿಗಳಿಂದ ತಾವು ಕಾಡುಮೃಗಗಳನ್ನು ಹೇಗೆ ಬೇಟೆಯಾಡುತ್ತಿದ್ದರೆಂಬುದನ್ನು ವಿವರಿಸಿದ. ಹೌದು, ಇದೇ ಕಾಡು ಕಣಿವೆಯಲ್ಲಿಯೇ ಅವರು ಯಾರೊಬ್ಬರ ಸಹಾಯವೂ ಇಲ್ಲದೆ ಭಾರಿ ಚಿರತೆಗಳನ್ನು ಕೂಡ ಬೇಟೆಯಾಡುತ್ತಿದ್ದರು.

ಆದರೆ ಎಲ್ಲೋ ಏನೋ ತಪ್ಪಿದೆಯೆಂದು ನನಗೆ ತೀವ್ರವಾಗಿ ಅನಿಸುತ್ತಿತ್ತು. ನನ್ನ ಹೃದಯ ಹೊಡೆದುಕೊಳ್ಳುತ್ತಿದ್ದುದು ನನಗೇ ಕೇಳಿಸುತ್ತಿತ್ತು. ದೊಡ್ಡ ಓಪಾದ ಹಣೆಯ ಮೇಲೆ ಬೆವರಿನ ಹನಿಗಳ ಮಣಿಗಳಂತೆ ಕಾಣುತ್ತಿದ್ದವು. ಈಗೊಮ್ಮೆ ಆಗೊಮ್ಮೆ ಆತನ ಕೈಗಳು ಮೆಲ್ಲನೆ ಕಂಪಿಸುತ್ತಿದ್ದವು.

ನಾವು ವೆಲ್ಡ್‌ಅನ್ನು ಹಾದು ನಡೆದವು. ದೊಡ್ಡ ಓಪಾ ಈಗಲೂ ಸರಸರನೆ ಮಾತನಾಡುತ್ತಿದ್ದ. ಹಾಗೆ ಮಾತನಾಡುತ್ತಿದ್ದಂತೆಯೇ ತನ್ನ ಕುದುರೆಚಾಟಿಯಿಂದ ಕಾಡು ಹೂವೊಂದರ ತಲೆ ಕತ್ತರಿಸುತ್ತಿದ್ದ ನಾನು ಕಂಡಂತೆ ಆತ ಹಿಂದೆಂದೂ ಹೀಗೆ ಮಾಡಿರಲಿಲ್ಲ;

ಸಂಜೆ ಊಟಕ್ಕಾಗಿ ಮೇಜಿನ ಮುಂದೆ ಕೂತಾಗ ಆತ ಎಂದಿನಷ್ಟೇ ವಿನೋದದಿಂದ ಮಾತನಾಡುತ್ತಿದ್ದ. ಆದರೆ ಆ ರಾತ್ರಿ ನನಗೆ ಹೆಚ್ಚು ನಿದ್ರೆ ಬರಲಿಲ್ಲ.

ಭೀತಿ ಹಾಗೂ ಭಯಾನಕತೆ; ನನ್ನ ಎಳೆಯ ಮನಸ್ಸಿನ ಭಾವನೆಗಳ ಮೇಲೆ ಕ್ರೌರ್ಯದ ಆಕ್ರಮಣ. ಅಂದು ಮಧ್ಯಾಹ್ನ ಕಣಿವೆಯಲ್ಲಿ ನನಗೆ ಆದ ಈ ಅನುಭವ ಕೆಲವು ತಿಂಗಳುಗಳಲ್ಲೇ, ಬಹಳ ಬೇಗನೆ ಎನ್ನುವಂತೆ, ಮರುಕಳಿಸಿತು. ನನ್ನ ಲ್ಯಾಟಿನ್ ಅಭ್ಯಾಸದ ಪ್ರಥಮ ಪಾಠಗಳೊಂದರಲ್ಲಿ, ಕ್ಯಾನ್ಸರ್ ಎಂದರೆ ಏಡಿ ಎಂದರ್ಥ ಎಂಬುದನ್ನರಿತಾಗ.

ಕಾಲ ಕಳೆದಂತೆ ರೋಗ ದೊಡ್ಡ ಓಪಾನ ದೊಡ್ಡ ಬಲಿಷ್ಠ ದೇಹದಲ್ಲಿ ಇನ್ನಷ್ಟು ಆಳವಾಗಿ ಬೇರೂರಿತು. ಒಮ್ಮೊಮ್ಮೆ ಆತ ಬಹಳ ಸುಸ್ತಾಗಿರುತ್ತಿದ್ದ. ತನ್ನ ನೆಚ್ಚಿನ ತಂಗುದಾಣವಾದ ವೆಲ್ಡ್‌ಗೆ ಸಹ ಹೋಗಲಾರದವನಾಗಿದ್ದ. ಆತ ಹಾಗೂ ಮಹಾತಾಯಿ ಓಮಾ ತಮ್ಮ ಶಯ್ಯಾ ಕೋಣೆಯನ್ನು ಬದಲಾಯಿಸಿಕೊಂಡಿದ್ದರು – ಗೋಡೆಗಳು ಹಲವಾರು ಅಡಿ ದಪ್ಪವಿದ್ದ ಮನೆಯ ಹಳೆಯ ಭಾಗಕ್ಕೆ ಜರುಗಿದ್ದರು. ಬೇಸಿಗೆಯಲ್ಲಿ ತಂಪಾಗಿರುತ್ತದೆ ಎಂದು ದೊಡ್ಡ ಓಪಾ ಹೇಳಿದ್ದ. ಇನ್ನು ಚಳಿಗಾಲವಾದರೆ, ಮನೆಯಲ್ಲಿ ಉತ್ತಮ ಅಗ್ಗಿಷ್ಟಿಕೆಯಿದ್ದ ಕೋಣೆ ಅದೊಂದೇ...

ಆ ದಪ್ಪ ಗೋಡೆಗಳ ಹಿಂದೆ ಏನಾಗುತ್ತಿತ್ತೆಂಬುದು ಯಾರಿಗೂ ತಿಳಿಯದು. ಆದರೆ ದಿನಗಳೆದಂತೆ ಮಹಾತಾಯಿ ಓಮಾಳ ಮುಖ ಹೆಚ್ಚು ಸುಕ್ಕುಗಟ್ಟಿತು. ಆಕೆಯ ಬೆನ್ನು ಇನ್ನಷ್ಟು ಬಗ್ಗಿತ್ತು. ಪ್ರೀತಿ, ತಾಳ್ಮೆ ಹಾಗೂ ಸೋಲುವುದಿಲ್ಲವೆನ್ನುವ ಛಲ – ತನ್ನ ಈ ಹೃದಯ ಸಂಪತ್ತನ್ನೆಲ್ಲ ಬಳಸುವ ಯತ್ನದಲ್ಲಿ ಆಕೆಯ ದೇಹ ಕ್ರಮೇಣ ಕುಗ್ಗುತ್ತಿತ್ತೋ ಎಂಬಂತೆ.

ನೋವಿನ ಒಂದೊಂದು ಭೀಕರ ದಾಳಿಯ ನಂತರವೂ ದೊಡ್ಡ ಓಪಾ ತನ್ನ ಅತ್ಯಂತ ಉಲ್ಲಾಸದ ಮುಖ ತೋರುತ್ತಿದ್ದ. ಆಗ ಆತನ ಉತ್ಸಾಹ, ವಿನೋದಪ್ರಿಯತೆ, ಇವುಗಳಿಗೆ ಎಣೆಯಿರುತ್ತಿರಲಿಲ್ಲ. ನಾವು ಕೆಲವರು ಊಟದ ಕೋಣೆಯ ಮೇಜಿನ ಸುತ್ತ, ಅಥವಾ ಮಧ್ಯಾಹ್ನದ ಬಿಸಿಲಿನ ತೀವ್ರತೆ ಕಡಿಮೆಯಾದಾಗ, ಹೊರಜಗುಲಿಯಲ್ಲಿ ಕುಳಿತು ಮಾತನಾಡುವ ಪ್ರತಿ ಮಾತನ್ನೂ ಮಂತ್ರಮುಗ್ಧರಂತೆ ಕೇಳಿಸಿಕೊಳ್ಳುತ್ತಿದ್ದೆವು. ಯಾರೂ ಮಧ್ಯೆ ಬಾಯಿ ಹಾಕುತ್ತಿರಲಿಲ್ಲ. ಮಾತನಾಡುತ್ತಿದ್ದವನು ಒಬ್ಬನೇ, ದೊಡ್ಡ ಓಪಾ. ಕೆಲವು ಸಲ ಆತನ ವಿನೋದ ಸ್ವಲ್ಪ ನಾಟುವಂತಿತ್ತು – ಸೂಕ್ಷ್ಮವಾಗಿ ಹುಡುಗಾಟದಂತೆ, ಅಣಕಾಟದಲ್ಲಿ. ಆದರೆ ಆತನ ಅಣಕು ಸಾಮಾನ್ಯವಾಗಿ ತನ್ನ ವಿರುದ್ಧವೇ ಇರುತ್ತಿತ್ತು! ಒಂದು ವೇಳೆ ತನ್ನ ಸಂಗಾತಿಗಳ ದೌರ್ಬಲ್ಯಗಳನ್ನು ಕುರಿತಾಗಿದ್ದರೂ, ಅದು ಎಂದಿಗೂ ನೋವುಂಟು ಮಾಡುವಂತಿರಲಿಲ್ಲ.

ಇನ್ನೂ ಕೆಲವು ಸಂದರ್ಭಗಳಲ್ಲಿ ಆತನ ಮನಸ್ಸು ಅತ್ಯಂತ ಮಾನವೀಯತೆ ಹಾಗೂ ಸಂವೇದನಾಶೀಲತೆಯಿಂದ ಪ್ರಫುಲ್ಲವಾಗಿರುತ್ತಿತ್ತು – ಮಳೆಯ ನಂತರ ಹಸಿರು ಬೆಟ್ಟಗಳ ಮೇಲೆ ಬೀಳುವ ಸೂರ್ಯಕಿರಣಗಳಂತೆ. ಆದರೆ ಕೆಲವು ಸಲ ಮಾತ್ರ ಅದು ಗದ್ದಲಮಯವಾಗಿ ವಿಜೃಂಭಿಸುತ್ತಿತ್ತು. ಆಗ ಆತನ ನಗು ಅಶ್ಲೀಲ ಹಾಸ್ಯದ ಅಲೆಗಳ ನಡುವೆ ಹೊರ ಹೊಮ್ಮುತ್ತಿತ್ತು; ಆಗ ಆತನ ಮಾತಿಗೆ ಮುಚ್ಚುಮರೆಯಿರಲಿಲ್ಲ. ಅದು ಎಷ್ಟು ಒರಟುತನದಿಂದ ಕೂಡಿರುತ್ತಿತ್ತೆಂದರೆ ನಮ್ಮಲ್ಲಿ ಕೆಲವರು, ಅದರಲ್ಲೂ ಸ್ವಲ್ಪ ದೊಡ್ಡವರಾಗಿದ್ದವರು, ಕಣ್ಣುಗಳಲ್ಲಿ ನೀರು ಬರುವವರೆಗೂ ನಗುತ್ತಿದ್ದರು. ಮಹಾತಾಯಿ

ಓಮಾ, ಅಲ್ಲಿ ಇದ್ದಾಗ, ಪೆಟ್ಟೊಂದನ್ನು ತಡೆಯುವ ರೀತಿಯಲ್ಲಿ ಒಂದು ಕೈ ಎತ್ತುತ್ತಿದ್ದಳು. ಹೀಗೆ ಮೌನವಾಗಿಯೇ, ಆದರೆ ಅತ್ಯಂತ ಪರಿಣಾಮಕಾರಿಯಾಗಿ, ಇವೆಲ್ಲ 'ದೈವದ್ರೋಹಕ್ಕೂ' ಕೊನೆಮುಟ್ಟಿಸುತ್ತಿದ್ದಳು. ಆತನ ಹಾಸ್ಯ ಸತ್ವಶಾಲಿ ಹಾಗೂ ಪ್ರಾಪಂಚಿಕ ಎಂಬ ಭಾವನೆ ನನಗೆ ಬರುತ್ತಿದ್ದುದು ಇಂತಹ ಸಂದರ್ಭಗಳಲ್ಲೆ. ಸುಡುಬೇಸಿಗೆಯ ದಿನದಲ್ಲಿ ನಿಮ್ಮ ಮೇಲೆ ಬಿದ್ದು ಇಡೀ ದೇಹವನ್ನೇ ತಂಪಾಗಿಸಿ ಪುಳಕಿತಗೊಳಿಸುವ ತುಂತುರು ಹನಿಗಳ ಗುಣ ಅದರಲ್ಲಿತ್ತು.

ದೊಡ್ಡ ಓಪಾ ಒಮ್ಮೆ ಹೇಳಿದ :

"ನಗು ಅದ್ಭುತವಾದದ್ದು, ಪವಿತ್ರತಮವಾದದ್ದು, ಅದು ದೇವತೆಗಳ ಒಂದು ವರಪ್ರಸಾದ... ಕಠಿಣವಾಗಬಲ್ಲ, ಕಹಿಯಾಗಬಲ್ಲ ಈ ಹಳಕು ಜೀವನದಲ್ಲಿ, ನಗುವೆನ್ನುವುದು ಮರಣದ ವಿರುದ್ಧ ನಮ್ಮ ಏಕಮಾತ್ರ ರಕ್ಷಣೆ. ನಮಗೆ ಮೃತ್ಯುವನ್ನು ನೇರ ನೋಟದಿಂದ ನೋಡಲು ಹಾಗೂ ಕೆಲವೊಮ್ಮೆ ಅದರೊಂದಿಗೆ ಹುಡುಗಾಟವಾಡಲೂ ಅದು ಶಕ್ತಿ ನೀಡುವುದು...

"ನಗು ಮಾನವರಿಗೆ, ಈ ನೆಲಕ್ಕೆ, ಈ ಭೂಮಿಗೆ ಸೇರಿದ್ದು; ಭೂಮಿಗೆ ಹತ್ತಿರವಾದಷ್ಟೂ, ನೀವು ಸ್ವರ್ಗಕ್ಕೆ ಹತ್ತಿರವಾಗುವಿರಿ."

ಬೆಟ್ಟದ ತಪ್ಪಲಿನ ತನ್ನ ಗುಡಿಸಲಿನಲ್ಲಿ ಒಂದು ಬೆಳಗ್ಗೆ ವೃದ್ಧೆ ಮೀಟಾ ಸತ್ತುಬಿದ್ದಿದ್ದಳು. ನೂರಕ್ಕೂ ಹೆಚ್ಚು ವರ್ಷ ವಯಸ್ಸಿನ ಅವಳು, ಬಹಳ, ಬಹಳ ವರ್ಷಗಳ ಹಿಂದೆ ನದೀ ತೀರದ ಬಳಿ 'ದೊಡ್ಡ ಓಪಾ'ನ ತಾತನ ಗುಲಾಮರಲ್ಲೊಬ್ಬಳಾಗಿದ್ದಳು. ತನ್ನ ಸುದೀರ್ಘ ಜೀವಮಾನಪರ್ಯಂತ ಅವಳು ಲೋರೆನ್ಸ್ ಕುಟುಂಬಕ್ಕೆ ನಿಷ್ಠೆಯಿಂದ ಸೇವೆ ಸಲ್ಲಿಸಿದ್ದಳು. ಮುದಿ ವಯಸ್ಸಿನಲ್ಲೂ ಆಕರ್ಷಕ ವ್ಯಕ್ತಿತ್ವ ಹೊಂದಿದ್ದಳು, ವಿನೋದದ ಖನಿಯಾಗಿದ್ದಳು. ಮಲಯದ ಜನಪದ ಕತೆಗಳು, ಯಾವುದೇ ರೋಗಕ್ಕೂ ಮನೆಮದ್ದು, ಗತಜೀವನದ ಕೊನೆಯಿಲ್ಲದ ಸ್ವಾರಸ್ಯ ಸಂಗತಿಗಳು, ಇವುಗಳಿಂದಾಗಿ ಅವಳು ದೊಡ್ಡ ಓಪಾನ ವರ್ಣೀಯ ಸೇವಕರುಗಳಲ್ಲೇ ಅಚ್ಚುಮೆಚ್ಚಿನವಳಾಗಿದ್ದಳು. ಅವಳ ಗುಡಿಸಲಿನ ಮುಂದೆ ಆತ ಮಾತನಾಡುತ್ತಾ ನಿಂತಿದ್ದುದನ್ನು ನಾನು ಆಗಾಗ ನೋಡುತ್ತಿದ್ದೆ. ಮಣ್ಣಿನ ಗೋಡೆಗೆ ಒರಗಿ ಕುಳಿತ ಅವಳು ತನ್ನ ಸುಕ್ಕುಗಟ್ಟಿದ ಮುಖವನ್ನು ತಿರುಗಿಸುತ್ತಾ ಒಮ್ಮೆ ಆತನತ್ತ ಒಮ್ಮೆ ಸೂರ್ಯನತ್ತ ನೋಡುತ್ತಿದ್ದಳು. ಮನೆಯಲ್ಲಿನ ನಮ್ಮ ದೀರ್ಘ ಮಾತುಕತೆಗಳ ಕಾಲದಲ್ಲಿ ಆತ ಹಲವಾರು ಬಾರಿ ರಂಜನೆಯ ಕತೆಗಳನ್ನು ಹೇಳುತ್ತಿದ್ದ; ಅವುಗಳನ್ನು ಆತ ಮೀಟಾನಿಂದ ಕೇಳಿದ್ದನೆಂದು ನನಗೆ ಖಚಿತವಾಗಿತ್ತು.

ಇಂದು ದೊಡ್ಡ ಓಪಾ ವೃದ್ಧೆ ಮೀಟಾಳ ಗುಡಿಸಲಿನ ಮುಂದೆ ಮತ್ತೆ ನಿಂತಿದ್ದ. ಈಗ ಆತನಿಗೆ ಕೋಪ ಬಂದಂತಿತ್ತು. ಕೆಲವೇ ನಿಮಿಷಗಳ ಹಿಂದೆ ತನ್ನ ಅಜ್ಜಿಯ ಶವಪೆಟ್ಟಿಗೆಗಾಗಿ ಕೆಲವು ಹಲಗೆಗಳನ್ನು ಸೇರಿಸಿ ಮೊಳೆ ಹೊಡೆದಿದ್ದ ಆಕೆಯ ಮೊಮ್ಮಗ ಅಡೂನ್ಸ್‌ನನ್ನು ತರಾಟೆಗೆ ತೆಗೆದುಕೊಳ್ಳುತ್ತಿದ್ದ.

ಓಪಾ ಅಬ್ಬರಿಸಿದ :

"ನಿನಗೆ ನಾಚಿಕೆಯಾಗಬೇಕು, ಅಡೂನ್ಸ್, ನಿಜವಾಗಿ ಹೇಳ್ತೇನೆ, ನಿನ್ನ ಮುದಿ ಅಜ್ಜಿ ಇದಕ್ಕಿಂತ ಉತ್ತಮವಾದುದಕ್ಕೆ ಅರ್ಹಳಾಗಿದಾಳೆ. ಆಕೆಯ ಅನಂತ ಜೀವನಕ್ಕೆ ಈ ಅಧ್ವಾನದ ತೊಟ್ಟಿಲೆ ! ಅಟ್ಟದ ಮೇಲೆ ಹೋಗಿ ನನ್ನ ಶವಪೆಟ್ಟಿಗೆಯನ್ನು ತಾ !"

ಸುಕ್ಕುಗಟ್ಟಿದ ಆ ಸಣ್ಣ ದೇಹ ಹೊಳೆಯುವ ತಾಮ್ರದ ಅಲಂಕಾರದ ಭಾರೀ ಶವಪೆಟ್ಟಿಗೆ ಸೇರಿದ್ದು ಹೀಗೆ. ಮೀಟಾಳ ಕಾಲ ಬಳಿ ಖಾಲಿ ಇದ್ದ ವಿಶಾಲ ಜಾಗದಲ್ಲಿ ಆಕೆಯ ಎರಡು ದುಪಟಿಗಳನ್ನು ಆಡೂನ್ಸ್ ಎಚ್ಚರಿಕೆಯಿಂದ ತುಂಬಿದ. "ಅಜ್ಜಿ ಅಲುಗಾಡದಿರಲಿ ಅಂತ" ಎಂದ.

ಸಮಾಧಿ ಮಾಡುವ ಕ್ರಿಯೆ ದೊಡ್ಡ ಓಪಾನ ನೇತೃತ್ವದಲ್ಲೇ ನಡೆಯಿತು.

ಚಾಲಕನ ಸ್ಥಾನದಲ್ಲಿ ಆತ ಕುಳಿತ: ಆತನ ಜತೆ ಕುಳಿತದ್ದು 'ತಿಕ್ಕಲು ನಿಕ್' ಅಥವಾ 'ಪೆದ್ದ ನಿಕ್' ಎಂದು ನೆರೆಹೊರೆಯವರಿಂದ ಕರೆಸಿಕೊಳ್ಳುತ್ತಿದ್ದ ಆತನ ಸೋದರ ನಿಕೋಲಾಸ್. ತೆರೆದ ಶವವಾಹಕದ ಮಧ್ಯದಲ್ಲಿತ್ತು ಕಡುಕಂದು ಬಣ್ಣದ ಸುಂದರ ಶವಪೆಟ್ಟಿಗೆ. ಅದರ ಹಿಡಿಗಳು ಸೂರ್ಯನ ಬೆಳಕಿನಲ್ಲಿ ಥಳಥಳಿಸುತ್ತಿದ್ದವು. ಶವವಾಹಕ ನಿಧಾನವಾಗಿ ಚಲಿಸಿತು. ಸ್ವಲ್ಪ ಮುಂದೆ, ಅಡೂನ್ಸ್ ಗಂಟೆ ಬಾರಿಸುತ್ತಾ, ಮೆಲ್ಲನೆ ಗಂಭೀರವಾಗಿ ನಡೆಯುತ್ತಿದ್ದ. ಈ ಅಂತ್ಯ ಕರ್ಮದಲ್ಲಿ ತನ್ನ ಪ್ರಾಮುಖ್ಯತೆಯ ಅರಿವು ಆತನಿಗಿತ್ತು. ಕೆಲವು ವರ್ಷಗಳ ಹಿಂದೆ ದೊಡ್ಡ ಓಪಾ ಆತನಿಗೆ ಕೊಟ್ಟಿದ್ದ ನೀಳ ಕೋಟಿನ ಹಿಂಭಾಗ, ದೊಡ್ಡ ಮಡಿಕೆಯ ನಂತರವೂ, ಧೂಳಿನಲ್ಲಿ ತೇಲುತ್ತಿರುವಂತೆಯೇ ಕಾಣುತ್ತಿತ್ತು.

ಮೆರವಣಿಗೆ ಮುನ್ನಡೆಯುತ್ತಾ ದೊಡ್ಡ ರಸ್ತೆಗೆ ಬಂತು. ಎರಡು ಬದಿಗಳಲ್ಲೂ ಗೋಧಿಯ ಹೊಲಗಳಲ್ಲಿ ಅವು ಮರೆಯಾಗಿರುವಂತೆ ಆಲೋ ಗಿಡಗಳ ಬೇಲಿ.

'ಲಫ್ರಾಸ್, ನೋಡು, ಅಡೂನ್ಸ್‌ನನ್ನು ಬೆಂಬತ್ತಿ ಹೋಗು! ಬಿಡಬೇಡ ಅವನನ್ನು" ಎಂದು ಊಮ್ ನಿಕೋಲಾಸ್ ಕಿರಚಿಕೊಂಡ.

ಅದೇನೆಂದು ನನಗೆ ಗೊತ್ತಿಲ್ಲ. ಆಹ್ಲಾದಕರ ಹವೆಯಿಂದಿರಬಹುದು, ರೋಗದ ದಾಳಿಗಳ ನಡುವಣ ದೀರ್ಘ ವಿರಾಮ ಕಾಲದಲ್ಲಿ ದೊಡ್ಡ ಓಪಾನಲ್ಲಿ ಹಠಾತ್ತನೆ ಭುಗಿಲೇಳುತ್ತಿದ್ದ ಅಪಾರ ಚೈತನ್ಯದಿಂದಿರಬಹುದು, ಅಥವಾ ಬಹುಶಃ ಊಮ್ ನಿಕ್‌ನ ಸಲಹೆಯಿಂದಲೇ ಇದ್ದಿರಬಹುದು. ಅಂತೂ ಮರುಕ್ಷಣದಲ್ಲಿಯೇ ಉದ್ದನೆಯ ಚಾಟಿ ಗಾಳಿಯಲ್ಲಿ ಬೀಸಿ ಬಂದಿತು. ಮೂರು ಸಲ ಚಾಟಿಯ ರಪರಪ ಸದ್ದು. ಹೇಸರಗತ್ತೆಗಳು ಚುರುಕಾದವು. ಶವವಾಹಕ ಜೋರಾಗಿ ಮುನ್ನಡೆಯಿತು. ಸುತ್ತಲೂ ಕಲ್ಲಿನ ಚೂರುಗಳು ಹಾರಲಾರಂಭಿಸಿದವು.

ಅಡೂನ್ಸ್‌ನ ಮೊದಲ ಕೂಗು ಗಾಳಿಯಲ್ಲಿ ತೇಲಿಹೋಯಿತು, ಭೂತಪ್ರೇತಗಳೇ ಬೆನ್ನಟ್ಟಿವೆಯೇನೋ ಎಂಬಂತೆ ಆತ ಓಡಿದ. ಕೋಟಿನ ಹಿಂಭಾಗ ಮೇಲೆದ್ದು ನೆಲಕ್ಕೆ ಸಮಾನಾಂತರದಲ್ಲಿರುವಂತೆ ಹಾರಾಡಲಾರಂಭಿಸಿತು.

ರಸ್ತೆಯಿಂದ ಅಡೂನ್ಸ್ ಜಾರಿ ಬಿದ್ದಾಗ ಮೊದಲ ಹೇಸರಗತ್ತೆ ಇನ್ನೇನು ಆತನನ್ನು ತುಳಿದು ಹೋಗುವಂತಿತ್ತು. ಬೇಲಿಯಲ್ಲಿನ ಒಂದು ದೊಡ್ಡ ಸಂದಿಯಲ್ಲಿ ಹಾರಿದ ಆತ. ಅನಂತರ ವೆಲ್ಡ್‌ನಲ್ಲಿ ಓಡಲಾರಂಭಿಸಿದ. ಗಾಡಿಯನ್ನೂ ಅದೇ ಸಂದಿನಲ್ಲಿ ತೂರಿಸಿದ ದೊಡ್ಡ ಓಪಾ ಹಳ್ಳತಿಟ್ಟುಗಳಿಂದ ಕೂಡಿದ್ದ ಆ ನೆಲದ ಮೇಲೆ ಅಡೂನ್ಸ್‌ನನ್ನು ಬೆನ್ನಟ್ಟಿದ. ಶವಪೆಟ್ಟಿಗೆಯು ಗಾಡಿಯಲ್ಲಿ ಮೇಲಕ್ಕೆ ಕೆಳಕ್ಕೆ ಏರಿ ಬೀಳಲಾರಂಭಿಸಿತು.

ಆಗತಾನೇ ತೆನೆ ಕೊಯ್ದಿದ್ದ ಹೊಲಗಳ ಸ್ವರ್ಣವರ್ಣದ ಹಿನ್ನೆಲೆಯಲ್ಲಿ ಅಡೂನ್ಸ್ ವೇಗವಾಗಿ ಓಡುತ್ತಿರುವ ಒಂದು ಕಪ್ಪು ಆಕೃತಿಯಂತೆ ಮಾತ್ರ ಕಾಣುತ್ತಿದ್ದ. ಆತ ಕೈಗಳನ್ನು ಅತ್ತಿತ್ತ ಆಡಿಸುತ್ತಿದ್ದ. ಆತನ ಕೋಟಿನ ಉದ್ದನೆಯ ಹಿಂಭಾಗ ಮೇಲೆದ್ದು ಗಾಳಿಯಲ್ಲಿ ಪಟಪಟನೆ ಹೊಡೆಯುತ್ತಿತ್ತು.

ಸ್ವಲ್ಪ ದೂರ ತೂಗಲಾಡುತ್ತಾ ಮುನ್ನಡೆದ ನಂತರ ದೊಡ್ಡ ಓಪಾ ತಿಳಿವು ತಂದುಕೊಂಡು, ಗಾಡಿಯನ್ನು ನಿಲ್ಲಿಸಿದ. ಸುಮಾರು ನೂರು ಗಜ ದೂರದಲ್ಲಿ ಸಣ್ಣ ದಿಣ್ಣೆಯೊಂದರ

ಮೇಲೆ ಅಡೂನ್ಸ್ ನಿಂತಿದ್ದ. ಏದುಸಿರುಬಿಡುತ್ತಿದ್ದರೂ ಆತನಲ್ಲಿ ಅನ್ಯಾಯವನ್ನು ಕಂಡು ರೊಚ್ಚಿಗೆದ್ದವನ ಮುಖಭಾವ ಕಾಣುತ್ತಿತ್ತು.

ದೊಡ್ಡ ಓಪಾ ಚಾಟಿ ಬೀಸಿ ಅಡೂನ್ಸ್‌ನನ್ನು ಕರೆದ. ಅಂತ್ಯಕ್ರಿಯೆಯಲ್ಲಿ ತನ್ನ ಪಾತ್ರವನ್ನು ಮುಂದುವರಿಸುವಂತೆ ಸೂಚಿಸಿದ. ಕಣಿವೆಗೆ ಎದುರಾಗಿ, ಬೀಸುಗಾಳಿಗೆ ದೂರವಾಗಿದ್ದ ಸ್ಥಳದಲ್ಲಿ ಅಂತ್ಯಸಂಸ್ಕಾರ ನಡೆಸಿದರು. "ವಿಶ್ರಾಂತಿ ಹೊಂದು, ಓ ಚೇತನವೆ, ದೇವರೇ ನಿನ್ನ ದೊರೆ" ಎಂದು ಮೂವರು ಹಾಡಿದರು. ಶವಪೆಟ್ಟಿಗೆಯ ಮೇಲೆ ಮೂವರೂ ಒಂದೊಂದು ಹಿಡಿ ಕೆಮ್ಮಣ್ಣು ಹಾಕಿದರು. ಊಮ್ ನಿಕ್ಕನು ಅದೇ ಉದ್ದೇಶದಿಂದ ಗಾಡಿಯಲ್ಲಿ ತಂದಿರಿಸಿದ್ದ ಸನಿಕೆ ಹಿಡಿದು ಅಡೂನ್ಸ್ ಗೋರಿಗೆ ಮಣ್ಣು ತುಂಬಿದ. ತನ್ನ ತಲೆಯ ಮೇಲೆ ಎತ್ತರದಲ್ಲಿ ಎರಡು ಹದ್ದುಗಳು ಸುತ್ತು ಹಾರುತ್ತಿದ್ದನ್ನು ನೋಡಿದ ದೊಡ್ಡ ಓಪಾ ಬಂದೂಕು ತರಲು ಹೋದ. ಮಹಾತಾಯಿ ಓಮಾನ ಮೊಟ್ಟೆಗಳನ್ನು ಈ ಪೀಡೆಗಳು ಯಾವಾಗಲೂ ತಿಂದು ಹಾಕುತ್ತಿದ್ದುವು.

ಸಾವು ದೊಡ್ಡ ಓಪಾನ ಬಳಿಗೆ ನಿಧಾನವಾಗಿ ಬಂದಿತು.

ಒಂದು ಮಧ್ಯಾಹ್ನ ದೊಡ್ಡ ಓಪಾ ತನ್ನ ಜೀವಮಾನದಲ್ಲೇ ಕಂಡಿರದಿದ್ದಂತಹ ಸೊಗಸಾದ ಕುಯಿಲಿನ ನಂತರ, ಮೆದೆಗಳನ್ನು ಮಾಳದಲ್ಲಿ ರಾಶಿ ಹಾಕುತ್ತಿದ್ದಂತೆ, ಮಹಾತಾಯಿ ಓಮಾ ಹಠಾತ್ತನೆ ಹೃದಯಾಘಾತದಿಂದ ನಿಧನಳಾದಳು. ದೊಡ್ಡ ಓಪಾ ಸ್ವಲ್ಪಕಾಲ ಒಂಟಿಯಾಗಿ ತನ್ನ ಎಲ್ಲ ಹೊಣೆಗಾರಿಕೆಯನ್ನೂ ನಿರ್ವಹಿಸಬೇಕಾಯಿತು. ಅನಂತರ ಫ್ರಾನ್ಸಿನಾ, ಸ್ವೆಲ್ಲನ್ ಡಾಮ್‌ನಲ್ಲಿನ ತನ್ನ ಅಧ್ಯಾಪಕ ವೃತ್ತಿಗೆ ರಾಜೀನಾಮೆ ನೀಡಿ ಬಾಂಟೆ ಬಾಕ್ಸ್ ಕ್ಲೂಫ್‌ಗೆ ಬಂದು ಮನೆಯ ಜವಾಬ್ದಾರಿ ಹೊತ್ತಳು.

ಮಹಾತಾಯಿ ಓಮಾಳ ನಿಧನಾನಂತರದ ಕೆಲವು ಕಾಲದಲ್ಲಿಯೇ ದೊಡ್ಡ ಓಪಾ ಊಮ್ ಕೋಬಸ್‌ಗೆ ದೀರ್ಘವಾದ, ಸ್ನೇಹದಿಂದ ಕೂಡಿದ ಪತ್ರ ಬರೆದ. ಆದರೆ ಉತ್ತರವಿರಲಿಲ್ಲ.

ದೊಡ್ಡ ಓಪಾನ ಮುಖದಲ್ಲಿ ಎಷ್ಟೊಂದು ಸುಕ್ಕುಗಳು ಉಂಟಾಗಿದ್ದುವೆಂಬುದನ್ನು ನಾನು ನೋಡಿದುದು ಆಗಲೆ. ಅಂದರೆ ಆಕೆಯ ಮರಣಾನಂತರದ ಕೆಲವು ತಿಂಗಳು ಗಳಲ್ಲಿ. ಬಾಗಿದ್ದ ಅವನ ವಿಶಾಲ ಹಣೆಯ ಮೇಲಿನ ಮುಂಗೂದಲು ಕಡಿಮೆಯಾಗಿದ್ದವು. ಬೆಳ್ಳಗಾಗಿದ್ದವು, ದೊಡ್ಡ ಓಪಾನ ನೀಳ ಕೋಟು ಈಗ ಆತನ ದೇಹದ ಮೇಲೆ ಸಡಿಲವಾಗಿ ತೂರುತ್ತಿತ್ತು, ಆತ ಸಣ್ಣಗೆ ಕಾಣುತ್ತಿದ್ದ. ಆತನ ಕಾಲರುಗಳು ಬಹಳ ದೊಡ್ಡವೆನಿಸುತ್ತಿದ್ದವು. ಗಲ್ಲದ ಕೆಳಗೆ ಚರ್ಮ ಸಡಿಲವಾಗಿ ಇಳಿ ಬಿದ್ದಿತ್ತು. ಒಮ್ಮೆ ಜಗುಲಿಯ ಮೇಲೆ ಆತನೊಂದಿಗೆ ಕುಳಿತಿದ್ದಾಗ ನನಗೆ ಹಿಂದಿನ ದಿನ ತಾನೇ ಕೊಟ್ಟಿಗೆಯ ಬಳಿ ಕಂಡಿದ್ದ ಪರ್ವತದ ಆಮೆಯ ನೆನಪಾಯಿತು. ಅದು ತನ್ನ ತಲೆಯನ್ನು ಚಿಪ್ಪಿನಿಂದ ಹೊರತರುವಂತೆ ನಾನು ಬಹಳ ಪುಸಲಾಯಿಸಿದ್ದೆ.

ಮಹಾಕ್ಷಾಮದ ಆರಂಭದ ದಿನಗಳು. ದೊಡ್ಡ ಓಪಾನಿಗೆ ತನ್ನ ಹಳೆಯ ನೆರೆಯಾತ ಹಾಗೂ 'ಹುಟ್ಟು ಶತ್ರು' ಕೋಬಸ್ ವಾನ್‌ಗ್ರಾನ್ ಹಿಂದಿನ ರಾತ್ರಿ ಹಠಾತ್ತನೆ ತೀರಿಕೊಂಡಿದ್ದುದು ಗೊತ್ತಾಯಿತು. ಓಬಾಸ್ ತನಗಾಗಿ ಏನೂ ಗಳಿಸಿಟ್ಟುಕೊಂಡಿರಲಿಲ್ಲ. ಈಗ ಬ್ಲೌಕ್ಲಿಪ್‌ನಲ್ಲಿನ ತನ್ನ ಮನೆಯಲ್ಲಿ ಶವಪೆಟ್ಟಿಗೆಯೂ ಇಲ್ಲದೆ ತಣ್ಣಗಾಗಿದ್ದ.

ಊಮ್ ಕೋಬಸ್‌ನ ವರ್ಣೀಯ ಸೇವಕನೊಬ್ಬ ಅಡೂನ್ಸ್‌ಗೆ ಇದನ್ನು ತಿಳಿಸಿದ. ಗೋಮಾಳದ ಕುರಿತಾದ ಹಳೆಯ ಕದನ ಇತ್ತೀಚೆಗೆ ತಿರುಗಿ ತೀವ್ರವಾಗಿತ್ತು. ಲೋರೆನ್ಸ್

ಮತ್ತು ವಾನ್‌ಗ್ರಾನ್ ಕುಟುಂಬದವರು ಈಗ ಪರಸ್ಪರ ನೋಡುತ್ತಲೂ ಇರಲಿಲ್ಲ. ಇಗರ್ಜಿಯ ಬಾಗಿಲ ಬಳಿ ಸಂಧಿಸಿದಾಗ ಸಹ. ದೊಡ್ಡ ಓಪಾ ತನ್ನ ಮೊಮ್ಮಗ ಮಾಥ್ಯೂಸ್‌ನನ್ನು ಕರೆದು ತನ್ನ ಹೊಸ ಶವಪೆಟ್ಟಿಗೆಯನ್ನು ಅಟ್ಟದಿಂದಿಳಿಸಿ ಗಾಡಿಯಲ್ಲಿಟ್ಟು ಬ್ಲೌಕ್ಲಿಪ್‌ಗೆ ತೆಗೆದುಕೊಂಡು ಹೋಗುವಂತೆ ಹೇಳಿದ.

"ಅವತ್ತು ನಾನು ಕೋಬಸ್ ವಾನ್‌ಗ್ರಾನ್‌ನನ್ನು ನನ್ನ ಮನೆಗೆ ಆಹ್ವಾನಿಸಿ, ಈ ವಿಷಯವನ್ನು ಒಂದೇ ಬಾರಿಗೆ ಇತ್ಯರ್ಥ ಮಾಡೋಣವೆಂದು ಬರೆದಾಗ, ಆತ ನನ್ನ ಪತ್ರಕ್ಕೆ ಉತ್ತರವನ್ನೂ ಕೊಡಲಿಲ್ಲ," ಎಂದು ಗಂಭೀರವಾಗಿ ನುಡಿದ ದೊಡ್ಡ ಓಪಾ. "ನನ್ನ ಮನೆಯಲ್ಲಿ ಮತ್ತೆ ಎಂದಿಗೂ ಕಾಲಿಡುವುದಿಲ್ಲ ಅಂತ ಆತ ನೀಫ್ ಜಾನ್ ಲೌಗೆ ಹೇಳಿದ. ಈಗ ಅವನು ಅಂತಿಮ ತೀರ್ಪಿನ ದಿನದವರೆಗೂ ನನ್ನ ಮನೆಯ ಅತಿಥಿಯಾಗಿರುತ್ತಾನೆ..."

ದೊಡ್ಡ ಓಪಾ ಸಾಯುವ ವೇಳೆಗೆ ಬರಗಾಲದಿಂದ ಭೂಮಿ ಕಪ್ಪಾಗಿತ್ತು. ತನ್ನ ದೊಡ್ಡ ಹಾಸಿಗೆಯಲ್ಲಿ ಮಲಗಿದ್ದಂತೆ ಆತನ ಮುಖದಲ್ಲಿ ಸುಸ್ತು ತೋರುತ್ತಿತ್ತು. ಮೂಳೆಗಳು ಹಿಂದಿಗಿಂತ ಹೆಚ್ಚು ಎದ್ದು ಕಾಣುತ್ತಿದ್ದವು. ತನ್ನ ಜೀವನದಲ್ಲಿ ಪ್ರಥಮ ಬಾರಿಗೆ ತಾನು ಪೂರ್ಣ ಅನಾಥ ಹಾಗೂ ನಿಸ್ಸಹಾಯಕ ಎಂಬ ಭಾವನೆ ಆತನಲ್ಲುಂಟಾಗಿದ್ದಂತೆ ತೋರಿತು. ಕೆಲವೊಮ್ಮೆ ಆತನ ಮುಖಭಾವ ಎಷ್ಟು ಶಾಂತವಾಗಿರುತ್ತಿತ್ತೆಂದರೆ, ಆಗಲೇ ಸತ್ತೆ ಹೋಗಿರುವನೋ ಎನಿಸುತ್ತಿತ್ತು.

ಹಾಸಿಗೆಯ ಬಳಿ ಕುಳಿತ ಫ್ರಾನ್ಸಿನಾ ತಡೆಯಿಲ್ಲದೆ ಅಳುತ್ತಿದ್ದಳು. ದೂರದ ಕಿಟಕಿಯ ಬಳಿ ಗುಂಪಾಗಿ ನಿಂತ ಜನ ತಮ್ಮಲ್ಲೇ ಪಿಸುಗುಟ್ಟುತ್ತಿದ್ದರು. ಅವರಲ್ಲಿ ಅತ್ಯಂತ ದೊಡ್ಡವನಾದ ಊಮ್ ಪೀಟ್ ಈಗ ತಾನೇ, ಅಟ್ಟದ ಮೇಲಿನ ಶವಪೆಟ್ಟಿಗೆ ತನ್ನ ತಂದೆಗೆ ಚಿಕ್ಕದಾಗಬಹು ದೆಂಬುದನ್ನು ಪತ್ತೆ ಮಾಡಿದ.

ಕೋಬಸ್ ವಾನ್‌ಗ್ರಾನ್‌ನ ಚಿಕ್ಕ ಮಗ ಬೆರೆಂಡ್ ನಿರ್ಲಕ್ಷ್ಯದಿಂದ ತಪ್ಪು ಕೆಲಸಗಳನ್ನು ಮಾಡುವುದರಲ್ಲಿ ನಿಸ್ಸೀಮ. ದೊಡ್ಡ ಓಪಾನ ಗಾತ್ರಕ್ಕೆ ಯಾವ ರೀತಿಯಲ್ಲೂ ಸರಿಸಾಟಿ ಯಾಗದ ಶವಪೆಟ್ಟಿಗೆಯನ್ನು ಆತ ತಂದಿದ್ದ. ಆದರೆ ಸ್ವೆಲ್ಲನ್‌ಡಾಮ್‌ಗೆ ಇಂದಾಗಲೀ, ಅಥವಾ ನಾಳೆಯಾಗಲೀ, ಅಥವಾ ಈ ವಾರದಲ್ಲಾಗಲೀ ಹೋಗುವ ಪ್ರಶ್ನೆಯೇ ಬಾರದು. ಮುಂಚೆ ವಿಶಾಲವಾದ ನೀರಿನ ಪದರವಿದ್ದ ತಿಟ್ಟಿನಲ್ಲಿ ಈಗ ಭೂಮಿ ಒಣಗಿದ ಎಲೆಯಂತೆ ಬಿರುಕು ಬಿಟ್ಟಿತ್ತು; ಅಳಿದುಳಿದಿದ್ದ ಕೆಲವೇ ಕುದುರೆಗಳು ಆಹಾರಕ್ಕಾಗಿ ನಿಷ್ಫಲ ಯತ್ನ ನಡೆಸುತ್ತಾ ನೆರಳಿನ ಒಂದು ಪ್ರದೇಶದಿಂದ ಇನ್ನೊಂದಕ್ಕೆ ಕಾಲೆಳೆದುಕೊಂಡು ಹೋಗುವಷ್ಟು ಸಾಮರ್ಥ್ಯ ಮಾತ್ರ ಪಡೆದಿದ್ದವು. ಬತ್ತಿದ ನದಿಯ ತಳದಲ್ಲಿ ದನಕರುಗಳ ತಲೆಬುರುಡೆ ಮತ್ತು ಮೂಳೆಗಳು ಬಿಸಿಲಿನ ಝಳದಿಂದ ಬೆಳ್ಳಗಾಗುತ್ತಿದ್ದವು.

ನೆರೆಹೊರೆಯವರಲ್ಲಿ ಡಿವಿಲ್ಲಿಯರ್ಸ್ ಕುಟುಂಬಕ್ಕೆ ಸೇರಿದ ಮೂವರೂ ಕುಳ್ಳರಾಗಿದ್ದರು. ಉಳಿದವರೆಲ್ಲರೂ ಮಧ್ಯಮ ನಿಲುವಿನವರು. ದೊಡ್ಡ ಓಪಾನ ಆರು ಅಡಿ ಮೂರು ಇಂಚಿಗೆ ಹೊಂದುವಂತಹ ಶವಪೆಟ್ಟಿಗೆಯನ್ನು ಸುತ್ತಲೆಲ್ಲೂ ಪತ್ತೆ ಮಾಡುವಂತಿರಲಿಲ್ಲ.

ದೊಡ್ಡ ಓಪಾನ ಕಿವಿಗಳು ದೂರದ ಕಣಿವೆಯಲ್ಲಿನ ಕೂಗನ್ನು ಮನೆಯ ಜಗಲಿ ಯಿಂದಲೇ ಕೇಳಬಲ್ಲಷ್ಟು ಚುರುಕಾಗಿದ್ದವು. ಆತ ಈಗ ಮೆಲ್ಲನೆ ಕಣ್ಣು ತೆರೆದು ತನ್ನ ಮಕ್ಕಳತ್ತ ನೋಡಿದ.

"ಫ್ರಾನ್ಸಿನಾ, ಇನ್ನು ಅಳಬೇಡ, ಮಗು. ಒಬ್ಬರ ಸಾವಿನ ಬಗ್ಗೆ ಅಳುತ್ತಾ ವ್ಯರ್ಥಗೊಳಿಸುವ ಜೀವನವಲ್ಲ ನಿನ್ನದು. ಜೀವನ ನಿರಂತರ ಪ್ರವಾಹ. ಕೊನೆಯಿರುವುದು ಸಾವಿಗೆ ಮಾತ್ರ. ನಿನಗೆ ಅಂದು ನಾನು ಪರ್ವತದ ಮೇಲೆ ತೋರಿಸಿದ ಗುಹೆಯ ಕೊನೆಯಂತೆ." ಹಾಗೆನ್ನುತ್ತಾ ತಲೆಯೆತ್ತಿ ಆತ ತನ್ನ ಹಾಸಿಗೆಯ ಬಳಿಯಲ್ಲಿನ ಕಿಟಿಕಿಯ ಮೂಲಕ ದೂರದ ಲಾಂಗೆಬರ್ಗ್ ಪರ್ವತ ತೋರಿಸಿದ. "ನಾವು ಒಟ್ಟಿಗೇ ಎಷ್ಟು ಸುಖದಿಂದ ಕಾಲಕಳೆದೆಂಬುದನ್ನು ಸ್ಮರಿಸಿ ಸಂತಸದಿಂದಿರು. ನಿನ್ನ ನೋವಿಗೆ ಶಮನಗಾಣಿಸಬಲ್ಲ ಸಮರ್ಥ ವೈದ್ಯರೆಂದರೆ ನಾಳಿನ ದಿನಗಳೇ."

"ಪೀಟ್ರಸ್, ಮಾಥ್ಯೂಸ್, ಜೊಹಾನ್ನೆಸ್, ಜಕೋಬಸ್, ಕ್ರಿಸ್ಟೊಫೆಲ್, ಆರ್ನಾಲ್ಡಸ್" – ಆತ ತನ್ನ ಮಕ್ಕಳನ್ನು ಅವರ ಇಂಪಾದ ಪೂರ್ಣ ಹೆಸರುಗಳಿಂದ ಕರೆದುದನ್ನು ನಾನು ಕೇಳಿದುದು ಇದೇ ಪ್ರಥಮ; ಅದುವರೆಗಿನಂತೆ ಪೀಟ್, ಟೆವಿಸ್, ಜಾನ್, ಕೂಸ್, ಕ್ರಿಸ್ ಮತ್ತು ನಾಲ್ಸ್ ಎಂದಲ್ಲ – "ನಿಮಗೆ ಕ್ಷಾಮ ಮುಗಿಯುವವರೆಗೂ ನಿಮ್ಮ ಕುಟುಂಬಗಳನ್ನು ಸಾಕುವುದೇ ದೊಡ್ಡ ಕೆಲಸ. ಶವಪೆಟ್ಟಿಗೆ ಸಣ್ಣದಾಯಿತೆಂದು ಯೋಚಿಸಲು ಇದು ಸಮಯವೇ ? ಅದು ಸಣ್ಣದೆಂಬುದು ನನಗೆ ಗೊತ್ತಿಲ್ಲ ಎಂದುಕೊಂಡಿರೇನು ? ಎರಡು ವಾರಗಳ ಹಿಂದೆ ನಾನೇ ಅಳತೆಮಾಡಿ ನೋಡಿದೆ. ಕೋಬಸ್ ವಾನ್‌ಗ್ರಾನ್ ಸಾವಿನಲ್ಲೂ ನನ್ನನ್ನು ಸತಾಯಿಸಿರುವು ದೊಂದು ತಮಾಷೆಯೇ ಸರಿ...

"ನೋಡು ಪೀಟ್, ಅಡೂನ್ಸ್‌ನನ್ನು ಕರಿ, ಅವನು ಒಳ್ಳೆ ಮರಗೆಲಸಗಾರ. ಗಾಡಿ ಕೋಣೆಯ ಹಿಂದುಗಡೆ ಇರುವ ಆ ಜಾಕಾಯಿ ಹಲಗೆಗಳನ್ನು ಆತ ಒಂದೆಡೆ ಹೊಡೆದು ಒಳ್ಳೆಯ ವಾರ್ನಿಷ್ ಬಳಿಯಲಿ. ನಾಳೆಯ ವೇಳೆಗೆ ಒಣಗುತ್ತದೆ. ನನಗೆ ತೇಗದ ಮರದ ಶವಪೆಟ್ಟಿಗೆ ಇಲ್ಲವಾಯಿತೆಂದು ನೀವೇನೂ ತಲೆಕೆಡಿಸಿಕೊಳ್ಳಬೇಡಿ. ನಾವಿಕರು ನಮ್ಮ ಪೂರ್ವಜರನ್ನು ನೌಕಾಪಟದಲ್ಲಿ ಸುತ್ತಿ ಸಮುದ್ರಕ್ಕೆ ಹಾಕುತ್ತಿದ್ದರು...

"ಪೀಟ್, ನೀನೇ ದೊಡ್ಡವನು. ವಾನ್‌ಗ್ರಾನ್ ಕುಟುಂಬದೊಂದಿಗೆ ಈ ಸತತ ಕಲಹ ಇನ್ನು ಒಂದೇ ಬಾರಿಗೆ ಮುಕ್ತಾಯವಾಗಬೇಕು. ಕೊನೆಯಿಲ್ಲದ ಕಚ್ಚಾಟದಿಂದ, ಕೋಬಸ್ ಮತ್ತು ನಾನು ದೇವರಿಗೂ ಮುಳ್ಳಾಗಿದ್ದಿರಬೇಕು. ಬೆರೆಂಡ್ ಮತ್ತಿತರರಿಗೆ ಗೋಮಾಳ, ಅಥವಾ ಅದರ ಅಳಿದುಳಿದ ಭೂಮಿಯನ್ನು ಕೊಟ್ಟುಬಿಡಿ ! ಇನ್ನು ನಾನು ಕೋಬಸ್ ವಾನ್‌ಗ್ರಾನ್‌ನನ್ನು ಪರಲೋಕದಲ್ಲಿ ಭೇಟಿ ಮಾಡಿದರೆ ಬಹುಶಃ ಆತ ನನ್ನನ್ನು ಸ್ವಾಗತಿಸಬಹುದು...!"

ಒಂದು ಸಣ್ಣ ನಗು. ದೊಡ್ಡ ಓಪಾ ತನ್ನ ತಲೆಯನ್ನು ಕಿಟಿಕಿಯತ್ತ ತಿರುಗಿಸಿ ಸ್ವಲ್ಪ ಕಾಲ ಪರ್ವತಗಳತ್ತ ನಿಟ್ಟಿಸಿದ. ಅನಂತರ ಕಣ್ಣುಗಳನ್ನು ಮುಚ್ಚಿದ.

ಮತ್ತೆ ಮಾತನಾಡಲಿಲ್ಲ.

ಗಾಳಿಯಿಲ್ಲದ ಸುಡು ಮಧ್ಯಾಹ್ನ. ಒಣಗಿ ಎಲುಬುಗೂಡಿನಂತಾಗಿದ್ದ ಭೂಮಾತೆ ತನ್ನ ಮಗನನ್ನು ಯಾವುದೇ ವಿಶೇಷ ಜೋಡಣೆಯಿಲ್ಲದ ಸಾದಾ ಜಾಕಾಯಿ ಪೆಟ್ಟಿಗೆಯಲ್ಲಿ ಮರಳಿ ತನ್ನ ತೆಕ್ಕೆಗೆ ತೆಗೆದುಕೊಂಡಳು.

ಅಂತಿಮಯಾತ್ರೆಯ ಮರುರಾತ್ರಿ ದೊಡ್ಡ ಓಪಾನ ಇಪ್ಪತ್ತನೆಯ ಮರಿಮಗು ಹುಟ್ಟಿತು.

○ ಚಿನುವ ಅಹೇಬೆ

ನೈಜೀರಿಯ

ಸೇಡಿನ ಸಾಲಗಾರ

"ಮೇಡಂ, ಹೀಗೆ ಬನ್ನಿ."

ಸೂಪರ್ ಮಾರ್ಕೆಟ್‌ನಲ್ಲಿ ನಗದು ಹಣದ ಯಂತ್ರಗಳ ಸಾಲಿನಲ್ಲಿ ಒಂದರ ಮುಂದೆ ನಿಂತಿದ್ದ, ನಿಡಿದಾದ ವಿಗ್ ಧರಿಸಿದ್ದ ಮಾರಾಟದ ಹುಡುಗಿ ಇಂಪಾಗಿ ಕೂಗಿದಳು. ಸಾಮಾನು ತುಂಬಿದ್ದ ಟ್ರಾಲಿಯನ್ನು ಶ್ರೀಮತಿ ಎಮೆನಿಕೆ ಹಗುರವಾಗಿ ಹುಡುಗಿಯತ್ತ ತಿರುಗಿಸಿದಳು.

"ಮೇಡಂ. ನೀವು ನನ್ನ ಬಳಿ ಬರುತ್ತಿದ್ದಿರಿ." ಪಕ್ಕದ ಯಂತ್ರದ ಹುಡುಗಿ ವಂಚಿತಳಾದ ಭಾವನೆಯಿಂದ ಅಪಾದಿಸಿದಳು.

"ಓ ಸಾರಿ ಮೈ ಡಿಯರ್, ಮುಂದಿನ ಸಲ."

"ಗುಡ್ ಆಫ್ಟರ್ ನೂನ್, ಮೇಡಂ" ಇಂಪಾದ ಕಂಠದ ಹುಡುಗಿಯು ಆ ಮಹಿಳೆ ಕೊಂಡಿದ್ದ ಸಾಮಾನುಗಳನ್ನು ತನ್ನ ಕೌಂಟರ್‌ನಲ್ಲಿ ಇಳಿಸಿಕೊಳ್ಳುತ್ತಾ ಹೇಳಿದಳು.

"ಕ್ಯಾಷೋ ಅಥವಾ ಅಕೌಂಟೋ, ಮೇಡಂ?"

"ಕ್ಯಾಷ್."

ಆಕೆ ಬೆಲೆಗಳನ್ನು ಮಿಂಚಿನ ವೇಗದಿಂದ ಪಂಚ್ ಮಾಡಿ, ತೀರ್ಪು ಹೇಳಿದಳು. ಒಂಬತ್ತು ಪೌಂಡ್ ಹದಿನೈದು ಷಿಲಿಂಗ್ ಮತ್ತು ಆರು ಪೆನ್ನಿ. ಶ್ರೀಮತಿ ಎಮೆನಿಕೆ ತನ್ನ ಹ್ಯಾಂಡ್‌ಬ್ಯಾಗ್‌ನಿಂದ ಹಣದ ಚೀಲ ತೆಗೆದು ಜಿಪ್ ಎಳೆದಳು.

ಗರಿಗರಿಯಾದ ಎರಡು ಶುಭ್ರ ಐದು ಪೌಂಡ್ ನೋಟುಗಳನ್ನು ಹುಡುಗಿಗೆ ಕೊಟ್ಟಳು. ಆಕೆ ಮತ್ತೆ ಪಂಚ್ ಮಾಡಿದಾಗ ಯಂತ್ರವು ಹಣ ತುಂಬಿದ ಟ್ರೇ ಒಂದನ್ನು ಹೊರತಂದಿತು. ಆಕೆ ಮಹಿಳೆಯ ಹಣವನ್ನು ಅದರಲ್ಲಿ ಹಾಕಿ, ಆಕೆಗೆ ಬಾಕಿ ಚಿಲ್ಲರೆ ಹಾಗೂ ಅಡಿ ಉದ್ದದ ಒಂದು ರಶೀತಿ ಕೊಟ್ಟಳು.

ಶ್ರೀಮತಿ ಎಮೆನಿಕೆ ಉದ್ದನೆಯ ಕಾಗದದ ಕೆಳಭಾಗ ನೋಡಿದಳು. ಆಕೆಯ ಒಟ್ಟು ಖರ್ಚನ್ನು ದಾಖಲು ಮಾಡಿದ್ದ

ಯಂತ್ರವು ಸೌಜನ್ಯದಿಂದ **ವಂದನೆಗಳು, ಮತ್ತೆ ಬನ್ನಿ** ಎಂದು ಬರೆದಿತ್ತು. ಆಕೆ ತಲೆಯಾಡಿಸಿದಳು.

ಈಗಲೇ ಮೊದಲ ತೊಂದರೆ ಉಂಟಾದದ್ದು. ಮಹಿಳೆ ಖರೀದಿ ಮಾಡಿದ್ದ ಪದಾರ್ಥಗಳನ್ನು ಡಬ್ಬವೊಂದರಲ್ಲಿ ತುಂಬಿ ಹೊರಗಡೆ ಆಕೆಯ ಕಾರಿನಲ್ಲಿ ಇಡುವವರು ಯಾರೂ ಅಲ್ಲಿ ಕಾಣಲಿಲ್ಲ.

"ಹುಡುಗರೆಲ್ಲಾ ಎಲ್ಲಿ ?" ಎಂದು ಹುಡುಗಿ ಸ್ವಲ್ಪ ಆತಂಕದಿಂದಲೇ ನುಡಿದಳು.

"ಕ್ಷಮಿಸಿ, ಮೇಡಂ, ನಮ್ಮ ಹುಡುಗರಲ್ಲಿ ಅನೇಕರು ಉಚಿತ ಪ್ರೈಮರಿ ಶಿಕ್ಷಣಕ್ಕಾಗಿ ಹೊರಗೆ... ಜಾನ್ !" ಅಷ್ಟರಲ್ಲಿ ಕಂಡ ಕೆಲವರಲ್ಲಿ ಒಬ್ಬನನ್ನು ಗಟ್ಟಿಯಾಗಿ ಕರೆದಳು.

"ಇಲ್ಲಿ ಬಂದು ಇವರ ಪದಾರ್ಥಗಳ ಪ್ಯಾಕ್ ಮಾಡು !"

ಜಾನ್ ಕುಂಟುತ್ತಿದ್ದ, ನಲವತ್ತು ವರ್ಷ ವಯಸ್ಸಿನ ಹುಡುಗ. ಸೂಪರ್ ಮಾರ್ಕೆಟ್‌ನ ಹವಾನಿಯಂತ್ರಿತ ಸುಖದಲ್ಲೂ ಆತ ಬೆವರುತ್ತಿದ್ದ. ಪದಾರ್ಥಗಳನ್ನು ಖಾಲಿ ಪೆಟ್ಟಿಗೆ ಯೊಂದರಲ್ಲಿ ತುಂಬುತ್ತಾ ಗಟ್ಟಿಯಾಗಿ ಗೊಣಗಿದ.

"ನಾನು ಮಾತನಾಡೋದಿಲ್ಲ. ಈ ಕೋತಿ ಕೆಲಸಕ್ಕೆ ಇನ್ನಷ್ಟು ಜನರನ್ನು ಹುಡುಕಿ ಎಂದು ಯಾರಾದರೂ ಮ್ಯಾನೇಜರ್‌ಗೆ ಹೇಳಬಾರದೆ ?"

"ಎಲ್ಲರೂ ಉಚಿತ ಪ್ರೈಮರಿ ಶಿಕ್ಷಣಕ್ಕೆ ಹೋಗಿ ಅಂದದ್ದನ್ನು ನೀನೇಕೆ ಕೇಳಲಿಲ್ಲ?" ಎಂದು ವಿಗ್‌ಧಾರಿ ಹುಡುಗಿ ವಿನೋದದಿಂದ ಕೇಳಿದಳು.

"ಸರಿ, ಆದರೆ ಉಚಿತ ಪ್ರೈಮರಿ ಶಿಕ್ಷಣಕ್ಕಾಗಿ ನಾನು ನನ್ನನ್ನು ಕೊಂದುಕೊಳ್ಳಲು ಇಷ್ಟಪಡೋದಿಲ್ಲ."

ಹೊರಗಡೆ ಕಾರು ನಿಲ್ಲಿಸುವ ಸ್ಥಳದಲ್ಲಿ ಆತ ಡಬ್ಬವನ್ನು ಶ್ರೀಮತಿ ಎಮೆನಿಕೆಯ ಬೂದು ಬಣ್ಣದ ಮರ್ಸಿಡಿಸ್‌ನ ಹಿಂಭಾಗದಲ್ಲಿಟ್ಟ. ಅನಂತರ ನೆಟ್ಟಗೆ ನಿಂತ ಆಕೆ ಕೈಚೀಲದಿಂದ ಪರ್ಸ್ ತೆಗೆದು ಅದರಲ್ಲಿ ತುಂಬಿದ್ದ ಚಿಲ್ಲರೆ ಹಣವನ್ನು ಕೆದಕಿ ಮೂರು ಪೆನ್ನಿ ನಾಣ್ಯವೊಂದನ್ನು ಎರಡು ಬೆರಳುಗಳಿಂದ ತೆಗೆದಳು. ಅದನ್ನು ಆತನ ಕೈಮೇಲೆ ಹಾಕಿದಳು. ಅವನು ಸ್ವಲ್ಪ ಅನುಮಾನಿಸಿ ಅನಂತರ ಮಾತಿಲ್ಲದೆ ಕುಂಟುತ್ತಾ ಹೊರಟುಹೋದ.

ಸಣ್ಣ ಹುಡುಗರು ಮಾಡಬೇಕಾದಂತಹ ಚಿಲ್ಲರೆ ಕೆಲಸ ಮಾಡುವ ಈ ಬಲಿತವರ ಬಗ್ಗೆ ಶ್ರೀಮತಿ ಎಮೆನಿಕೆಗೆ ಎಂದೂ ಅದರವಿರಲಿಲ್ಲ. ನೀವು ಎಷ್ಟಾದರೂ ಕೊಡಿ, ಅವರಿಗೆ ತೃಪ್ತಿಯಾದಂತೆ ತೋರುತ್ತಿರಲಿಲ್ಲ. ಒಂದು ಸಣ್ಣ ಡಬ್ಬವನ್ನು ಕೆಲವು ಗಜ ಹೊತ್ತದ್ದಕ್ಕೆ ಅವನ ನಿರೀಕ್ಷೆ ಎಷ್ಟು? ಉಚಿತ ಪ್ರೈಮರಿ ಶಿಕ್ಷಣದಿಂದ ಆಗಿರುವುದು ಇದೇನೆ, ಮನೆಗಳಲ್ಲಂತೂ ಇದರಿಂದ ಇನ್ನೂ ಕೆಡುಕಾಗಿದೆ. ಶಾಲಾ ವರ್ಷ ಆರಂಭದಿಂದ ಶ್ರೀಮತಿ ಎಮೆನಿಕೆ ಮೂವರು ಸೇವಕರನ್ನು ಕಳೆದುಕೊಂಡಿದ್ದಾಳೆ. ಅವರಲ್ಲಿ ಒಬ್ಬಳು ಮಗುವಿನ ದಾದಿ, ಹೌದು. ದಾದಿಯರ ಸಮಸ್ಯೆಯೇ ಅತ್ಯಂತ ತೀವ್ರತರದ್ದು. ಏಳು ತಿಂಗಳ ಮಗುವನ್ನು ಹೊಂದಿರುವ ಉದ್ಯೋಗಸ್ಥ ಮಹಿಳೆ ಏನು ಮಾಡಬೇಕು ?

ಆದರೆ ಸಮಸ್ಯೆ ಹೆಚ್ಚು ಕಾಲ ಉಳಿಯಲಿಲ್ಲ. ಸರ್ಕಾರವು ಉಚಿತ ಶಿಕ್ಷಣ ಯೋಜನೆಯನ್ನು ಕೇವಲ ಒಂದು ಟರ್ಮ್ ನಂತರ ಹಿಂತೆಗೆದುಕೊಂಡಿತು – ದಿವಾಳಿಯಾಗುವ ಭೀತಿಯಿಂದ. ತಜ್ಞರ ಸಲಹೆಯ ಮೇಲೆ ಶಿಕ್ಷಣ ಶಾಖೆಯು ಆರಂಭದಲ್ಲಿ ಎಂಟುನೂರು ಸಹಸ್ರ

ವಿದ್ಯಾರ್ಥಿಗಳಿಗೆ ಯೋಜನೆ ಹಾಕಿತ್ತಂತೆ. ಆದರೆ ಶಾಲೆಯ ಪ್ರಥಮ ದಿನವೇ ಹದಿನೈದು ಲಕ್ಷ ಮಂದಿ ಬಂದರು. ಹೆಚ್ಚಿನವರು ಎಲ್ಲಿಯವರು ? ತಜ್ಞರು ಸರ್ಕಾರಕ್ಕೆ ತಪ್ಪು ವಿವರ ನೀಡಿದ್ದರೆ ? ಅಂಕಿಅಂಶಗಳ ತಜ್ಞರ ಮುಖ್ಯಸ್ಥನನ್ನು ಬಾನುಲಿ ಸಂದರ್ಶನದಲ್ಲಿ ಪ್ರಶ್ನಿಸಿದಾಗ ಆತ, ತಪ್ಪು ಲೆಕ್ಕಾಚಾರದ ಆರೋಪ ಮೂರ್ಖತನದ್ದು ಎಂದ. ವಾಸ್ತವವಾಗಿ ಕೆಲವು ದುರ್ಜನರು ನೆರೆ ರಾಜ್ಯಗಳ ಮಕ್ಕಳನ್ನು ಸಹಸ್ರ ಸಂಖ್ಯೆಯಲ್ಲಿ ಕರೆತಂದು ಅಪ್ರಾಮಾಣಿಕವಾಗಿ ದಾಖಲಾತಿ ಮಾಡಿಸಿದ್ದರಿಂದಲೇ ತೊಂದರೆ ಉಂಟಾದದ್ದು, ಅದೊಂದು ವಿಧ್ವಂಸಕ ಕೃತ್ಯವಾಗಿತ್ತು ಎಂಬುದು ಸ್ಪಷ್ಟ.

ಕಾರಣವೇನೇ ಇರಲಿ ಅಂತೂ ಸರ್ಕಾರವು ಯೋಜನೆಯನ್ನು ರದ್ದುಪಡಿಸಿತು. ಪ್ರಧಾನ ಮಂತ್ರಿಯ ರಾಜನೀತಿ ನೈಪುಣ್ಯ ಹಾಗೂ ಧೈರ್ಯವನ್ನು ಪ್ರಶಂಸಿಸಿ 'ನ್ಯೂಏಜ್' ಪತ್ರಿಕೆ ಸಂಪಾದಕೀಯ ಬರೆಯಿತು. ತಿಳಿದ ಹಾಗೂ ಜವಾಬ್ದಾರಿಯುತ ಜನರ ಎಚ್ಚರಿಕೆಗೆ ಸರ್ಕಾರವು ಮೊದಲೇ ಕಿವಿಗೊಟ್ಟಿದ್ದರೆ ಇಡೀ ದುರ್ವ್ಯವಹಾರವನ್ನೇ ತಪ್ಪಿಸಬಹುದಾಗಿತ್ತೆಂದೂ ಅದು ಸಾರಿತು. ಇದು ನಿಜವೇ ಆಗಿತ್ತು. ಏಕೆಂದರೆ ಈ ಜನರು ಉಚಿತ ಶಿಕ್ಷಣದ ಬಗ್ಗೆ ತಮ್ಮ ಅನುಮಾನ ಹಾಗೂ ಅವಿಶ್ವಾಸವನ್ನು ವ್ಯಕ್ತಪಡಿಸಿ ಮೊದಲೇ 'ನ್ಯೂ ಏಜ್' ಪತ್ರಿಕೆಯಲ್ಲಿ ಬರೆದಿದ್ದರು. ಈ ವಿಷಯದ ಬಗ್ಗೆ ಸಮಗ್ರ ಚರ್ಚೆಗೆ ತನ್ನ ಪುಟಗಳನ್ನು ತೆರೆದಿಟ್ಟ ಪತ್ರಿಕೆಯು, ತಾನು ರಾಷ್ಟ್ರೀಯ ಹಿತಾಸಕ್ತಿಯ ದೃಷ್ಟಿಯಿಂದ ಈ ಕ್ರಮ ಕೈಗೊಂಡಿರುವುದಾಗಿ ಹೇಳಿತು. ಅಲ್ಲದೆ ವಾಡಿಕೆಯಂತೆ ತನ್ನ ಟೀಕಾಕಾರರುಗಳಿಗೆ ಸವಾಲು ಹಾಕಿ, ವಿದೇಶಿ ಬಂಡವಾಳದ ಪತ್ರಿಕೆಯಲ್ಲಿ ಯಾವುದೇ ಅರ್ಹತೆಯನ್ನೂ ಕಾಣದ ಅವರೆಲ್ಲ ಮುಂದೆ ಬಂದು ತನ್ನಷ್ಟು ಅಥವಾ ತನಗಿಂತ ಹೆಚ್ಚಿನ ರಾಷ್ಟ್ರೀಯ ಬದ್ಧತೆ ಹಾಗೂ ದೇಶಪ್ರೇಮವನ್ನು ತೋರಬೇಕೆಂದಿತು. ಈ ಸವಾಲನ್ನು ಆ ಟೀಕಾಕಾರರಲ್ಲಿ ಯಾರೂ ಸ್ವೀಕರಿಸಲಿಲ್ಲ. 'ನ್ಯೂ ಏಜ್'ನ ತೆರೆದಿಟ್ಟ ಕಾಲಂಗಳ ಪೂರ್ಣೋಪಯೋಗ ಪಡೆದವರು ಹಲವರು. ಮುಂದಿನ ಹತ್ತು ದಿನಗಳಲ್ಲಿ, ಜವಾಬ್ದಾರಿಯುತ ಜನರಿಂದ ದಿನಕ್ಕೆ ಎರಡು ಅಥವಾ ಮೂರರಂತೆ ಪತ್ರಗಳು ಬರಲಾರಂಭಿಸಿದವು. ಯೋಜನೆಯನ್ನು ಟೀಕಿಸಿ ಬರೆದವರೆಲ್ಲ ವಕೀಲರು, ವೈದ್ಯರು, ವಣಿಕರು, ಎಂಜಿನಿಯರುಗಳು, ಮಾರಾಟಗಾರರು, ಜೀವವಿಮಾ ದಲ್ಲಾಳಿಗಳು, ವಿಶ್ವವಿದ್ಯಾನಿಲಯಗಳ ಉಪನ್ಯಾಸಕರು ಮುಂತಾದವರು. ಮಕ್ಕಳಿಗೆ ಶಿಕ್ಷಣ ನೀಡುವುದನ್ನು ತಮ್ಮಲ್ಲಿ ಯಾರೂ ವಿರೋಧಿಸುತ್ತಿಲ್ಲವೆಂದು ಹೇಳಿದ ಅವರು, ಆದರೆ ಉಚಿತ ಶಿಕ್ಷಣಕ್ಕೆ ಇನ್ನೂ ಕಾಲ ಕೂಡಿಬಂದಿಲ್ಲವೆಂದರು. ಅಷ್ಟೊಂದು ಸಂಪತ್ತು ಹಾಗೂ ಶಕ್ತಿ ಹೊಂದಿರುವ ಅಮೇರಿಕದಲ್ಲಿ ಸಹ ಇದು ಜಾರಿಗೆ ಬಂದಿಲ್ಲವೆಂದು ಒಬ್ಬರು ಬರೆದರು. ವಿಷಯ ಹೀಗಿರುವಾಗ...

ಈ ಬರಹಗಳನ್ನೆಲ್ಲಾ ಬಾಲ ಸದೃಶ ಉತ್ಸಾಹದಿಂದ ಓದಿದ ಶ್ರೀ ಎಮೆನಿಕೆ, "ಸಹಕಾರಿ ಅಧಿಕಾರಿಗಳೂ ಈ ಪತ್ರಿಕೆಗಳಿಗೆ ಬರೆಯುವಂತಿದ್ದರೆ ಚೆನ್ನಾಗಿರುತ್ತಿತ್ತು" ಎಂದು ಈ ಹತ್ತು ದಿನಗಳಲ್ಲಿ ಕನಿಷ್ಠ ಪಕ್ಷ ಮೂರು ಬಾರಿಯಾದರೂ ತನ್ನ ಹೆಂಡತಿಗೆ ಹೇಳಿದ.

"ಇದು ಸರಿಯೇ. ಆದರೆ ಈ ದೇಶದಲ್ಲಿ ಸ್ವಾತಂತ್ರ್ಯಾನಂತರ ಶಿಕ್ಷಣ ಕ್ಷೇತ್ರದಲ್ಲಿ ತೀವ್ರ ಪ್ರಗತಿಯಾಗಿರುವುದಕ್ಕೆ ಕಾರಣವೆಂದರೆ ಪೋಷಕರಿಗೆ ಶಿಕ್ಷಣದ ಮಹತ್ವ ಗೊತ್ತಿದ್ದು, ಅವರು ತಮ್ಮ ಮಕ್ಕಳಿಗೆ ಶಾಲಾ ಶುಲ್ಕ ಕೊಡಲು ಎಂತಹ ತ್ಯಾಗವನ್ನಾದರೂ ಮಾಡಲು ಸಿದ್ಧರಿರುವ ರೆಂಬುದನ್ನು ಆತ ಹೇಳಬೇಕಿತ್ತು. ನಮ್ಮದು ಆಲಿವರ್ ಟ್ವಿಸ್ಟ್‌ಗಳ ನಾಡಲ್ಲ."

ಆತನ ಹೆಂಡತಿಗೆ ನಿಜವಾಗಿಯೂ ಈ ಘಟ್ಟದಲ್ಲಿ ಈ ಎಲ್ಲ ವಾದದ ಬಗ್ಗೆ ಆಸಕ್ತಿ ಇರಲಿಲ್ಲ. ಇನ್ನೂ ಎಲ್ಲವೂ ಅನಿಶ್ಚಿತವೆಂದು ಆಕೆಗೆ ಅನ್ನಿಸಿತ್ತು. ಉಚಿತ ಶಿಕ್ಷಣದ ಬಗ್ಗೆ ಆಕೆಗೆ ಅಸ್ಪಷ್ಟ ಹಾಗೂ ವೈಯಕ್ತಿಕ ಅನುಮಾನಗಳಿದ್ದವು, ಅಷ್ಟೆ.

"ಇವತ್ತಿನ ಪತ್ರಿಕೆ ನೋಡಿದೆಯಾ ? ಈ ಬಗ್ಗೆ ಮೈಕ್ ಬರೆದಿದ್ದಾನೆ" ಎಂದು ಆಕೆಯ ಗಂಡ ಮತ್ತೊಂದು ದಿನ ಹೇಳಿದ.

"ಮೈಕ್ ಯಾರು ?"

"ಮೈಕ್ ಒಗುಡು."

"ಓಹೋ, ಏನು ಹೇಳ್ತಾನೆ ಆತ ?"

"ಇನ್ನೂ ನಾನು ಓದಿಲ್ಲ... ಸರಿ, ಮೈಕ್ ಖಂಡಿತವಾದಿ. ಆತ ಪ್ರಾರಂಭಮಾಡಿರೋ ರೀತಿ ನೋಡು : "ಉಚಿತ ಪ್ರಾಥಮಿಕ ಶಿಕ್ಷಣ ಅಪ್ಪಟ ಕಮ್ಯೂನಿಸಂಗೆ ಸಮ." ಅದು ಸಂಪೂರ್ಣ ಸರಿಯಲ್ಲ. ಆದರೆ ಮೈಕ್ ಹೇಳೋದೇ ಹಾಗೆ. ಯಾರಾದರೂ ಬಂದು ಆತನ ಜಹಜುಗಳನ್ನ ರಾಷ್ಟ್ರೀಕರಿಸಬಹುದೇನೋ ಅನ್ನೋ ಶಂಕೆ ಆತನಿಗೆ. ಕಮ್ಯೂನಿಸಂ ಅಂದರೆ ಅಷ್ಟು ಭೀತಿ."

"ಆದರೆ ಇಲ್ಲಿ ಕಮ್ಯೂನಿಸಂ ಯಾರಿಗೆ ಬೇಕು ?"

"ಯಾರಿಗೂ ಬೇಡ. ಅವತ್ತು ಸಂಜೆ ನಾನು ಕ್ಲಬ್ಬಿನಲ್ಲೂ ಆತನಿಗೆ ಅದನ್ನೇ ಹೇಳಿದೆ. ಆದರೆ ಆತನಿಗೋ ಹೆದರಿಕೆ. ನಿನಗೆ ಗೊತ್ತಲ್ಲ. ತುಂಬಾ ದುಡ್ಡಿದ್ದರೆ ಕೆಟ್ಟದೇ."

ಎಮೆನಿಕೆ ಕುಟುಂಬದಲ್ಲಿನ ಚರ್ಚೆ ಈ ಬೌದ್ಧಿಕ ಮಟ್ಟದಲ್ಲೇ ಉಳಿದಿತ್ತು. ಆದರೆ ಒಂದು ದಿನ ಅವರ ಮನೆಯ 'ಸಣ್ಣ ಹುಡುಗ' ತಾನು ಮನೆಗೆ ಹೋಗಿ ತನ್ನ ಅಸ್ವಸ್ಥ ತಂದೆಯನ್ನು ನೋಡಬೇಕು ಅಂದ. ಹನ್ನೆರಡು ವರ್ಷ ವಯಸ್ಸಿನ ಆತ ಬಹಳ ಚುರುಕಾಗಿದ್ದು ಅಡುಗೆಯಾತನಿಗೆ ಸಹಾಯಕನಾಗಿದ್ದ.

"ನಿನ್ನ ತಂದೆಗೆ ಹುಷಾರಿಲ್ಲ ಅಂತ ಯಾರು ಹೇಳಿದರು ?" ಮೇಡಂ ಕೇಳೀದಳು.

"ನನ್ನ ಅಣ್ಣ ಬಂದು ಹೇಳಿದ."

"ನಿನ್ನ ಅಣ್ಣ ಯಾವಾಗ ಬಂದ ?"

"ನಿನ್ನೆ ಸಂಜೆ."

"ನನ್ನ ಹತ್ತಿರ ಯಾಕೆ ಕರೆದುಕೊಂಡು ಬರಲಿಲ್ಲ ?"

"ನಾನು ಹೇಳಿದೆ, ಹೋಗಿ ನೋಡು ಅಂತ."

"ನೀನು ನಿನ್ನೆಯಿಂದ ಯಾಕೆ ಮಾತನಾಡಲಿಲ್ಲ ?" ವೃತ್ತ ಪತ್ರಿಕೆಯಿಂದ ತಲೆಯೆತ್ತಿ ಎಮೆನಿಕೆ ಕೇಳಿದ.

"ಮೊದಲು ಅಂದುಕೊಂಡೆ, ಮನೆಗೆ ಹೋಗಲ್ಲ ಅಂತ. ಆದರೆ ಇವತ್ತು ಮನಸ್ಸು ಹೇಳ್ತಾ ಇದೆ, ಹೋಗಿ ನೋಡಿಕೊಂಡು ಬಾ ಅಂತ; ಬಹುಶಃ ಅವನಿಗೆ ತುಂಬಾ ರೋಗವಿದೆಯೋ ಏನೋ. ಆದ್ದರಿಂದ..."

"ಆಗಲಿ, ನೀನು ಹೋಗಬಹುದು. ಆದರೆ ನಾಳೆ ಮಧ್ಯಾಹ್ನ ನೀನು ಇಲ್ಲಿ ಇರಲೇಬೇಕು, ಇಲ್ಲವಾದಲ್ಲಿ..."

"ನಾಳೆ ಬೆಳಿಗ್ಗೇನೇ ವಾಪಸಾಗ್ತೇನೆ."

ಅವನು ಮತ್ತೆ ಬರಲಿಲ್ಲ. ಅವನು ಹೇಳಿದ ಸುಳ್ಳುಗಳಿಂದ ಶ್ರೀಮತಿ ಎಮೆನಿಕೆಗೆ

ಇನ್ನಷ್ಟು ಕೋಪ ಬಂದಿತು. ಸೇವಕರಿಂದ ಕಣ್ಣಿಗೆ ಮಣ್ಣು ಎರಚಿಸಿಕೊಳ್ಳುವುದು ಅವಳಿಗೆ ಇಷ್ಟವಾಗುತ್ತಿರಲಿಲ್ಲ. ಅವನ ಇತ್ತೀಚಿನ ವರ್ತನೆಯಿಂದಲೇ ಅವಳಿಗೆ ಸ್ವಲ್ಪವಾದರೂ ಅನುಮಾನ ಬರಬೇಕಿತ್ತು. ಈಗ ಅವನು ಒಂದು ತಿಂಗಳ ಸಂಬಳದೊಂದಿಗೆ ಹೊರಟುಹೋಗಿದ್ದ. ನೋಟಿಸ್ ಇಲ್ಲದ ಕಾರಣ ಅವನು ಅದನ್ನು ಕಳೆದುಕೊಳ್ಳಬೇಕಿತ್ತು. ಇಂತಹ ಜನಗಳಿಗೆ ದಯೆ ತೋರಿಸುವುದರಿಂದ ಪ್ರಯೋಜನವಿಲ್ಲ ಎಂಬುದು ಇದರಿಂದ ಗೊತ್ತಾಗಬೇಕಲ್ಲವೇ ?

ಒಂದು ವಾರದ ನಂತರ ತೋಟಗಾರ ನೋಟಿಸ್ ಕೊಟ್ಟ. ಅವನು ಏನನ್ನೂ ಮುಚ್ಚಿಡಲು ಪ್ರಯತ್ನಿಸಲಿಲ್ಲ. ಹಳ್ಳಿಗೆ ವಾಪಸಾಗಿ ಉಚಿತ ಶಿಕ್ಷಣಕ್ಕೆ ದಾಖಲಾಗುವಂತೆ ಆತನ ಅಣ್ಣ ಹೇಳಿಕಳುಹಿಸಿದ್ದ. ಹಳ್ಳಿಗರ ಈ ಮೌಢ್ಯದ ಬಗ್ಗೆ ಶ್ರೀಮತಿ ಎಮೆನಿಕೆ ನಗೆಯಾಡಲು ಪ್ರಯತ್ನಿಸಿದಳು.

"ಉಚಿತ ಪ್ರೈಮರಿ ಶಿಕ್ಷಣ ಮಕ್ಕಳಿಗೆ. ನಿನ್ನಂತಹ ದೊಡ್ಡವನನ್ನು ಯಾರೂ ಸೇರಿಸಿ ಕೊಳ್ಳೋದಿಲ್ಲ. ನಿನಗೆಷ್ಟು ವಯಸ್ಸು ?"

"ಹದಿನೈದು ವರ್ಷ, ಸರ್."

"ಅಲ್ಲ ಮೂರೇ ವರ್ಷಗಳು. ಎದೆಹಾಲು ಕುಡಿ ಬಾ" ಎಂದು ಶ್ರೀಮತಿ ಎಮೆನಿಕೆ ಮೂದಲಿಸಿದಳು.

"ನಿನಗೆ ಹದಿನೈದು ವರ್ಷಗಳಲ್ಲ." ಎಂದ ಎಮೆನಿಕೆ. ನಿನಗೆ ಇಪ್ಪತ್ತಾದರೂ ಆಗಿದೆ. ಯಾವ ಹೆಡ್ಮಾಸ್ಟರೂ ನಿನ್ನನ್ನ ಪ್ರೈಮರಿ ಸ್ಕೂಲಿಗೆ ಸೇರಿಸಿಕೊಳ್ಳೋದಿಲ್ಲ. ನಿನಗೆ ಹೋಗಿ ಪ್ರಯತ್ನಿಸಬೇಕು ಅಂತಿದ್ದರೆ ಧಾರಾಳವಾಗಿ ಹೋಗು. ಆದರೆ ಸಾರ್ಥಕವಾಗದಿದ್ದಾಗ ಮತ್ತೆ ಇಲ್ಲಿಗೆ ಬರಬೇಡ."

ಮಾಲಿ ಅಂದ :

"ನಾನು ಹೋದಮೇಲೆ ಬಿಡೋಲ್ಲ. ನಮ್ಮ ಹಳ್ಳೀಲಿ ಇನ್ನೂ ವಯಸ್ಸಾದ ಒಬ್ಬನ್ನ ನಮ್ಮ ತಂದೇನೇ ದಾಖಲು ಮಾಡಿದ್ದಾರೆ. ಸುಮ್ಮನೆ ಮ್ಯಾಜಿಸ್ಟ್ರೇಟ್ ಕೋರ್ಟಿಗೆ ಹೋಗಿ ಐದು ಷಿಲ್ಲಿಂಗ್ ಕೊಟ್ಟು ಪ್ರಮಾಣ ಮಾಡಿದರೆ ಆಯ್ತು."

"ಸರಿ, ಎಲ್ಲಾ ನಿನಗೇ ಬಿಟ್ಟಿದ್ದೇನೆ. ನಿನ್ನ ಕೆಲಸ ಇಲ್ಲಿಗೆ ಚೆನ್ನಾಗಿತ್ತು. ಆದರೆ..."

"ಮಾರ್ಕ್ ಇಷ್ಟೆಲ್ಲಾ ಮಾತೇಕೆ ? ಅವನು ಹೋಗಬೇಕಂತೆ, ಹೋಗಲಿ ಬಿಡು."

"ಮೇಡಂ ಹಾಗನ್ನಬೇಡಿ. ನನಗೆ ಹೋಗೋಕೆ ಇಷ್ಟವಿಲ್ಲ. ಆದರೆ ನನ್ನ ಅಣ್ಣ..."

"ಸರಿ, ಗೊತ್ತಾಯ್ತು. ನೀನು ಇನ್ನು ಹೋಗಬಹುದು."

"ಆದರೆ ನಾನು ಇವತ್ತು ಹೋಗೋಲ್ಲ. ನಾನು ಒಂದು ವಾರ ನೋಟಿಸ್ ಕೊಡಬೇಕು. ಅಲ್ಲದೆ ಮೇಡಂಗೆ ಇನ್ನೊಬ್ಬ ತೋಟಗಾರನ್ನ ಹುಡುಕಿಕೊಡಬೇಕು,"

"ನೋಟಿಸ್ ವಿಷಯ ಅಥವಾ ತೋಟಗಾರನ ವಿಷಯ ನೀನೇನೂ ಯೋಚಿಸಬೇಡ. ಸುಮ್ಮನೆ ಹೊರಟುಹೋಗು."

"ನನಗೆ ಈಗ ಸಂಬಳ ಕೊಡ್ತೀರಾ ? ಅಥವಾ ಮಧ್ಯಾಹ್ನ ಬರಲಾ ?"

"ಯಾವ ಸಂಬಳ ?"

"ಈ ತಿಂಗಳು ಕೆಲಸ ಮಾಡಿದ ಹತ್ತು ದಿನಗಳಿಗೆ, ಮೇಡಂ."

"ನನ್ನನ್ನ ಇನ್ನು ರೇಗಿಸಬೇಡ. ಸುಮ್ಮನೆ ಹೊರಟುಹೋಗು."

ಆದರೆ ಶ್ರೀಮತಿ ಎಮೆನಿಕೆ ರೇಗುವಂಥದು ಇನ್ನೂ ಇತ್ತು. ಎರಡು ದಿನಗಳ ಅನಂತರದ ಬೆಳಗ್ಗೆ, ಆಕೆ ಇನ್ನೇನು ಕೆಲಸಕ್ಕೆ ಸಿದ್ಧವಾಗುತ್ತಿದ್ದಾಗ ಮಗುವಿನ ದಾದಿ ಅಬಿಗೇಲ್ ಬಂದು ಮಗುವನ್ನು ಆಕೆಯ ತೊಡೆಯ ಮೇಲೆ ಕುಕ್ಕಿ ಹೊರಟುಹೋದಳು. ಎಲ್ಲ ಜನರಂತಲ್ಲ ಅಬಿಗೇಲ್ ಎಂದುಕೊಂಡಿದ್ದಳು! ಆಕೆಗೆ ತಾನು ಮಾಡಿದ್ದ ಸಹಾಯ ಏನು ಕಡಿಮೆಯೆ? ಅಂಬೆಗಾಲಿಟ್ಟು ತನ್ನ ಬಳಿಗೆ ಬಂದ ಅಬಿಗೇಲ್. ಸ್ಯಾನಿಟರಿ ಟವೆಲ್‌ಗೆ ಬದಲಾಗಿ ಆಕೆ ಉಪಯೋಗಿಸುತ್ತಿದ್ದದ್ದು ಚಿಂದಿ ಬಟ್ಟೆಯನ್ನು. ಮಗು ಅಳುವುದನ್ನು ನಿಲ್ಲಿಸಲು ಒಂದು ಪಾತ್ರೆ ತುಂಬ ನೀರು ಕೊಟ್ಟು, ಒಂದೆರಡು ತೊಟ್ಟನ್ನು ಅದರ ಮೂಗಿನಲ್ಲಿ, ಸಹ ಹಾಕಿದ್ದ ಪೆದ್ದಿ. ಈಗ ಅಬಿಗೇಲ್ ಒಬ್ಬ ಲೇಡಿ; ಆಕೆ ಹೊಲಿಯಬಲ್ಲಳು ಮತ್ತು ಬ್ರೆಡ್ ಮಾಡಬಲ್ಲಳು, ಬ್ರಾ ಮತ್ತು ಸ್ವಚ್ಛ ಒಳಪೋಷಾಕು ಹಾಕಿಕೊಳ್ಳುತ್ತಾಳೆ. ಪೌಡರ್ ಲೇಪಿಸಿಕೊಂಡು, ಸುಗಂಧ ದ್ರವ್ಯ ಸಿಂಪಡಿಸಿಕೊಂಡು, ಕೇಶಶೃಂಗಾರ ಮಾಡಿಕೊಳ್ಳುತ್ತಾಳೆ. ಈಗ ಅವಳು ಹೊರಡಲು ಸಿದ್ಧಳಾಗಿದ್ದಾಳೆ.

ಆ ದಿನದಿಂದ ಶ್ರೀಮತಿ ಎಮೆನಿಕೆ 'ಉಚಿತ ಪ್ರೈಮರಿ' ಎಂಬ ಪದಗಳನ್ನೇ ದ್ವೇಷಿಸ ಲಾರಂಭಿಸಿದಳು. ಇದ್ದಕ್ಕಿದ್ದಂತೆ ಇದು ದಿನನತ್ಯದ ಮಾತುಗಳಲ್ಲೊಂದಾಗಿತ್ತು. ಹಳ್ಳಿಗಳಲ್ಲಿ 'ಉಚಿತ ಪ್ರಿಮಾಡು' ಎನ್ನುವರು. ಜನರು ಇದರ ಬಗ್ಗೆ ಜೋಕುಗಳನ್ನು ಮಾಡಿದಾಗಲಂತೂ ಆಕೆಗೆ ಇನ್ನಷ್ಟು ರೇಗುತ್ತಿತ್ತು. ಆವರಿಗೆ ಒಳ್ಳೆಯ ಭಾವನೆಗಳು ಇಲ್ಲ. ಸದಭಿರುಚಿ ಇಲ್ಲ ಎನ್ನಿಸಿ ಅವರ ತಲೆಯ ಮೇಲೆ ಪೆಟ್ಟು ಹಾಕಬಯಸುತ್ತಿದ್ದಳು. ಅಮೆರಿಕನ್ನರನ್ನು ಹಾಗೂ ರಾಯಭಾರ ಕಚೇರಿಗಳನ್ನು (ಆದರೆ ಮುಖ್ಯವಾಗಿ ಅಮೆರಿಕನ್ನರನ್ನು) ದ್ವೇಷಿಸುತ್ತಿದ್ದಳು. ಸುತ್ತಲೂ ದುಡ್ಡು ಚೆಲ್ಲುವ ಅವರು, ಆಫ್ರಿಕನ್ನರ ಬಳಿ ಉಳಿದುಕೊಂಡಿದ್ದ ಇನ್ನು ಕೆಲವೇ ಸೇವಕರನ್ನೂ ತಮ್ಮತ್ತ ಆಕರ್ಷಿಸುತ್ತಿದ್ದರು. ಆಕೆಗೆ ಈ ಭಾವನೆ ಬಂದದ್ದು ತನ್ನ ತೋಟಗಾರ ಶಾಲೆಗೆ ಹೋಗದೆ ಫೋರ್ಡ್ ಪ್ರತಿಷ್ಠಾನದ ಮನುಷ್ಯನ ಬಳಿ ಕೆಲಸಕ್ಕೆ ಸೇರಿದ್ದ ಎಂಬುದು ತಿಳಿದಾಗ. ಆತ ಅವನಿಗೆ ಏಳು ಪೌಂಡ್ ಸಂಬಳ ನಿಗದಿ ಮಾಡಿದ್ದಲ್ಲದೆ, ಒಂದು ಸೈಕಲ್ಲನ್ನೂ ತೆಗೆದುಕೊಟ್ಟಿದ್ದ; ಅವನ ಹೆಂಡತಿಗೆ ಒಂದು ಸಿಂಗರ್ ಹೊಲಿಗೆ ಯಂತ್ರ ಕೊಟ್ಟಿದ್ದ. "ಅವರು ಯಾಕೆ ಹಾಗೆ ಮಾಡ್ತಾರೆ?" ಎಂದು ಕೇಳಿದಳು. ಅವಳು ನಿಜವಾಗಿಯೂ ಉತ್ತರವನ್ನು ಬಯಸಿರಲಿಲ್ಲ. ಆದರೂ ಆಕೆಯ ಗಂಡ ಹೇಳಿದ:

"ಯಾಕೆಂದರೆ, ಅಮೆರಿಕದಲ್ಲಿ ಬಹುಶಃ ಅವರಿಗೆ ಒಬ್ಬ ಸೇವಕನನ್ನು ಇಟ್ಟುಕೊಳ್ಳುವಷ್ಟೂ ಚೈತನ್ಯ ಇರುವುದಿಲ್ಲ. ಇಲ್ಲಿ ಇಷ್ಟು ಕಡಿಮೆ ಸಂಬಳಕ್ಕೆ ಸಿಕ್ಕಿದಾಗ ಅವರಿಗೆ ತಲೆ ತಿರುಗಿ ದಂತಾಗ್ತದೆ, ಅದಕ್ಕೆ."

ಮೂರು ತಿಂಗಳ ಬಳಿದ ಉಚಿತ ಪ್ರೈಮರಿ ಶಿಕ್ಷಣ ಕೊನೆಗಂಡು ಶಾಲಾ ಶುಲ್ಕ ಮತ್ತೆ ಜಾರಿಗೆ ಬಂದಿತು. "ಮತಿಗೆಟ್ಟ ಸೋಷಲಿಸಂನ ಒಂದು ತುಣುಕು" ಎಂದು "ನ್ಯೂ ಏಜ್" ಪತ್ರಿಕೆ ವರ್ಣಿಸಿದ್ದ ಈ ಯೋಜನೆ ಆಫ್ರಿಕದ ಸ್ಥಿತಿಗತಿಗಳಿಗೆ ಅನ್ವಯವಾಗಲಾರದು ಎಂಬ ಅಭಿಪ್ರಾಯಕ್ಕೆ ಸರಕಾರ ಆ ವೇಳೆಗೆ ಬಂದಿತ್ತು. 'ನ್ಯೂ ಏಜ್'ನ ವಕ್ರೋಕ್ತಿ ಶಿಕ್ಷಣ ಸಚಿವರನ್ನು ಕುರಿತದ್ದಾಗಿತ್ತು. ವಾಮಪಂಥದವರ ಬಗ್ಗೆ ಸಹಾನುಭೂತಿಗೆ ಕುಖ್ಯಾತನಾಗಿದ್ದ ಆತ ತನ್ನ ಬಲಿಷ್ಠ ಎದುರಾಳಿಯಾದ ಅರ್ಥಸಚಿವರೊಡನೆ ಸದಾ ಕಲಹದಲ್ಲಿರುತ್ತಿದ್ದ.

"ಹೊಸ ತೆರಿಗೆಗಳನ್ನು ಹಾಕಲು ನಾವು ಸಿದ್ಧರಿಲ್ಲದಿದ್ದಲ್ಲಿ ಈ ಯೋಜನೆಯನ್ನು ಮುಂದುವರಿಸಲಾಗದು," ಎಂದು ಅರ್ಥಸಚಿವ ಸಂಪುಟದ ಸಭೆಯಲ್ಲಿ ಹೇಳಿದ.

"ಸರಿ, ಹಾಗಾದರೆ ಹೊಸ ತೆರಿಗೆಗಳನ್ನು ಹಾಕೋಣ" ಎಂದ ಶಿಕ್ಷಣ ಸಚಿವ. ಆತನ ಈ ಮಾತು ಸಹೋದ್ಯೋಗಿಗಳಲ್ಲಿ ಮಾತ್ರವೇ ಅಲ್ಲದೇ ಅಧಿಕೃತ ವಾಡಿಕೆಯ ಪ್ರಕಾರ ಚರ್ಚೆ ಅಥವಾ ನಗೆಯಲ್ಲಿ ಭಾಗವಹಿಸಕೂಡದ ಎಮೆನಿಕೆಯಂತಹ ಖಾಯಂ ಕಾರ್ಯದರ್ಶಿಗಳಲ್ಲಿಯೂ ನಗೆ ಹುಟ್ಟಿಸಿತು.

"ಸಾಧ್ಯವಿಲ್ಲ," ಎಂದು ಅರ್ಥಸಚಿವ ನಗು ತುಂಬಿದ ಧ್ವನಿಯಲ್ಲೇ ಹೇಳಿದ. "ಈ ಸರ್ಕಾರ ತನ್ನ ಅವಧಿ ಪೂರ್ಣ ಮುಗಿಯುವತನಕ ಅಧಿಕಾರದಲ್ಲಿರುತ್ತದೆಯೇ ಇಲ್ಲವೆ ಎಂಬ ಬಗ್ಗೆ ನನ್ನ ಸನ್ಮಾನ್ಯ ಮಿತ್ರರಿಗೆ ಕಾಳಜಿ ಇಲ್ಲ ಅನ್ನೋದು ನನಗೆ ಗೊತ್ತಿದೆ. ಆದರೆ ನಮ್ಮಲ್ಲಿ ಕೆಲವರಿಗೆ ಆ ಬಗ್ಗೆ ಚಿಂತೆಯಿದೆ. ಕಡೆಯ ಪಕ್ಷ ನಾನಾದರೂ ನನ್ನ ಚುನಾವಣಾ ಸಾಲಗಳು ಮರುಪಾವತಿಯಾಗುವವರೆಗೂ ಇಲ್ಲಿರಬೇಕು..."

ಗಟ್ಟಿಯಾದ ನಗು ಹಾಗೂ "ಹಿಯರ್! ಹಿಯರ್!"ಎಂಬ ಕೂಗುಗಳೊಡನೆ ಈ ಮಾತನ್ನು ಸ್ವಾಗತಿಸಲಾಯಿತು. ಮಾತುಗಾರಿಗೆಯಲ್ಲಿ 'ಶಿಕ್ಷಣ'ವು 'ಹಣಕಾಸಿ'ಗೆ ಸಮನಾಗಿರಲಿಲ್ಲ. ವಾಸ್ತವವಾಗಿ ಅರ್ಥ ಸಚಿವರಿಗೆ ಸಮನಾದವರು ಇಡೀ ಸಚಿವ ಸಂಪುಟದಲ್ಲೇ ಇರಲಿಲ್ಲ – ಪ್ರಧಾನ ಮಂತ್ರಿಯನ್ನೂ ಒಳಗೊಂಡು.

"ಈ ವಿಷಯದಲ್ಲಿ ನಾವು ತಪ್ಪು ಮಾಡುವುದು ಬೇಡ," ಎಂದು ಆತ ಗಂಭೀರ ಮುಖ ಮುದ್ರೆ ಹಾಗೂ ಧ್ವನಿಯಲ್ಲಿ ಮುಂದುವರಿಸಿದ. "ದೀರ್ಘಕಾಲದಿಂದ ದುಃಸ್ಥಿತಿಯಲ್ಲಿರುವ ನಮ್ಮ ಮಹಾಜನತೆಯ ಮೇಲೆ ಹೊಸ ತೆರಿಗೆ ವಿಧಿಸುವ ಮೂರ್ಖತನವನ್ನು ಯಾರಾದರೂ ಮಾಡಿದಲ್ಲಿ..."

"ಆಫ್ರಿಕದಲ್ಲಿ ಮಹಾಜನತೆ ಇಲ್ಲವೆಂದು ನಾನು ತಿಳಿದಿದ್ದೆ," ಶಿಕ್ಷಣ ಸಚಿವ ಮಧ್ಯದಲ್ಲಿ ಬಾಯಿ ಹಾಕಿದ. ಕೆಲವರು ಸಣ್ಣದಾಗಿ ನಕ್ಕರು. ಅವರ ಜತೆ ಇನ್ನೂ ಒಂದಿಬ್ಬರು ಸಹೃದಯತೆಯಿಂದ ಸೇರಿಕೊಂಡರು.

"ನನ್ನ ಮಾನ್ಯ ಮಿತ್ರರು ತಮ್ಮದೆಂದು ಭಾವಿಸಿರುವ ವೈಚಾರಿಕ ಪ್ರಪಂಚಕ್ಕೆ ಅಕ್ರಮ ಪ್ರವೇಶ ಮಾಡಲು ನನಗೆ ಖೇದವೆನಿಸುತ್ತದೆ; ಆದರೆ ಕಮ್ಯೂನಿಸ್ಟ್ ಘೋಷಣೆಗಳು ಒಂದು ಸಾಂಕ್ರಾಮಿಕ ರೋಗದಂತೆ. ನಾನು ಹೇಳುತ್ತಿದ್ದುದೇನೆಂದರೆ, ನಾವು ಹೊಸ ತೆರಿಗೆಗಳ ಬಗ್ಗೆ ಲಘುವಾಗಿ ಮಾತನಾಡುವುದು ಸಲ್ಲದು. ಅಥವಾ ತೆರಿಗೆಗಳಿಂದ ಉಂಟಾಗುವ ದೊಂಬಿಯನ್ನು ಹತ್ತಿಕ್ಕಲು ಸೇನೆಯನ್ನು ಕರೆತರಲು ನಾವು ಸಿದ್ಧರಿರಬೇಕು. ಜೀವನದ ಒಂದು ಸತ್ಯ ಸಂಗತಿಯನ್ನು ನಾವು ನೋವಿನಿಂದ ಹಾಗೂ ಅರೆಮನಸ್ಸಿನಿಂದ ಕಲಿತಿದ್ದೇವೆ – ಅಥವಾ ಕಲಿತಿದ್ದೇವೆಂಬುದು ಈಗಲೂ ನನಗೆ ಖಚಿತವಿಲ್ಲ. ಅದೇನೆಂದರೆ, ಜನತೆ ತೆರಿಗೆಗಳ ವಿರುದ್ಧ ದೊಂಬಿಯೇಳುತ್ತದೆಯೇ ವಿನಾ ಶಾಲಾ ಶುಲ್ಕದ ವಿರುದ್ಧ ಅಲ್ಲ. ಕಾರಣ ಸರಳವಾದದ್ದು. ಕಾರು ನಿಲ್ಲಿಸುವ ಸ್ಥಳದ ಕೂಲಿಯವನಿಂದ ಹಿಡಿದು ಪ್ರತಿಯೊಬ್ಬನಿಗೂ ಶಾಲಾ ಶುಲ್ಕ ಯಾಕೆಂಬುದು ಗೊತ್ತು. ತನ್ನ ಮಗು ಬೆಳಗ್ಗೆ ಶಾಲೆಗೆ ಹೋಗಿ ಮಧ್ಯಾಹ್ನ ವಾಪಸು ಬರುವುದನ್ನು ಆತ ನೋಡಬಲ್ಲ. ಆದರೆ ನೀವು ಸಾಮಾನ್ಯ ತೆರಿಗೆಗಳ ಬಗ್ಗೆ ಆತನಿಗೆ ಹೇಳಿದ ಕೂಡಲೇ ಸರ್ಕಾರ ತನ್ನ ಹಣವನ್ನು ಸುಲಿಗೆ ಮಾಡುತ್ತಿದೆ ಎಂದುಕೊಳ್ಳುತ್ತಾನೆ. ಇನ್ನೊಂದು ವಿಷಯ, ಯಾರಿಗೇ ಆಗಲಿ, ಶಾಲಾ ಶುಲ್ಕ ಕೊಡಲು ಇಷ್ಟವಿಲ್ಲದಿದ್ದರೆ ಆತ ಕೊಡಬೇಕಾಗಿಲ್ಲ. ಯಾಕೆಂದರೆ ಇನದು ಪ್ರಜಾಸತ್ತಾತ್ಮಕ ಸಮಾಜ. ಮಗು ಮನೆಯಲ್ಲೇ ಉಳಿಯುವುದಕ್ಕಿಂತ ಹೆಚ್ಚಿನ ಕೆಡುಕೇನೂ

ಆತನಿಗೆ ಆಗಲಾರದು. ಬಹುಶಃ ಆತ ಅದರ ಬಗ್ಗೆ ಚಿಂತಿಸಲಾರ. ಆದರೆ ತೆರಿಗೆಗಳ ವಿಷಯ ಬೇರೆ; ಇಷ್ಟವಿರಲಿ ಇಲ್ಲದಿರಲಿ ಪ್ರತಿಯೊಬ್ಬರೂ ಕೊಡಲೇಬೇಕು. ವ್ಯತ್ಯಾಸ ಅತ್ಯಂತ ತೀಕ್ಷ್ಣವಾದದ್ದು, ಅದ್ದರಿಂದಲೇ ಗುಂಪುಗಳು ದಂಗೆಯೇಳ್ತವೆ."

ಕೆಲವರು "ಹಿಯರ್! ಹಿಯರ್!" ಎಂದರು. ಉಳಿದವರು ಸಮಾಧಾನದ ಅಥವಾ ಒಪ್ಪಿಗೆಯ ಉಸಿರುಗರೆದರು. ಅರ್ಥಸಚಿವನ ಬಗ್ಗೆ ಮಿತಿಯಿಲ್ಲದ ಮೆಚ್ಚುಗೆ ಹೊಂದಿದ್ದು, ಆತನ ಭಾಷಣದುದ್ದಕ್ಕೂ ಗೋಸುಂಬೆಯಂತೆ ತಲೆಯಾಡಿಸುತ್ತಿದ್ದ ಎಮೆನಿಕೆ ಬಹಳ ಗಟ್ಟಿಯಾಗಿಯೇ "ಹಿಯರ್! ಹಿಯರ್!" ಎಂದ. ಪ್ರಧಾನ ಮಂತ್ರಿ ಆತನನ್ನ ಉರಿಗಣ್ಣಿನಿಂದ ನೋಡಿದ.

ಅನಂತರ ಹೆಚ್ಚು ಹುರುಳಿಲ್ಲದ ಇನ್ನು ಕೆಳವು ಭಾಷಣಗಳು. ಕೊನೆಗೆ ಉಚಿತ ಪ್ರೈಮರಿ ಶಿಕ್ಷಣವನ್ನು ರದ್ದುಪಡಿಸದಿರುವ, ಆದರೆ ಅದಕ್ಕೆ ಸಂಬಂಧಿಸಿದ ಎಲ್ಲ ಅಂಶಗಳ ಸಮಗ್ರ ಪರಿಶೀಲನೆಯವರೆಗೆ ಅದನ್ನು ತಡೆಹಿಡಿಯುವ ನಿರ್ಧಾರವನ್ನು ಸರಕಾರ ಕೈಗೊಂಡಿತು.

ಹತ್ತು ವರ್ಷ ವಯಸ್ಸಿನ ವೆರೋನಿಕ ಎಂಬ ಹುಡುಗಿ ಅತಿ ದಃಖಿತಳಾಗಿದ್ದಳು. ಮನೆಯಲ್ಲಿನ ಬೇಸರದ ಹಾಗೂ ಕಷ್ಟದ ಕೆಲಸಗಳಿಗೆ ವಿರಾಮ ಕಲ್ಪಿಸಿಕೊಡುವುದೆಂಬ ಕಾರಣದಿಂದ ಅವಳು ಶಾಲೆಯನ್ನು ಇಷ್ಟಪಡಲಾರಂಭಿಸಿದ್ದಳು. ಅನಾಥ ವಿಧವೆಯಾದ ಆಕೆಯ ತಾಯಿ ದಿನದ ಎಲ್ಲ ಭಾಗವನ್ನೂ ಹೊಲದಲ್ಲಿ, ಹಾಗೂ ಸಂತೆಯಿದ್ದ ದಿನಗಳನ್ನು ಸಂತೆಯಲ್ಲಿ ಕಳೆಯುತ್ತಿದ್ದಳು. ಪರಿಣಾಮವಾಗಿ ಚಿಕ್ಕ ಮಕ್ಕಳನ್ನು ನೋಡಿಕೊಳ್ಳುವ ಜವಾಬ್ದಾರಿ ವೆರೋಳ ಮೇಲೆ ಬಿದ್ದಿತ್ತು. ವಾಸ್ತವವಾಗಿ ಅತ್ಯಂತ ಚಿಕ್ಕವಳಾದ ಒಂದು ವರ್ಷದ ಮಗುವನ್ನು ಮಾತ್ರ ಹೆಚ್ಚು ಗಮನವಿಟ್ಟು ನೋಡಿಕೊಳ್ಳಬೇಕಾಗಿತ್ತು. ಏಳು ಮತ್ತು ನಾಲ್ಕು ವರ್ಷ ವಯಸ್ಸಿನ ಉಳಿದಿಬ್ಬರೂ ತಿನ್ನಲು ತಾಳೆಯ ಕಾಯಿಗಳನ್ನು ಕೀಳುತ್ತಲೋ ಅಥವಾ ಮಿಡಿತೆಗಳನ್ನು ಹಿಡಿಯತ್ತಲೋ ತಮ್ಮ ಪಾಡಿಗೆ ತಾವು ಇರುತ್ತಿದ್ದರು. ವೆರೋಗೆ ಅದರದೇನೂ ಯೋಚನೆಯಿರುತ್ತಿರಲಿಲ್ಲ. ಆದರೆ ಮೇರಿ ವಿಷಯ ಬೇರೆ. ಅವಳು ಬೆಳಗ್ಗೆ ಫೂ–ಫೂ ಹಾಗೂ ಸೂಪ್ ಕುಡಿದ ನಂತರವೂ ತುಂಬಾ ಅಳುತ್ತಿದ್ದಳು. ಬೆಳಗ್ಗೆ ತಾವೆಲ್ಲಾ ತಂಗಳುಂಡ ಬಳಿಕ ಅವಳಿಗಾಗಿ ಇವನ್ನು ಉಳಿಸಿಡುತ್ತಿದ್ದರು. (ಸೂಪ್‌ಗೆ ಸ್ವಲ್ಪ ನೀರು ಸೇರಿಸಬೇಕಾಗಿತ್ತು.) ಮೇರಿಗೆ ತಾಳೆ ಕೊಬ್ಬರಿಯನ್ನು ತಿನ್ನಲಾಗುತ್ತಿರಲಿಲ್ಲ. ಆದುದರಿಂದ ಅವಳಿಗೆ ಕೊಡುವ ಮುಂಚೆ ವೆರೋ ತಾನೇ ಅದನ್ನು ಸ್ವಲ್ಪ ಜಗಿಯುತ್ತಿದ್ದಳು. ಆದರೆ ಊಟ ಮತ್ತು ತಾಳೆ ಕೊಬ್ಬರಿ ಹಾಗೂ ಮಿಡಿತೆ ಮತ್ತು ಲೋಟಗಟ್ಟಲೆ ನೀರಿನ ನಂತರವೂ ಮೇರಿಗೆ ಸಾಮಾನ್ಯವಾಗಿ ತೃಪ್ತಿಯಾಗುತ್ತಿರಲಿಲ್ಲ. ಅವಳ ಹೊಟ್ಟೆ ಮಾತ್ರ ತಮಟೆಯಂತೆ ದೊಡ್ಡದಾಗಿ ಮತ್ತು ಬಿಗಿಯಾಗಿ ಇದ್ದು ಕನ್ನಡಿಯಂತೆ ಹೊಳೆಯುತ್ತಿತ್ತು.

ಆವಳ ವಿಧವೆ ತಾಯಿ ಮಾರ್ಥ ದುರದೃಷ್ಟದ ಹೆಂಗಸು. ಹಿಂದೆ, ಬಹಳ ಹಿಂದೆ ಅವಳು ಸೈಂಟ್ ಮೋನಿಕಾದ ಮೊದಲ ವಿದ್ಯಾರ್ಥಿನಿಯರೊಲ್ಲೊಬ್ಬಳಾಗಿ ಜೀವನವನ್ನು ಚೆನ್ನಾಗಿ ಆರಂಭಿಸಿದ್ದಳು. ಸ್ಥಳೀಯ ಕ್ರೈಸ್ತ ಧರ್ಮ ಪ್ರಚಾರಕರ ನಾಳಿನ ಪತ್ನಿಯರನ್ನು ತರಬೇತಿ ಮಾಡುವ ಉದ್ದೇಶದಿಂದ ಬಿಳಿಯ ಮಹಿಳಾ ಮಿಷನರಿಗಳು ಅದನ್ನು ಆರಂಭಿಸಿದ್ದರು. ಆಕೆಯ ಅಂದಿನ ಸಹಪಾಠಿಗಳಲ್ಲಿ ಹಲವರು, ಯುವಕ ಶಿಕ್ಷಕರನ್ನು

ಮದುವೆಯಾಗಿ ಇಂದು ಪಾದ್ರಿಗಳ ಹೆಂಡತಿಯರಾಗಿದ್ದರು. ಒಂದಿಬ್ಬರ ಗಂಡಂದಿರು ಬಿಷಪ್ಪರೂ ಆಗಿದ್ದರು. ಆದರೆ ಮಾರ್ಥಾ, ತನ್ನ ಶಿಕ್ಷಕಿ ಮಿಸ್ ರಾಬಿನ್‌ಸನ್ನಳ ಪ್ರೋತ್ಸಾಹದಿಂದ ಒಬ್ಬ ತರುಣ ಬಡಗಿಯನ್ನು ವಿವಾಹವಾಗಿದ್ದಳು. ಆತ ಒನಟಾ ಕೈಗಾರಿಕಾ ಶಾಲೆಯಲ್ಲಿ ಕುಶಲಕರ್ಮಿ ಧರ್ಮಪ್ರಚಾರಕರಿಂದ ತರಬೇತಿ ಪಡೆದಿದ್ದ. ಕರಿಯನೊಬ್ಬ ಪಾಪ ವಿಮೋಚನೆ ಹೊಂದಬೇಕಾದರೆ ಆತ ಕೈಕಸುಬಿನ ಜತೆಯಲ್ಲೇ ಬೈಬಲನ್ನೂ ಕಲಿಯಬೇಕೆಂಬ ದೃಢ ನಂಬಿಕೆಯಿಂದ ಈ ಕೈಕಾರಿಕಾ ಶಾಲೆಯನ್ನು ಆರಂಭಿಸಲಾಗಿತ್ತು. (ಕೈಗಾರಿಕಾ ಶಾಲೆಯ ವಿಷಯದಲ್ಲಿ ಮಿಸ್ ರಾಬಿನ್‌ಸನ್ ತೀವ್ರ ಆಸಕ್ತಿ ತಳೆದಿದ್ದಳು. ಅದರ ಪ್ರಿನ್ಸಿಪಾಲನನ್ನೇ ಆಕೆ ಅನಂತರ ಮದುವೆಯಾದಳು.) ಆದರೆ ಧರ್ಮಪ್ರಚೋದನೆಯ ಆ ಪ್ರಾರಂಭದ ದಿನಗಳಲ್ಲಿ ತೀವ್ರ ನಿರೀಕ್ಷೆಯಿದ್ದರೂ ಮುಂದೆ ಬಡಗಿ ಕೆಲಸವು ಅಧ್ಯಾಪಕ ವೃತ್ತಿ ಅಥವಾ ಗುಮಾಸ್ತಗಿರಿಯಂತೆ ಪ್ರವರ್ಧಮಾನಕ್ಕೆ ಬರಲಿಲ್ಲ. ಆದ್ದರಿಂದ ಮಾರ್ಥಾಳ ಗಂಡ ಸತ್ತಾಗ (ಅಥವಾ ಆತನಿಗೆ ಬಹಳ ಹಿಂದೆ ಶಿಕ್ಷಣ ನೀಡಿದ ಕ್ರೈಸ್ತಧರ್ಮ ಪ್ರಚಾರಕರು ಹೇಳಹುದಾಗಿದ್ದಂತೆ – ಆತ ಸ್ವರ್ಗದಲ್ಲಿ ಉನ್ನತ ಸೇವೆಗಾಗಿ ರಕ್ಷಕನಿಂದ, ಅಂದರೆ ಭೂಮಿಯಲ್ಲಿದ್ದಾಗ ಸ್ವಯಂ ಬಡಗಿಯಾಗಿದ್ದ ರಕ್ಷಕನಿಂದ ಕರೆಯಲ್ಪಟ್ಟಾಗ) ಆಕೆ ಪೂರ್ಣವಾಗಿ ದಿಕ್ಕುದೆಸೆಯಿಲ್ಲದವಳಾದಳು. ಅದು ಆರಂಭ ದಿಂದಲೇ ಅದೃಷ್ಟಹೀನ ವಿವಾಹವಾಗಿತ್ತು. ಮೊದಲೇ ಹೇಳಬೇಕೆಂದರೆ, ಆಕೆ ವಿವಾಹದ ಬಳಿಕ ಪ್ರಥಮ ಮಗುವಿನ ಜನನಕ್ಕಾಗಿ ಇಪ್ಪತ್ತು ಪೂರ್ಣ ವರ್ಷಗಳನ್ನು ಕಳೆಯ ಬೇಕಾಗಿತ್ತು. ಇದರಿಂದಾಗಿ ಈಗ ಆಕೆ ಸಣ್ಣ ಮಕ್ಕಳನ್ನು ನೋಡಿಕೊಳ್ಳಬೇಕಾದ ವೃದ್ಧ ಹೆಂಗಸೇ ಆಗಿದ್ದಳು. ಈ ಕೆಲಸಕ್ಕೆ ತಕ್ಕ ಕಸುವು ಆಕೆಗಿರಲಿಲ್ಲ. ಆಂದರೆ ಅವಳು ಈ ಬಗ್ಗೆ ಕಹಿ ಮನಸ್ಸು ಹೊಂದಿದ್ದಳು ಎಂದಲ್ಲ. ದಯಾಮಯನಾದ ದೇವರು ತನ್ನ ಬಂಜೆತನವನ್ನು ನೀಗಿದ್ದರಿಂದ ಉಂಟಾದ ತೀವ್ರ ಸಂತುಷ್ಟಿ ಆಕೆಯನ್ನು ಗೊಣಗದಂತೆ ಮಾಡಿತ್ತು. ಆಕೆಯಲ್ಲಿ ಗೊಣಗಾಟವಿದ್ದಿದ್ದರೆ ಅದು ಬೇರೆಯ ವಿಷಯಕ್ಕೆ. ಅದು ತನ್ನ ಗಂಡನ ಸಾವಿಗೆ ಮುಂಚೆ ಐದು ವರ್ಷಗಳ ಕಾಲ ಆತನ ಬಲಗೈಯನ್ನು ನಿರುಪಯೋಗಿಯಾಗಿ ಮಾಡಿದ್ದ ರೋಗದ ಬಗ್ಗೆ. ಇದು ಸಹಿಸಲು ಬಹಳ ಕಷ್ಟವಾದ ಹಾಗೂ ನ್ಯಾಯಸಮ್ಮತ ವಲ್ಲದ ಶಿಕ್ಷೆಯಾಗಿತ್ತು.

ವೆರೋ ಶಾಲೆಯನ್ನು ಬಿಟ್ಟ ಸ್ವಲ್ಪ ಸಮಯದ ಅನಂತರ ಅವರ ಹಳ್ಳಿಯವನೇ ಆಗಿದ್ದ ದೊಡ್ಡ ಸರಕಾರಿ ಅಧಿಕಾರಿ ಮಾರ್ಕ್ ಎಮೆನಿಕೆ ತಾನು ನೆಲೆಸಿದ್ದ ರಾಜಧಾನಿಯಿಂದ ಬಂದು ಮಾರ್ಥಾಳನ್ನು ನೋಡಿದ. ಆತನ ಮರ್ಸಿಡಿಸ್ 220–ಎಸ್ ಕಾರು ಮುಖ್ಯ ರಸ್ತೆಯ ಬದಿಯಲ್ಲಿ ನಿಂತಿತು. ಆತ ವಾಹನ ಸಂಚಾರಕ್ಕೆ ಯೋಗ್ಯವಲ್ಲದ ಕಿರುರಸ್ತೆಯಲ್ಲಿ 500 ಗಜ ನಡೆದು ವಿಧವೆಯ ಗುಡಿಸಲಿಗೆ ಬಂದ. ಇಂತಹ ದೊಡ್ಡ ಮನುಷ್ಯ ಬಂದ ಬಗ್ಗೆ ಮಾರ್ಥಾಳಿಗೆ ಅಚ್ಚರಿಯಾಯ್ತು, ಕೋಲಾ ಬೀಜಗಳಿಗಾಗಿ ಹುಡುಕಾಡುತ್ತಿದ್ದಂತೆಯೇ ಆಕೆ ಯೋಚಿಸುತ್ತಿದ್ದಳು. ಆದರೆ ಆಧುನಿಕ ಜನರ ಅವಸರದ ರೀತಿಯಲ್ಲಿ ಆ ದೊಡ್ಡಮನುಷ್ಯ ಕೂಡಲೇ ರಹಸ್ಯವನ್ನು ಬಿಡಿಸಿದ.

"ನಾವು ನಮ್ಮ ಎಳೆಯ ಮಗುವನ್ನು ನೋಡಿಕೊಳ್ಳಲು ಹುಡುಗಿಯೊಬ್ಬಳಿಗಾಗಿ ಹುಡುಕುತ್ತಿದೇವೆ. ನಿನ್ನ ಹುಡುಗಿಯ ಬಗ್ಗೆ ವಿಚಾರಿಸುವಂತೆ ಇವತ್ತು ಒಬ್ಬರು ನನಗೆ ಹೇಳಿದರು..."

ಮೊದಲು ಮಾರ್ಥಾ ಅನುಮಾನಿಸಿದಳು. ಆದರೆ ಆ ದೊಡ್ಡ ಮನುಷ್ಯ ಹುಡುಗಿಯ ಮೊದಲ ವರ್ಷದ ಸೇವೆಗೆ 5 ಪೌಂಡ್ ಹಣ ಹಾಗೂ ಊಟ, ಬಟ್ಟೆ ಮುಂತಾದವುಗಳ ಆಶ್ವಾಸನೆ ಕೊಟ್ಟ ಕೂಡಲೇ ಆಕೆ ಕರಗಲಾರಂಭಿಸಿದಳು.

"ಅದ್ಸರಿ, ಆದರೆ ನಾನು ದುಡ್ಡಿನ ಬಗ್ಗೆ ಯೋಚಿಸ್ತಿಲ್ಲ. ನನ್ನ ಮಗಳನ್ನು ಚೆನ್ನಾಗಿ ನೋಡಿ ಕೊಳ್ಳಲಾಗುವುದೇ" ಎಂದಳು.

"ಅದರ ಬಗ್ಗೆ ಏನೂ ಯೋಚಿಸಬೇಡೀಮ್ಮ. ಅವಳನ್ನು ನಮ್ಮ ಮಕ್ಕಳಲ್ಲಿ ಒಬ್ಬರಂತೆ ನೋಡಿಕೊಳ್ತೇವೆ. ನನ್ನ ಹೆಂಡತಿ ಒಬ್ಬ ಸಮಾಜ ಕಲ್ಯಾಣ ಅಧಿಕಾರಿ. ಮಕ್ಕಳನ್ನು ನೋಡಿಕೊಳ್ಳ ಬೇಕೆಂದರೆ ಏನೆಂಬುದು ಆಕೆಗೆ ಗೊತ್ತು. ನಿನ್ನ ಮಗಳು ನನ್ನ ಮನೆಯಲ್ಲಿ ಸಂತೋಷ ವಾಗಿರ್ತಾಳೆ ಅಂತ ಹೇಳಬಲ್ಲೆ. ಆಕೆ ಮಾಡಬೇಕಾದ್ದೆಲ್ಲಾ ಇಷ್ಟೆ. ನನ್ನ ಹೆಂಡತಿ ಕಛೇರಿಯಲ್ಲಿ ಮತ್ತು ಹಿರಿಯ ಮಕ್ಕಳು ಶಾಲೆಯಲ್ಲಿ ಇರುವಾಗ ಮಗುವನ್ನು ಎತ್ತಿಕೊಂಡು ಹಾಲು ಕುಡಿಸಬೇಕು."

"ವೆರೋ ಹಾಗೂ ಅವಳ ಸೋದರಿ ಜಾಯ್ ಕೂಡ ಕಳೆದ ಟರ್ಮ್‌ನಲ್ಲಿ ಶಾಲೆಯಲ್ಲಿ ಇದ್ದರು" ಎಂದಳು ಮಾರ್ಥಾ. ಅದನ್ನು ಏಕೆ ಹೇಳಿದಳೋ ಅವಳಿಗೆ ತಿಳಿಯಲಿಲ್ಲ.

"ಹೌದು, ನನಗೆ ಗೊತ್ತು. ಸರಕಾರ ಮಾಡಿದ ಆ ಕೆಲಸ ಕೆಟ್ಟದಾಗಿತ್ತು. ತುಂಬಾ ಕೆಟ್ಟದಾಗಿತ್ತು. ಆದರೆ ನನ್ನ ನಂಬಿಕೆ ಎಂದರೆ ಏನಾದರೂ ಸಾಧಿಸಬಲ್ಲ ಮಗು, ಶಾಲೆಗೆ ಹೋಗಲಿ, ಬಿಡಲಿ, ಅದನ್ನು ಸಾಧಿಸಿಯೇ ತೀರ್ತದೆ. ಇದೆಲ್ಲಾ ಇಲ್ಲಿ, ಅಂಗೈ ಮೇಲೆ ಬರೆದಿರುತ್ತೆ."

ಮಾರ್ಥಾ ನೆಲವನ್ನೇ ನಿಟ್ಟಿಸಿದಳು. ಅನಂತರ ಕಣ್ಣುಗಳನ್ನು ಎತ್ತದೆ ಮಾತನಾಡಿದಳು. "ನಾನು ಮೂರನೆಯ ದರ್ಜೆಯವರೆಗೆ ಓದಿದ್ದೆ ; ಅವರೆಲ್ಲಾ ಕಾಲೇಜಿಗೆ ಹೋಗ್ತಾರೆ ಅಂದು ಕೊಂಡಿದ್ದೆ. ಆದರೆ ಈಗ ಅವರು ಮೂವತ್ತು ವರ್ಷಗಳ ಹಿಂದೆ ನಾನೇನು ಪಡೆದಿದ್ದೆನೋ, ಆ ಕನಿಷ್ಠವನ್ನೂ ಪಡೆಯುವುದಿಲ್ಲ. ಈ ಬಗ್ಗೆ ಯೋಚಿಸಿದಾಗ ನನ್ನ ಹೃದಯ ಒಡೆದಂತಾಗ್ತದೆ"

"ಅದರ ಬಗ್ಗೆ ತುಂಬಾ ಯೋಚಿಸಬೇಡೀಮ್ಮ, ನಾನು ಮೊದಲೆ ಹೇಳಿದ ಹಾಗೆ, ನಾವು ಏನಾಗ್ತೀವಿ ಅನ್ನೋದು ಇಲ್ಲಿ ಬರೆದಿರ್ತದೆ. ತೊಂದರೆಗಳು ಏನೇ ಇದ್ದರೂ ಸರಿಯೇ."

"ಹೌದು, ದೇವರು ನನಗೆ ಮತ್ತು ನನ್ನ ಗಂಡನಿಗೆ ಏನು ಬರೆದಿದ್ದನೋ ಅದಕ್ಕಿಂತ ಉತ್ತಮವಾದುದನ್ನು ಮಕ್ಕಳಿಗೆ ಬರೆದಿರಲಿ ಎಂದು ಪ್ರಾರ್ಥಿಸ್ತೇನೆ.

"ಆಮೆನ್ !.... ಈ ಹುಡುಗಿಯ ಬಗ್ಗೆ ಹೇಳುವುದಾದರೆ, ಆಕೆ ನನ್ನ ಮನೆಯವಳೂ ವಿಧೇಯಳೂ ಆಗಿದ್ದಲ್ಲಿ, ದೊಡ್ಡವಳಾದ ಮೇಲೆ ಆಕೆಯನ್ನು ನಾನು ಮತ್ತು ನನ್ನ ಹೆಂಡತಿ ಶಾಲೆಗೆ ಕಳುಹಿಸುವುದಕ್ಕೆ ಏನಡ್ಡಿ ? ಏನೂ ಇಲ್ಲ. ಇಷ್ಟಕ್ಕೂ ಅವಳಿನ್ನು ಸಣ್ಣ ಹುಡುಗಿ. ವಯಸ್ಸೆಷ್ಟು ?"

"ಅವಳಿಗೆ ಹತ್ತು ವರ್ಷ ಆಗಿದೆ."

"ನೋಡಿದಿರಾ ? ಅವಳು ಇನ್ನೂ ಮಗು. ಶಾಲೆಗೆ ಹೋಗಲು ಇನ್ನೂ ಬೇಕಾದಷ್ಟು ಕಾಲವಿದೆ."

ಆಕೆಯನ್ನು ಶಾಲೆಗೆ ಕಳುಹಿಸುವ ಮಾತು ಕೇವಲ ಒಂದು ವರಸೆ ಎಂಬುದು ಆತನಿಗೆ ಗೊತ್ತಿತ್ತು. ಮಾರ್ಥಾಗೂ ಗೊತ್ತಿತ್ತು. ಆದರೆ ಇದನ್ನೆಲ್ಲಾ ಪಕ್ಕದ ಕೋಣೆಯ ಒಂದು

ಕತ್ತಲು ಮೂಲೆಯಲ್ಲಿ ಕೇಳಿಸಿಕೊಳ್ಳುತ್ತಿದ್ದ ವೆರೋಗೆ ಅದು ಗೊತ್ತಿರಲಿಲ್ಲ. ಮಗು ಸ್ವತಂತ್ರವಾಗಿ ಓಡಾಡಲು ಎಷ್ಟು ಕಾಲ ಬೇಕಾಗಬಹುದೆಂಬುದನ್ನು ಅವಳು ಮನಸ್ಸಿನಲ್ಲಿಯೇ ಲೆಕ್ಕ ಹಾಕಿದಳು. ಹೆಚ್ಚೇನೂ ಅಲ್ಲ; ಆದ್ದರಿಂದ ಆಕೆ ರಾಜಧಾನಿಗೆ ದೊಡ್ಡ ಮನುಷ್ಯನ ಕುಟುಂಬದೊಡನೆ ವಾಸಿಸಲು, ಖುಷಿಯಾಗಿಯೇ ಹೊರಟಳು. ಸದ್ಯದಲ್ಲೇ ತನ್ನ ಕಾಲ ಮೇಲೆ ತಾನು ನಿಲ್ಲಬಲ್ಲ ಮಗುವನ್ನು ನೋಡಿಕೊಂಡಳು. ಇನ್ನೇನು, ಆಕೆಗೂ ಶಾಲೆಗೆ ಹೋಗಲು ಅವಕಾಶ ಬರುತ್ತದೆ.

ವೆರೋ ಒಳ್ಳೆಯ ಹುಡುಗಿಯಾಗಿದ್ದಳು. ಬಲು ಚೂಟಿ. ಎಮೆನಿಕೆ ಮತ್ತು ಆತನ ಪತ್ನಿ ಆಕೆಯನ್ನು ಬಹಳ ಮೆಚ್ಚಿಕೊಂಡರು. ಆಕೆಗೆ ತನ್ನವಯಸ್ಸಿನ ಎರಡಷ್ಟರ ಹುಡುಗಿಯ ವಿವೇಕವಿತ್ತು, ಆಶ್ಚರ್ಯವೆನಿಸುವಷ್ಟು ಬೇಗ ಕಲಿತುಕೊಳ್ಳುತ್ತಿದ್ದಳು.

ಒಳ್ಳೆಯ ಸೇವಕರನ್ನು ಹೊಂದುವ ಬಗ್ಗೆ ತನ್ನ ಇತ್ತೀಚಿನ ಕಷ್ಟಗಳಿಂದ ಹುಳಿಮನಸ್ಸು ಮಾಡಿಕೊಂಡಿದ್ದ ಶ್ರೀಮತಿ ಎಮೆನಿಕೆ ಈಗ ಮುಂಚಿನಂತಾಗಿದ್ದಳು. 'ಫ್ರೀ ಪ್ರಿಮಾಡು'ವಿನ ಹಾಸ್ಯಾಸ್ಪದ ವೈಫಲ್ಯದ ಬಗ್ಗೆ ಆಕೆ ಈಗ ನಗಬಲ್ಲವಳಾಗಿದ್ದಳು. ತಾನು ಈಗ ತನ್ನ ಪೋರನ ಬಗ್ಗೆ ಯೋಚಿಸದೆ ಎಲ್ಲಿ ಬೇಕಾದರೂ ಹೋಗಿ ಎಷ್ಟು ಕಾಲ ಬೇಕಾದರೂ ಇರಬಲ್ಲೆನೆಂದು ತನ್ನ ಮಿತ್ರರಿಗೆ ಹೇಳಿದಳು. ವೆರೋಳ ಕೆಲಸ ಹಾಗೂ ರೀತಿನೀತಿಯ ಬಗ್ಗೆ ಆಕೆಗೆ ಎಷ್ಟು ಮೆಚ್ಚುಗೆಯಾಯಿತೆಂದರೆ ಆಕೆಯನ್ನು 'ಚಿಕ್ಕ ಯಜಮಾನಿ' ಎಂದು ವಿಶ್ವಾಸದಿಂದ ಅಡ್ಡ ಹೆಸರಿಟ್ಟು ಕರೆಯಲಾರಂಭಿಸಿದಳು. ಅಬಿಗೇಲ್ ನಿರ್ಗಮಿಸಿದ ನಂತರದ ಕೆಲವು ತಿಂಗಳುಗಳ ಕೆಟ್ಟ ಕನಸು ದೈವವಶಾತ್ ಕೊನೆಗೊಂಡಿತು. ಮಗುವಿಗೆ ಇನ್ನೊಂದು ದಾದಿಗಾಗಿ ಆಕೆ ಊರುಕೇರಿಗಳನ್ನೆಲ್ಲ ಶೋಧಿಸಿದ್ದರೂ, ಯಾರೂ ಸಿಕ್ಕಿರಲಿಲ್ಲ. ಒಬ್ಬಳು ಅತಿ ತಿಳಿದ ಹುಡುಗಿ ಬಂದು ತಿಂಗಳಿಗೆ ಏಳು ಪೌಂಡ್ ಕೇಳಿದ್ದಳು. ಅದು ಬರೀ ಹಣದ ಪ್ರಶ್ನೆ ಮಾತ್ರವಾಗಿರಲಿಲ್ಲ. ಆಕೆಯ ಒಟ್ಟು ಮನೋಭಾವವೇ ಸರಿಯಾಗಿರಲಿಲ್ಲ. ಒಂದು ರೀತಿಯ ಶ್ರಮ – ವಿನಿಮಯ ಕಚೇರಿಯ ಧೋರಣೆ. ಕಾರ್ಮಿಕ ಸಂಹಿತೆಯಲ್ಲಿನ ಎಲ್ಲ ಹಕ್ಕುಬಾಧ್ಯತೆಗಳ ಬಗ್ಗೆ ತಿಳುವಳಿಕೆ. ಅಂದರೆ ನೀವು ಕೆಲಸಗಾರರಿಗಾಗಿ ಕಟ್ಟಿಸಿದ ಭಾಗದಲ್ಲಿ ಗರ್ಭಪಾತ ಮಾಡಿಸಿಕೊಳ್ಳುವ ಹಾಗೂ ನಿಮ್ಮ ಗಂಡನ ಮೇಲೆ ಕೂಡ ಬಲೆ ಬೀಸುವ ಹಕ್ಕು. ಆದರೆ ಮಾರ್ಕ್ ಅಂತಹವನು ಎಂದಲ್ಲ. ಒಟ್ಟಿನಲ್ಲಿ ಹುಡುಗಿ ಸರಿಯಿರಲಿಲ್ಲ. ಅವಳ ತರುವಾಯ ಇದುವರೆಗೂ ಯಾರೂ ಬಂದಿರಲಿಲ್ಲ.

ಪ್ರತಿದಿನ ಬೆಳಗ್ಗೆ ಎಮೆನಿಕೆಯ ಹಿರಿಯ ಮಕ್ಕಳು – ಮೂವರು ಹುಡುಗಿಯರು ಮತ್ತು ಒಬ್ಬ ಹುಡುಗ – ತಮ್ಮ ತಂದೆಯ ಮರ್ಸಿಡಿಸ್‌ನಲ್ಲಿ ಅಥವಾ ತಮ್ಮ ತಾಯಿಯ ಶಬ್ದಮಯ ಫಿಯಟ್‌ನಲ್ಲಿ ಶಾಲೆಗೆ ಹೊರಡುತ್ತಿದ್ದಂತೆಯೇ, ವೆರೋ ಮಗುವನ್ನು ಮೆಟ್ಟಲ ಬಳಿ ಕರೆತಂದು ಬೈ–ಬೈ ಹೇಳಿಸುವಳು. ಆಕೆ ಅವರ ಸೊಗಸಾದ ಉಡುಪನ್ನು ಹಾಗೂ ಷೂಗಳನ್ನು ಮೆಚ್ಚುತ್ತಿದ್ದಳು. ಆಕೆ ತನ್ನ ಜೀವನದಲ್ಲಿ ಎಂದೂ ಷೂ ಧರಿಸಿರಲಿಲ್ಲ. ಆದರೆ ಅವರ ಬಗ್ಗೆ ಆಕೆಗೆ ಅಸೂಯೆಯಾಗುತ್ತಿದ್ದದ್ದು ಸುಮ್ಮನೆ ಮನೆಯಿಂದ, ಚಿರಪರಿಚಿತ ವಸ್ತುಗಳು ಹಾಗೂ ಕೆಲಸಗಳಿಂದ ದೂರ ಹೊರಟುಹೋಗಬಲ್ಲ ಅವರ ಸ್ವಾತಂತ್ರ್ಯಕ್ಕೆ. ಆರಂಭದ ದಿನಗಳಲ್ಲಿ ಈ ಅಸೂಯೆ ಬಹಳ, ಬಹಳ ಪೇಲವವಾಗಿತ್ತು. ಹಳ್ಳಿಯಿಂದ, ತನ್ನ ತಾಯಿಯ ಬರಡು ಗುಡಿಸಲಿನಿಂದ, ಮಧ್ಯಾಹ್ನ ಹೊಟ್ಟೆ ತೊಳೆಸುವ ತಾಳೆಕಾಯಿಗಳನ್ನು ತಿನ್ನುವುದರಿಂದ, ಮೀನಿಲ್ಲದ ಹಾಗೂ ಕಹಿ – ಎಲೆಯ ಸೂಪ್ ಕುಡಿಯುವುದರಿಂದ,

ಒಮ್ಮೆಲೆ ದೂರ ಹೋಗುವ ಮಹಾ ಸಂತಸದಲ್ಲಿ ಅದು ಅಡಗಿಹೋಗಿತ್ತು. ಹಾಗೆ ಹೋಗುವುದು ಭಾರಿ ದೊಡ್ಡ ಸಂಗತಿಯಾಗಿತ್ತು. ಆದರೆ ತಿಂಗಳುಗಳು ಕಳೆದಂತೆ ಈ ಇತರ ದೈನಂದಿನ ಸೆಳೆತಗಳತ್ತ ಹಸಿವು ಬೆಳೆಯಲಾರಂಭಿಸಿತು – ಸೊಗಸಾದ ಉಡುಪುಗಳು ಮತ್ತು ಷೂಗಳು ಹಾಗೂ ಅಚ್ಚುಕಟ್ಟಾದ ಪುಟ್ಟ ಸ್ಕೂಲ್ ಬ್ಯಾಗ್‌ಗಳೊಳಗೆ ಸುಂದರ ಪೇಪರ್ ನ್ಯಾಪ್‌ಕಿನ್‌ಗಳಲ್ಲಿ ಸುತ್ತಿಡಲಾದ ಸ್ಯಾಂಡ್‌ವಿಚ್‌ಗಳು ಮತ್ತು ಬಿಸ್ಕತ್‌ಗಳು. ಅಂದು ಬೆಳಗ್ಗೆ, ಮಕ್ಕಳು ಫಿಯಟ್ ಕಾರ್‌ನಲ್ಲಿ ಹೊರಟುಹೋದ ನಂತರ ಪುಟ್ಟ ಗೊಡ್ಡಿ ವೆರೋಳ ಭುಜದ ಮೇಲೆ ಅಳಲಾರಂಭಿಸಿದಾಗ ಆತನನ್ನು ಸುಮ್ಮನಾಗಿಸಲು ಅವಳ ಬಾಯಿಯಿಂದ ಒಂದು ಗೀತೆ ಹೊರಹೊಮ್ಮಿತು :

ಅರಚುವ ಕಿರಿಚುವ ಪುಟಾಣಿ ಕಾರೆ
ತೆರಳುವೆಯಾದರೆ ಶಾಲೆಗೆ ನೀನು
ಮರೆಯದೆ ಎನ್ನನು ಕರೆದುಕೋ ಬಾರೆ
ಪೀ – ಪೀ – ಪೀ ! – ಪೂ – ಪೂ – ಪೂ !

ಇಡೀ ಬೆಳಗ್ಗೆಯೆಲ್ಲಾ ಆಕೆ ಈ ಸಣ್ಣ ಹಾಡನ್ನು ಹಾಡಿಕೊಂಡು ಅದರ ಬಗ್ಗೆ ಬಹಳ ಸಂತೋಷಪಟ್ಟಳು. ಎಮೆನಿಕೆಯು ಇತರ ಮಕ್ಕಳನ್ನು ಮಧ್ಯಾಹ್ನ ಐದು ಗಂಟೆಗೆ ಮನೆಗೆ ತಂದು ಬಿಟ್ಟು ಹೊರಟ ಮೇಲೆ ವೆರೋ ಅವರಿಗೆ ತನ್ನ ಹೊಸ ಹಾಡನ್ನು ಹೇಳಿಕೊಟ್ಟಳು. ಅವರೆಲ್ಲಾ ಅದನ್ನು ಇಷ್ಟಪಟ್ಟರು. ಅನಂತರ ಅನೇಕ ದಿನಗಳ ಕಾಲ ಅವರು ಶಾಲೆಯಲ್ಲಿ ಕಲಿತು ಮನೆಯಲ್ಲಿ ಹೇಳುತ್ತಿದ್ದ 'ಬಾ ಬಾ ಬ್ಲಾಕ್ ಷೀಪ್' ಮತ್ತು 'ಸಿಂಪಲ್ ಸೈಮನ್' ಹಾಗೂ ಇತರ ಹಾಡುಗಳ ಸ್ಥಾನವನ್ನು ಅದು ಆಕ್ರಮಿಸಿತು. ಹೊಸ ಹಾಡು ಅಂತಿಮವಾಗಿ ತನ್ನ ಕಿವಿಗೆ ಬಿದ್ದಾಗ ಎಮೆನಿಕೆಯು 'ಆ ಹುಡುಗಿ ಒಬ್ಬ ಮೇಧಾವಿ' ಎಂದ. ಅದನ್ನು ಮೊದಲು ಕೇಳಿದ ಆತನ ಹೆಂಡತಿಯು ಹೊಟ್ಟೆ ಹುಣ್ಣಾಗುವವರೆಗೂ ನಕ್ಕಳು. "ತುಂಟ ಹುಡುಗಿಯೇ, ನನ್ನ ಕಾರನ್ನು ತಮಾಷೆ ಮಾಡುತ್ತೀಯಾ ?" ಎಂದು ವೆರೋಳನ್ನು ಕರೆದು ಕೇಳಿದಳು. ಆ ಮಹಿಳೆಯ ಕಣ್ಣುಗಳಲ್ಲಿ ಕೋಪದ ಬದಲು ನಗುವನ್ನು ಕಂಡು ವೆರೋಳಿಗೆ ಖುಷಿಯಾಯಿತು.

"ಅವಳೊಬ್ಬ ಮೇಧಾವಿ," ಎಂದ ಆಕೆಯ ಗಂಡ. "ಅದೂ ಅವಳಿನ್ನೂ ಶಾಲೆಗೇ ಹೋಗಿಲ್ಲ."

"ಅಲ್ಲದೆ ಅವಳಿಗೆ ಗೊತ್ತು, ನೀನು ನನಗೊಂದು ಹೊಸ ಕಾರು ತಂದು ಕೊಡಬೇಕು" ಎಂದು.

"ಯೋಚಿಸಬೇಡ, ಪ್ರಿಯೆ, ಇನ್ನೊಂದೇ ವರ್ಷ, ಆ ಮೇಲೆ ನೀನು ಆ ಸ್ಪೋರ್ಟ್ಸ್ ಕಾರನ್ನ ಹೊಂದುವೆ."

"ಅಹಹಾ !"

"ಹಾಗಾದರೆ ನೀನು ನನ್ನ ನಂಬೋಲ್ಲ ? ಇರಲಿ ಕಾದು ನೋಡು."

ಇನ್ನೂ ಅನೇಕ ವಾರಗಳು ಮತ್ತು ತಿಂಗಳುಗಳು ಕಳೆದವು. ಪುಟಾಣಿ ಗೊಡ್ಡಿ ಕೆಲವು ಪದಗಳನ್ನು ಹೇಳಲಾರಂಭಿಸಿದ್ದ. ಆದರೆ ವೆರೋ ಶಾಲೆಗೆ ಹೋಗುವ ಬಗ್ಗೆ ಇನ್ನೂ ಯಾರೂ ಮಾತೆತ್ತಿರಲಿಲ್ಲ. ಅದು ಗೊಡ್ಡಿಯದೇ ತಪ್ಪು. ಏಕೆಂದರೆ ಅವನು ಸಾಕಷ್ಟು ಬೇಗ ಬೆಳೆಯುತ್ತಿಲ್ಲ ಎಂದು ವೆರೋ ನಿರ್ಧರಿಸಿದಳು. ಅಲ್ಲದೆ ಅವನು ಚೆನ್ನಾಗಿ ನಡೆಯಬಲ್ಲವ

ನಾಗಿದ್ದರೂ ಆಕೆಯ ಬೆನ್ನ ಮೇಲೆ ಸವಾರಿ ಮಾಡವುದನ್ನೇ ಇಷ್ಟಪಡುತ್ತಿದ್ದ. ನಿಜವಾಗಿ ಹೇಳಬೇಕೆಂದರೆ "ಇಂಞ ಎಚ್ಚಿಕೋ" ಎನ್ನುವುದೇ ಅವನ ಅತ್ಯಂತ ಪ್ರಿಯವಾದ ಪದಗಳಾಗಿದ್ದವು. ವೆರೋ ಅದರ ಬಗ್ಗೆಯೂ ಒಂದು ಕವಿತೆ ಕಟ್ಟಿ ತನ್ನಲ್ಲಿ ಬೆಳೆಯುತ್ತಿದ್ದ ಅಸಹನೆಯನ್ನು ವ್ಯಕ್ತಪಡಿಸಿದಳು:

ಎತ್ತಿಕೊ ಎಂಬೆ! ಎತ್ತಿಕೊ ಎನ್ನ!
ಕತ್ತೆಯಂತೆ ಸದಾ ಎತ್ತುವೆ ನಿನ್ನ
ಬೇಗನೆ ಬೆಳೆಯದೆ ಹೋದರೆ ನೀನು
ಹೋಗುವೆ ಬಿಟ್ಟು, ಶಾಲೆಗೆ ನಾನು
ಎತ್ತಿ ಎತ್ತಿ ಸುಸ್ತಾದಳು ವೇರೋ!
ಸುಸ್ತೋ ಸುಸ್ತು, ನನಗೋ ಸುಸ್ತು!

ಆಕೆ ಅದನ್ನು ಬೆಳಗ್ಗೆಯೆಲ್ಲಾ, ಇತರ ಮಕ್ಕಳು ಶಾಲೆಯಿಂದ ವಾಪಸಾಗುವವರೆಗೂ ಹಾಡಿದಳು. ಅನಂತರ ನಿಲ್ಲಿಸಿದಳು. ಇದನ್ನು ಅವಳು ತಾನು ಗೊಡ್ಡಿಯೊಂದಿಗೆ ಒಬ್ಬಳೇ ಇರುವಾಗ ಮಾತ್ರ ಹಾಡುತ್ತಿದ್ದಳು. ಒಂದು ಮಧ್ಯಾಹ್ನ ಶ್ರೀಮತಿ ಎಮೆನಿಕೆ ಕೆಲಸದಿಂದ ಹಿಂತಿರುಗಿದಾಗ ವೆರೋಳ ತುಟಿ ಕೆಂಪಾಗಿದ್ದುದನ್ನು ಕಂಡಳು.

"ಇಲ್ಲಿ ಬಾ," ಎಂದಳು, ತನ್ನ ಬೆಲೆಬಾಳುವ ಲಿಪ್‌ಸ್ಟಿಕ್ ಬಗ್ಗೆಯೇ ಯೋಚಿಸುತ್ತಾ.

"ಏನದು ?"

ಆದರೆ, ಅನಂತರ ಗೊತ್ತಾದಂತೆ, ಅದು ಲಿಪ್‌ಸ್ಟಿಕ್ ಆಗಿರಲಿಲ್ಲ. ತನ್ನ ಗಂಡನ ಕೆಂಪು ಶಾಯಿ. ಅವಳಿಗೆ ನಗು ತಡೆಯಲಾಗಲಿಲ್ಲ.

"ಓ, ಇವಳ ಕೈ ಉಗುರು ನೋಡು! ಕಾಲು ಉಗುರು ನೋಡು! ಚಿಕ್ಕ ಯಜಮಾನಿ, ನಾವು ಮಗೂನ ನೋಡಿಕೋ ಅಂತ ನಿನ್ನ ಮನೇಲಿ ಬಿಟ್ಟು ಹೋದಾಗ ಇದನ್ನೇನಾ ನೀನು ಮಾಡೋದು? ಅವನನ್ನ ಎಲ್ಲೋ ಒಂದು ಕಡೆ ಎತ್ತಿ ಹಾಕಿ ಬಣ್ಣ ಬಳ್ಕೊಳ್ಳೋಕೆ ಆರಂಭಿಸ್ತೀಯಾ? ಇನ್ನೊಂದು ಸಲ ಈ ಮಹಾ ಮುಠ್ಠಾಳತನ ಮಾಡಿ ನನ್ನ ಕೈಗೆ ಸಿಕ್ಕಿಹಾಕಿಕೋಬೇಡ: ಕೇಳಿಸ್ತಾ?" ಆರಂಭದಲ್ಲಿನ ತನ್ನ ನಗುವಿನ ಪರಿಣಾಮ ತೊಡೆದುಹಾಕಲು ಇನ್ನಷ್ಟು ಬಲವಾದ ಎಚ್ಚರಿಕೆ ಕೊಡಬೇಕು ಅಂತ ಆಕೆಗೆ ಅನ್ನಿಸ್ತು.

"ಕೆಂಪು ಶಾಯಿ ವಿಷ ಅನ್ನೋದು ನಿನಗೆ ಗೊತ್ತಾ? ನೀನೇನು ಸಾಯಬೇಕಾ? ಸರಿ, ಚಿಕ್ಕ ಯಜಮಾನಿ, ನನ್ನ ಮನೆ ಬಿಟ್ಟು ನಿನ್ನ ತಾಯಿ ಬಳಿಗೆ ಹೋಗೋವರೆಗೂ ಸ್ವಲ್ಪ ತಡಿ."

ಇದೀಗ ಸರಿಹೋಯ್ತು. ಅಂತ ಆಕೆ ಆತ್ಮಸಂತೃಪ್ತಿಯಿಂದ ಅಂದುಕೊಂಡಳು. ವೆರೋಗೆ ಸಾಕಷ್ಟು ಹೆದರಿಕೆಯಾಗಿರುವುದನ್ನು ಆಕೆ ಕಾಣಬಲ್ಲವಳಾಗಿದ್ದಳು. ಮಧ್ಯಾಹ್ನದ ಉಳಿದ ವೇಳೆಯಲ್ಲಿ ಆಕೆ ಮೌನವಾಗಿ ನೆರಳಿನಂತೆ ನಡೆಯುತ್ತಿದ್ದಳು.

ಎಮೆನಿಕೆ ಮನೆಗೆ ಬಂದು ಮಧ್ಯಾಹ್ನದ ಊಟವನ್ನು ತಡವಾಗಿ ಮಾಡುತ್ತಿದ್ದಾಗ ಆಕೆ ಆತನಿಗೂ ಈ ಕತೆ ಹೇಳಿದಳು. ಆತನೇ ನೋಡಲೆಂದು ವೆರೋಳನ್ನು ಕರೆದಳು.

"ನಿನ್ನ ಕೈ ಬೆರಳನ್ನು ತೋರಿಸು," ಎಂದಳು. "ಹಾಗೆಯೇ ಕಾಲು ಉಗುರುಗಳನ್ನೂ, ಯಜಮಾನಿಯವರೇ."

"ನೋಡಾಯ್ತು" ಎನ್ನುತ್ತಾ ಆತ ವೆರೋಳಿಗೆ ಹೋಗು ಎನ್ನುವಂತೆ ಕೈ ಸನ್ನೆ

ಮಾಡಿದ. "ಇವಳು ಬೇಗನೆ ಕಲಿತುಕೊಳ್ಳುತ್ತಾ ಇದ್ದಾಳೆ. ತಾಯಿ – ಹಸು ಬೆಳೆದ ಹುಲ್ಲನ್ನು ಅಗಿಯುತ್ತಿರುವಾಗ ಪುಟ್ಟ ಕರುಗಳು ಅದರ ಬಾಯನ್ನೇ ನೋಡುತ್ತಿರುತ್ತವೆ, ಅನ್ನೋ ಗಾದೆ ಕೇಳಿದೀಯಾ ?"

"ಯಾರು ಹಸು ? ನೀನೊಂದು ಘೇಂಡಾಮೃಗ !"

"ಬರೀ ಗಾದೆ ಹೇಳಿದೆ ಪ್ರಿಯೆ."

ಒಂದು ವಾರದ ನಂತರವೋ ಏನೋ, ಶ್ರೀಮತಿ ಎಮೆನಿಕೆ ಕೆಲಸದಿಂದ ಮನೆಗೆ ಬಂದ ಕೂಡಲೇ ತಾನು ಬೆಳಗ್ಗೆ ಮಗುವಿಗೆ ಹಾಕಿದ್ದ ಉಡುಪಿಗೆ ಬದಲಾಗಿ ಬಹಳ ಬೆಚ್ಚಗಿನ ಉಡುಪು ಹಾಕಿರುವುದನ್ನು ಗಮನಿಸಿದಳು. "ಅವನಿಗೆ ನಾನು ಹಾಕಿದ್ದ ಉಡುಪೇನಾಯ್ತು ?"

"ಅವನು ಕೆಳಗೆ ಬಿದ್ದು ಕೊಳೆ ಮಾಡಿಕೊಂಡ. ಅದಕ್ಕೋಸ್ಕರ ಬದಲಾಯಿಸಿದೆ," ಎಂದಳು ವೆರೋ. ಆದರೆ ಅವಳ ರೀತಿಯಲ್ಲಿ ಏನೋ ವಿಚಿತ್ರ ಎನಿಸುತ್ತಿತ್ತು. ಎಮೆನಿಕೆಯ ಮೊದಲ ಯೋಚನೆಯೆಂದರೆ, ಮಗು ಬಿದ್ದು ಏಟು ಮಾಡಿಕೊಂಡಿರಬಹುದೇನೋ ಎಂಬುದಾಗಿತ್ತು.

"ಎಲ್ಲಿ ಬಿದ್ದ ?" ಎಂದು ಗಾಬರಿಯಿಂದ ಕೇಳಿದಳು. "ನೆಲ ಎಲ್ಲಿ ತಗುಲಿತು ? ಅವನನ್ನ ಕರಕೊಂಡು ಬಾ ! ಇದೇನು ? ರಕ್ತ ? ಅಲ್ಲ ? ಇನ್ನೇನು ? ದೇವರೇ ನನ್ನ ಕೊಂದು ಬಿಟ್ಟೆಯಾ ? ಮೊದಲು ಹೋಗಿ ಉಡುಪನ್ನು ತೆಗೆದುಕೊಂಡು ಬಾ. ಈಗಲೇ !"

"ನಾನು ಅದನ್ನು ಒಗೆದುಬಿಟ್ಟೆ", ಎನ್ನುತ್ತಾ ವೆರೋ ಅಳಲಾರಂಭಿಸಿದಳು. ಅವಳು ಹೀಗೆ ಎಂದೂ ಮಾಡಿರಲಿಲ್ಲ. ಶ್ರೀಮತಿ ಎಮೆನಿಕೆ ಬಟ್ಟೆಗಳನ್ನು ಒಣಗಿ ಹಾಕುವ ಕಡೆಗೆ ಧಾವಿಸಿ ನೀಲಿ ಲಂಗ ಮತ್ತು ಬಿಳಿ ಜಂಪರ್ ತೆಗೆದುಕೊಂಡಳು. ಎರಡರ ಮೇಲೂ ದೊಡ್ಡದಾಗಿ ಕೆಂಪು ಕಲೆಗಳಿದ್ದವು.

ಆಕೆ ವೆರೋಳನ್ನು ಹಿಡಿದೆಳೆದು ಎರಡು ಕೈಗಳಿಂದಲೂ ಹುಚ್ಚು ಹುಚ್ಚಾಗಿ ಹೊಡೆದಳು. ಅನಂತರ ಚಾಟಿಯೊಂದನ್ನು ತೆಗೆದುಕೊಂಡು ಅವಳ ಮುಖ ಮತ್ತು ಕೈಗಳೆಲ್ಲಾ ರಕ್ತಮಯ ವಾಗುವವರೆಗೂ ಬಾರಿಸಿದಳು. ಇಷ್ಟಾದ ಮೇಲೆ ವೆರೋ ತಾನು ಮಗುವಿಗೆ ಒಂದು ಸೀಸೆ ಕೆಂಪು ಶಾಯಿ ಕುಡಿಸಿದ್ದನ್ನು ಒಪ್ಪಿಕೊಂಡಳು. ಶ್ರೀಮತಿ ಎಮೆನಿಕೆ ಕುರ್ಚಿಯೊಂದರ ಮೇಲೆ ಕುಸಿದು ಅಳಲಾರಂಭಿಸಿದಳು. ಶ್ರೀ ಎಮೆನಿಕೆ ಮಧ್ಯಾಹ್ನದ ಊಟದ ತನಕವೂ ಕಾಯಲಿಲ್ಲ. ಅವರು ವೆರೋಳನ್ನು ಮರ್ಸಿಡಿಸ್‌ನಲ್ಲಿ ಹಾಕಿಕೊಂಡು ನಲವತ್ತು ಮೈಲಿ ಆಚೆ ಹಳ್ಳಿಯಲ್ಲಿದ್ದ ಆಕೆಯ ತಾಯಿಯ ಬಳಿಗೆ ಕರೆದುಕೊಂಡು ಹೋದರು. ಆತ ಒಬ್ಬನೇ ಹೋಗಬೇಕೆಂದು ಕೊಂಡಿದ್ದ. ಆದರೆ ಆತನ ಹೆಂಡತಿ ತಾನು ಮಗುವನ್ನೂ ಕರೆದುಕೊಂಡು ಬರುವುದಾಗಿ ಹಠ ಮಾಡಿದಳು. ಎಂದಿನಂತೆ ಆತ ಮುಖ್ಯ ರಸ್ತೆಯಲ್ಲೇ ಕಾರನ್ನು ನಿಲ್ಲಿಸಿದ. ಆದರೆ ಹುಡುಗಿಯೊಂದಿಗೆ ಒಳಕ್ಕೆ ಹೋಗಲಿಲ್ಲ. ಸುಮ್ಮನೆ ಕಾರು ಬಾಗಿಲು ತೆರೆದು ಆಕೆಯನ್ನು ಹೊರಕ್ಕೆ ಎಳೆದ. ಆತನ ಹೆಂಡತಿ ಬಟ್ಟೆಯ ಪುಟ್ಟ ಗಂಟನ್ನು ಅವಳತ್ತ ಎಸೆದಳು. ಅನಂತರ ಅವರು ಹೊರಟು ಹೋದರು.

ಮಾರ್ಥಾ ಹೊಲದಿಂದ ಸುಸ್ತಾಗಿ ಹಾಗೂ ಮೈಯೆಲ್ಲಾ ಧೂಳಾಗಿ ಹಿಂತಿರುಗಿಸಿದಳು. ಅವಳ ಮಕ್ಕಳು ಆಕೆಯತ್ತ ಓಡಿ, ವೆರೋ ವಾಪಸು ಬಂದಿದ್ದಾಳೆಂದೂ, ತಮ್ಮ ಮಲಗುವ

ಮನೆಯಲ್ಲಿ ಅಳುತ್ತಿದ್ದಾಳೆಂದೂ ಹೇಳಿದರು. ಅವಳು ತನ್ನ ಬುಟ್ಟಿಯನ್ನು ಅಲ್ಲೇ ಕೆಳಕ್ಕೆ ಹಾಕಿ ಧಾವಿಸಿದಳು. ಆದರೆ ಅವಳ ಕತೆಯ ತಲೆಬುಡ ಗೊತ್ತಾಗಲಿಲ್ಲ.

"ನೀನು ಮಗುವಿಗೆ ಕೆಂಪು ಶಾಯಿ ಕೊಟ್ಟೆಯಾ ? ಯಾಕೆ ? ಶಾಲೆಗೆ ಹೋಗಬೇಕು ಅಂತಾನಾ ? ಹೇಗೆ ? ಅವರಲ್ಲಿಗೇ ಹೋಗೋಣ ಬಾ. ಬಹುಶಃ ಅವರು ಇವತ್ತು ರಾತ್ರಿ ಹಳ್ಳೀಲೇ ಉಳೀಬಹುದು. ಅಥವಾ ಏನಾಯ್ತು ಅನ್ನೋದನ್ನ ಇನ್ನು ಯಾರಿಗಾದ್ರೂ ಹೇಳಿರಬಹುದು. ನನಗೆ ನಿನ್ನ ಕತೇನೆ ಅರ್ಥವಾಗೊಲ್ಲ. ಬಹುಶಃ ನೀನು ಏನನ್ನಾದರೂ ಕದ್ದೆಯೇನೋ. ಹೌದಾ ?"

"ದಯವಿಟ್ಟು ನನ್ನ ಅಲ್ಲಿಗೆ ಕರಕೋಂಡು ಹೋಗಬೇಡಮ್ಮ, ಅವರು ನನ್ನ ಸಾಯಿಸಿಬಿಡ್ತಾರೆ."

"ಸುಮ್ಮಗೆ ಬಾ. ಏನು ಮಾಡಿದೆ ಅಂತ ನೀನಂತೂ ನನಗೆ ಹೇಳ್ತಾ ಇಲ್ಲ."

ಆಕೆ ಅವಳ ಕೈಗಳನ್ನು ಹಿಡಿದುಕೊಂಡು ಹೊರಕ್ಕೆ ಎಳೆದುಕೊಂಡು ಹೋದಳು. ಅಲ್ಲಿ ಬಯಲಿನಲ್ಲಿ ಅವಳ ತಲೆಯ ಮೇಲೆ, ಮುಖ, ಕತ್ತು ಮತ್ತು ಕೈಗಳ ಮೇಲೆ ಚಾಟಿಯೇಟು ಬಿದ್ದು ರಕ್ತ ಹೆಪ್ಪುಗಟ್ಟಿರುವುದನ್ನು ಕಂಡಳು. ಕಷ್ಟಪಟ್ಟು ಉಗುಳುನುಂಗಿದಳು.

"ಇದನ್ನು ಯಾರು ಮಾಡಿದರು ?"

"ನನ್ನ ಯಜಮಾನಿ."

"ನೀನು ಏನು ಮಾಡಿದೆ ಅಂತ ಹೇಳಿದೆ ? ನೀನು ನನಗೆ ಹೇಳಲೇಬೇಕು."

"ಮಗುವಿಗೆ ಕೆಂಪುಶಾಯಿ ಕೊಟ್ಟೆ".

"ಸರಿ ಹಾಗಾದರೆ ಹೋಗೋಣ."

ವೆರೋ ಇನ್ನೂ ಗಟ್ಟಿಯಾಗಿ ಕಿರಚಲಾರಂಭಿಸಿದಳು. ಮಾರ್ಥಾ ಮತ್ತೆ ಅವಳ ಕೈಗಳನ್ನು ಹಿಡಿದು ಎಳೆದಳು. ಅವರು ಹೊರಟರು. ತನ್ನ ಕೆಲಸದ ಬಟ್ಟೆಗಳನ್ನೂ ಬದಲಾಯಿಸಿರಲಿಲ್ಲ, ಹಾಗೆಯೇ ಮುಖ ಮತ್ತು ಕೈಗಳನ್ನೂ ತೊಳೆದುಕೊಂಡಿರಲಿಲ್ಲ. ದಾರಿಯಲ್ಲಿ ಸಿಕ್ಕಿದ ಪ್ರತಿಯೊಬ್ಬ ಹೆಂಗಸೂ – ಹಾಗೂ ಒಮ್ಮೊಮ್ಮೆ ಗಂಡಸರೂ – ವೆರೋಳ ಮೈಮೇಲಿನ ಚಾಟಿಯೇಟಿನ ಗುರುತುಗಳನ್ನು ನೋಡಿ ಚೀತ್ಕರಿಸಿ, ಇದನ್ನು ಯಾರು ಮಾಡಿದ್ದು ಅಂತ ಕೇಳುವವರೇ. ಎಲ್ಲರಿಗೂ ಮಾರ್ಥಾಳ ಉತ್ತರ ಒಂದೇ. "ನನಗೆ ಇನ್ನೂ ಗೊತ್ತಿಲ್ಲ. ಪತ್ತೆ ಮಾಡೋಕೇ ಹೋಗ್ತೀದೀನಿ."

ಅವಳಿಗೆ ಅದೃಷ್ಟವಿತ್ತು. ಎಮೆನಿಕೆಯ ಕಾರು ಹಳ್ಳಿಯ ಅವರ ಮನೆಯ ಮುಂದೆಯೇ ಇತ್ತು. ಅವರು ಇನ್ನೂ ರಾಜಧಾನಿಗೆ ಹಿಂತಿರುಗಿರಲಿಲ್ಲ. ಆಕೆ ಮನೆಯ ಮುಂಬಾಗಿಲು ತಟ್ಟಿ ಒಳಗೆ ನಡೆದಳು. ಶ್ರೀಮತಿ ಎಮೆನಿಕೆ ಹಜಾರದಲ್ಲಿ ಕುಳಿತು ಮಗುವಿಗೆ ಸೀಸೆಯಲ್ಲಿನ ಆಹಾರ ಕೊಡುತ್ತಿದ್ದಳು. ಆದರೆ ಆಕೆ ಅವರತ್ತ ಗಮನವನ್ನೇ ಕೊಡಲಿಲ್ಲ. ಒಂದು ಮಾತೂ ಆಡಲಿಲ್ಲ ಅಥವಾ ಅವರ ಕಡೆ ತಿರುಗಿಯೂ ನೋಡಲಿಲ್ಲ. ಸ್ವಲ್ಪ ಹೊತ್ತಾದ ಮೇಲೆ ಮೆಟ್ಟಲಿಳಿದು ಬಂದ ಆಕೆಯ ಗಂಡ ಅವರಿಗೆ ಕತೆಯನ್ನು ಹೇಳಿದ. ಅದರ ಅರ್ಥ ಮಾರ್ಥಾಳಿಗೆ ಗೊತ್ತಾದಾಗ – ಅಂದರೆ ಕೆಂಪುಶಾಯಿಯನ್ನು ಮಗುವಿಗೆ ಕೊಟ್ಟದ್ದು ಅದರ ಸಾವನ್ನು ಉಂಟುಮಾಡಲು ಎಂಬುದು – ಆಕೆ ಎರಡು ಬೆರಳುಗಳಿಂದಲೂ ಕಿವಿಗಳನ್ನು ಮುಚ್ಚಿಕೊಂಡು, ಇನ್ನೇನನ್ನೂ ಕೇಳುವುದಿಲ್ಲ ಎಂದು ಕಿರುಚಿಕೊಂಡಳು. ಹಾಗೆನ್ನುತ್ತಲೇ ಆಕೆ ಹೊರಕ್ಕೆ ಓಡಿ, ಹೂ ಬಿಡುತ್ತಿರುವ ಗಿಡವೊಂದರ ಕಡ್ಡಿ ಮುರಿದಳು.

ಅದರ ಒಂದು ತುದಿಯನ್ನು ಹೆಬ್ಬೆಟ್ಟು ಹಾಗೂ ತೋರು ಬೆರಳಿಂದ ಭದ್ರವಾಗಿ ಹಿಡಿದು ಕೈ ಓಡಿಸುತ್ತಾ ಒಂದೇ ಸಾರಿಗೆ ಎಲ್ಲ ಎಲೆಗಳನ್ನೂ ಸವರಿದಳು. "ನಾನು ಕೇಳಿದ್ದು ಭಯಂಕರ!" ಎಂದು ಕಿರಿಚುತ್ತಾ ಈ ಚಾಟಿ ಹಿಡಿದು ಮತ್ತೆ ಮನೆಯೊಳಗೆ ನುಗ್ಗಿದಳು. ವೆರೋ ಈಗ ಇನ್ನಷ್ಟು ಕಿರಿಚುತ್ತಾ ಕೋಣೆಯೆಲ್ಲಾ ಸುತ್ತಾಡುತ್ತಿದ್ದಳು.

"ಅವಳನ್ನ ಇಲ್ಲಿ ನನ್ನ ಮನೆಯಲ್ಲಿ ಮುಟ್ಟಬೇಡ" ಎಂದಳು ಶ್ರೀಮತಿ ಎಮೆನಿಕೆ, ಅಶರೀರವಾಣಿಯ ತಣ್ಣನೆಯ ಗಡಸು ಧ್ವನಿಯಲ್ಲಿ. ಆಕೆ ಅವರನ್ನು ಅದೇ ತಾನೇ ನೋಡಿದಂತಿತ್ತು. "ಅವಳನ್ನು ಇಲ್ಲಿಂದ ಈಗಲೇ ಕರೆದುಕೊಂಡು ಹೋಗು. ನೀನು ನನ್ನೆದುರಿಗೆ ದಿಗ್ಭ್ರಮೆ ತೋರಿಸಬೇಕಾ? ಆದರೆ ನನಗೆ ನೋಡಲು ಇಚ್ಛೆ ಇಲ್ಲ. ಬೇಕಾದರೆ ನಿನ್ನ ಮನೆಯಲ್ಲಿ ನಿನ್ನ ಕೋಪ ತೋರಿಸು. ನಿನ್ನ ಮಗಳು ಕೊಲೆ ಮಾಡುವುದನ್ನು ಇಲ್ಲಿ ನನ್ನ ಮನೆಯಲ್ಲಿ ಕಲಿಯಲಿಲ್ಲ."

ಇದು ಮಾರ್ಥಾಳ ಮನಸ್ಸನ್ನು ಆಳವಾಗಿ ಕುಟುಕಿತು, ಆಕೆ ನಿಂತಲ್ಲೇ ತಣ್ಣಗಾದಳು. ಕಾಲುಗಳು ಮರಗಟ್ಟಿದಂತಾದವು. ಚಾಟಿ ನಿಶ್ಚಲವಾಯಿತು, "ನನ್ನ ಮಗಳು", ಎನ್ನುತ್ತಾ ತನಗಿಂತ ಕಿರಿಯವಳಾದ ಮಹಿಳೆಯತ್ತ ನೋಡಿದಳು. "ನೀವೇ ನೋಡಬಹುದಾದಂತೆ ನಾನು ಬಡವಳು, ಕೀಳಾದವಳು. ಆದರೆ ನಾನು ಕೊಲೆಗಾರ್ತಿಯಲ್ಲ. ನನ್ನ ಮಗಳು ವೆರೋ ಕೊಲೆಗಾರ್ತಿಯಾಗಬೇಕಾದರೆ, ದೇವರಿಗೆ ಗೊತ್ತು, ಅದನ್ನು ಆಕೆ ನನ್ನಿಂದ ಕಲಿತಿದ್ದಲ್ಲ."

"ಬಹುಶಃ ಅವಳು ಅದನ್ನು ನನ್ನಿಂದ ಕಲಿತಳು" ಎಂದಳು ಶ್ರೀಮತಿ ಎಮೆನಿಕೆ ತನ್ನ ಮುದ್ದಾದ ದಂತಪಂಕ್ತಿಗಳನ್ನು ಕೃತಕ ನಗೆಯಲ್ಲಿ ತೋರುತ್ತಾ. "ಅಥವಾ ಅದನ್ನು ಗಾಳಿಯಿಂದ ಹಿಡಿದಳು. ಇಲ್ನೋಡು ಹೆಂಗಸೇ ನಿನ್ನ ಮಗಳನ್ನು ಕರೆದುಕೊಂಡು ನನ್ನ ಮನೆಯಿಂದ ಹೊರಡು"

"ವೆರೋ, ಹೋಗೋಣ ಬಾ! ಹೋಗೋಣ!"

"ಹೌದು, ದಯವಿಟ್ಟು ಹೋಗು!"

ಅಗತ್ಯವಾಗಿ ಬೇಕಾದ ಗಂಡಸಿನ ಮಧ್ಯಪ್ರವೇಶಕ್ಕೆ ಆಗಿನಿಂದ ಅವಕಾಶ ಹುಡುಕುತ್ತಿದ್ದ ಎಮೆನಿಕೆ ಈಗ ಮಾತನಾಡಿದ. "ಇದೆಲ್ಲಾ ಸೈತಾನ ಕೆಲಸ," ಎಂದ. ನನಗೆ ಮೊದಲಿನಿಂದಲೂ ಗೊತ್ತು, ಶಿಕ್ಷಣಕ್ಕಾಗಿ ನಮ್ಮ ದೇಶದಲ್ಲಿನ ಹುಚ್ಚು ಒಂದಲ್ಲ ಒಂದು ದಿನ ನಮ್ಮೆಲ್ಲರನ್ನೂ ಹಾಳು ಮಾಡ್ತದೆ. ಈಗ ಶಾಲೆಗೆ ಹೋಗುವ ಸಲುವಾಗಿ ಮಕ್ಕಳೂ ಕೊಲೆ ಮಾಡ್ತಾವೆ."

ಎಲ್ಲರನ್ನೂ ಸಮಾಧಾನಪಡಿಸಬಯಸುವ ಈ ವಿಚಿತ್ರ ಪ್ರಯತ್ನ ಮಾರ್ಥಾಳನ್ನು ಒಮ್ಮೆಲೆ ಇನ್ನಷ್ಟು ಕುಟುಕಿತು. ವೆರೋಳನ್ನು ಮನೆಗೆ ಕರೆದುಕೊಂಡು ಹೋಗಲು ಒಂದು ಕೈಹಿಡಿದು ಎಳೆಯುತ್ತಿದ್ದಂತೆಯೇ, ಇನ್ನೂ ಉಪಯೋಗಿಸದಿದ್ದ ತನ್ನ ಚಾಟಿಯ ಮೇಲಿನ ಹಿಡಿತವನ್ನು ಇನ್ನೊಂದು ಕೈಯಲ್ಲಿ ಬಿಗಿಪಡಿಸಿದಳು. ಆರಂಭದಲ್ಲಿ ಆಕೆ ಹುಡುಗಿಯ ಮೇಲೆ ಬಯ್ಗಳ ಮಳೆಗರೆದಳು. ಅವಳು ಮನೆಯ ಹಿಂಬಾಗಿಲಿನಿಂದ ಬಂದು ತಾಯಿಯ ಹೊಟ್ಟೆ ಪ್ರವೇಶಿಸಿದ ಕೆಟ್ಟ ಮಗುವೆಂದಳು.

"ಓ ದೇವರೇ, ನಾನೇನು ಮಾಡಿದೆ?" ಕಣ್ಣೀರು ಈಗ ಧಾರಾಕಾರವಾಗಿ ಹರಿಯಲಾರಂಭಿಸಿತು. "ನನಗೆ ಇತರರಿಗಾದಂತೆಯೇ ವಯಸ್ಸಿನಲ್ಲಿ ಮಕ್ಕಳಾಗಿದ್ದರೆ, ಈಗ ನನ್ನನ್ನು

ಕೊಲೆಪಾತಕಿಯೆಂದು ಕರೆದ ಆ ಹುಡುಗಿ ತನ್ನ ಮಗಳಿಗಿಂತ ದೊಡ್ಡವಳಾಗಿದ್ದಿರಲಾರಳು. ಆದರೆ ಈಗ ಅವಳು ನನ್ನ ಮುಖದ ಮೇಲೆ ಉಗೀತಾಳೆ. ನೀನು ನನಗೆ ಮಾಡಿದ್ದು ಇದೇನೆ," ಎಂದು ವೆರೋಳ ತಲೆಯ ಮೇಲೆ ಹೇಳುತ್ತಾ ಅವಳನ್ನು ಇನ್ನಷ್ಟು ಒರಟಾಗಿ ಜಗ್ಗಿದಳು.

"ಇವತ್ತು ನಿನ್ನ ಕೊಂದುಬಿಡ್ತೀನಿ, ಮೊದಲು ಮನೆಗೆ ಹೋಗೋಣ."

ಆದರೆ ಈಗ ಒಂದು ವಿಚಿತ್ರ ಬಂಡಾಯ, ಮೊದಲು ಅಸ್ಪಷ್ಟವಾಗಿ, ಗುರಿಯಿಲ್ಲದೆ ಆಕೆಯೊಳಗೆ ನಿಧಾನವಾಗಿ ಮೇಲೇಳಲಾರಂಭಿಸಿತು, "ತನ್ನನ್ನು ಮನುಷ್ಯನೆಂದು ಕರೆದುಕೊಳ್ಳುವ ಆ ವಸ್ತು, ಶಿಕ್ಷಣದ ಹುಚ್ಚಿನ ಬಗ್ಗೆ ಮಾತನಾಡುತ್ತದೆ. ಅವನ ಎಲ್ಲ ಮಕ್ಕಳೂ ಶಾಲೆಗೆ ಹೋಗುತ್ತಾರೆ, ಎರಡು ವರ್ಷದ ಮಗು ಕೂಡಾ; ಅದು ಹುಚ್ಚಲ್ಲ. ನನ್ನಂತಹ ಬಡ ವಿಧವೆಯರ ಮಕ್ಕಳು ಇತರರೊಡನೆ ಹೋಗಲು ಬಯಸಿದಾಗ ಮಾತ್ರ ಅದು ಹುಚ್ಚು. ಇದೇನು ಜೀವನ ? ದೇವರೇ, ಇದೇನು ? ಈಗ ನನ್ನ ಮಗು ಅಂದುಕೊಳ್ಳುತ್ತೆ, ತನಗೆ ಅವಕಾಶ ದೊರೆಯಬೇಕಾದರೆ ತನ್ನ ಜೋಪಾನದಲ್ಲಿರುವ ಮಗುವನ್ನು ಕೊಲ್ಲಬೇಕು ಅಂತ. ಈ ಭೀಕರ ಯೋಚನೆಯನ್ನು ಅದರ ಹೊಟ್ಟೆಯಲ್ಲಿಟ್ಟವರಾರು ? ದೇವರೇ, ನಿನಗೆ ಗೊತ್ತು, ನಾನು ಇಡಲಿಲ್ಲ."

ಅವಳು ಚಾಟಿಯನ್ನು ಎಸೆದು, ಬಿಡುವಾದ ಕೈಯಲ್ಲಿ ಕಣ್ಣೊರಸಿಕೊಂಡಳು. O

○ **ಅಬುಲ್ ಎಡ್ ಡೋಡು**

ಆಲ್ಜೀರಿಯ

ರಜತ ರಸ್ತೆ

ರಾತ್ರಿ

ಅವಳು ಹಾಸಿಗೆಯಲ್ಲಿ ಹೊರಳಾಡುತ್ತಿದ್ದಳು. ಕಣ್ತೆರೆದು ಸುತ್ತ ನೋಡಿದಳು. ಮನೆಯಲ್ಲಿ ಇರುಳು ಇನ್ನೂ ನೆಲೆಸಿತ್ತು. ಕೈ ಚಾಚಿ ಗಂಡನಿರುವ ಸ್ಥಳವನ್ನು ತಡಕಾಡಿದಳು. ಆದರೆ ಅವನಿನ್ನೂ ಹಳ್ಳಿಯ ಉಪಾಹಾರಗೃಹದಿಂದ ಬಂದಿರಲಿಲ್ಲ. ಆತನಿಗೆ ಎಂದಿನಂತೆ ತಾನು ಬಾಗಿಲು ತೆರದಿರಲಿಲ್ಲ ವೆಂಬುದನ್ನು ಆಕೆ ಮರೆತಿದ್ದಳು. ಆತನಿಗಾಗಿ ತಡಕಾಡಿದ್ದು, ಅದಕ್ಕೇನೆ, ಆಕಳಿಸಿ ನಿಟ್ಟುಸಿರಿಟ್ಟಳು. ಅವಳ ಕೆಲಸ ಎಂದಿಗೂ ಮುಗಿಯುವಂತಿರಲಿಲ್ಲ. ಆಕೆ ಎಲ್ಲವನ್ನೂ ಮಾಡುವಳು. ಕಟ್ಟಿಗೆ ಆಯುವುದು, ನೀರು ತುಂಬುವುದು, ಆಗಾಗ ಚಾಕರಿ ಮಾಡಿ ಸ್ವಲ್ಪ ಧಾನ್ಯವನ್ನೋ ಹಿಟ್ಟನ್ನೋ ಸಂಪಾದಿಸುವುದು. ಇದರಿಂದಲೇ ಅಡುಗೆಮಾಡಿ ಐವರು ಮಕ್ಕಳ ಜತೆಗೆ ಗಂಡನನ್ನೂ ಆಕೆ ಸಾಕುತ್ತಿದ್ದಳು.

ಹಾಸಿಗೆಯ ಮೇಲೆ ಕುಳಿತು, ಅವಳು ಕೆನ್ನೆಯ ಮೇಲೆ ಕೈಯಿಟ್ಟಳು... ಇವನೆಂತಹ ಗಂಡ ಅಥವಾ ಗಂಡಸು? ಉಪಾಹಾರಗೃಹವೇ ಅವನಿಗೆ ಮನೆಯಾಗಿತ್ತು. ಹಗಲೆಲ್ಲಾ ಹಾಗೂ ಅನೇಕ ಬಾರಿ ಇರುಳೆಲ್ಲಾ ಅಲ್ಲೇ ಕಳೆಯುತ್ತಿದ್ದ. ಊಟ ಮಾಡಲು ಅಥವಾ ಮಲಗಲು ಮನೆಗೆ ಬರುತ್ತಿದ್ದ. ಅದೂ ಅಲ್ಲೇ ನಿದ್ದೆ ಮಾಡದಿದ್ದರೆ! ಅವನಿಗೆ ಉಪಾಹಾರ ಗೃಹ ದಲ್ಲಿಯೆ ಕುಳಿತಿರುವುದು ಅಭ್ಯಾಸವಾಗಿತ್ತು. ಹಸಿವಾದಾಗ ಮಾತ್ರ ಅಲ್ಲಿಂದ ಕದಲುತ್ತಿದ್ದ. ತಾನು ಎಂದೂ ಸಂಪಾದಿಸದಿದ್ದ ಆಹಾರ ಅವನಿಗೆ ಹೇಗೆ ರುಚಿಸುತ್ತಿತ್ತು? ಅವನಿಗೆ ಅದನ್ನು ತೆಗೆದುಕೊಳ್ಳಲು ಸಂಕೋಚವೆನಿಸುತ್ತಿರಲಿಲ್ಲವೆ? ಹಗಲು ಅವನು ಗುಡಿಸಲಿನಲ್ಲಿಲ್ಲದಿದ್ದಾಗ ಅವಳಿಗೆ ಅವನ ನೆನಪೇ ಬರುತ್ತಿರಲಿಲ್ಲ ವೆನ್ನಬಹುದು. ಅವಳು ಅವನನ್ನು ಮರೆಯಲೆತ್ನಿಸುತ್ತಿದ್ದಳು. ಆದರೆ, ರಾತ್ರಿ ಮನಸ್ಸಿನಲ್ಲಿ ತುಂಬಿರುತ್ತಿದ್ದ, ಕನಸಿನಲ್ಲಿ ಕಾಣಿಸಿಕೊಳ್ಳುತ್ತಿದ್ದ.

ಅವಳನ್ನು ತೀವ್ರ ನೋವು ಬಾಧಿಸಿತು; ಅವನು ಅವಳ ಗಂಡ... ಏನೇ ಆಗಿರಲಿ, ಅವಳ ಮಕ್ಕಳ ತಂದೆ. ನಿಜ,

ಅವಳು ಅವನ ಬಗ್ಗೆ ತುಂಬಾ ತೀಕ್ಷ್ಣವಾಗಿ ವರ್ತಿಸಿದ್ದಳು, ಒರಟು ಮಾತುಗಳಿಂದ ಮುಖ ಮುರಿದಿದ್ದಳು. ನನಗೆ ಈ ಸಲ ಇಷ್ಟು ಧೈರ್ಯ ಹೇಗೆ ಬಂತೆಂಬುದು ಅವಳಿಗೇ ಗೊತ್ತಾಗಿರಲಿಲ್ಲ. ಸಿಡಿದದ್ದು ಮಾತ್ರ ಗೊತ್ತು. ಆತ ಮನೆಗೆ ಮರಳಿ ಬಂದಿದ್ದಾನೆ, ಕುಳಿತುಕೊಳ್ಳುವ ಮುನ್ನವೇ ತನ್ನನ್ನು ಕೇಳಿದ್ದಾನೆ :

"ಬ್ರೆಡ್ ಎಲ್ಲಿ, ಹೆಂಗಸೇ ?"

ಆಕಸ್ಮಾತ್ತಾಗಿ ಬಾಗಿಲ ಕಡೆ ನೋಡುತ್ತಾ ಅವಳು ಉತ್ತರ ಕೊಟ್ಟಳು :

"ನಿನ್ನ ಊಟ ಉಪಾಹಾರಗೃಹದಲ್ಲಿದೆ."

ಅವನು ಕುಳಿತಲ್ಲೇ ಹೆಪ್ಪುಗಟ್ಟಿದಂತಾದ. ಅವಳನ್ನು ಉರಿಗಣ್ಣಿನಿಂದ ನೋಡುತ್ತಾ ಕೇಳಿದ :

"ನಾನು ಕೇಳಿದ್ದು... ಊಟ ಎಲ್ಲಿ ಅಂತ."

ಅವಳೂ ಅಷ್ಟೇ ಉರಿದು ಬಿದ್ದಳು.

"ನಾನು ಹೇಳಿದ್ದು... ನಿನ್ನ ಊಟ ಉಪಾಹಾರಗೃಹದಲ್ಲಿದೆ ಅಂತ."

ಅವನಿಗೆ ಅವಳ ಉದ್ಧಟತನವನ್ನು ಸಹಿಸಲಾಗಲಿಲ್ಲ. ಅವಳ ಕೈ ಹಿಡಿದೆಳೆದು ಒಂದು ಏಟು ಕೊಟ್ಟ. ಇನ್ನೇನು ನೆಲಕ್ಕೆ ಬೀಳಲಿದ್ದ ಅವಳು ಅಳುತ್ತಾ ಕೂಗಿಕೊಂಡಳು :

"ಕೊಂದು ಬಿಡು ! ನನ್ನನ್ನು ಕೊಂದು ಬಿಡು! ನಿನ್ನೊಂದಿಗೆ ಬಾಳುವುದೆಂದರೆ, ಬೇವಿನೆಣ್ಣೆ ಕುಡಿದಂತೆ. ನನಗೆ ಇನ್ನು ಸಹಿಸಲಾಗುವುದಿಲ್ಲ. ಮಕ್ಕಳ ಬಗ್ಗೆ ಯೋಚನೆಯನ್ನೆಲ್ಲಾ ನನ್ನ ಮೇಲೇ ಹಾಕಿದೆ. ಈಗ ನಿನ್ನ ಸಮಸ್ಯೆಗಳನ್ನೂ ನಾನೇ ಹೊರಬೇಕೆನ್ನುತ್ತಿದ್ದೀಯೆ !"

ನೆಲದ ಮೇಲೆ ಕುಳಿತು ಮುಂದುವರಿಸಿದಳು :

"ಗಂಡಸರು ಹೊಲಗದ್ದೆಗಳಿಗೆ ಹೋಗಿ ಕೆಲಸ ಮಾಡ್ತಾರೆ... ಆದರೆ ನಿನಗೆ ಸೋಮಾರಿಯಾಗಿ ಉಪಾಹಾರಗೃಹದಲ್ಲಿ ಕುಳಿತಿರಲು ಬೇಸರವಾಗುವುದಿಲ್ಲ. ನೀನು ಅಲ್ಲೇ ವಾಸಮಾಡಿ ನನಗೆ ನಿನ್ನ ಮುಖ ನೋಡುವ ಕಷ್ಟವನ್ನಾದರೂ ಯಾಕೆ ತಪ್ಪಿಸಬಾರದು ? ತಮ್ಮ ಯೋಗಕ್ಷೇಮ ನೋಡಿಕೊಳ್ಳದ ತಂದೆ ಮಕ್ಕಳಿಗೆ ಬೇಕಾಗಿಲ್ಲ."

"ಅವಳು ತೋಳಬಟ್ಟೆಯಿಂದ ಕಣ್ಣು ಮೂಗು ಒರಸಿಕೊಂಡು ಮತ್ತೂ ಹೇಳಿದಳು :

"ನನಗೆ ಬೆವರು ಸುರಿಸಿ ಏನು ತರಲು ಸಾಧ್ಯವಾಯಿತೋ ಅದನ್ನು ಮಕ್ಕಳು ತಿಂದರು. ಅವರ ಹಸಿವು ಇಂಗಲಿಲ್ಲ. ಹಸಿವಿನಿಂದಲೇ ಮಲಗಿದರು. ಈ ಗುಡಿಸಲಿನಲ್ಲಿ ಪ್ರತಿಯೊಬ್ಬರೂ ಹಸಿವಿನಿಂದಿದ್ದಾರೆ."

ಅವಳು ತಲೆಯೆತ್ತಿ ಅವನನ್ನೇ ನೋಡುತ್ತಾ ಹೇಳಿದಳು :

"ಇದು ನನ್ನ ಗತಿ... ಯಾಕೆಂದರೆ ನಾನು ಮದುವೆ ಮಾಡಿಕೊಂಡದ್ದು ಒಬ್ಬ ಗಂಡಸನ್ನಲ್ಲ."

ಈಗ ಅವನು ಅವಳಿಗೆ ಮತ್ತೊಂದು ಏಟುಕೊಟ್ಟು ಅವಸರದಿಂದ ಮನೆ ಬಿಟ್ಟು ಹೊರಟ, – ಅವಳಿಂದ ತಪ್ಪಿಸಿಕೊಂಡು ಹೋಗುವವನಂತೆ.

ಅವನಿಗೆ ಕೋಪ ಬಂದಿತ್ತು, ಅಷ್ಟೇ ಅಚ್ಚರಿಯೂ ಆಗಿತ್ತು. ಆಕೆಗೆ ಇಷ್ಟು ಧೈರ್ಯ ಬರುವುದೆಂದರೇನು... ತನ್ನ ಹೆಂಗಸಿಗೆ ! ಅವನು ಹೋದಾಗ ಮಾತ್ರ ಅವಳಿಗೆ ಸ್ವಲ್ಪ ಇರುಸು ಮುರುಸಾಗಿತ್ತು. ಅಂತೂ ಕಟ್ಟಕಡೆಗೆ ಅವಳು ತನ್ನ ಶೋಕವನ್ನು ಹೊರ ಹೊಮ್ಮಿಸಿದ್ದಳು. ತನ್ನ ಹೃದಯಾಂತರಾಳದಲ್ಲಿ ಬಂಧಿಸಿಟ್ಟಿದ್ದ ಮಾತುಗಳನ್ನು ಹೇಳಿದ್ದಳು. ಅವಳ ಸೈರಣೆಯೇ ಇಷ್ಟರ ತನಕ ಅವುಗಳಿಗೆ ತಡೆಯಾಗಿತ್ತು. ಬಹುಶಃ ಅವಳ ಮಾತು

ಬಹಳ ಮೊನಚಾಯಿತೋ ಏನೋ, ಅದೂ ಆತನ ಗಂಡಸುತನವನ್ನೇ ಪ್ರಶ್ನಿಸಿದಾಗ. ಆದರೆ ತನಗೆ ಬೇರೆ ಮಾರ್ಗವೇ ಇರಲಿಲ್ಲ. ಇಲ್ಲ, ತನ್ನ ಕಠಿಣ ನಿಲುವಿನ ಬಗ್ಗೆ ಪಶ್ಚಾತ್ತಾಪ ಸಲ್ಲದು. ಮಕ್ಕಳನ್ನು ಪೋಷಿಸುವ ಜವಾಬ್ದಾರಿಯನ್ನು ತನ್ನ ಮೇಲೆ ಹೇರುವುದಕ್ಕಿಂತ ಹೆಚ್ಚಿನ ಕ್ರೌರ್ಯ ಇನ್ನೇನಿದ್ದಿತು ?

ಅವಳು ತನ್ನಲ್ಲೇ ಹೇಳಿಕೊಂಡಳು;

"ದೇವರೇ..."

ತನ್ನನ್ನು ವಿವಾಹವಾಗುವಂತೆ ಬಲಾತ್ಕರಿಸಿ ತನ್ನ ಭವಿಷ್ಯವನ್ನು ಆತನ ಕೈಲಿಟ್ಟ ತನ್ನ ತಂದೆತಾಯಿಯರಿಗೆ ಅವಳು ಹೇಳುವುದರಲ್ಲಿದ್ದಳು. ತನ್ನ ಚೈತನ್ಯವನ್ನು ಆತನ ಸೋಮಾರಿತನದೊಂದಿಗೆ... ಆತನ ನಿರ್ಜೀವತೆಯೊಂದಿಗೆ ಬಂಧಿಸಿದವರು ಅವರೆಂದು.

ರಾತ್ರಿಯ ರಾಗ

ಮತ್ತೆ ನಿದ್ದೆಬರಿಸಿಕೊಳ್ಳುವುದು ಆಕೆಗೆ ಕಷ್ಟವೆನಿಸಿತು. ಎದ್ದು ಮುಖ ತೊಳೆದುಕೊಂಡಳು. ಒಂದು ದೀರ್ಘ ಪಯಣವನ್ನೇ ಮಾಡಿ ಬಂದಂತೆ ಅವಳಿಗೆ ಅನಿಸಿತು. ರಾತ್ರಿಯ ಎಷ್ಟು ಭಾಗ ಕಳೆದಿತ್ತೆಂಬುದು ಆಕೆಗೆ ಗೊತ್ತಾಗಿರಲಿಲ್ಲ. ಅವಳು ಇನ್ನೂ ದಾರಿ ಸವೆಸಬೇಕಾಗಿತ್ತು. ಬಹಳ ದೂರವಲ್ಲ, ಆದರೆ ರಸ್ತೆ ಒರಟಾಗಿತ್ತು. ಅವಳಿಗೆ ಆತನ ಬಗ್ಗೆ ಯಾವಾಗಲೂ ಭೀತಿಯಿತ್ತು, ಏಕೆಂದರೆ ಆತ ಒಂದು ಗೋರಿಯನ್ನೂ ಚೂರು ಚೂರು ಮಾಡಬಲ್ಲವನಾಗಿದ್ದ. ಅವಳು ರಾತ್ರಿ ಒಬ್ಬ ಹೆಂಗಸಿನ ಬಳಿಗೆ ಹೋಗಿ ಆಲೀವ್ ಕಾಯಿಗಳನ್ನು ಕುಟ್ಟುವುದರಲ್ಲಿ ಸಹಾಯ ಮಾಡುವ ಆಶ್ವಾಸನೆ ಕೊಟ್ಟಿದ್ದಳು. ಈ ಕೆಲಸದಿಂದ ಅವಳು ತನ್ನ ಮಕ್ಕಳಿಗೆ ಕೆಲವು ತೊಟ್ಟು ಆಲೀವ್ ಎಣ್ಣೆ ಹಾಗೂ ಒಂದು ಚೂರು ಬ್ರೆಡ್‌ಅನ್ನು ಮರಳಿ ಬರುತ್ತ ತರಬಹುದು.

ಅವಳು ಮತ್ತೆ ಹಾಸಿಗೆಗೆ ಮರಳಿದಳು. ತನ್ನ ದೊಡ್ಡ ಮಗನ ತೋಳನ್ನು ತಿವಿಯುತ್ತಾ ಮೆಲ್ಲಗೆ ಕೂಗಿದಳು :

"ರಬೆಹ್, ಏಳು, ಏಳು, ರಬೆಹ್ !"

ಹುಡುಗ ಎದ್ದು ಕಣ್ಣುಗಳನ್ನು ಉಜ್ಜಿಕೊಂಡ. ತನ್ನನ್ನು ಏಕೆ ಎಬ್ಬಿಸಲಾಯಿತು ಹಾಗೂ ತಾನು ಈಗ ಏನು ಮಾಡಬೇಕು ಎಂಬುದು ಅತನಿಗೆ ಗೊತ್ತಿತ್ತು. ಅವನಿಗೂ ಈ ವಿಷಯದಲ್ಲಿ ಮುಂಚೆ ಅನುಭವವಾಗಿತ್ತು. ತನ್ನ ಗಂಡ ಇನ್ನೂ ವಾಪಸಾಗಿಲ್ಲವೆಂಬುದು ತಾಯಿಗೆ ನೆನಪಾಯಿತು. ಇತರರ ಮಕ್ಕಳನ್ನು ಒಬ್ಬಂಟಿಗರಾಗಿ ಬಿಡುವುದು ಹೇಗೆ ? ಮುಂಜಾವವಾಯಿತೆ ಎಂಬುದನ್ನು ನೋಡಲು ಗುಡಿಸಲಿನ ಬಾಗಿಲು ತೆರೆದಳು. ಅವಳು ಕಂಡದ್ದು ಹೊರಾವರಣದಲ್ಲಿನ ಒಂದು ಆಕೃತಿ, ಅನ್ಯಮನಸ್ಕಳಾಗಿ ಅದನ್ನು ನೋಡಿದಳು. ಅದೇನು, ಏಕೆ ಎಂಬುದನ್ನು ತಿಳಿಯುವ ಬಯಕೆ ಅವಳಲ್ಲಿ ಇರಲಿಲ್ಲ: ಆತ ಯಾರು ಎಂಬುದನ್ನು ಆಕೆ ತಕ್ಷಣ ಗುರುತಿಸಿದ್ದಳು. ಅವಳ ಗಂಡ ಅಲ್ಲಾಡಲಿಲ್ಲ. ಅವಳು ತನ್ನ ಮಗನ ಕೈಹಿಡಿದು ಹೊರಹೊರಟಳು.

ಅವಳು ಗುಡಿಸಲಿನ ಮುಂದಿನ ಆವರಣವನ್ನು ದಾಟಿ ಕಳ್ಳಿ ಗಿಡಗಳ ಮಧ್ಯದಲ್ಲಿನ ಒಂದು ಓಣಿಗೆ ಬಂದಳು. ಮಗನ ಕೈಗಳನ್ನು ಅವಳು ಹಿಡಿದೆಳೆಯುತ್ತಿದ್ದಂತೆ, ಅವನು ಹಿಂದೆ ಹಿಂದೆ ನೋಡುತ್ತಿದ್ದ. ತನ್ನ ತಂದೆ ಇನ್ನೂ ಹೊರಗೇ ಕುಳಿತಿರುವನೋ ಎಂಬುದನ್ನು

ನೋಡಲು ಒಮ್ಮೆ ನಿಂತ. ಅವಳು ಅವನನ್ನು ಜೋರಾಗಿ ಎಳೆದು ಹೇಳಿದಳು :

"ಬಾ ಮತ್ತೆ, ನನ್ನ ಸಮಕ್ಕೆ ನಡಿ !"

ಹುಡುಗ ಆಕೆಯ ಪಕ್ಕಕ್ಕೆ ಬಂದಾಗ ಕೇಳಿದಳು:

"ನಿನಗೆ ಹೆದರಿಕೇನಾ ?"

"ನನಗೇನೂ ಹೆದರಿಕೆ ಇಲ್ಲ."

"ಹಾಗಾದರೆ ಮತ್ತಿನ್ನೇನು ?"

"ಅಪ್ಪ ಯಾಕೆ ನಿನ್ನ ಜೊತೆ ಬರೋಲ್ಲ ?"

"ಯಾಕೆ ಅಂದರೆ, ಮನೆ ಕಾಯೋಕೆ."

"ನಮ್ಮಲ್ಲಿ ಕದಿಯುವಂಥದೇನೂ ಇಲ್ಲ."

"ಅವನು ನಿನ್ನ ತಮ್ಮಂದಿರು ಮತ್ತು ತಂಗಿಯರೊಡನೆ ಇದ್ದಾನೆ.

"ಅವರಿಗೇನೂ ಆಗೊಲ್ಲ."

"ಯಾರಿಗೆ ಗೊತ್ತು ?"

"ಅವರ ಜತೆ ನಾನೇ ಇರಬಹುದಾಗಿತ್ತು."

ಅವಳಿಗೆ ಅವನ ಉತ್ತರಗಳಿಂದ ಪೇಚಿಗೆ ಸಿಕ್ಕಿದಂತಾಯಿತು. ಆದ್ದರಿಂದ ಹೇಳಿದಳು:

"ಅವನು ತನಗೆ ಏನು ಇಷ್ಟವಾಗುತ್ತೋ ಅದನ್ನು ಮಾಡ್ತಾನೆ."

ಅವಳು ಮೌನವಾಗಿ ಮುಂದುವರಿದಳು. ಹುಡುಗ ಅವಳ ಕೈಯನ್ನು ಹಿಡಿದುಕೊಂಡಿದ್ದ. ಅವಳು ಕೈ ಬಿಡಿಸಿಕೊಂಡು ಮಗನ ಭುಜದ ಮೇಲಿಟ್ಟಳು. ಬಹುಶಃ ತನಗೆ ಸ್ವಲ್ಪ ಧೈರ್ಯ ಬರಲಿ ಎಂದಿರಬಹುದು. ಅವರು ಕಣಿವೆಯಂತಿದ್ದ ಒಂದು ದಾರಿ ದಾಟಿ ಇನ್ನೊಂದಕ್ಕೆ ಬಂದರು. ಬೀಚ್ ಮತ್ತು ಎಲ್ಮ್ ಮರಗಳ ನೆರಳು ಅವರನ್ನು ಕವಿದಾಗ ಹುಡುಗ ಮತ್ತೆ ಕೇಳಿದ :

"ಅಪ್ಪ ಯಾಕೆ ಕೆಲಸ ಮಾಡೋಲ್ಲ ?"

"ಅವನಿಗೆ ಕೆಲಸ ಸಿಕ್ಕೊಲ್ಲ."

ತಾನು ಮಗನೆದುರಿಗೆ ಆತನ ತಂದೆಯ ಪಕ್ಷ ವಹಿಸುತ್ತಿರುವೆನೆಂದು ಆಕೆಗೆ ಅನ್ನಿಸಿತು. ಆದ್ದರಿಂದ ಮತ್ತೊಮ್ಮೆ ಸ್ಪಷ್ಟಪಡಿಸಲು ಅನುವಾದಳು. ಅದರೆ ಮಗು ಇನ್ನೂ ಚುರುಕಾಗಿತ್ತು.

"ಪಕ್ಕದ ಮನೆಯವರಿಗೆಲ್ಲಾ ಜಮೀನುಗಳಲ್ಲಿ ಹೇಗೆ ಕೆಲಸ ಸಿಕ್ಕಿತು ?"

ಅವಳಿಗೆ ಉತ್ತರ ಕೊಡಲು ಅಶಕ್ಯವೆನಿಸಿತು. ತನ್ನ ಗಂಡನ ತೋಳುಗಳನ್ನು ನೆನೆಸಿ ಕೊಂಡಳು. ಅವನು ಕೆಲಸ ಮಾಡಲು ಮನಸ್ಸು ಮಾಡಿದರೆ ಹುಡುಕಿಕೊಳ್ಳೋದೇನೂ ಕಷ್ಟವಾಗೊಲ್ಲ. ಹುಡುಗ ತಾಯಿಯನ್ನು ಹಿಡಿದು ಹೇಳಿದ.

"ನಾನು ದೊಡ್ಡವನಾದ ಮೇಲೆ ನಿನಗೆ ಕೆಲಸದಲ್ಲಿ ಸಹಾಯ ಮಾಡ್ತೀನಿ"

ಅವಳು ಅವನನ್ನು ತಬ್ಬಿಕೊಂಡು ಅತ್ತಳು. ಆಕೆಯ ಯೋಚನೆಗಳು ಮತ್ತೆ ಗಂಡನತ್ತ ಸುಳಿದವು. ಬಹುಶಃ ಅವನು ಈ ವೇಳೆಗೆ ನಿದ್ದೆ ಹೋಗಿರಬಹುದು – ಒಂದು ವೇಳೆ ಉಪಾಹಾರ ಗೃಹದಲ್ಲಿ ಮುಂಚೆಯೇ ಮಲಗಿರದಿದ್ದರೆ. ಇಲ್ಲ, ಅವನು ನಿದ್ದೆ ಮಾಡುವುದಿಲ್ಲ. ಏಕೆಂದರೆ ತನ್ನ ಮಾತುಗಳು ಅವನನ್ನು ಗೋಳಾಡಿಸುವುವು. ಅವನು ಅದನ್ನು ಬೇಗ ಮರೆಯುವುದಿಲ್ಲ. ಅವಳು ಅವನ ಹೃದಯವನ್ನು, ಮನಸ್ಸಾಕ್ಷಿಯನ್ನು ಆಳವಾಗಿ ಚುಚ್ಚಿದ್ದ ಳೆಂಬುದು ನಿರ್ವಿವಾದ. ಇಂತಹ ಕಟುನುಡಿ ಹಾಗೂ ವೇದನೆಯಿಂದಲಾದರೂ ಆ ಮನಸ್ಸಾಕ್ಷಿ ಎಚ್ಚೆತ್ತುಕೊಳ್ಳಬಹುದು. ಬಹುಶಃ ಅವನು ಅವಳ ಮಾತುಗಳ ಬಗ್ಗೆಯೇ

ಯೋಚಿಸುತ್ತಿದ್ದಾನೆ, ಪ್ರತಿಯೊಂದು ಪದವನ್ನೂ ಮನನ ಮಾಡುತ್ತಿದ್ದಾನೆ. ತಮ್ಮ ವಿವಾಹಿತ ಜೀವನದಲ್ಲಿ ಅವನು ಇವನ್ನು ಪ್ರಥಮ ಬಾರಿಗೆ ಕೇಳಿಸಿಕೊಂಡಿದ್ದಾನೆ. ಅವಳು ವಾಪಸಾದಾಗ ಅವನು ಅವಳನ್ನು ಹೊಡೆಯಬಹುದು. ಆದರೆ ಅವಳು ಅವನಿಗೆ ಮತ್ತೆಂದೂ ಹೆದರಿಕೊಳ್ಳುವುದಿಲ್ಲ. ತನ್ನ ಕೈಲಿ ಸಾಧ್ಯವಾದಾಗಲೆಲ್ಲಾ ಅವಳು ಅವನನ್ನು ವಾದದಿಂದ ಎದುರಿಸುವಳು. ಅನಂತರ ಅವನು ತನಗೆ ಇಷ್ಟ ಬಂದದ್ದು ಮಾಡಿಕೊಳ್ಳಬಹುದು. ಬಹುಶಃ ಅವನು ತನ್ನ ಜೀವನದಲ್ಲಿ ಹೊಸ ಅಧ್ಯಾಯವೊಂದನ್ನು ಆರಂಭಿಸಿ ಮಕ್ಕಳ ಹಾಗೂ ತನ್ನ ಅವಶ್ಯಕತೆಗಳಿಗೆ ಗಮನ ಕೊಡಬಹುದು. ಅಥವಾ ಬಹುಶಃ ಅವನು ಸೋಮಾರಿಯಾಗಿಯೇ ಮುಂದುವರಿದು ಅವಳ ಮಾತುಗಳನ್ನು ನಿರರ್ಥಕಗೊಳಿಸಬಹುದು. ಅವಳ ಆಶೋತ್ತರ ಗಳನ್ನು ನುಚ್ಚುನೂರು ಮಾಡಬಹುದು.

ಚಂದಿರ

ಅವರು ತಮ್ಮ ಗುರಿಯತ್ತ ಮುಂದುವರಿದರು. ಆಲೀವ್ ಮರಗಳ ನಡುವಣ ರಸ್ತೆ ಡೊಂಕು ಡೊಂಕಾಗಿತ್ತು, ಒಮ್ಮೆ ತೀವ್ರವಾಗಿ ಕೆಳಗೆ ಇಳಿಯುತ್ತಲಿತ್ತು ಮತ್ತೆ ಮೇಲೇರುತ್ತಿತ್ತು. ಧೃತಿಗೆಡಿಸುವಂತಹ ನಿಶ್ಶಬ್ದ. ಅವರು ಬೆಟ್ಟವನ್ನು ದಾಟಿ ಬೆಳದಿಂಗಳಿಗೆ ಬಂದಾಗ ಹುಡುಗ ಕತ್ತೆತ್ತಿ ನೋಡಿದ ಆಲೀವ್ ಮರಗಳ ಸಂದಿನಲ್ಲಿ ಮೇಲಿನ ಬಾನನ್ನು ಸ್ವಚ್ಛವಾಗಿ ನೋಡಬಹುದಿತ್ತು. ಅವನು ಹೇಳಿದ :

ಚಂದ್ರ ಒಂದು ಚೆಂಡು, ಅಮ್ಮ."

ಅವಳು ಅವನ ಭುಜ ತಟ್ಟಿ ಹೇಳಿದಳು :

"ಹೌದು ಮಗು."

ಅವನ ಧ್ವನಿಯಲ್ಲಿ ಕಂಪನವಿತ್ತೆನಿಸಿದುದರಿಂದ ಮತ್ತೂ ಹೇಳಿದಳು.

"ನೀನು ಚಂದ್ರನನ್ನೇಕೆ ನೋಡುತ್ತಿದ್ದೀಯ ?"

"ಹೀಗೇ"

"ನಡೆಯುವಾಗ ನೀನು ನಿನ್ನ ಮುಂದೆ ನೋಡಬೇಕು."

ಅವನು ಅವಳ ಕೈ ಹಿಡಿದೆಳೆದು ಹೇಳಿದ :

"ಈಗ ಅದು ನಮಗಾಗಿ ರಸ್ತೆಯನ್ನು ಬೆಳಗಿಸುತ್ತಿದೆ."

"ಹಾಗಾದರೆ ನಿನಗೆ ಸ್ಮಶಾನದ ಯೋಚನೆಯಿಂದ ಭಯವಾಗಿರಬೇಕು."

ಹುಡುಗ ಸುಮ್ಮನಿದ್ದ. ಅದಕ್ಕೋಸ್ಕರ ಅವಳು ಮತ್ತೆ ಹೇಳಿದಳು :

"ಆದರೆ ಗಂಡಸರಿಗೆ ಭಯವಾಗೋದಿಲ್ಲ."

ಅವನು ಏನೂ ಹೇಳಲಿಲ್ಲ, ಆದರೆ ಅವರು ಮರಗಳ ಕೆಳಗೆ ಹೋಗುತ್ತಿದ್ದಂತೆ ಭೀತನಾಗಿ ತನ್ನ ಮುಂದೆ ಕೈ ತೋರಿಸಿದ. ಅವಳು ಅಲುಗಾಡದೆ ನಿಂತು ಆಲೀವ್ ಮರಗಳ ಬೇರು ಗಳಿಂದ ಆರಂಭವಾಗಿ, ಡೊಂಕಾಗಿ ತಮ್ಮವರೆಗೆ ಚಾಚಿಕೊಂಡಿದ್ದ ರಜತ ಛಾಯೆಯ ರಸ್ತೆ ನೋಡಿದಳು. ಮಗು ತನ್ನತ್ತ ಒತ್ತರಿಸಿಕೊಂಡಂತೆ ಮೆಲ್ಲನೆ ಕಂಪಿಸಿದಳು. ಆ ಗಂಭೀರ ಮೌನದಲ್ಲಿ ಒಂದು ಕ್ಷಣ ಅವಳ ರಕ್ತ ಹೆಪ್ಪುಗಟ್ಟಿದಂತಾಯಿತು. ಕೊನೆಗೆ ತಾಯಿ ಮಗುವಿನೊಡನೆ ಮುನ್ನಡೆದಳು. ಕಿರಿದಾದ ಏರು ರಸ್ತೆ ಅವರಿಗೆ ಜತೆಯಾಗಿ ನಡೆಯಿತು. ಮತ್ತೊಮ್ಮೆ ಅವರು ನಿಂತರು. ಹುಡುಗ ತಾಯಿಯ ಹತ್ತಿರ ಸರಿದು ಹೇಳಿದ :

"ವಾಪಸು ಹೋಗೋಣ, ಅಮ್ಮಾ!"

ಅವಳು ತನ್ನ ಭಾವನೆಗಳನ್ನು ಹತೋಟಿಗೆ ತಂದುಕೊಂಡು ನುಡಿದಳು :

"ನಾವು ಮುಂದೆ ಹೋಗಲೇಬೇಕು."

"ನಮ್ಮನ್ನು ದೆವ್ವ ತಿಂದು ಬಿಡಬಹುದು."

"ನಮ್ಮ ಬಡತನವೇ ಒಂದು ದೆವ್ವ ಮಗು!"

"ನನಗೆ ಕಾಲುಗಳನ್ನು ಮುಂದಿಡಲಾಗೋದಿಲ್ಲ"

"ನಾವು ವಾಪಸಾದರೆ ನಮಗೆ ನಾಳೆಗೆ ಎಣ್ಣೆ ಇರೋದಿಲ್ಲ."

"ನಾವು ಹೇಗೂ ಸಾಯ್ತೇವೆ. ನಮಗೆ ಎಣ್ಣೆಯೇನೂ ಬೇಕಾಗೋದಿಲ್ಲ."

"ಸುಮ್ಮನೆ ನನ್ನ ಜತೆ ಬಾ!"

"ನನ್ನ ಕೂದಲೆಲ್ಲಾ ನೆಟ್ಟಗಾಗ್ತಿದೆ."

"ನನ್ನ ಪಕ್ಕದಲ್ಲಿ ಬಾ, ನಿಂತುಕೋಬೇಡ!"

"ನನಗೆ ಸುಂಯ್ ಎಂಬ ಶಬ್ದ ಕೇಳ್ತಿದೆ."

"ಗಂಡಸುತನ ತಂದುಕೋ, ದೇವರು ನಮ್ಮೊಡನಿದ್ದಾನೆ."

"ದೆವ್ವ ಬರ್ತದೆ."

"ಇಲ್ಲ ಆತನ ಹತ್ತಿರ ಹೋಗುವವರು ನಾವೇ."

"ಅದು ನಮ್ಮನ್ನು ಕೊಲ್ತದೆ!"

"ಯಾವತ್ತಿಗೂ ಇಲ್ಲ!"

"ಖಂಡಿತ."

"ನಿನ್ನನ್ನು ನೋಡಿಕೊಳ್ಳೋದಕ್ಕೆ ನಾನಿದ್ದೇನೆ ಮಗು!"

ಭೀತಿಯ ವಿರುದ್ಧ ತನ್ನ ನಿರೋಧ ಕುಸಿಯುತ್ತಿದೆಯೆಂದು ಆಕೆಗೆ ಅನ್ನಿಸಿತು. ಆಕೆಯ ಬಲಭಾಗವೆಲ್ಲಾ ಮರಗಟ್ಟಿತ್ತು. ಬಿಳಿಯ ರಸ್ತೆ ಸಹಜವಾಗಿಯೇ ಆ ಆಕೃತಿಯನ್ನು ದಾಟಿಕೊಂಡು ಹೋಗುತ್ತದೆ. ಈಗ ಅವಳಿಗೆ ಏನಾದರೂ ಆಗಲೇಬೇಕು. ಕಟ್ಟಕಡೆಯ ಪ್ರಯತ್ನವಾಗಿ ಅವಳು ತನ್ನ ಮಗುವನ್ನು ಎಡಭಾಗದಲ್ಲಿ ಅಪ್ಪಿಕೊಂಡು, ದೆವ್ವವನ್ನು ದಾಟಿ ಹೋಗಲು ಕಣ್ಣು ಮುಚ್ಚಿಕೊಂಡೇ ನೇರವಾಗಿ ಮುನ್ನಡೆದಳು. ಅವಳು ಕಣ್ತೆರೆಯುವ ಮುನ್ನವೇ, ಅದುವರೆಗೂ ಒಂದೇ ಸಮನೆ ಹಿಂತಿರುಗಿ ನೋಡುತ್ತಿದ್ದ ಹುಡುಗ ಖುಷಿಯಿಂದ ಕೂಗಿಕೊಂಡ.

"ನೋಡಮ್ಮಾ, ಅದು ಕಣ್ಮರೆಯಾಯ್ತು!"

ಅವಳು ಹಿಂತಿರುಗಿ ನೋಡಿದಾಗ ಭಯವಾಗುವಂಥದೇನನ್ನೂ ಕಾಣಲಿಲ್ಲ. ಆದರೆ ಮರದ ಬುಡವೊಂದರ ಪಕ್ಕದಲ್ಲಿ ಬೆಳ್ಳಗಿರುವುದೇನನ್ನೋ ಕಂಡಳು. ಕುತೂಹಲದಿಂದ ಅದರತ್ತ ಹೋದಳು. ಆಲೀವ್ ಮರದ ನೀಳಕಾಂಡಕ್ಕೆ ಒರಗಿಕೊಂಡು ಸಮಾಧಾನದ ನಿಟ್ಟುಸಿರಿಟ್ಟಳು. ತನ್ನ ಸ್ಥೈರ್ಯವನ್ನು ಉಳಿಸಿದ್ದಕ್ಕಾಗಿ ದೇವರನ್ನು ವಂದಿಸಿದಳು. ತಾನು ದೆವ್ವವೆಂದು ಭಾವಿಸಿದ್ದು ಕಳ್ಳಿ ಮರದ ಉದ್ದನೆಯ ಒಂದು ಶಾಖೆಯಾಗಿತ್ತು. ಅದರ ಮೇಲೆ ಚಂದ್ರಕಿರಣ ಬಿದ್ದು ಬೆಳ್ಳಗೆ ಪ್ರತಿಫಲಿಸುತ್ತಿತ್ತು. ಇದರಿಂದಲೇ ಅವರ ಹೃದಯಗಳಲ್ಲಿ ಭೀತಿಯ ತಾಂಡವ. ಚಂದ್ರ ನಿಜವಾಗಿಯೂ ತಮ್ಮನ್ನು ಭಯಪಡಿಸಿದ ಎಂದು ಹುಡುಗ ಹೇಳಿದ!

"ನಮ್ಮ ಕಲ್ಪನೆಯಿಂದಲೇ ಹಾಗಾಯಿತು ಮಗು!"

"ಅದು ನಮಗೆ ಏನೂ ಮಾಡಲಿಲ್ಲ. ನೀನೇ ನೋಡಿದೆ ಅಲ್ಲವೆ?"

"ಅದು ನಿಜ."

"ಹಾಗಾದರೆ ಬೆಳದಿಂಗಳಲ್ಲಿ ಹೋಗೋಣ."

ಬೆಳಗು

ಅವಳು ದೃಢಗತಿಯಿಂದ ಮುನ್ನಡೆದಳು. ಅವಳ ಮಗ ಪಕ್ಕದಲ್ಲೇ, ಆದರೆ ಸ್ವತಂತ್ರವಾಗಿ ನಡೆಯುತ್ತಿದ್ದ. ಅವನಿಗೂ ಹಾಯೆನಿಸಿತ್ತು. ಆದರೆ ಸ್ಥೈರ್ಯದ ಕ್ಷಣ ಹ್ರಸ್ವವಾಗಿತ್ತು. ಏಕೆಂದರೆ ಇಬ್ಬರೂ ಸ್ಮಶಾನದ ಬಗ್ಗೆ, ಅಲ್ಲಿ ತಮಗೆ ಏನು ಕಾದಿರುವುದೆಂಬುದರ ಬಗ್ಗೆ ಯೋಚಿಸ ಲಾರಂಭಿಸಿದ್ದರು... ಸುತ್ತಿ ತಿರುಗುವ ರಸ್ತೆಯ ಎರಡು ಬದಿಗಳಲ್ಲೂ ಗೋರಿಗಳ ನಡುವೆ, ಅವರಿಗೆ ಮುಂಚಿನದಕ್ಕಿಂತಲೂ ಕೆಟ್ಟ ಅನುಭವಗಳು ಕಾದಿದ್ದವು. ಸ್ಮಶಾನ ಹತ್ತಿರ ಬಂದಂತೆ ಅವರು ಮತ್ತೊಮ್ಮೆ ಒಬ್ಬರಿಗೊಬ್ಬರು ಒತ್ತರಿಸಿಕೊಳ್ಳುತ್ತಿದ್ದರು. ನೀರವ ಬೆಳದಿಂಗಳ ರಾತ್ರಿಯಲ್ಲಿ ಗೋರಿಗಳು ಹೊಳೆಯುತ್ತಿದ್ದವು. ಆದರೆ ಇದ್ದಕ್ಕಿದ್ದಂತೆ ದೆವ್ವವೊಂದು ಅವರ ಮುಂದೆ ಕುಣಿಯುವುದು. ಅವಳು ಇಂತಹ ಕತೆಗಳನ್ನು ಅನೇಕ ಬಾರಿ ಕೇಳಿದ್ದಳು. ಆದರೆ ತಾನೇ ಎಂದೂ ನೋಡಿರಲಿಲ್ಲ. ಆ ನಿರ್ದಿಷ್ಟ ಸ್ಮಶಾನದಲ್ಲಿ ಸತ್ತವರು ಹತ್ತಿರ ಬಂದ ಜೀವಂತರನ್ನು ಸತತವಾಗಿ ಭಯಪಡಿಸುತ್ತಿದ್ದರು ಎಂದು ಗ್ರಾಮಸ್ಥರು ಹೇಳುತ್ತಿದ್ದರು. ಆದುದರಿಂದ ಅವಳಿಗೆ ಅದನ್ನು ಹಾದು ಹೋಗುವಾಗಲೆಲ್ಲಾ ಗಾಬರಿಯಾಗುತ್ತಿತ್ತು.

ಅವಳು ಗೋರಿಗಳತ್ತ ನೋಡುವುದನ್ನು ತಪ್ಪಿಸಿದಳು. ಇದ್ದಕ್ಕಿದ್ದಂತೆ ಸುಸ್ತಾಗಿ ಕಾಲೆಳೆಯಬೇಕಾಯಿತು. ಇದಕ್ಕೆ ಕಾರಣ ಗೋರಿಗಳು ಹತ್ತಿರವಾಗುತ್ತಿರುವುದೆ ? ಅವಳಿಗೆ ತನ್ನ ಎದೆಯ ಮೇಲೆ ಭಾರದ ಗೋರಿಯೊಂದು ಇರುವ ಅನುಭವವಾಯಿತು. ಅನೇಕ ಬಾರಿ ಆಕೆ ತನ್ನ ಗಂಡನೊಂದಿಗಿನ ದುರ್ಭರ ಬಾಳ್ವೆಯ ನೆನಪು ಬಂದಾಗಲೆಲ್ಲಾ ಗೋರಿಯ ಬಗ್ಗೆ ಯೋಚಿಸಿದ್ದಳು... ಸ್ಮಶಾನವಾಸಿಗಳಲ್ಲೊಬ್ಬಳಾಗುವುದು. ಆದರೆ ಮಕ್ಕಳ ಕುರಿತಾದ ಯೋಚನೆ ಆ ಬಯಕೆಯನ್ನು ಹೊರಗಟ್ಟುವುದು. ಆಕೆ ಅವರನ್ನು ಬಿಡಲಾಗದು. ಏಕೆಂದರೆ ಅದರಿಂದ ಅವರಿಗೆ ತೀವ್ರ ತೊಂದರೆ ಹಾಗೂ ವೇದನೆಯಾಗುವುದು. ತಂದೆಯ ಹೊಣೆಗಾರಿಕೆಯನ್ನು ಪೂರ್ಣವಾಗಿ ಕಡೆಗಣಿಸುವ ಗಂಡನ ಬಳಿ ಅವರನ್ನು ಹೇಗೆ ಬಿಡುವುದು ?

ಕ್ಷಣಗಳ ಹಿಂದೆ ತನ್ನನ್ನು ಆವರಿಸಿದ್ದ ಭೀಷಣತೆಯ ನೆನಪು ಆಕೆಗೆ ಆಯಿತು. ತನ್ನ ಭೀತಿಗೆ ಕಾರಣವಿರಲಿಲ್ಲ. ಅದು ಕೇವಲ ಭ್ರಮೆ ಎಂಬುದು ಕೊನೆಯಲ್ಲಿ ಹೇಗೆ ಸ್ಪಷ್ಟ ವಾಗಿತ್ತು ಎಂಬುದನ್ನು ಸ್ಮರಿಸಿಕೊಂಡಳು. ಅದೇ ಕ್ಷಣದಲ್ಲಿಯೇ ಆಕೆಗೆ ತಾನು ತನ್ನ ಹಾದಿಯಲ್ಲಿ ಮುನ್ನಡೆಯಬೇಕು ಎಂಬ ಭಾವನೆ ಬಂದಿತ್ತು. ಏಕೆಂದರೆ ಸತ್ತವರು ಬದುಕಿರುವವರಿಗೆ ತೊಂದರೆ ಮಾಡುವುದಿಲ್ಲ. ಇನ್ನು ಕೆಲವು ಹೆಜ್ಜೆಗಳ ನಂತರ ಆಕೆಗೆ ತನ್ನ ಹಿಂದೆ ಏನೋ ಚಲಿಸುತ್ತಿದ್ದಂತೆ ಭಾಸವಾಯಿತು. ತನಗರಿವಿಲ್ಲದಂತೆಯೇ ಹೃದಯದ ಬಡಿತ ಒಮ್ಮೆ ನಿಂತು ಮತ್ತೆ ಮುಂದುವರಿಯಿತು. ಆಕೆ ಮಗನನ್ನು ಹಿಡಿದುಕೊಂಡಳು. ತನ್ನನ್ನು ಹಿಂದಿನಿಂದ ಕೊಲ್ಲುತ್ತಾರೆ. ತಾನು ತನ್ನ ಹಂತಕನನ್ನಾದರೂ ನೋಡಬೇಕು. ನೋಡಲು ತಿರುಗಿದಳು. ಆಗ, ತನ್ನ ಗಂಡ ಹತ್ತಿರ ಬರುತ್ತಿರುವುದನ್ನು ಕಂಡಳು. ಕೋಪದಿಂದ ಘೂತ್ಕರಿಸಿದಳು :

"ನಮ್ಮನ್ನು ಗೋರಿಗೆಳೆಯೋದಕ್ಕೆ ಬಂದೆಯಾ ?"

ಆಕೆ ಗಂಡನ ಉತ್ತರಕ್ಕೆ ಕಾಯದೆ, ಮಗನನ್ನು ತನ್ನ ಮುಂದೆ ಮೆಲ್ಲಗೆ ತಳ್ಳುತ್ತಾ, ನಡಿಗೆ ಮುಂದುವರಿಸಿದಳು. ಅವನು ಹೆಜ್ಜೆಗಳನ್ನು ದೀರ್ಘಗೊಳಿಸಿ ಅವಳ ಹತ್ತಿರಕ್ಕೆ ಬಂದ. ಆನಂತರ ಹೇಳಿದ :

"ವಿಳಂಬ ಮಾಡಬೇಡ. ಮಕ್ಕಳೊಂದಿಗೆ ಯಾರೂ ಇಲ್ಲ."

ಅವಳನ್ನು ದಾಟಿಕೊಂಡು ಹೋಗುತ್ತಾ ಅವಳತ್ತ ಹಿಂತಿರುಗಿ ನೋಡಿ ಅವನು ಮತ್ತೆ ಅಂದ:

"ನಾನು ಜಮೀನಿಗೆ ಹೊರಟಿದ್ದೇನೆ !"

ಕೊನೆಯ ಮಾತುಗಳನ್ನು ಕೇಳುತ್ತಿದ್ದಂತೆ ಆಕೆಯ ಕೋಪ ಮಾಯವಾಯಿತು. ಹಿಂದಿನ ಸಂಜೆ ತಾನು ಆತನನ್ನು ಕುರಿತು ಹೇಳಿದ ಮಾತುಗಳನ್ನು ನೆನೆಸಿಕೊಂಡಳು. ಅವಳ ಹೃದಯ ಕರಗಿದಂತಾಯಿತು. ಹೆಜ್ಜೆಗಳನ್ನು ತೀವ್ರಗೊಳಿಸಿದಳು. ಸ್ಮಶಾನವನ್ನು ದಾಟುತ್ತಿದ್ದಂತೆ ತುಟಿಗಳಲ್ಲಿ ಕಿರುನಗೆ ಮಿಂಚಿತು ! ⃝

○ ಚಾರ್ಲ್ಸ್ ಜೊ

ಗಾಂಬಿಯ

ಕೊಳ

ಕೊಳದಲ್ಲಿ ಎಂದಿನಂತೆ ಅಲೆಗಳೇಳುತ್ತಿದ್ದವು. ಅವುಗಳನ್ನು ಅಲೆ ಎಂದು ಕರೆಯುವುದು ಬಹುಶಃ ತಪ್ಪೇನೋ? ಏಕೆಂದರೆ ಅವು ತುಂಬಾ ಸಣ್ಣದಾಗಿದ್ದವು. ಕೊಳವನ್ನು ನೋಡಿ ಅಭ್ಯಾಸ ವಿಲ್ಲದವರ ಕಣ್ಣಿಗೇ ಕಾಣದಷ್ಟು ಬಹಳ ಸಣ್ಣ ಅಲೆಗಳು. ಮಧ್ಯದಲ್ಲೆಲ್ಲೋ ಆರಂಭವಾಗಿ ಕ್ರಮೇಣ ವಿಸ್ತರಿಸಿ ವಿಸ್ತರಿಸಿ, ನೀರಿನ ಅಂಚಿನಲ್ಲಿದ್ದ ಜೊಂಡಿನ ಮಧ್ಯೆ ಮರೆಯಾಗುವ ಮುನ್ನ ಕೊಳದ ಪರಿಧಿಯನ್ನೆಲ್ಲ ಅಪ್ಪಿಕೊಳ್ಳುವುವೋ ಎಂಬಂತೆ ತೋರುವುವು. ಮಾತ್ರವಲ್ಲ, ಕಡು ಬೇಸಿಗೆಯಲ್ಲೆ ಕೂಡ ಆ ಕೊಳ ಬತ್ತುತ್ತಿರಲಿಲ್ಲ. ಈ ಎರಡು ವೈಚಿತ್ರ್ಯಗಳನ್ನು ಸುತ್ತಮುತ್ತಲ ಗ್ರಾಮೀಣ ಜನರು ಒಂದು ಅತಿ ಸುಂದರ ಜಾನಪದ ಕಥೆ ಯೊಂದರ ಮೂಲಕ ವಿವರಿಸುತ್ತಿದ್ದರು. ಸೆನೆ–ಗಾಂಬಿಯದ ಈ ಪ್ರದೇಶ ಇಂತಹ ಕಥೆಗಳಿಗೆ ಪ್ರಸಿದ್ಧವಾಗಿತ್ತು.

ಹೆಂಗಸೊಬ್ಬಳು ಬಯಸಬಹುದಾದ ಎಲ್ಲವನ್ನೂ ಹೊಂದಿದ್ದ ಒಬ್ಬ ಹೆಂಗಸು ಆ ಕತೆಯ ನಾಯಕಿ. ಆಕೆ ಸುಂದರಿ. ನೋಡುವವರ ಕಣ್ಣು ನೋವಾಗುವಷ್ಟು ಸುಂದರಿ. ಇಂತಹ ಸುಂದರಿ ಬ್ಯೂರ್ ಮಹಾರಾಜನಿಗೆ ಮಾತ್ರ ಯೋಗ್ಯಳು. ನಡೆದದ್ದೂ ಹಾಗೆಯೇ. ಆಕೆಯ ಸೌಂದರ್ಯದ ಬಗ್ಗೆ ಕೇಳಿದ ಬ್ಯೂರ್ ಸ್ವತಃ ಅವಳನ್ನು ನೋಡಲು ಬಂದ. ನೋಡಿದ, ಪ್ರೇಮಿಸಿದ, ಮದುವೆಯಾದ. ಅವಳ ಬಗ್ಗೆ ಪ್ರೇಮಾತಿಶಯದಿಂದ ಅವಳನ್ನು ಏನು ಮಾಡಲೂ ಆತ ಬಿಡುತ್ತಿರಲಿಲ್ಲ. ಅವಳ ಪ್ರತಿಯೊಂದು ಆಜ್ಞೆಯನ್ನು ಪರಿಪಾಲಿಸಲೂ ಗುಲಾಮ ನೊಬ್ಬನಿದ್ದ. ಪ್ರತಿನಿತ್ಯವೂ ಅವಳ ಕೆಲಸವೆಂದರೆ ಎನ್‌ಗಲಮ್ ಪ್ರದೇಶದ ಸ್ವರ್ಣಾಭರಣಗಳನ್ನು ಧರಿಸಿ ಹಾಸಿಗೆಯ ಮೇಲೆ ಕುಳಿತಿರುವುದೇ ಆಗಿತ್ತು. ಅವಳು ಸುಖವಾಗಿರಬಹುದಿತ್ತು, ಬಹಳ ಸುಖವಾಗಿರಬಹುದಿತ್ತು. ಆದರೆ ಅವಳಿಗೆ ಸಂತಾನವಿರಲಿಲ್ಲ.

ಪ್ರತಿದಿನ ಬೆಳಗ್ಗೆ, ಸಂಜೆ ಪ್ರತಿಯೊಬ್ಬರೂ, ಅದರಲ್ಲೂ ಮುಖ್ಯವಾಗಿ ಅವಳ ಅಸೂಯಾಪರ ಸವತಿಯರು, ಅವಳಲ್ಲಿ ಮಾತೆಯಾಗುವ ಚಿಹ್ನೆಗಳಿವೆಯೆ ಎಂಬುದನ್ನು ಗಮನಿಸುತ್ತಿದ್ದರು. ಆದರೆ ಪ್ರತಿದಿನ ಬೆಳಗ್ಗೆ, ಸಂಜೆ ಅವಳ ಕುಚಗಳು ಕಿರಿದಾಗಿ

ಹುಡುಗಿಯರ ಕುಚಗಳಂತೆಯೇ ಉಳಿದಿರುತ್ತಿದ್ದವು. ಹೊಟ್ಟೆ ಮಟ್ಟಸವಾಗಿ ಬರಡಾಗಿ ಇರುತ್ತಿತ್ತು.

ಅವಳ ಬಂಜೆತನವನ್ನು ಉಪಯೋಗಿಸಿ ಬ್ಯೂರ್ ಅವಳನ್ನು ತೊರೆಯುವಂತೆ ಮಾಡಲು ಅವಳ ಅಸೂಯಾಪರ ಸವತಿಯರು ನಿರ್ಧರಿಸಿದರು. ಹುಡುಗಿ ಮಾಟಗಾತಿ; ತನ್ನ ಅಜಾತ ಶಿಶುಗಳನ್ನು ಅವಳ ಸಹ ಮಾಟಗಾತಿಯರಿಗೆ ಸಾಲ ತೀರಿಸುವ ಸಲುವಾಗಿ ಕೊಡುತ್ತಿದ್ದಾಳೆ. ಆದುದರಿಂದಲೇ ಆಕೆಗೆ ಮಕ್ಕಳಾಗಿಲ್ಲ ಎಂದು ಬ್ಯೂರ್‌ನ ಕಿವಿಯೂದುವಂತೆ ಅವನ ಮುಖ್ಯ ಸಲಹೆಗಾರನಾಗಿದ್ದ ತುವಾರೆಗ್ ಪಂಗಡದ ನಾರ್‌ಗೆ ಅವರು ಲಂಚ ಕೊಟ್ಟರು. ನಾರ್ ಹಾಗೆಯೇ ಮಾಡಿದ. ಇದನ್ನು ಕೇಳಿದ ಬ್ಯೂರ್‌ಗೆ ಬಹಳ ಕೋಪ ಬಂತು. ಅವಳ ತಲೆ ಬೋಳಿಸಿ ಹಾಗೂ ಅವಳ ಎಲ್ಲ ಸುಂದರ ವಸ್ತ್ರಗಳನ್ನೂ ಮತ್ತು ಸುವರ್ಣಾಭರಣಗಳನ್ನೂ ಕಿತ್ತುಕೊಳ್ಳಿ ಎಂದು ಆತ ಆಜ್ಞೆ ಮಾಡಿದ. ಅನಂತರ ಅವಳನ್ನು ಕಾಡಿಗೆ ತೆಗೆದುಕೊಂಡು ಹೋಗಿ ದುಷ್ಟಮೃಗಗಳಿಗೆ ಆಹಾರವಾಗಿ ಬಿಡಬೇಕಿತ್ತು. ಒಮ್ಮೆಲೇ ಹುಡುಗಿಯ ಎಲ್ಲ ಸುಂದರ ಸ್ವರ್ಣಾಭರಣಗಳನ್ನೂ ಕಳಚಲಾಯಿತು. ಅವಳ ಭಾರವಾದ ಚಿನ್ನದ ಓಲೆಗಳನ್ನು ಮಾತ್ರ ಹಾಗೆಯೇ ಬಿಟ್ಟರು. ಏಕೆಂದರೆ ಅವನ್ನು ಅಕ್ಕಸಾಲಿಗನೊಬ್ಬ ಅವಳ ಕಿವಿಗಳಿಗೆ ಬಿಗಿ ಮಾಡಿದ್ದ. ಅವನ್ನು ಕೀಳುವುದೆಂದರೆ ಆಕೆಯ ಕಿವಿಯ ಕೆಳಭಾಗವನ್ನು ಹರಿದಂತೆಯೇ ಆಗುತ್ತಿತ್ತು. ಅವಳ ಸೇವಕರು ಅವಳಿಗೆ ನೋವುಂಟುಮಾಡಲು ಇಚ್ಛಿಸಲಿಲ್ಲ. ಅವರಿಗೆ ಅವಳ ಬಗ್ಗೆ ಬಹಳ ಅನುಕಂಪವಿತ್ತು. ಆನಂತರ ಅವಳನ್ನು ಕಾಡಿಗೆ ತೆಗೆದುಕೊಂಡು ಹೋಗಿ ಅಲ್ಲೇ ಬಿಡಲಾಯಿತು. ಏನು ಮಾಡಬೇಕೆಂದು ತೋರದೆ ಅವಳು ನೆಲದ ಮೇಲೆ ಕುಳಿತು ಒಂದೇ ಸಮನೆ ಅತ್ತಳು. ಅವಳು ಅಳುತ್ತಿದ್ದಂತೆಯೇ ಅವಳ ಕಣ್ಣೀರು ಅವಳ ಸುತ್ತ ಒಂದು ಕೊಳವಾಯಿತು. ಈ ಕೊಳ ಬೆಳೆದು ಬೆಳೆದು ಕಟ್ಟಕಡೆಗೆ ಆಕೆಯನ್ನು ಸಂಪೂರ್ಣ ಆವರಿಸಿತು. ಜಲದೇವತೆಯೊಬ್ಬನಿಗೆ ಆಕೆಯ ಬಗ್ಗೆ ಕರುಣೆಯುಂಟಾಗಿ ಆತ ಆಕೆಯನ್ನು ಮದುವೆಯಾದ. ಅವರಿಗೆ ಅನೇಕ ಮಕ್ಕಳಾದವು. ಆದರೆ ಅವಳು ಇನ್ನೂ ಅಳುತ್ತಿದ್ದಳು – ತನ್ನನ್ನು ಮಾಟಗಾತಿಯೆಂದು ಕರೆದರಲ್ಲಾ ಎಂಬ ಶೋಕದಿಂದ. ಇವತ್ತಿಗೂ ಅವಳು ಅಳುತ್ತಿದ್ದಾಳೆ. ಆದ್ದರಿಂದಲೇ ಆ ಕೊಳ ಎಂದಿಗೂ ಬತ್ತದು. ಆಕೆ ಅಳುವಾಗ ಉಂಟಾಗುವ ತೋಳುಗಳ ಕಂಪನದಿಂದಲೇ ಕೆರೆಯಲ್ಲಿ ಅಲೆಗಳುಂಟಾಗುತ್ತಿದ್ದವೆಂಬ ಭಾವನೆ. ಮಧ್ಯಾಹ್ನದ ಹೊತ್ತಿನಲ್ಲಿ ಕೊಳವನ್ನು ದಿಟ್ಟಿಸಿ ನೋಡಿದರೆ ತಳಭಾಗದಲ್ಲಿ ಆಕೆ ಕುಳಿತಿರುವುದನ್ನೂ, ಚಿನ್ನದ ಓಲೆಗಳು ಹೊಳೆಯುತ್ತಿರುವುದನ್ನೂ, ಅವಳ ಸುತ್ತ ಮಕ್ಕಳಿರುವುದನ್ನೂ, ನೋಡಬಹುದೆಂದು ಜನ ನಂಬಿದ್ದರು. ಆದ್ದರಿಂದಲೇ ಆ ಹೊತ್ತಿನಲ್ಲಿ ಕೊಳದಿಂದ ದೂರವಿರಲಾಗುತ್ತಿತ್ತು. ಆಕೆಯನ್ನು ನೋಡಿದವರು ಕೂಡಲೇ ಸಾಯುವರೆಂದೂ ನಂಬಲಾಗಿತ್ತು. ಏಕೆಂದರೆ ಆಕೆಯನ್ನು ಕಂಡುದಾಗಿ ಹೇಳಿಕೊಂಡ ಒಬ್ಬನೇ ಮನುಷ್ಯ ಅದೇ ದಿನ ಹಠಾತ್ತನೆ ಸತ್ತಿದ್ದ.

ಆ ಕೊಳ ಸುತ್ತಮುತ್ತಲ ಗ್ರಾಮಗಳ ಹೃದಯವಾಗಿತ್ತು. ಬಹಳ ಹಿಂದೆ ಅಲ್ಲಿ ಜಲ ದೇವತೆಗೆ ಬಲಿ ಕೊಡುತ್ತಿದ್ದರು. ಆದರೆ ಗ್ರಾಮಸ್ಥರು ಮಹಮ್ಮದೀಯ ಧರ್ಮ ಸ್ವೀಕರಿಸಿದಾಗ ಆ ಬಲಿಯನ್ನು ನಿಲ್ಲಿಸಲಾಯಿತು. ಆದರೂ ಕೊಳವನ್ನು ಇನ್ನೂ ಪುಣ್ಯತೀರ್ಥವೆಂದೇ ಭಾವಿಸಲಾಗಿತ್ತು. ಆಗ ತಾನೇ ಹುಟ್ಟಿದ ಮಕ್ಕಳನ್ನು ಅಲ್ಲಿ ಸಾಂಪ್ರದಾಯಿಕವಾಗಿ ಮುಳುಗಿಸಿ ಎತ್ತಲಾಗುತ್ತಿತ್ತು. ವಧುವನ್ನು ಗಂಡನ ಮನೆಗೆ ಕರೆದುಕೊಂಡು ಹೋಗುವ ಮುನ್ನ ಅಲ್ಲಿ ಸ್ನಾನ ಮಾಡಿಸಲಾಗುತ್ತಿತ್ತು. ಹುಡುಗರಿಗೆ ಶಿಶ್ನ ಕ್ರಿಯೆಯಾಗಿ ಗಾಯ ಮಾಗಿದ ಮೇಲೆ

ಅವರನ್ನೂ ನಡುರಾತ್ರಿಯಲ್ಲಿ ಅಲ್ಲಿಗೆ ಕರೆದುಕೊಂಡು ಹೋಗಿ ಮೀಯಿಸುತ್ತಿದ್ದರು. ಅಲ್ಲಿಯೇ ಬಟ್ಟೆ ಒಗೆಯುತ್ತಿದ್ದರು, ತರಕಾರಿ ತೊಳೆಯುತ್ತಿದ್ದರು. ಕುಡಿಯಲಿಕ್ಕೆ, ಅಡುಗೆ ಮಾಡಲಿಕ್ಕೆ ಹಾಗೂ ತಮ್ಮ ಗಂಡಂದಿರ ಸ್ನಾನಕ್ಕೆ ಹೆಂಗಸರು ಅಲ್ಲಿಂದಲೇ ನೀರು ಒಯ್ಯುತ್ತಿದ್ದರು. ಇಂದು ಕೊಳದ ಬಳಿಯಲ್ಲಿದ್ದ ಹೆಂಗಸರು ಕರ್ ಮಾಬಾ ಗ್ರಾಮದವರು. ಕೊಳಕ್ಕೆ ಹತ್ತಿರದಲ್ಲಿದ್ದ ಗ್ರಾಮ ಅದೇ. ಅವರು ತಮ್ಮ ತರಕಾರಿಗಳನ್ನು ತೊಳೆದು ಮುಗಿಸಿದ್ದರು. ಈಗ ಸ್ನಾನ ಮಾಡುತ್ತಾ, ಸ್ವಲ್ಪ ದೂರದಲ್ಲಿ ಆಟವಾಡಿಕೊಳ್ಳುತ್ತಿದ್ದ ತಮ್ಮ ಮಕ್ಕಳ ಬಗ್ಗೆ ಮಾತನಾಡಿಕೊಳ್ಳು ತ್ತಿದ್ದರು. ಅವರಲ್ಲಿ ಇಬ್ಬರನ್ನು ಅದೇ ತಾನೇ ಜಗಳದಿಂದ ಬಿಡಿಸಿದ್ದರಾದ್ದರಿಂದ ಆ ಮಹಿಳೆಯರು ಈಗ ಸಣ್ಣ ಮಕ್ಕಳ ಸ್ವಭಾವದ ಬಗ್ಗೆ ಚರ್ಚೆಯಲ್ಲಿ ತೊಡಗಿದ್ದರು.

"ಸಣ್ಣ ಮಕ್ಕಳು ನಾಯಿ ಮರಿಗಳಂತೆ," ಎಂದಳು ಜಗಳವನ್ನು ಆರಂಭಿಸಿದ್ದ ಮಗುವಿನ ತಾಯಿ. "ಅವರು ಜಗಳ ಮಾಡುವುದೂ ತಾವು ಆಟವಾಡುವ ಸ್ಥಳದಲ್ಲೇ. ಆದ್ದರಿಂದಲೇ ತಮ್ಮ ಮಕ್ಕಳು ಇನ್ನೊಬ್ಬರ ಮಕ್ಕಳಿಂದ ಹೊಡೆತ ತಿಂದಾಗ ಕೋಪಗೊಳ್ಳುವ ತಾಯಂದಿರನ್ನು ಕಂಡಾಗಲೆಲ್ಲಾ ನನಗೆ ಅಚ್ಚರಿಯಾಗ್ತದೆ."

"ಅವರಿಗೆ ವಿವೇಕವಿಲ್ಲ, ಅಷ್ಟೇ," ಎಂದಳು ಇನ್ನೊಬ್ಬ ಹೆಂಗಸು. "ನಾನಂತೂ ನನ್ನ ಸ್ವಂತ ಮಕ್ಕಳೇ ಜಗಳವಾಡುತ್ತಿರುವಾಗಲೂ ಲೆಕ್ಕಕ್ಕೆ ತೆಗೆದುಕೊಳ್ಳೋದಿಲ್ಲ. ನನಗೆ ಬಂದು ಹೇಳಿದ್ದಕ್ಕಾಗಿ ಇನ್ನಷ್ಟು ಹೊಡೀತೇನೆ. ನಾನು ಯಾವಾಗಲೂ ಹೇಳುವಂತೆ, ಬೇರೊಂದು ಮಗುವಿಗೆ ಏನೂ ಮಾಡದಿರುತ್ತಿದ್ದರೆ ಅದೇಕೆ ಅವರನ್ನು ಹೊಡೆಯುತ್ತಿತ್ತು? ಒಂದು ಪಕ್ಷ ನಿಮಗೆ ಕೋಪ ಬಂದು ಆ ಮಗುವಿನ ತಾಯಿಗೆ ದೂರು ಹೇಳಿದರೂ, ಮರುಕ್ಷಣ ದಲ್ಲಿಯೇ ಅವರು ಏನೂ ಆಗಿಲ್ಲವೆಂಬಂತೆ ತಮ್ಮ ತಮ್ಮಲ್ಲೇ ಆಟವಾಡುತ್ತ ಇರೋದನ್ನು ನೋಡಿ ನೀವೇ ನಾಚಿಕೆ ಪಟ್ಟುಕೊಳ್ಳುತ್ತೀರಿ" ಎಂದು ಮೂರನೆಯವಳು ಧ್ವನಿಗೂಡಿಸಿದಳು.

ಇವಳ ಹೆಸರು ಕೊರ್ಡು ಅಂಬೋಗೆ. ಹಳ್ಳಿಯವರೆಲ್ಲಾ ಕರೆಯುತ್ತಿದ್ದುದ್ದು ಯಾಯ್ ಕೊರ್ಡು ಎಂದು. ಅವಳಿಗೆ ಸ್ವಂತ ಮಕ್ಕಳಿರಲಿಲ್ಲ. ಆದರೆ ಹಳ್ಳಿಯ ಮಕ್ಕಳ ಬಗ್ಗೆ ಅವರ ತಾಯಂದಿರಿಗೆ ಗೊತ್ತಿರುವುದಕ್ಕಿಂತ ಆಕೆಗೆ ಹೆಚ್ಚು ಗೊತ್ತಿರುತ್ತಿತ್ತು. ಏಕೆಂದರೆ ಅವರೆಲ್ಲಾ ಅವಳ ಬಳಿ ಅಷ್ಟೊಂದು ಕಾಲ ಕಳೆಯುತ್ತಿದ್ದರು. ಅವಳು ಹಳ್ಳಿಗೆ ಬಹಳ ಹಿಂದೆ ತನ್ನ ಗಂಡನೊಂದಿಗೆ ಬಂದಿದ್ದಳು. ಆತ ದರ್ಜಿ, ಅವನು ಸತ್ತ ಬಳಿಕ, ಬಟ್ಟೆಗಳಿಗೆ ಬಣ್ಣ ಹಾಕುವ ತನ್ನ ಕಸುಬನ್ನು ಅವಳು ಮುಂದುವರಿಸುತ್ತಾ ಅಲ್ಲಿಯೇ ಉಳಿದಳು. ಇದರಲ್ಲಿ ಅವಳಿಗೆ ಬದುಕು ಸಾಗಿಸಲು ಸಾಕಾಗುವಷ್ಟು ಸಂಪಾದನೆಯಾಗುತ್ತಿತ್ತು. ಆದ್ದರಿಂದ ಅವಳು ಹಳ್ಳಿಯ ಇತರ ಹೆಂಗಸರಂತೆ ಕೃಷಿ ಕೆಲಸ ಮಾಡುತ್ತಿರಲಿಲ್ಲ. ಇತರರೆಲ್ಲಾ ತಮ್ಮ ತಮ್ಮ ಹೊಲಗಳಿಗೆ ಹೊರಟಾಗ ಅವಳು ಹಳ್ಳಿಯಲ್ಲಿ ಉಳಿಯುವ ಏಕಮಾತ್ರ ಹೆಂಗಸಾಗಿರುತ್ತಿದ್ದಳು. ಆದ್ದರಿಂದ ಅವರೆಲ್ಲಾ ಬೆಳಗ್ಗೆ ಹೊರಡುವಾಗ ತಮ್ಮ ಮಕ್ಕಳನ್ನು ಅವಳ ಬಳಿಯಲ್ಲಿ ಬಿಟ್ಟು ಸಂಜೆ ಮತ್ತೆ ಕರೆದುಕೊಳ್ಳುತ್ತಿದ್ದರು. ಕೆಲವೊಮ್ಮೆ ಇನ್ನೊಂದು ಹಳ್ಳಿಗೆ ಒಂದೆರೆಡು ದಿನದ ಮಟ್ಟಿಗೆ ಹೋಗುವ ಹೆಂಗಸರು ಆ ಪೂರ್ಣ ಅವಧಿಗೆ ತಮ್ಮ ಮಕ್ಕಳನ್ನು ಅವಳ ಬಳಿಯೇ ಬಿಡುತ್ತಿದ್ದರು. ಅವರು ವಾಪಾಸಾದಾಗ ತಮ್ಮ ಮಕ್ಕಳು ಎಂದಿನಂತೆಯೇ ಆರೋಗ್ಯ ಹಾಗೂ ಉಲ್ಲಾಸ ದಿಂದಿರುವುದನ್ನು ನೋಡುತ್ತಿದ್ದರು. ಅವಳು ಇದಕ್ಕಾಗಿ ಏನನ್ನೂ ಕೇಳುತ್ತಿರಲಿಲ್ಲ. ಯಾರಾದರೊಬ್ಬ ಹೆಂಗಸು ಮಗುವಿಗಾಗಿ ಸ್ವಲ್ಪ ಆಹಾರ ಇಟ್ಟಿರುತ್ತೇನೆಂದರೂ ಅವಳು ಒಪ್ಪುತ್ತಿರಲಿಲ್ಲ "ಏನು! ಮಕ್ಕಳ ಸಣ್ಣ ಹೊಟ್ಟೆಗಳಿಗಾಗುವಷ್ಟು ಆಹಾರ ನನ್ನಲ್ಲಿ ಇಲ್ಲ

ಎಂದು ಯೋಚಿಸಿರುವೆಯಾ ? ನಿನ್ನ ಅಕ್ಕಿ ನಿನ್ನ ಬಳಿಯೇ ಇರಲಿ. ಅವರು ನನ್ನ ಅನ್ನ ತಿನ್ತಾರೆ: ನನ್ನ ಗಂಜಿ ಕುಡೀತಾರೆ. ನಾನು ಉಪವಾಸವಿದ್ದರೆ ಮಾತ್ರ ಮಕ್ಕಳಿಗೆ ಉಪವಾಸ" ಎನ್ನುತ್ತಿದ್ದಳು.

ಆ ತಾಯಿ ಅಕ್ಕಿಯೊಂದಿಗೆ ವಾಪಸು ಹೋಗುವಳು. ಮಕ್ಕಳು ಉಪವಾಸ ಇರುವುದಿಲ್ಲ ವೆಂಬ ಭರವಸೆ ಆಕೆಗಿರುತ್ತಿತ್ತು. ಬಹುಶಃ ಅವಳೂ ತಾನು ಚಿಕ್ಕವಳಾಗಿದ್ದಾಗ ಯಾಯ್ ಕೊರ್ಡುವಿನ ಪೋಷಣೆಯಲ್ಲಿದ್ದಳು. ಆಕೆಯ ಬಳಿ ಉಳಿಯುವ ಯಾವ ಮಗುವೂ ಹಸಿವನ್ನು ಅನುಭವಿಸುವುದಿಲ್ಲ ಎಂಬುದು ಆಕೆಗೆ ಗೊತ್ತು. ಯಾಯ್ ಕೊರ್ಡುವಿನ ಅಡುಗೆಯ ತಪ್ಪಲೆ ಆಕೆಯ ಹೃದಯದಷ್ಟೇ ವಿಶಾಲವಾದುದು ಎಂದು ಎಲ್ಲರೂ ಹೇಳುತ್ತಿದ್ದರು. ಪ್ರತಿಯೊಬ್ಬರಿಗೂ ಅದರಲ್ಲಿ ಪಾಲಿರುತ್ತಿತ್ತು.

ಸ್ನಾನ ಮುಗಿದ ಅನಂತರ ಆ ಹೆಂಗಸರೆಲ್ಲಾ ಮನೆಗಳಿಗೆ ತೆಗೆದುಕೊಂಡು ಹೋಗಲು ತಮ್ಮ ಕಲಬಾಶ್ ಬುರುಡೆಗಳಲ್ಲಿ ನೀರು ತುಂಬಿಕೊಂಡು ಅವರವರ ವಸ್ತುಗಳನ್ನು ಒಬ್ಬರಿಗೊಬ್ಬರು ಎತ್ತಿಕೊಟ್ಟರು. ಬಳಿಕ ಅವರು ವಾಪಸು ಹೊರಟರು. ದಾರಿ ಕಿರಿದಾಗಿದ್ದುದರಿಂದ ಅವರು ಒಬ್ಬರ ಹಿಂದೊಬ್ಬರಂತೆ ನಡೆಯುತ್ತಿದ್ದರು. ಭುಜಗಳ ಮೇಲಿಂದ ಸಂಭಾಷಣೆ ಹಾದು ಬರಬೇಕಾಗಿತ್ತು. ಹಳ್ಳಿಯ ಹತ್ತಿರ ಬಂದಂತೆ ದಾರಿ ಹಲವಾರು ಮನೆಗಳಿಗೆ ಸಣ್ಣ ಸಣ್ಣದಾಗಿ ಕವಲೊಡೆಯಿತು. ಇಲ್ಲಿ ಮಹಿಳೆಯರು ಪರಸ್ಪರ ವಂದನೆ ಹೇಳಿ ಬೇರ್ಪಟ್ಟರು. ಮನೆಯಲ್ಲಿ ಇರುವವರಿಗೂ ಶುಭಾಶಯಗಳನ್ನು ಹೇಳಿದರು.

ಮೊದಲು ಮನೆ ಸೇರಿದವಳು ಯಾಯ್ ಕೊರ್ಡು. ಅವಳ ಮನೆಯ ಆವರಣ ಹಳ್ಳಿಯ ರಸ್ತೆಗೆ ಹೆಚ್ಚು ದೂರವಿರಲಿಲ್ಲ. ಆವರಣದಲ್ಲಿ ಅವಳ ವಾಸಕ್ಕೆ ಒಂದು ಮಧ್ಯಮ ಗಾತ್ರದ ಗುಡಿಸಲು, ಅಡುಗೆ ಮಾಡಲು ಒಂದು ಸಣ್ಣ ಷೆಡ್ ಹಾಗೂ ಶೌಚಕ್ಕಾಗಿ ಒಂದು ಮರೆಯಾದ ಪ್ರದೇಶ – ಇಷ್ಟು ಮಾತ್ರ ಇತ್ತು! ಆವರಣಕ್ಕೆ ಒಂದು ಬಗೆಯ ಗಿಡಗಳ ಬೇಲಿ ಬೆಳೆಸಿದ್ದು, ಅದೇ ಗಿಡಗಳ ಸಣ್ಣ ಕಡ್ಡಿಗಳಿಂದಲೇ ಗೇಟನ್ನೂ ಹೆಣೆಯಲಾಗಿತ್ತು. ಇದನ್ನು ಪಕ್ಕದ ಎರಡು ಕಂಬಗಳಿಗೆ ಕಟ್ಟಲಾಗಿತ್ತು.

ತನ್ನ ತಲೆಯ ಮೇಲಿದ್ದ ನೀರು ತುಂಬಿದ ಕಲಬಾಶ್ ಬುರುಡೆಯನ್ನು ಸಮತೋಲನ ದಲ್ಲಿಟ್ಟುಕೊಂಡು ಯಾಯ್ ಕೊರ್ಡು ಗೇಟು ಬಿಚ್ಚಿಕೊಳ್ಳಲು ಕೈ ಚಾಚಿದಳು. ಮರುಕ್ಷಣ ದಲ್ಲಿಯೇ ಆಕೆ ಥಟ್ಟನೆ ಕೈಯನ್ನು ಹಿಂದಕ್ಕೆ ತೆಗೆದುಕೊಂಡಾಗ, ಕೊಡ ಇನ್ನೇನು ಬೀಳುವಂತಾಯ್ತು. ಅವಳು ಕಂಬದ ಮೇಲಿದ್ದುದೇನನ್ನೋ ಸ್ಪರ್ಶಿಸಿದಳು. ಅದರ ಒರಟು ಹೊರ ಮೈಯಿಂದಲೇ ಅದೇನೆಂಬುದನ್ನು ಅವಳು ಊಹಿಸಿದ್ದಳು. ಅದೊಂದು ಹೆಂಟೆಗೊದ್ದ, ಅವಳಿಗೆ ಹೆಂಟೆ ಗೊದ್ದವೆಂದರೆ ಭಯ. ಅದು ತನ್ನ ಬಳಿ ಸುಳಿಯುವುದನ್ನು ಅವಳಿಗೆ ತಡೆಯ ಲಾಗುತ್ತಿರಲಿಲ್ಲ. ಒಂದು ವೇಳೆ ಗುಡಿಸಲಿನೊಳಗೇನಾದರೂ ಹೊಕ್ಕಿತೆಂದರೆ ಹೊರಗೋಡಿಸುವ ವರೆಗೂ ಅವಳು ವಿಶ್ರಮಿಸುತ್ತಿರಲಿಲ್ಲ. ಅವಳು ಚಿಕ್ಕವಳಾಗಿದ್ದಾಗ ಅವಳ ತಾಯಿ ಈ ಭಯವನ್ನು ಹೋಗಲಾಡಿಸಲು ಪ್ರಯತ್ನಿಸುತ್ತಿದ್ದಳು, ಹೆಂಗಸಿನ ಗುಡಿಸಲಿಗೆ ಹೆಂಟೆಗೊದ್ದ ಬರುವುದೆಂದರೆ ಅದೃಷ್ಟ; ಏಕೆಂದರೆ ಅವಳು ಗರ್ಭಿಣಿಯಾಗುವಳು, ಎಂದೆಲ್ಲಾ ಹೇಳಿದ್ದಳು. ಆದರೆ ಇದರಿಂದ ಅವಳ ಭಯವೇನೂ ಹೋಗಲಿಲ್ಲ. ಮುಂದೆ ಸತತ ಗರ್ಭಪಾತ ದಿಂದಾಗಿ ಅವಳಿಗೆ ಹುಚ್ಚು ಹಿಡಿಯುವಂತಾಗಿದ್ದ ಸಮಯದಲ್ಲಿ ಮಾತ್ರ, ಹೆಂಟೆಗೊದ್ದ ಗುಡಿಸಲಿನೊಳಗೆ ಬಂದರೆ, ಅವಳು ಹೇಗೋ ಬಲವಂತದಿಂದ ಅದನ್ನು ಸಹಿಸಿಕೊಂಡಿರು

ತ್ತಿದ್ದಳು. ಆದರೆ ಆಗಲೂ ತಾನೆಲ್ಲಿ ಅದನ್ನು ತುಳಿಯುವೆನೋ, ಅಥವಾ ರಾತ್ರಿ ಗಂಡನ ಪಕ್ಕ ಮಲಗಿರುವಾಗ ಆದೆಲ್ಲಿ ತನ್ನ ಮೈ ಮೇಲೆ ಹರಿದಾಡುವುದೋ ಎಂದು ಭಯಪೀಡಿತ ಳಾಗಿರುತ್ತಿದ್ದಳು.

ಕಂಬದ ಮೇಲೆ ಜೋರಾಗಿ ಹೊಡೆದು ಅದನ್ನು ಹೆದರಿಸಿ ಓಡಿಸುವ ಸಲುವಾಗಿ ಅವಳು ಕೊಡವನ್ನು ಕೆಳಗಿಟ್ಟು ಕಡ್ಡಿಯೊಂದನ್ನು ಕೈಗೆತ್ತಿಕೊಂಡಳು. ಅದು ಸರ್‍ರೆಂದು ಹೋದ ಶಬ್ದ ಕೇಳದಿದ್ದಾಗ ತನ್ನ ಧೈರ್ಯವನ್ನೆಲ್ಲಾ ಒಗ್ಗೂಡಿಸಿ ಕಂಬದ ಸುತ್ತ ಇಣುಕಿ ನೋಡಿದಳು, ಅದು ಇನ್ನೂ ಇದೆಯೋ ಇಲ್ಲವೋ ತಿಳಿಯಲು. ಮೊದಲು ಆಕೆಗೆ ಏನೂ ಕಾಣಲಿಲ್ಲ. ಅನಂತರ ಕಂಬ ಮತ್ತು ಬೇಲಿಯ ನಡುವೆ ಸಣ್ಣ ತಲೆಯೊಂದು ತೂಗಾಡು ತ್ತಿರುವುದು ಕಂಡಿತು. ಅವಳು ಬೇಲಿಯನ್ನು ಅಲ್ಲಾಡಿಸಿದಾಗ ಹೆಂಟೆಗೊದ್ದ ಕೆಳಕ್ಕೆ ಬಿತ್ತು. ಅದರ ತಲೆಯ ಹಿಂದೆ ಕಲ್ಲೇಟು ಬಿದ್ದಿದ್ದುದನ್ನು ಆಗ ಆಕೆ ಕಂಡಳು.

ಹುಸ್ಸೆನ್ನುತ್ತಾ ಕಂಬ ಮತ್ತು ಗೇಟಿಗೆ ಕಟ್ಟಿದ್ದ ಹಗ್ಗವನ್ನು ಕೊರ್ಡು ಬಿಚ್ಚಿದಳು. ಕೊಡವನ್ನು ಮತ್ತೆ ತಲೆಯ ಮೇಲಿಟ್ಟುಕೊಂಡು, ಹೆಂಟೆಗೊದ್ದದ ಮೇಲೆ ಕಾಲಿಡದಂತೆ ಎಚ್ಚರಿಕೆ ವಹಿಸುತ್ತಾ ಆವರಣದೊಳಗೆ ನಡೆದಳು. ಕೊಡವನ್ನು ಕೆಳಗಿಟ್ಟು ಬೇಲಿಯ ಬಳಿಯಲ್ಲಿನ ಕಟ್ಟಿಗೆಯ ರಾಶಿಯಿಂದ ಉದ್ದನೆಯ ಕಡ್ಡಿಯೊಂದನ್ನು ಕೈಗೆತ್ತಿಕೊಂಡು ಹೆಂಟೆಗೊದ್ದವನ್ನು ಆವರಣದಾಚೆಗೆ ಬೇಲಿಯಿಂದ ಬಲು ದೂರಕ್ಕೆ, ನೂಕಿದಳು. ಹೆಂಟೆಗೊದ್ದದ್ದು ಸಹಜ ಸಾವಲ್ಲ, ಗೇಟಿನ ಕಂಬ ಹಾಗೂ ಬೇಲಿಯ ನಡುವೆ ಅದು ಸಿಕ್ಕಿಕೊಂಡಿದ್ದುದು ಆಕಸ್ಮಿಕದಿಂದಲ್ಲ ಎಂಬುದನ್ನು ಆಕೆ ಅರಿತಿದ್ದಳು. ಅದನ್ನು ಅವಳ ನೆರೆಯಾಕೆಯ ಮಗ ಬಾಯ್ ಮೋಡಿ ಅಲ್ಲಿಟ್ಟಿದ್ದ. ಅವಳು ಯಾವಾಗಲೂ ಹೇಳುತ್ತಿದ್ದಂತೆ, ಆಕೆ ತನ್ನ ಜೀವನದಲ್ಲಿ ಎಷ್ಟೋ ಹುಡುಗರನ್ನು ಕಂಡಿದ್ದಳು. ಆದರೆ ಬಾಯ್ ಮೋಡಿಯಂತಹವರನ್ನು ಎಂದೂ ಕಂಡಿರಲಿಲ್ಲ. ಅವನಿಗೆ ಇನ್ನೂ ಐದು ವರ್ಷ ವಯಸ್ಸಾಗಿತ್ತು. ಆದರೆ ಆಗಲೇ ಸುತ್ತಮುತ್ತಲಿನ ಎಲ್ಲ ಕೆಟ್ಟ ಕೆಲಸಗಳಿಗೂ ಆತನೇ ಕಾರಣಕರ್ತ ನಾಗಿರುತ್ತಿದ್ದ. ಕವೆಗೋಲಿನಿಂದ ಕಲ್ಲುಹೊಡೆಯುವುದರಲ್ಲಿ ಆತ ನಿಷ್ಣಾತನಾಗಿದ್ದು, ದಿನವೆಲ್ಲಾ ಅವರಿವರ ಕೋಳಿಗಳಿಗೋ ಅಥವಾ ಹೆಂಟೆಗೊದ್ದಗಳಿಗೋ ಗುರಿಯಿಡುತ್ತಿದ್ದ. ಇಷ್ಟಾದರೂ ಆತನ ತಾಯಿಯು ಅವನ ನಡತೆಯ ಬಗ್ಗೆ ಜನ ದೂರು ಹೇಳಿದಾಗ ಏನಾದರೊಂದು ನೆವ ಹೇಳುವಳು.

ಅವನ ತಂದೆ ಹೊಲದಿಂದ ಮನೆಗೆ ಬಂದಾಗ ಅವನಿಗೆ ತಿಳಿಸುವೆನೆಂದೋ ಅಥವಾ ಇನ್ನೇನಾದರೂ ಹೇಳಿ ಆತನನ್ನು ಇನ್ನಷ್ಟು ಕೆಡಿಸುವಳು. ಯಾಯ್ ಕೊರ್ಡುವಿಗೆ ಅವನ ವರ್ತನೆ ಅರ್ಥವಾಗುತ್ತಿತ್ತು. ಇಷ್ಟೇಕೆ, ಹುಡುಗ ಮುದ್ದಾಗಿದ್ದುದರಿಂದ ತನಗೂ ಆತನ ಮೇಲೆ ಕೋಪ ಮಾಡಿಕೊಳ್ಳಲಾಗುತ್ತಿರಲಿಲ್ಲ. ಆದರೂ ಆತನಿಗೆ ಹಿರಿಯರಲ್ಲಿ ಗೌರವ ಮೂಡುವಂತೆ ಮಾಡಿದರೆ ಚೆನ್ನಾಗಿರುತ್ತದೆಂದು ಆಕೆ ಅಂದುಕೊಳ್ಳುವಳು.

ಸಂಜೆಯ ಅಡುಗೆ ಮಾಡಲು ಆಕೆ ಒಲೆ ಹಚ್ಚುತ್ತಿದ್ದಾಗ ನೆರೆಯಾಕೆ ಪೆಂಡಾ ಗರ್ಜು, ಬೇಲಿಯ ಮೇಲಿಂದ ತಲೆ ಹಾಕಿ, "ಬಂದೆಯಾ, ಯಾಯ್ ಕೊರ್ಡು" ಎಂದು ಕರೆದಳು.

"ಓಹೋ, ಬಂದಾಯಿತು", ಎಂದು ಯಾಯ್ ಕೊರ್ಡು ಉತ್ತರವಿತ್ತಳು. "ಜಮಾಂಗಾ ಎಂಡು – ನೀನು ಹಾಯಾಗಿ ದಿನ ಕಳೆದೆಯಾ ಪೆಂಡ ?"

"ಜಮಾರೆಕ್ – ಹಾಯಾಗಿ ಕಳೆದೆ."

"ನಿನ್ನನ್ನ ಇವತ್ತು ಕೊಳದ ಹತ್ತಿರ ನೋಡಲಿಲ್ಲ. ಏನೂ ತೊಂದರೆ ಇಲ್ಲ ತಾನೆ ?"

"ಮತ್ತೆ ಸೊಂಟದ ಬಾಧೆ. ರಾತ್ರಿಯಿಡೀ ನೋವಿನಿಂದ ರೆಪ್ಪೆ ಮುಚ್ಚಲಿಲ್ಲ. ಇವತ್ತು ಬೆಳಗ್ಗೆ ಗಂಡನಿಗೆ ಹೇಳಿದಾಗ, 'ಮನೆಯಲ್ಲೇ ಇದ್ದು ವಿಶ್ರಾಂತಿ ತಗೋ' ಎಂದ."

ಪೆಂಡಾ ಗರ್ಜುವಿನ ನಾನಾ ನೋವುಗಳು ಹಳ್ಳಿಯಲ್ಲೆಲ್ಲಾ ಮನೆ ಮಾತಾಗಿತ್ತು. ಸೊಂಟದ ನೋವಿಲ್ಲದಿದ್ದರೆ ಕೀಲು ನೋವು, ಇಲ್ಲವೇ ಕಾಲುನೋವು.

"ಅದು ಯಾವಾಗಲೂ ಹಾಗೆ" ಎಂದು ಯಾಯ್ ಕೊರ್ಡು ಅನುಕಂಪ ತೋರಿದಳು. ವಯಸ್ಸಾದಂತೆಲ್ಲಾ ಶರೀರದ ನೋವುಗಳೂ ಹೆಚ್ಚುತ್ತವೆ.

"ಅದರಲ್ಲೂ ತುಂಬಾ ಮಕ್ಕಳಿದ್ದರೆ ಇನ್ನೂ ಹೆಚ್ಚು. ನನಗೆ ಕೊನೆಯ ಹೆರಿಗೆಯಾದಾಗಲೇ ಸೊಂಟದ ನೋವು ಶುರುವಾದದ್ದು."

ಇದು ಯಾಯ್ ಕೊರ್ಡುವಿನ ಬಂಜೆತನದತ್ತ ಎಸೆದ ಬಾಣವಾಗಿರಲಿಲ್ಲ. ಹಳ್ಳಿಯ ಹೆಂಗಸರಲ್ಲಿ ಯಾವುದೇ ಮಾತಾದರೂ ಮಕ್ಕಳ ವಿಷಯದಲ್ಲಿಯೇ ಕೊನೆಗಾಣುತ್ತದೆ.

"ಹೌದು, ಮಕ್ಕಳು ದೇಹಬಲವನ್ನು ಕುಂದಿಸುತ್ತಾರೆ ಎಂದು ಜನ ಹೇಳುತ್ತಾರೆ," ಎಂದು ಯಾಯ್ ಕೊರ್ಡು ಅಂದಳು. ಆದರೆ ಅವಳ ಮಾತಿನಲ್ಲಿ ಖಿನ್ನತೆಯ ಸೂಚನೆಯಿತ್ತು. "ಮೇಕೆಯ ಕೊಬ್ಬನ್ನು ಉಪಯೋಗಿಸಿ ನೋಡಿದೆಯಾ ?"

"ದೆವ್ವದ ಔಷಧಿಯೊಂದನ್ನು ಬಿಟ್ಟು ಉಳಿದುದನ್ನೆಲ್ಲಾ ಪ್ರಯತ್ನಿಸಿ ಆಯಿತು. ಕೊನೆಗೆ ಈ ನೋವೇ ನನ್ನನ್ನು ಸಾಯಿಸುತ್ತದೆಯೇನೋ."

ಸ್ವಲ್ಪ ಹೊತ್ತು ಮಾತು ನಿಂತಿತು, ಪೆಂಡಾ ಗರ್ಜು ಬೇಲಿಗೆ ಒರಗಿಕೊಂಡೇ ನಿಂತಿದ್ದಳು. ಯಾಯ್ ಕೊರ್ಡು ಮೊಣಕಾಲಿನ ಮೇಲೆ ಕಡ್ಡಿಗಳನ್ನು ಮುರಿಯುತ್ತಾ ಅವನ್ನು ಒಲೆಯೊಳಗಿನ ಉದ್ದನೆಯ ಕಟ್ಟಿಗೆಗಳ ಮೇಲಿಟ್ಟು ಉರಿ ಹಾಕಲು ಸಿದ್ಧತೆ ನಡೆಸಿದ್ದಳು.

"ಬೆಂಕಿ ಹಚ್ಚಬೇಕಾ ?" ಎಂದು ಕೇಳಿದಳು ಪೆಂಡಾ. "ಕೆಂಡ ಇದೆಯಾ ?"

"ಇಲ್ಲ, ಆದರೆ ನನ್ನ ಕಡ್ಡಿಪೆಟ್ಟಿಗೇಲಿ ಒಂದು ಕಡ್ಡಿ ಮಾತ್ರ ಇದೆ ಅಂತ ಕಾಣುತ್ತೆ" ಎಂದಳು ಯಾಯ್ ಕೊರ್ಡು.

"ಈ ಗಾಳೀಲಿ ಅದರಿಂದ ಉರಿ ಹಾಕೋಕೆ ನಿನಗೆ ಆಗೋಲ್ಲ. ಆ ಒಡೆದ ಜಾಡಿ ಇಲ್ಲಿ ಕೊಡು, ನಿನಗೆ ಸ್ವಲ್ಪ ಕೆಂಡ ಕೊಡ್ತೇನೆ. ನನ್ನ ಅಡುಗೆ ಇನ್ನೇನು ಮುಗೀತು."

ಯಾಯ್ ಕೊರ್ಡು ಅವಳಿಗೆ ಜೇಡಿ ಮಣ್ಣಿನ ಹಳೆಯ ಜಾಡಿಯೊಂದರ ಅವಶೇಷ ಕೊಟ್ಟಳು. ಒಂದೆರಡು ನಿಮಿಷಗಳಲ್ಲಿಯೇ ಪೆಂಡಾ ಕೆಂಡದೊಡನೆ ಹಿಂತಿರುಗಿದಳು.

ಬೇಲಿಯ ಮೇಲಿನಿಂದ ಕೆಂಡಗಳನ್ನು ಕೊಡುತ್ತಾ ಅವಳು ಹೇಳಿದಳು. "ಇಲ್ಲಿ ನಾನು ನಿನಗೆ ಬೇಲಿಯ ಮೇಲಿನಿಂದ ಕೆಂಡಗಳನ್ನು ಕೊಡ್ತಾ ಇದೇನೆ. ಅದಕ್ಕೆ ನಿನ್ನ ವಿರೋಧ ಇಲ್ಲವಷ್ಟೆ ?"

"ಯಾಕೆ ?" ಯಾಯ್ ಕೊರ್ಡು ಕೇಳಿದಳು.

"ಕೆಲವರು ಒಪ್ಪೊಲ್ಲ. ಮಾಟಗಾತೀರು ಮಾತ್ರ ಹಾಗೆ ಕೊಡ್ತಾರೆ ಅಂತ ಅವರು ಹೇಳ್ತಾರೆ."

"ಕೆಲವರು ತುಂಬಾ ವಿಷಯಗಳನ್ನು ಒಪ್ಪೊಲ್ಲ. ಒಂದುವೇಳೆ ನೀನು ಮಾಟಗಾತಿಯಾಗಿದ್ದರೂ ನಾನೇನು ನಿನಗೆ ಹೆದರಬೇಕಾದ ಅಗತ್ಯವಿಲ್ಲ. ನಿನಗೆ ನನ್ನನ್ನು ಕೊಲ್ಲಬೇಕು ಅಂತ ಅನಿಸೋ ಅಷ್ಟು ಮಾಂಸ ನನ್ನ ಮೈಮೇಲಿಲ್ಲ. ನನ್ನಲ್ಲಿರೋದೆಲ್ಲಾ ಬರೀ ಮೂಳೆ !"

"ಹೌದು," ಎನ್ನುತ್ತಾ ಪೆಂಡಾ ನಾಲಗೆಯಿಂದ ತುಟಿ ಸವರಿಕೊಳ್ಳುವಂತೆ ನಟಿಸಿದಳು, "ಮೂಳೆಗಳನ್ನು ಸಾಕಷ್ಟು ಕಾಲ ನೆನೆಯಿಸಿದರೆ ಸೂಪ್ ಆಗ್ತದೆ"

ಯಾಯ್ ಕೊರ್ಡು ನಕ್ಕಳು.

"ಅಂದ ಹಾಗೆ ಇವತ್ತು ರಾತ್ರಿ ಒಬ್ಬ ಮಾರಾಬೂತ್* ಧರ್ಮಬೋಧೆ ಮಾಡ್ತಾನಂತಲ್ಲ? ಅದನ್ನ ಕೇಳೋಕೆ ನೀನು ಹೋಗ್ತೀಯಾ?" ಪೆಂಡಾ ಕೇಳಿದಳು.

"ಯಾವ ಮಾರಾಬೂತ್?" ಯಾಯ್ ಕೊರ್ಡು ಒಲೆಯೂದುವುದನ್ನು ನಿಲ್ಲಿಸಿ ಪ್ರಶ್ನಿಸಿದಳು.

"ಇವತ್ತು ಬೆಳಗ್ಗೆ ಬಂದ ಮಾರಾಬೂತ್. ಅಂದರೆ ಅವನನ್ನು ಪೂರ್ಣವಾಗಿ ಮಾರಾಬೂತ್ ಅನ್ನೋಕಾಗೊಲ್ಲ. ಅವನು ಒಮ್ಮೆ ಸತ್ತು ಜೀವ ತಳೆದಿರುವುದಾಗಿ ಹೇಳಿಕೊಳ್ತಾನೆ ಅಂತ ಜನ ಹೇಳ್ತಾರೆ. ಅವನು ತಾನು ಸತ್ತಾಗ ಕಂಡ ವಿಷಯಗಳ ಬಗ್ಗೆ ಮಾತಾಡ್ತಾನಂತೆ."

"ಹಾಗಾದರೆ ಕೇಳಬೇಕಾದ ವಿಷಯವೇ," ಯಾಯ್ ಕೊರ್ಡು ಉದ್ಗರಿಸಿದಳು. "ನೀನು ಹೋಗ್ತೀಯಾ?"

"ನಿನಗೆ ಗೊತ್ತಲ್ಲ, ನನಗೆ ಎಷ್ಟು ಕಾಲ ನಡೆಯೋಕಾಗುತ್ತೋ ಅಲ್ಲಿವರೆಗೆ ಹೋಗೋದೆ."

"ಹಾಗಾದರೆ ನೀನು ಹೋಗುವಾಗ ನನ್ನನ್ನೂ ಕರಿ."

"ಕರೀತೀನಿ, ತಳಹತ್ತಿದ ವಾಸನೆ ಬರ್ತಿರೋದು ನನ್ನ ಅನ್ನದಿಂದಲಾ? ಯಾಯ್ ಕೊರ್ಡು, ಇವತ್ತು ರಾತ್ರಿ ಯಾರಾದರೂ ಕಿರಿಚಿಕೊಳ್ತಿರೋದು ಕೇಳಿಸಿದರೆ ಅದು ನನ್ನ ಗಂಡ ನನ್ನನ್ನು ಹೊಡೀತಿರೋದರಿಂದ ಅಂತ ತಿಳಿದುಕೊ. ಅವನಿಗೆ ತಳ ಹತ್ತಿದ ಅನ್ನ ಅಂದರೆ ಆಗೊಲ್ಲ."

"ಹಾಗಾದರೆ ಓಡಿಹೋಗಿ ಮಡಕೇನ ಇಳಿಸು. ನನಗೆ ಅಷ್ಟು ಬೇಗ ಓಡೋಕೆ ಆಗದಿರಬಹುದು."

ಯಾಯ್ ಕೊರ್ಡು ನಗುತ್ತಾ ಕೇಳಿದಳು.

ಅವತ್ತು ಸಂಜೆ ಪೆಂಡಾ ಬೇಲಿಯಾಚೆಯಿಂದ ಕರೆಯುವ ವೇಳೆಗೆ ಯಾಯ್ ಕೊರ್ಡು ಸಿದ್ಧವಾಗಿ ಕಾಯುತ್ತಾ ಇದ್ದಳು. "ಬರ್ತಾ ಇದೀನಿ" ಎಂದು ಪ್ರತ್ಯುತ್ತರ ಕೊಟ್ಟಳು.

ಹಾಸಿಗೆಯಿಂದ ಒಂದು ಲಪ್ಪಾ** ಎಳೆದುಕೊಂಡವಳೆ ಅದನ್ನು ತಲೆ ಮತ್ತು ತೋಳುಗಳ ಸುತ್ತ ಸುತ್ತಿಕೊಂಡಳು. ಬೇಗನೆ ಹೊರಟು ಬಾಗಿಲನ್ನು ತನ್ನ ಹಿಂದೆ ಮುಚ್ಚಿದಳು. ಅದಕ್ಕೆ ಬೀಗ ಹಾಕುವ ಶ್ರಮ ತೆಗೆದುಕೊಳ್ಳಲಿಲ್ಲ. ತಾನಿಲ್ಲದಿರುವಾಗ ಯಾರಾದರೂ ಬಂದು ತನ್ನ ಪದಾರ್ಥಗಳನ್ನು ಕದಿಯಬಹುದೆಂಬ ಯೋಚನೆ ಅವಳಿಗಿರಲಿಲ್ಲ. ಏಕೆಂದರೆ ಅವಳ ಬಳಿ ಕದಿಯುವಂತಹದು ಏನೂ ಇರಲಿಲ್ಲ. ಅವಳಲ್ಲಿದ್ದ ಏಕಮಾತ್ರ ಬೆಲೆಬಾಳುವ ಪದಾರ್ಥವೆಂದರೆ ತನ್ನ ದಿವಂಗತ ಗಂಡ ಮದುವೆಯ ಸಮಯದಲ್ಲಿ ವಧುದಕ್ಷಿಣೆಯಾಗಿ ಕೊಟ್ಟಿದ್ದ ಒಂದು ಜತೆ ಭಾರಿ ಚಿನ್ನದ ಓಲೆಗಳು. ಇದನ್ನು ಕರೀ ಟ್ವೇನ್ ದಾರದ ಮೂಲಕ ಕಿವಿಗಳಿಗೆ ಜೋತು ಹಾಕಿಕೊಂಡಿದ್ದಳು. ಕಿವಿಯ

---

* ಮಾರಾಬೂತ್ = ಮುಸ್ಲಿಂಸಾಧು

** ಲಪ್ಪಾ: ಮೈಮೇಲೆ ಸುತ್ತಿಕೊಳ್ಳುವ ಬಟ್ಟೆ ತುಂಡು, ಲುಂಗಿ

ರಂಧ್ರಗಳು ಓಲೆಗಳ ಗಾತ್ರಕ್ಕೆ ತಕ್ಕಷ್ಟು ದೊಡ್ಡದಾಗಿರದಿದ್ದುದರಿಂದ ಅವಳು ನಿದ್ದೆ ಮಾಡುವಾಗ ಸಹ ಅವನ್ನು ತೆಗೆಯುತ್ತಿರಲಿಲ್ಲ.

ಮಾರಾಬೂತ್ ಹಳ್ಳಿಯ ಮಧ್ಯದಲ್ಲಿ ಉಪನ್ಯಾಸ ನೀಡುತ್ತಿದ್ದ, ಅವರು ಅಲ್ಲಿಗೆ ಹೋಗುವ ವೇಳೆಗಾಗಲೇ ಅವನ ಸುತ್ತ ಭಾರಿ ಗುಂಪು ನೆರೆದಿತ್ತು. ಅವನು ಮೇಕೆಯ ಚರ್ಮವೊಂದರ ಮೇಲೆ ಕುಳಿತು ಕೈಯಲ್ಲಿ ಉದ್ದನೆಯ ಜಪಮಾಲೆ ಹಿಡಿದಿದ್ದ, ಅವನ ಮುಂದೆ ತೆರೆದ ಖುರಾನ್ ಪುಸ್ತಕವಿತ್ತು.

ಖುರಾನಿನ ಹತ್ತಿರ ಕೆಲವು ನಾಣ್ಯಗಳು ಹಾಗೂ ಕೋಲಾ ಬೀಜಗಳು ಚೆಲ್ಲಿದ್ದವು. ಜನರು ಅವುಗಳನ್ನು ಅವನಿಗೆ ನೀಡಿದ್ದರು. ಅವನು ಗಟ್ಟಿಯಾದ ಧ್ವನಿಯಲ್ಲಿ ಧರ್ಮಬೋಧೆ ಮಾಡುತ್ತಿದ್ದ. ಇಬ್ಬರು ಮಹಿಳೆಯರೂ ಗುಂಪಿನ ಕೊನೆಯಲ್ಲೇ ನಿಂತಿದ್ದುಕೊಂಡು ಅವನ ಮಾತುಗಳನ್ನು ಕೇಳಿಸಿಕೊಳ್ಳಬಹುದಿತ್ತು. ಅವನು ಸ್ವರ್ಗದತ್ತ ಸತ್ತವರ ಪಯಣ ಹಾಗೂ ಅವರು ಮಾರ್ಗಮಧ್ಯದಲ್ಲಿ ಅನುಭವಿಸಬೇಕಾದ ಕಷ್ಟಗಳನ್ನು ಕುರಿತು ಮಾತನಾಡುತ್ತಿದ್ದ.

"ದಾನ ಮಾಡುವುದು" ಒಳ್ಳೆಯದು, ಎಂದು ಅವನು ಹೇಳುತ್ತಿದ್ದ. "ಸತ್ತವರು ಈ ಪ್ರಯಾಣದಲ್ಲಿ ಉಷ್ಣ, ಹಸಿವು ಹಾಗೂ ಬಾಯಾರಿಕೆಗಳಿಂದ ಬಾಧಿಸಲ್ಪಡುತ್ತಾರೆ. ದಾನ ಮಾಡಿರುವವರನ್ನು ತಮ್ಮ ಕಾರುಣ್ಯವೇ ರಕ್ಷಿಸುತ್ತದೆ. ಅವರು ತಮ್ಮ ಜೀವಮಾನದಲ್ಲಿ ದಾನ ಮಾಡಿದ್ದ ಬಟ್ಟೆಗಳು ಅವರೆದುರಿಗೆ ಬಂದು, 'ಇಗೋ ಇಲ್ಲಿದ್ದೇವೆ, ನೀನು ಒಮ್ಮೆ ದಾನವಾಗಿ ಕೊಟ್ಟ ಬಟ್ಟೆಗಳು. ಉಷ್ಣದಿಂದ ನಿನ್ನನ್ನು ರಕ್ಷಿಸಿಕೊಳ್ಳಲು ನಮ್ಮನ್ನು ಉಪಯೋಗಿಸಿಕೋ,' ಎನ್ನುತ್ತವೆ. ತಮ್ಮ ಜೀವಮಾನದಲ್ಲಿ ಅವರು ಕೊಟ್ಟಿದ್ದ ಆಹಾರ ಮತ್ತು ಪಾನೀಯಗಳು ಅವರೆದುರಿಗೆ ಪ್ರತ್ಯಕ್ಷವಾಗಿ, 'ನಾವಾರೆಂಬುದನ್ನು ನೀನು ಮರೆತಿದ್ದೀಯೆ. ಆದರೆ ನಾವು ನೀನು ಒಮ್ಮೆ ದಾನವಾಗಿ ಕೊಟ್ಟಿದ್ದ ಆಹಾರ ಮತ್ತು ಪಾನೀಯ. ನಾವು ನಿನಗಾಗಿ ಇಷ್ಟು ಕಾಲವೂ ಕಾಯುತ್ತಿದ್ದೆವು. ನಿನ್ನ ಹಸಿವು ಮತ್ತು ಬಾಯಾರಿಕೆಗಳನ್ನು ಇಂಗಿಸಿಕೊಳ್ಳಲು ನಮ್ಮನ್ನು ಉಪಯೋಗಿಸು' ಎನ್ನುತ್ತವೆ. ತಮ್ಮ ಜೀವನದಲ್ಲಿ ಎಂದೂ ದಾನ ಮಾಡದಿರುವವರು ಆಗ 'ತಾವೂ ಮಾಡಿದ್ದರೆ' ಎಂದುಕೊಳ್ಳುವರು. ಆದರೆ ಕಾಲ ಮಿಂಚಿ ಹೋಗಿರುತ್ತದೆ. ನನ್ನ ಮಾತು ಕೇಳಿ, ಕಾಲ ಮಿಂಚಿ ಹೋಗಿರುತ್ತದೆ! ತಮ್ಮ ಆಸ್ತಿಯ ವಿಷಯದಲ್ಲಿ ಹೆಚ್ಚು ಉದಾರವಾಗಿರಬಹುದಿತ್ತು ಎಂದು ಅವರು ವಿಷಾದಪಡುತ್ತಾರೆ. ಆದರೆ ವಿಷಾದದಿಂದ ಅವರಿಗೇನೂ ಪ್ರಯೋಜನ ವಾಗುವುದಿಲ್ಲ. ಕೌಸಾರನ ಸೀಮೆಯನ್ನು ಮುಟ್ಟದಿರುವ ಜನರು ಇವರು. ಉಷ್ಣ, ಹಸಿವು ಹಾಗೂ ಬಾಯಾರಿಕೆಯಿಂದ ಅವರು ದಾರಿಯಲ್ಲಿ ಕುಸಿದು ಬೀಳುವರು. ಅವರು ನೆರಳು ಮತ್ತು ವಿಶ್ರಾಂತಿಯ ಆ ಪ್ರದೇಶವನ್ನು ತಲುಪುವುದಿಲ್ಲ, ಪುಣ್ಯವಂತರು ಕಾಲು ತೊಳೆದುಕೊಂಡು ವಿಶ್ರಮಿಸಬಹುದಾದ ಆ ಕೊಳವನ್ನು ಅವರು ಮುಟ್ಟುವುದಿಲ್ಲ. ಅನಂತರ ಮಲಕಾಲ್ ನೌಕಿಯ ದೋಣಿಯಲ್ಲಿ ಕುಳಿತು ಯಾನ ಮಾಡಿ ಪ್ರವೇಶಿಸಬಹುದಾದ ಶಾಂತಿ ಮತ್ತು ಸುಖದ ಸ್ಥಳವನ್ನು ಅವರು ಸೇರುವುದಿಲ್ಲ. ಈಗ ನಾನು ನಿಮಗೆ ಆ ಕೊಳದ ಬಗ್ಗೆ ಸ್ವಲ್ಪ ಹೇಳುವೆ. ದೈವ ಕೃಪೆಗಳಿಗೊಳಗಾದವರು ಮಾತ್ರ ದಾಟಬಹುದಾದ ವಿಶೇಷ ಕೊಳ ಅದು. ಆದರೆ ಆ ಕೊಳದ ವೈಶಿಷ್ಟ್ಯವಿರುವುದು ಅದೊಂದರಲ್ಲೇ ಅಲ್ಲ. ಹುಟ್ಟದಿರುವ ಎಲ್ಲ ಮಕ್ಕಳ ಆತ್ಮಗಳು ಹಾಗೂ ಹುಟ್ಟಿದ ಕೂಡಲೇ ಸತ್ತ ಎಲ್ಲ ಮಕ್ಕಳ

ಆತ್ಮಗಳು ತಮ್ಮ ತಾಯಿಯಾಗಬೇಕಾಗಿದ್ದ ಮಹಿಳೆಯರಿಗಾಗಿ ಕಾಯುವ ಸ್ಥಳ ಅದು. ಅಲ್ಲಿ ಅವರು ತಮ್ಮ ತಾಯಿಯರನ್ನು ಗುರುತಿಸಿ ಕರೆದುಕೊಳ್ಳುವರು. ಅವರ ಮೈಮೇಲೆ ಕುಳಿತು ತಮ್ಮ ಕಾಲುಗಳಿಂದ ಅವರನ್ನು ತಬ್ಬಿಕೊಳ್ಳುವರು. ಅವರನ್ನು ಶಾಂತಿ ಮತ್ತು ಸುಖದ ನಾಡಿಗೆ ಕರೆದೊಯ್ಯುವರು. ಅದು ಆನಂದದ ಸಮಯ. ಅದು ಸಂತೋಷದ ಸಮಯ."

ಈ ಘಟ್ಟದಲ್ಲಿ ಮಾರಾಬೂತ್‌ನ ಮುಂದೆ ಧಪ್‌ಧಪ್ ಎಂದು ಎರಡು ಬಾರಿ ಶಬ್ದವಾಗಿ ಅವನ ಮಾತಿಗೆ ಅಡಚಣೆಯುಂಟಾಯಿತು. ಅದೇನೆಂಬುದನ್ನು ನೋಡಲು ಗುಂಪು ಮುನ್ನುಗ್ಗಿತು. ಮಾರಾಬೂತ್ ಸಹ ದಿಗ್ಭ್ರಮೆಯಿಂದ ತನ್ನ ವಾಕ್‌ಪ್ರವಾಹ ನಿಲ್ಲಿಸಿದ. ಯಾರೋ ಚಿನ್ನದ ಎರಡು ಭಾರಿ ಓಲೆಗಳನ್ನು ಆತನ ಕಾಲ ಬಳಿಗೆ ಎಸೆದಿದ್ದರು. ಆತ ಹಿಂದೆ ಯಾವಾಗಲೋ ಕೇಳಿದ್ದ ಖುರಾನಿನ ಕತೆಯೊಂದರ ವಿಕೃತ ರೂಪದಿಂದಲೇ ಸಮಾಧಾನ ಪಡೆದಿದ್ದ ಯಾರೋ ಒಬ್ಬಳು ಕೃತಜ್ಞತೆಯಿಂದ ಆತನಿಗೆ ತನ್ನ ಅತ್ಯಮೂಲ್ಯ ಆಸ್ತಿಯನ್ನು ಕಾಣಿಕೆಯಾಗಿ ಕೊಟ್ಟಿದ್ದಳು.

ಮರುದಿನ ಗುರುವಾರ. ಗ್ರಾಮಸ್ಥರು ಬೆಳಿಗ್ಗೆಯೇ ತಮ್ಮ ಹೊಲಗಳಿಗೆ ಹೊರಟರು. ಸೂರ್ಯನು ಹತ್ತಿಯ ಗಿಡಗಳ ಮೇಲೆ ಬರುವ ವೇಳೆಗೆ ಯಾಯ್ ಕೊರ್ಡುವಿನ ಗುಡಿಸಲು, ಮಣ್ಣಿನ ನೆಲವನ್ನು ಮುಚ್ಚಿದ ಚಾಪೆಗಳ ಮೇಲೆ ಕುಳಿತ ಮಕ್ಕಳಿಂದ ತುಂಬಿಹೋಗಿತ್ತು. ಅವಳು ಅವರಿಗಾಗಿ ಸಣ್ಣಪುಟ್ಟ ಕೆಲಸಗಳನ್ನು ಮಾಡುತ್ತಾ ಸರಪರ ಓಡಾಡುತ್ತಿದ್ದಳು– ಅಳುತ್ತಿದ್ದವರನ್ನು ಸಮಾಧಾನಪಡಿಸುವುದು, ಅವರಿಗೆ ಆಟವಾಡಲು ಖಾಲಿ ಡಬ್ಬಗಳನ್ನು ಹುಡುಕಿಕೊಡುವುದು, ಇಲ್ಲಿ ಒಂದರ ಮೂಗು ಒರೆಸುವುದು, ಅಲ್ಲಿ ಒಂದು ಹುಡುಗಿಯ ಅಂಗವಸ್ತ್ರವನ್ನು ಅವಳ ಸುತ್ತ ಹೆಚ್ಚು ಬಿಗಿಯಾಗಿ ಕಟ್ಟುವುದು ಇತ್ಯಾದಿ. ಕೆಲಸದಲ್ಲಿ ಇದ್ದಂತೆಯೇ ಅವಳು ಅವರೊಂದಿಗೆ ವಿನೋದದಿಂದ ಗುರುಗುಟ್ಟುವಳು.

"ಇಲ್ಲಿ ನೋಡು, ನಾನು ನಿನ್ನ ಪುಟ್ಟ ಸೊಂಟದ ಮೇಲೆ ನಿನ್ನ ಲಪ್ಪವನ್ನು ಕಟ್ಟುತ್ತಿದ್ದೇನೆ. ಇನ್ನು ಕೆಲವು ವರ್ಷಗಳಲ್ಲಿ ನೀನು ದೊಡ್ಡವನಾಗಿರುವೆ. ನಾನು ಇದನ್ನೇನಾದರೂ ಜ್ಞಾಪಿಸಿದರೆ ನೀನು ಇಲ್ಲ ಎನ್ನುವೆ. ಅಳುತ್ತಿದ್ದ ಇನ್ನೊಬ್ಬ ಚಿಕ್ಕ ಹುಡುಗ ಈಗ ಅವಳ ಕಣ್ಣಿಗೆ ಬಿದ್ದ.

"ಏಯ್ ಮಮೋಡು' ಎಂದು ಆಕೆ ಅವನನ್ನು ಕೂಗಿದಳು. "ಯಾಕೆ ಅಳ್ತಾ ಇದ್ದೀಯಾ. ನೀನು ದೊಡ್ಡವನು ಅಲ್ವಾ! ಇನ್ನೇನು ನಿನ್ನ ತಾಯಿ ನಿನ್ನನ್ನು ಹುಡುಕಿಕೊಂಡು ಬರ್‍ತಾಳೆ. ನೀನು ಎಷ್ಟು ಮೆತ್ತಗಿದೀಯಾ ಅಂದರೆ ಮುಂಜಿಯ (ಶಿಶ್ನಕ್ರಿಯೆ) ದಿನಾನೂ ಅತ್ತು ನಮಗೆಲ್ಲಾ ಅವಮಾನ ಮಾಡ್ತೀಯೆ. ನಿನ್ನ ಮೂಗು ಒರಸ್ತೇನೆ ಬಾ ಇಲ್ಲಿ.

"ನೀನಲ್ಲವೆ ನನ್ನ ಪುಟ್ಟ ಗಂಡ! ನಾನು ತುಂಬಾ ಪ್ರೀತಿಸೋ ಪುಟ್ಟ ಹುಡುಗ ನೀನೇ ಅಂತ ನಿನಗೆ ಗೊತ್ತಿಲ್ವೆ? ಆದರೆ ನೀನು ಯಾವತ್ತೂ ನನಗೆ ಮೀನಿಗಾಗಿ ಹಣ ತರೋಲ್ಲ."

ತನ್ನ ಬಳಿಯ ಎಲ್ಲ ಮಕ್ಕಳನ್ನೂ ಅವಳು ಹೀಗೆಯೇ ಸಮಾಧಾನ ಮಾಡುವಳು. ಸ್ವಲ್ಪದರಲ್ಲೇ ಅವರು ಕಣ್ಣೀರು ಒರೆಸಿಕೊಂಡು ತಮ್ಮ ತಮ್ಮಲ್ಲೇ ಆಡಿಕೊಳ್ಳುವರು.

ಅವಳು ಇಷ್ಟಪಟ್ಟು ಮಾಡುತ್ತಿದ್ದ ಕೆಲಸ ಇದು. ಅವರನ್ನು ನೋಡುತ್ತಾ ನಿಂತಿದ್ದಂತೆಯೇ ಅವಳು ತನ್ನಲ್ಲೇ ತೃಪ್ತಿಯಿಂದ ಮುಗುಳ್ನಗುವಳು. ತನಗೆ ಸ್ವಂತ ಮಕ್ಕಳಿಲ್ಲವೆನ್ನುವುದು ಅವಳಿಗೆ ಇಂತಹ ಸಂದರ್ಭಗಳಲ್ಲಿ ಮರೆತು ಹೋಗುವುದು. ಅವರೆಲ್ಲಾ ತನ್ನ ಮಕ್ಕಳೇ ಎಂದು ಕಲ್ಪಿಸಿಕೊಳ್ಳುವಳು. ಇಷ್ಟಕ್ಕೂ ಒಬ್ಬ ತಾಯಿ ತನ್ನ ಮಕ್ಕಳನ್ನು ಪ್ರೀತಿಸಿ ಅವರ

ಪೋಷಣೆ ಮಾಡುವುದಕ್ಕಿಂತ ಹೆಚ್ಚಿನದೇನನ್ನು ತಾನೇ ಮಾಡಿಯಾಳು? ತಾನಂತೂ ಈ ಮಕ್ಕಳನ್ನು ಪ್ರೀತಿಸುವಳು! ಒಂದು ವೇಳೆ ತಾನೇ ಅವರ ತಾಯಿಯಾಗಿದ್ದರೆ ಅವರನ್ನು ಇದಕ್ಕಿಂತ ಹೆಚ್ಚು ಪ್ರೀತಿಸಬಹುದಾಗಿತ್ತೆಂದು ಅವಳಿಗೆ ಅನ್ನಿಸಲಿಲ್ಲ.

ಅವರೆಲ್ಲಾ ತಮ್ಮ ಪಾಡಿಗೆ ತಾವು ಇದ್ದಾರೆಂಬುದು ಖಚಿತವಾದ ಮೇಲೆ ಅವಳು ಒಳಗೆ ಹೋಗಿ ಅವರ ಮಧ್ಯಾಹ್ನದ ಊಟವನ್ನು ಸಿದ್ಧಮಾಡಲು ನಿರ್ಧರಿಸಿದಳು. ಹುಡುಗಿಯರಲ್ಲಿ ಸುಮಾರಾಗಿ ದೊಡ್ಡವಳಾಗಿದ್ದ ಒಬ್ಬಳನ್ನು ತನಗೆ ಸಹಾಯ ಮಾಡಲು ಕರೆದಳು. ಉಳಿದವರತ್ತ ತಿರುಗಿ, ಪುಟಾಣಿ ಪುಂಡರಾ, ನಾನು ಅಡುಗೆ ಮಾಡಲು ಹೋಗ್ತಿದ್ದೇನೆ. ನಿಮ್ಮಲ್ಲಿ ಯಾರಾದರೂ ಉಚ್ಚೆ ಮಾಡಬೇಕಾಗಿದ್ದರೆ, ಅಥವಾ ಹಿತ್ತಲಿಗೆ ಹೋಗಬೇಕಾಗಿದ್ದರೆ, ನನಗೆ ಹೇಳಿ. ನನ್ನ ಚೆನ್ನಾದ ಚಾಪೆಯನ್ನು ಯಾರಾದರೂ ಕೊಳಕು ಮಾಡಿದರೋ, ಅವರನ್ನು ಕಚ್ಚಿ ಬಿಡ್ತೇನೆ. ನನ್ನ ಹಲ್ಲು ಎಷ್ಟು ದೊಡ್ಡದಾಗಿದೆ ನೋಡಿ," ಎಂದಳು.

ಹೀಗೆನ್ನುತ್ತಾ ಅವಳು ತನ್ನ ಹಲ್ಲು ತೋರಿಸಿದಳು. ಕೆಲವರು ದೊಡ್ಡ ಹುಡುಗರು ನಕ್ಕರು. ಸಣ್ಣವರು ಮೊದಲು ಸ್ವಲ್ಪ ಗಾಬರಿಯಾದರು. ಆದರೆ ಅವಳ ಮಂದಹಾಸವನ್ನು ನೋಡಿದನಂತರ ಹಾಗೂ ದೊಡ್ಡ ಹುಡುಗರ ನಗೆಯನ್ನು ಕೇಳಿದ ನಂತರ ಅವರು ತಮ್ಮ ಆಟವನ್ನು ಮುಂದುವರಿಸಿದರು.

ಅವಳು ತನ್ನ ಅಡುಗೆಮನೆಯಾಗಿದ್ದ ಷೆಡ್‌ಗೆ ಹೋಗಿ ದೊಡ್ಡ ಮಡಕೆಯೊಂದನ್ನು ತೆಗೆದುಕೊಂಡು ತೊಳೆಯಲಾರಂಭಿಸಿದಳು. ಮಕ್ಕಳ ಊಟಕ್ಕಾಗಿ ಅವರ ತಾಯಂದಿರು ಅನ್ನ, ಸಕ್ಕರೆ ಹಾಗೂ ಮಜ್ಜಿಗೆಯನ್ನು ಬಿಟ್ಟು ಹೋಗಿದ್ದರು. ಅವಳು ಸಾಮಾನ್ಯವಾಗಿ ಅವರಿಗೆ ಗಂಜಿ ಮಾತ್ರ ತಯಾರಿಸುವಳು. ತಾಯಂದಿರು ಸಂಜೆ ಮನೆಗೆ ಬಂದನಂತರ ಅವರಿಗೆ ಸ್ವಲ್ಪ ಪೊಗದಸ್ತಾಗಿ ಏನನ್ನಾದರೂ ಮಾಡುವರು. ತಾನೆ ಅವರಿಗೆ ಪೂರ್ತಿಯಾಗಿ ಊಟ ಬಡಿಸುವೆನೆಂದು ಅವಳು ಹೇಳಿದ್ದರೂ, ಆ ತಾಯಂದಿರು ಕೇಳುತ್ತಿರಲಿಲ್ಲ. ಬಲವಂತದಿಂದ ಕೆಲವು ಪದಾರ್ಥಗಳನ್ನು ಅವರು ಬಿಟ್ಟು ಹೋಗಿದ್ದರು.

"ಯಾಯ್ ಕೊರ್ಡು, ದಯವಿಟ್ಟು ಇದನ್ನು ತೆಗೆದುಕೊಂಡು ನನಗೆ ಉಪಕಾರ ಮಾಡು," ಎಂದು ಒಬ್ಬಳು ಗೋಗರೆದಿದ್ದಳು. "ನಾನು ಇದನ್ನು ನಿನಗೆ ಕೊಡಲೇ ಬೇಕೂಂತ ಯಾಂದೆಯ ಅಪ್ಪ ಹೇಳಿದ್ದಾನೆ. ನೀನು ಇದನ್ನು ಒಪ್ಪಿಕೊಳ್ಳುವಂತೆ ಮಾಡದಿದ್ದರೆ ಅವನು ಇವತ್ತು ರಾತ್ರಿ ನನ್ನ ಸೊಂಟದ ಮಣಿಗಳೊಂದಿಗೆ ಆಡವಾಡುವು ದಿಲ್ಲವಂತೆ. ನನಗೆ ಅದನ್ನು ತಪ್ಪಿಸಲು ನೀನು ಖಂಡಿತ ಬಯಸೋದಿಲ್ಲ ಅಲ್ಲವೆ?" ಎಂದಿದ್ದಳು.

"ಸರಿ ಬಿಟ್ಟು ಹೋಗು," ಎಂದಿದ್ದಳು ಯಾಯ್ ಕೊರ್ಡು, "ಈ ಕಾಲದ ಹೆಂಗಸರಿಗೆ ನಾಚಿಕೆಯೆಂಬುದು ಇಲ್ಲ. ನಿನ್ನ ಮಕ್ಕಳಿಗೆ ಮೊಲೆಯುಣಿಸೋಕೆ ನಿಮ್ಮಮ್ಮನ ಮನೆಗೆ ನೀನು ಹೋಗದಿರೋದರಲ್ಲಿ ಆಶ್ಚರ್ಯವಿಲ್ಲ."

ಆ ಯುವತಿ ನಗುತ್ತಾ ಹೊರಟುಹೋದಳು.

"ಆಕಾಶವು ಇದನ್ನು ಮಳೆಯಲ್ಲಿ ಕಳಿಸಿತು. ಭೂಮಿ ಸ್ವೀಕರಿಸಿತ್ತು," ಎಂದಿದ್ದಳು ಅವಳು ಒಮ್ಮೆ. ಬೇರೊಬ್ಬಳು ಇನ್ನೊಂದು ವಿಧಾನ ಅನುಸರಿಸಿದ್ದಳು.

"ಇಲ್ನೋಡು, ನಿನ್ನ ಪುಟ್ಟ ಗಂಡ ನಿನ್ನ ರೇಷನ್ ತಂದಿದ್ದಾನೆ" ಎಂದಿದ್ದಳು ಆಕೆ.

ಅವನು ಹಣವನ್ನಾಗಲಿ ಅಥವಾ ಬಟ್ಟೆಯನ್ನಾಗಲಿ ತರಲಾರ. ಆದರೆ ಕಡೇ ಪಕ್ಷ ಆಹಾರವನ್ನಾದರೂ ತರಬಲ್ಲ"

"ಒಪ್ಪಿದೆ", ಎಂದಿದ್ದಳು ಯಾಯ್ ಕೊರ್ಡು. "ಆದರೆ ಅವನ ಪುಟ್ಟ ಕೈಗಳನ್ನೆ ನಂಬಿದ್ದರೆ ನಾನು ಉಪವಾಸವಿರುತ್ತಿದ್ದುದು ಖಂಡಿತ."

ಮಹಿಳೆಯರು ತರುತ್ತಿದ್ದ ಆಹಾರ ಸಾಮಾನ್ಯವಾಗಿ ಅವರ ಮಕ್ಕಳಿಗೆ ಒಂದು ವಾರಕ್ಕಾಗುವಷ್ಟು ಇರುತ್ತಿತ್ತು. ಆದರೆ ಅವರು ಅದನ್ನು ತರುತ್ತಿದ್ದುದು ಮಕ್ಕಳಿಗಿಂತ ಮುಖ್ಯವಾಗಿ ಯಾಯ್ ಕೊರ್ಡುವಿಗೇ. ಆಕೆಯ ಮನನೋಯಿಸದೆ ಆಕೆಗೆ ತಮ್ಮ ಕೃತಜ್ಞತೆಯನ್ನು ಅವರು ತೋರಿಸಬಹುದಾಗಿದ್ದುದ್ದು ಇದೊಂದು ರೀತಿಯಲ್ಲಿ ಮಾತ್ರ.

ಅವಳು ಮಡಕೆ ತೊಳೆಯುವುದನ್ನು ಮುಗಿಸಿದಳು. ಸೊಂಟ ನೆಟ್ಟಗೆ ಮಾಡಿಕೊಳ್ಳುತ್ತಿದ್ದಂತೆ ಒಬ್ಬ ಸಣ್ಣ ಹುಡುಗ ಗೇಟಿನಾಚೆಗೆ ನುಸುಳಲು ಯತ್ನಿಸುತ್ತಿರುವುದನ್ನು ಕಂಡಳು.

"ಬಾಯ್ ಮೋಡಿ," ಎಂದು ಕೂಗಿದಳು. "ಎಲ್ಲಿಗೆ ಹೋಗ್ತಾ ಇದ್ದೀಯಾ ?"

ಮಗು ನಿಂತಿತು. ಆದರೆ ಏನನ್ನೂ ಹೇಳಲಿಲ್ಲ. ಸಿಡುಕಿನ ಛಾಯೆಯಿಂದ ಕೂಡಿದ, ಆದರೆ ಆಗಲೂ ಬಹಳ ಸುಂದರವಾದ, ಕಣ್ಣುಗಳಿಂದ ಅದು ಅವಳತ್ತ ನೋಡಿತು. ನಿಜವಾಗಿಯೂ ಸುಂದರ ಹುಡುಗ. ಅವನು ತಾಯಿಯ ಅತಿ ಮಮತೆಯಿಂದ ಅಷ್ಟೊಂದು ಹಾಳಾಗಿಲ್ಲದೆ ಇದ್ದಿದ್ದರೆ ತನ್ನ ನೆಚ್ಚಿನ ಹುಡುಗನಾಗಿರುತ್ತಿದ್ದ ಎಂದುಕೊಂಡಳು ಯಾಯ್ ಕೋರ್ಡು. ಅವನಿಗಿಂತ ಮುಂಚೆ ಅವನ ತಾಯಿಗೆ ಹನ್ನೆರಡು ಮಕ್ಕಳು ಹುಟ್ಟಿದವು. ಒಂದೂ ಉಳಿದಿರಲಿಲ್ಲ. ಅವನು ಹುಟ್ಟಿದಾಗ ಅವನ ಅಜ್ಜಿ ಅವನನ್ನು ಹಳ್ಳಿಯ ಹಿಂಭಾಗದಲ್ಲಿ "ಬಿಸಾಡಿ," ಹೀಗಾದರೂ ಉಳಿದುಕೊಳ್ಳಲಿ ಎಂದಿದ್ದಳು. ಅವನ ಕೂದಲು ತೆಗೆಸಿರಲಿಲ್ಲ. ನಾಮಕರಣದ ದಿನ ಕೂಡ ಯಾವ ಸಮಾರಂಭವನ್ನೂ ಮಾಡದೆ, ಅವನನ್ನು ಗೋಣಿ ಚೀಲದಲ್ಲಿ ಸುತ್ತಿಟ್ಟಿದ್ದರು. ಅವನು ಬದುಕಿದ. ಅವನ ತಾಯಿಗೆ ಅದನ್ನು ನಂಬುವುದೇ ಕಷ್ಟವಾಗಿತ್ತು. ಅವಳು ಅವನನ್ನು ಅತಿಯಾಗಿ ಮುದ್ದು ಮಾಡಿ, ಕೇಳಿದ್ದನ್ನೆಲ್ಲಾ ಕೊಡುತ್ತಿದ್ದಳು. ಐದನೆಯ ವರ್ಷಕ್ಕೆ ಅವನು ಕೆಟ್ಟು, ಮನಸ್ಸಿಗೆ ಬಂದಂತೆ ನಡೆದುಕೊಳ್ಳುತ್ತಿದ್ದ. ಅವನು ಕೇಳಿದ್ದನ್ನು ಯಾರಾದರೂ ಕೊಡದೆ ಹೋದರೆ ಚಂಡಿ ಹಿಡಿದು, ಸಂಜೆ ಅವನ ತಾಯಿ ಮನೆಗೆ ಬರುವವರೆಗೂ ಅಳುತ್ತಿದ್ದ. ಅವಳು ಏನನ್ನೂ ಹೇಳದಿದ್ದರೂ ಅವಳ ಮನಸ್ಸಿನ ಭಾವನೆಗಳು ಕಣ್ಣಿನಲ್ಲಿಯೇ ವ್ಯಕ್ತವಾಗುತ್ತಿದ್ದವು. ಯಾಯ್ ಕೊರ್ಡುವಿಗೆ ಇದು ಗೊತ್ತಿದ್ದುದರಿಂದ ಮಗುವನ್ನು ಬಹಳ ಹುಷಾರಾಗಿ ನೋಡಿಕೊಳ್ಳುತ್ತಿದ್ದಳು. ಅವಳು ಅವನನ್ನು ನೋಡಿಕೊಳ್ಳಲು ನಿರಾಕರಿಸಿದ್ದರೂ ಅದಕ್ಕೆ ಸಮರ್ಥನೆ ಇರುತ್ತಿತ್ತು. ಏಕೆಂದರೆ ಅವನು ಅವಿಧೇಯನಾಗಿರು ವುದರ ಜೊತೆಗೆ ತನಗಿಂತ ಸಣ್ಣ ಮಕ್ಕಳನ್ನು ಯಾವಾಗಲೂ ಗೋಳಾಡಿಸುತ್ತಿದ್ದ. ಆದರೆ ಅವಳು ಆ ದಿಸೆಯಲ್ಲಿ ಎಂದೂ ಯೋಚಿಸಿರಲಿಲ್ಲ. ಅವನು ತನ್ನತ್ತ ತಿರುಗಿ ನೋಡುತ್ತಾ ನಿಂತಂತೆಯೇ ಯಾಯ್ ಕೊರ್ಡುವಿಗೆ ಗೊತ್ತಾಯ್ತು ಆತ ಏತಕ್ಕೊ ಮನಸ್ಸು ಕೆಡಿಸಿ ಕೊಂಡಿದ್ದಾನೆ ಎಂದು. ಇನ್ನು ಸ್ವಲ್ಪಕ್ಕೆಲ್ಲಾ ಆತ ಅಳಲು ಆರಂಭಿಸುತ್ತಾನೆ. ಅವನನ್ನು ತನ್ನ ಪಾಡಿಗೆ ತಾನಿರುವಂತೆ ಬಿಟ್ಟರೇ ವಾಸಿಯೆಂದು ಅವಳು ನಿರ್ಧರಿಸಿದಳು.

"ನೀನು ಹೋಗಬಹುದು. ಆದರೆ ತುಂಬಾ ದೂರ ಹೋಗ್ಬೇಡ, ಬಾಯ್ ಮೋಡಿ," ಎಂದಳು. "ಅಲ್ಲದೆ, ನೀನು ಮಧ್ಯಾಹ್ನದ ಊಟದ ಹೊತ್ತಿಗೆ ವಾಪಸಾಗದಿದ್ದರೆ ನಾವು

ನಿನಗೆ ಕಾಯೋದಿಲ್ಲ. ಗೊತ್ತಾಯ್ತಾ?" ಅವನು ಏನೋ ಗೊಣಗಿ ಹೊರಟುಹೋದ.

ಯಾಯ್ ಕೊರ್ಡು ತನ್ನ ಅಡುಗೆ ಕೆಲಸವನ್ನು ಮುಂದುವರಿಸಿದಳು. ಸ್ವಲ್ಪ ಹೊತ್ತಿನಲ್ಲೇ ಆತನನ್ನು ಮರೆತುಬಿಟ್ಟಳು. ಅವನು ಯಾವುದೇ ತೊಂದರೆಗೂ ಸಿಕ್ಕಿಕೊಳ್ಳುವ ಸಾಧ್ಯತೆ ಇರಲಿಲ್ಲ. ಬಹುಶಃ ಅವನು ಹಿಂದೆ ಅನೇಕ ಬಾರಿ ಮಾಡಿದಂತೆಯೇ ಅವನ ತಾಯಿಯನ್ನು ಹುಡುಕಿಕೊಂಡು ಅವಳ ಹೊಲಕ್ಕೆ ಹೋಗಬಹುದು. ಅದೇನೂ ಹಳ್ಳಿಗೆ ಅಷ್ಟು ದೂರವಲ್ಲ. ಅವನಿಗೆ ದಾರಿಯೂ ಗೊತ್ತಿತ್ತು. ಸೂರ್ಯ ನೆತ್ತಿಯ ಮೇಲೆ ಬರುವ ವೇಳೆಗೆ ಅವಳ ಅಡುಗೆ ಮುಗಿದಿತ್ತು. ಮಕ್ಕಳೆಲ್ಲಾ ಬೋಗುಣಿಗಳ ಮುಂದೆ ಕುಳಿತು ಊಟ ಆರಂಭಿಸಲು ಅಪ್ಪಣೆಗಾಗಿ ಕಾಯುತ್ತಿದ್ದರು. ಬಾಯ್ ಮೋಡಿ ಇನ್ನೂ ಬಂದಿಲ್ಲ ಎನ್ನುವುದು ಅವಳಿಗೆ ಅದೇತಾನೇ ನೆನಪಾಯಿತು. ಒಂದು ಸಣ್ಣ ಬೋಗುಣಿ ತೆಗೆದುಕೊಂಡು ಇತರೆಲ್ಲ ಬೋಗುಣಿಗಳಿಂದ ಸ್ವಲ್ಪ ಸ್ವಲ್ಪ ಆಹಾರ ಹಾಕಿ ಅವನಿಗಾಗಿ ತೆಗೆದಿಟ್ಟಳು. ಅನಂತರ ಅವಳು ಪ್ರತಿಯೊಂದು ಬೋಗುಣಿಯಲ್ಲೂ ಕೈಬೆರಳಿಟ್ಟು ಅದನ್ನು ನೆಕ್ಕಿದಳು.

"ಇನ್ನು ನೀವು ಊಟ ಶುರುಮಾಡಬಹುದು. ಆಹಾರ ಶಾಂತವಾಗಿ ಜೀರ್ಣವಾಗಲಿ" ಎಂದಳು. ಅವರೆಲ್ಲಾ ಊಟ ಆರಂಭಿಸಿದರು. ಅವಳು ಬಾಯ್ ಮೋಡಿಯನ್ನು ಹುಡುಕಿಕೊಂಡು ಹೊರಟಳು. ತುಂಬಾ ಹೊತ್ತು ಸುತ್ತಮುತ್ತಲೆಲ್ಲಾ ನೋಡುತ್ತಿದ್ದಳು. ಮಕ್ಕಳು ಒಳಗೆ ಊಟಮಾಡುತ್ತಿದ್ದಂತೆಯೇ ಜಗಳವಾಡುತ್ತಿರುವ ಶಬ್ದ ಕೇಳಿಬಂದಾಗ ಮಾತ್ರ ಮತ್ತೆ ಒಳಗೆ ಹೋದಳು. ಅವನು ನಿಧಾನವಾಗಿ ನಡೆಯುತ್ತಾ ಒಳಗೆ ಬರುವ ವೇಳೆಗೆ ಅವಳೂ ಊಟ ಆರಂಭಿಸಿದಳು. ಅವನ ತುಟಿಗಳ ಮೇಲೆ ಯಾವುದೋ ಕೆಂಪು ಕಲೆಯಿತ್ತು.

"ಎಲ್ಲಿ ಹೋಗಿದ್ದೆ ಬಾಯ್ ಮೋಡಿ?" ಎಂದು ಕೇಳಿದಳು.

"ಎಲ್ಲೂ ಇಲ್ಲ," ಎಂದು ಉತ್ತರವಿತ್ತ.

"ಆದರೆ ನಾನು ಗೇಟ್ ಬಳಿ ನಿಂತು ನಿನಗಾಗಿ ತುಂಬಾ ಹೊತ್ತು ನೋಡಿದೆ. ನೀನು ತುಂಬಾ ಹೊತ್ತಾಗಲಿ ಅಥವಾ ತುಂಬಾ ದೂರವಾಗಿ ಹೋಗಬೇಡ ಅಂತ ನಾನು ನಿನಗೆ ಹೇಳಿರಲಿಲ್ಲವೆ?"

ಮಗು ಏನನ್ನೂ ಹೇಳಲಿಲ್ಲ.

ಯಾಯ್ ಕೊರ್ಡು ಅವನನ್ನೇ ಸ್ವಲ್ಪ ಹೊತ್ತು ನೋಡಿದಳು. "ಅಲ್ಲೇ ನಿನ್ನ ಹಿಂದೆ ನಿನ್ನ ಊಟ ಇದೆ. ಕೈತೊಳೆದುಕೊಂಡು ಬಂದು ಊಟ ಮಾಡು" ಎಂದಳು.

"ನನಗೆ ಹೊಟ್ಟೆ ತುಂಬಿದೆ" ಎಂದು ಮಗು ಹೇಳಿತು.

"ಆದರೆ ನೀನು ಊಟಾನೇ ಮಾಡಿಲ್ಲವಲ್ಲ," ಎಂದು ಯಾಯ್ ಕೊರ್ಡು ಆರಂಭಿಸಿದಳು. ಅನಂತರ ಅವನ ಬಾಯಿನ ಸುತ್ತ ಕೆಂಪು ಕಲೆಗಳಿರುವುದನ್ನು ಕಂಡಳು. "ಏನು ತಿನ್ನುತ್ತಿದ್ದೆ?" ಎಂದು ಕೇಳಿದಳು. "ಪೊದೆಗಳಲ್ಲಿರೋದನ್ನೆಲ್ಲಾ ತೆಗೆದುಕೊಂಡು ತಿನ್ನಬಾರದು ಅಂತ ನಾನು ಹೇಳಿಲ್ಲವಾ?" ಹುಡುಗ ಮೌನವಾಗಿದ್ದ. ಕೊನೆಗೆ ಬೇಸತ್ತು ಆಕೆಯೇ ಹೇಳಿದಳು:

"ಸರಿ, ನೀನೇನು ತಿನ್ನುತ್ತಿದ್ದೆಯೋ ನನಗೆ ಗೊತ್ತಿಲ್ಲ. ಆದರೆ ನೀನು ಊಟವನ್ನಂತೂ ಮಾಡಲೇಬೇಕು. ಕೈತೊಳೆದುಕೊಂಡು ಬಂದು ಊಟ ಮಾಡು," ಎಂದಳು.

ಬಾಯ್ ಮೋಡಿ ಬಾಗಿಲ ಹಿಂದಿದ್ದ ತೊಟ್ಟಿಯ ಬಳಿಗೆ ಹೋಗಿ ಕೈಗಳನ್ನೇನೋ

ತೊಳೆದುಕೊಂಡು ಬಂದ. ಆದರೆ ಊಟ ಮಾಡಲೊಲ್ಲ. ಸುಮ್ಮನೆ ಕುಳಿತು ಆಹಾರವನ್ನೇ ನೋಡುತ್ತಿದ್ದ.

"ಊಟ ಮಾಡು ಅಂದೆ," ಎಂದಳು ಅವನ ಹಿಂದೆ ನಿಂತಿದ್ದ ಯಾಯ್ ಕೊರ್ಡು.

ಆದರೂ ಅವನು ಆಹಾರವನ್ನು ಮುಟ್ಟಲೊಲ್ಲ. ಅದರ ಬದಲು ಅಳಲಾರಂಭಿಸಿದ.

"ನಾನೇನೂ ನಿನ್ನನ್ನ ಹೊಡೆದಿಲ್ಲ. ಆದರೂ ಅಳ್ತಾ ಇದೀಯ" ಎಂದಳು ಯಾಯ್ ಕೊರ್ಡು. "ಸ್ವಲ್ಪ ತಡಿ! ನೀನು ಊಟ ಮಾಡದೆ ಇದ್ದರೆ ಅಳೋದಿಕ್ಕೆ ಸರಿಯಾದ ಕಾರಣ ಕೊಡ್ತೀನಿ," ಎನ್ನುತ್ತಾ ಹೊರಗಿನ ಕಟ್ಟಿಗೆ ರಾಶಿಯ ಬಳಿ ಹೋಗಿ ಉದ್ದನೆಯದೊಂದು ಕಟ್ಟಿಗೆ ತೆಗೆದುಕೊಂಡು ಬಂದು ಇನ್ನೇನು ಅವನ ತಲೆಯ ಮೇಲೆ ಹೊಡೆಯುವಂತೆ ಅವನ ಹಿಂದೆ ನಿಂತಳು. ಇದರ ಉದ್ದೇಶವಿದ್ದುದು ಮಗು ಏನಾದರೂ ತಿನ್ನುವಂತೆ ಬೆದರಿಸೋಣ ಎಂದು. ತನ್ನ ಉಸ್ತುವಾರಿಯಲ್ಲಿದ್ದ ಮಕ್ಕಳು ಎಷ್ಟೇ ಚೇಷ್ಟೆ ಮಾಡಿದರೂ ಯಾಯ್ ಕೊರ್ಡು ಅವರನ್ನು ಹೊಡೆಯುತ್ತಿರಲಿಲ್ಲ. ಆದರೆ ಹೆದರಿದ ಬಾಯ್ ಮೋಡಿ ಒಟ್ಟಿಗೇ ಎರಡು ತುತ್ತು ತಿನ್ನಲು ಪ್ರಯತ್ನಿಸಿ ಎಲ್ಲವನ್ನೂ ಚಾಪೆಯ ಮೇಲೆ ವಾಂತಿ ಮಾಡಿಕೊಂಡ. ಕೂಡಲೇ ಯಾಯ್ ಕೊರ್ಡು ಕಡ್ಡಿಯನ್ನು ಕೆಳಗೆ ಹಾಕಿ ಅವನನ್ನು ಎತ್ತಿಕೊಂಡಳು. "ನಾನು ಯಾವಾಗ್ಲೂ ಏನು ಹೇಳ್ತಿನಿ, ಈಗ ಗೊತ್ತಾಯ್ತು?" ಎಂದಳು ಯಾಯ್ ಕೊರ್ಡು. "ನೀನು ಪೊದೇನಲ್ಲಿ ಅದೇನೇನು ತಿಂದೆಯೋ! ಅದರಿಂದಲೇ ವಾಂತಿಯಾಗ್ತಿರೋದು ಖಂಡಿತ."

ಮಗು ಮತ್ತೆ ವಾಕರಿಕೆ ಆರಂಭಿಸಿದಂತೆ ಅವನನ್ನು ಹೊರಗೆ ಎತ್ತಿಕೊಂಡು ಹೋದಳು. "ನಿಧಾನ, ನಿಧಾನ! ಬಲವಂತ ಮಾಡ್ಬೇಡ. ವಾಂತಿಯಾಗೋದು ಖಂಡಿತ ಅನ್ನಿಸೋವರೆಗೂ ನೀನೇ ಪ್ರಯತ್ನಿಸಬೇಡ," ಎಂದಳು.

* * *

ಮರುದಿನ ಬೆಳಿಗ್ಗೆ ಯಾಯ್ ಕೊರ್ಡು ಅಂದು ತಾನು ಬಣ್ಣ ಹಾಕಬೇಕಾಗಿದ್ದ ಬಟ್ಟೆಗಳನ್ನು ಸಿದ್ಧಪಡಿಸಿಕೊಳ್ಳುತ್ತಿದ್ದಂತೆ ಪೆಂಡಾ ಗರ್ಜು ಬೇಲಿಯಾಚೆ ನಿಂತು ಅವಳಿಗೆ ಶುಭ ಹಾರೈಸಿದಳು.

"ಸುಖ ನಿದ್ರೆ ಆಯಿತಾ, ಯಾಯ್ ಕೊರ್ಡು?" ಎಂದಳು.

"ಸುಖ ನಿದ್ರೆಯೇ," ಎಂದುತ್ತರವಿತ್ತಳು ಯಾಯ್ ಕೊರ್ಡು.

"ನಿನ್ನದು?"

"ನನಗಾ? ನಿನಗೆ ಗೊತ್ತಲ್ಲ, ನನಗೆ ಯಾವತ್ತೂ ರಾತ್ರಿ ಪೂರ್ತಿ ಒಳ್ಳೆಯ ನಿದ್ದೆ ಬಂದಿತೆಂಬುದೇ ನೆನಪಿಲ್ಲ. ದಿಂಬಿಗೆ ತಲೆ ಸೋಕಿದ ಕೂಡಲೇ ಮೈಕೈ ನೋವು ಆರಂಭ ವಾಗುತ್ತೆ. ಕಾಲುಬೆರಳ ಕೀಲುಗಳಿಂದ ಆರಂಭಿಸಿ ಕತ್ತಿನ ಹಿಂಭಾಗದವರೆಗೆ ನಾನೊಂದು ನೋವಿನ ಮುದ್ದೆ. ಆದರೇನಂತೆ ನನಗದು ಅಭ್ಯಾಸವಾಗಿಬಿಟ್ಟಿದೆ." ಕೊನೆಯ ಮಾತನ್ನು ಅವಳು ಸೇರಿಸಿದ್ದು ಯಾಯ್ ಕೋರ್ಡುಗೆ ತನ್ನ ತಾಪತ್ರಯಗಳ ಬಗ್ಗೆ ಇರುವುದಕ್ಕಿಂತ ಹೆಚ್ಚಿನ ಆಸಕ್ತಿ ಅವಳು ಹೊಲಿಯುತ್ತಿದ್ದ ಬಟ್ಟೆಯ ಬಗ್ಗೆ ಇತ್ತೆಂಬುದನ್ನು ಗಮನಿಸಿದಾಗ.

"ಅದು ನಿಜ," ಎಂದು ಯಾಯ್ ಕೊರ್ಡು ಅನ್ಯಮನಸ್ಕಳಾಗಿ ಉತ್ತರವಿತ್ತಳು.

"ನೀನು ನಿನ್ನ ಪುಟ್ಟ ಯಜಮಾನನನ್ನು ನೋಡಲು ಹೋಗುತ್ತಿದ್ದೀಯ ಅಂತ ಕಾಣುತ್ತೆ ಅಲ್ವೆ?" ಪೆಂಡಾ ಕೇಳಿದಳು.

"ಯಾರದು ?" ಯಾಯ್ ಕೊರ್ದುವಿನ ಪ್ರಶ್ನೆ.

"ಓ, ಬಾಯ್ ಮೋಡಿ, ಅವನಿಗೆ ಹುಷಾರಿರಲಿಲ್ಲವೆಂಬುದು ನಿನಗೆ ಗೊತ್ತಿಲ್ಲವೆ ? ಕಳೆದ ರಾತ್ರಿ ಅವನ ಆರೋಗ್ಯ ತುಂಬಾ ಕೆಟ್ಟಿದ್ದು ಅವನ ತಂದೆ ಸಹಾಯಕ್ಕಾಗಿ ತನ್ನ ತಾಯಿಯ ಹಳ್ಳಿಗೆ ಹೋಗಿದ್ದನೆಂದು ಹೇಳುತ್ತಾರೆ."

ಯಾಯ್ ಕೊರ್ದು ತನ್ನ ಕೈಯಲ್ಲಿದ್ದ ಬಟ್ಟೆಯನ್ನು ಕೆಳಗಿಟ್ಟು ಹೇಳಿದಳು, "ಅವನಿಗೆ ಅಷ್ಟೊಂದು ಸೌಖ್ಯವಿರಲಿಲ್ಲ ಅನ್ನೋದು ನನಗೆ ಗೊತ್ತಿರಲಿಲ್ಲ. ರಾತ್ರಿ ತುಂಬಾ ಜಾಸ್ತಿ ಯಾಗಿರ್ಬೇಕು, ಇಲ್ಲಿ ನನ್ನ ಗುಡಿಸಲಿನಲ್ಲಿದ್ದಾಗಲೇ ದೇಹಸ್ಥಿತಿ ಕೆಟ್ಟಿತು. ಅವನನ್ನು ಸಂಜೆ ಮನೆಗೆ ಕರೆದುಕೊಂಡು ಹೋಗಲು ಬಂದಾಗ ಅವನ ತಾಯಿಗೆ ಹೇಳಿದ್ದೆ. ಆದರೆ ಅವನಿಗೆ ತುಂಬಾ ಕೆಟ್ಟದಾಗಿತ್ತೆನಿಸಿರಲಿಲ್ಲ. ನೋಡೋಕೆ ಸರಿಯಾಗೇ ಇದ್ದ. ಆದರೂ ನಾನು ಕೆರೆಗೆ ಹೋಗ್ತಾ ಒಂದ್ಸಲ ಅವನನ್ನ ನೋಡ್ತೀನಿ. ಬಣ್ಣ ಹಾಕೋದಕ್ಕೆ ನಾನು ಸ್ವಲ್ಪ ಬಟ್ಟೇನ ತಗೊಂಡು ಹೋಗ್ಬೇಕು."

ಅವಳ ಮಾತಿನಲ್ಲಿ ಆತಂಕವಿತ್ತು. "ಆ ಹುಡುಗನಿಗೆ ತುಂಬಾ ಮೊಂಡುತನ. ಮುದ್ದಿನಿಂದ ಕೆಟ್ಟಿದ್ದಾನೆ" ಎಂದಳು ಪೆಂಡಾ ಗರ್ಜು, "ನಾನೇನೂ ಅವ್ನಿಗೆ ಕೆಡುಕನ್ನ ಬಯಸಲಿಲ್ಲ. ಯಾಕೆಂದರೆ ನನಗೂ ಅವನ ವಯಸ್ಸಿನ ಮಕ್ಕಳಿದ್ದಾರೆ. ಆದರೆ ನಮ್ಮ ಪೂರ್ವಿಕರು ಹೇಳ್ತಾ ಇದ್ದಂತೆ, ಒಂದು ಕಡೆ ನಿಲ್ಲದ ಕಾಲು ಒಂದಲ್ಲ ಒಂದು ದಿನ ಮಲದ ಮೇಲೆ ಕಾಲಿಡುತ್ತೆ."

"ಇರಲಿ, ಅವನು ಇನ್ನೂ ಚಿಕ್ಕವನು ಅದರಲ್ಲೂ ಒಬ್ಬನೆ ಮಗ. ಅವನು ಮುದ್ದಿನಿಂದ ಕೆಡದಿರಲು ಹೇಗೆ ತಾನೆ ಸಾಧ್ಯ ?"

ಬೆಳಿಗ್ಗೆ ಸ್ವಲ್ಪ ಹೊತ್ತಿನ ಅನಂತರ ಯಾಯ್ ಕೊರ್ದು ತನ್ನೆಲ್ಲ ಕೆಲಸವನ್ನೂ ಮುಗಿಸಿ ತಾನು ಬಣ್ಣ ಹಾಕಬೇಕಾಗಿದ್ದ ಬಟ್ಟೆಗಳೆಲ್ಲವನ್ನು ಒಂದೆಡೆ ಗಂಟು ಕಟ್ಟಿದಳು. ಅದನ್ನು ತಲೆಯ ಮೇಲಿಟ್ಟುಕೊಂಡು ಹೊರಟಳು. ಬಾಯ್ ಮೋಡಿಯ ಗುಡಿಸಲು, ಕೆರೆಗೆ ಹೋಗುವ ದಾರಿಯಲ್ಲಿ ತನ್ನ ಗೇಟಿನಿಂದ ನಾಲ್ಕು ಗೇಟು ಆಚೆ ಇತ್ತು. ಆದ್ದರಿಂದ ಬೇಗನೆ ಅಲ್ಲಿಗೆ ತಲಪಿದಳು. ಗೇಟಿನ ಹತ್ತಿರವೇ ಅವಳು ಬಾಯ್ ಮೋಡಿಯ ತಂದೆಗೆ ಎದುರಾದಳು. ಅವನು ದಪ್ಪ ಪೇಟಾ ಧರಿಸಿದ್ದ ಕುಳ್ಳ ಮನುಷ್ಯನೊಬ್ಬನೊಡನೆ ಹೋಗುತ್ತಿದ್ದ. ಅವಳು ಅವರನ್ನು ವಂದಿಸಿದಳು. ಆದರೆ ಅವರು ಪ್ರತ್ಯುತ್ತರ ನೀಡಲಿಲ್ಲ. ಬಹುಶಃ ಅವರು ಆತುರದಲ್ಲಿರುವರೇನೋ ಎಂದು ತಿಳಿದು ಆಕೆ ಇದಕ್ಕೆ ವಿಶೇಷ ಅರ್ಥವನ್ನೇನೂ ಕಲ್ಪಿಸಲಿಲ್ಲ. ಎಂದಿನಂತೆ ಅವಳು ಗುಡಿಸಲಿನ ಹೊಸ್ತಿಲು ದಾಟುವ ಮುನ್ನವೇ "ಈ ಕಾಂಪೌಂಡಿನಲ್ಲಿ ಎಲ್ಲಾ ಕ್ಷೇಮ ತಾನೆ ?" ಎನ್ನುತ್ತಾ ತಲೆಯ ಮೇಲಿದ್ದ ಗಂಟನ್ನು ಕೆಳಗಿಟ್ಟಳು.

ಗುಡಿಸಲಿನೊಳಗೆ ನಡೆಯುತ್ತಿದ್ದ ಸಂಭಾಷಣೆ ನಿಂತಿತು. ಅನಂತರ ಒಂದು ಧ್ವನಿ ಕೇಳಿಬಂತು, "ನಾನು ಅವಳಿಗೆ ಹೇಳ್ತೇನೆ. ನಿನಗೆ ಅವಳನ್ನು ಕಂಡರೆ ಭಯವಿರಬಹುದು. ನನಗಿಲ್ಲ"

ಅದು ಬಾಯ್ ಮೋಡಿಯ ಅಜ್ಜಿ ಮಜಿಗೇನ್ ಡಿಯಾವ್ ಧ್ವನಿ. ಅವಳು ಆ ಹಳ್ಳಿಯವಳಲ್ಲ. ಆದರೆ ಹಳ್ಳಿಯಲ್ಲಿನ ಪ್ರತಿಯೊಬ್ಬರೂ ಅವಳ ಹರಿತವಾದ ನಾಲಗೆಯ ಬಗ್ಗೆ ಕೇಳಿದ್ದರು. ಇತರರಿಗೆ ಹೇಳಲು ಕಷ್ಟವೆನಿಸುವುದನ್ನು ಹೇಳುವುದರಲ್ಲಿ ಅವಳು ಸಮರ್ಥಳೆನಿಸಿದ್ದಳು. ಈಗ ಅವಳು ದ್ವೇಷದಿಂದ ಅರಳಿದ ಕಣ್ಣುಗಳಿಂದ ಬಾಯ್

ಮೋಡಿಯತ್ತ ನೋಡುತ್ತಿದ್ದಳು. ಅವಳು ಗುಡಿಸಲಿನ ಹೆಚ್ಚು ಭಾಗವನ್ನು ಆಕ್ರಮಿಸಿಕೊಂಡಿದ್ದ ಬಿದಿರು ಮಂಚದ ಮೇಲೆ ಕುಳಿತಿದ್ದಳು. ಅವಳ ಹಿಂದೆ ಬಾಯ್ ಮೋಡಿ ಮೈ ತುಂಬಾ ಹೊದ್ದುಕೊಂಡು ಮಲಗಿದ್ದ. ಅವನಿಗೆ ನಿದ್ದೆ ಬಂದಿತ್ತು. ಅವನ ತಾಯಿ ಮಂಚದ ಕಾಲಿನ ಬಳಿ ಕುಳಿತಿದ್ದಳು. ಇನ್ನು ಕೆಲವರು ಹೆಂಗಸರು ಗೋಡೆಗೆ ಇದಿರಾಗಿದ್ದ ಬೆಂಚುಗಳ ಮೇಲೆ ಕುಳಿತಿದ್ದರು. ವೃದ್ಧ ಹೆಂಗಸನ್ನು ನೋಡಿದ ಯಾಯ್ ಕೊರ್ಡು ಅವಳನ್ನು ವಂದಿಸಿ ಯೋಗಕ್ಷೇಮ ವಿಚಾರಿಸಿದಳು.

"ಈಗ ಚೆನ್ನಾಗಿದ್ದೀನಿ ಅನ್ನೋದು ಗೊತ್ತು. ಆದರೆ ಮುಂದೆ ಏನಾಗುತ್ತೆ ಅನ್ನೋದು 'ರಾತ್ರಿಯ ಜನರನ್ನು' ಅವಲಂಬಿಸಿರುತ್ತೆ" ಎಂದು ಅವಳು ಅರ್ಥವಾಗದ ರೀತಿಯಲ್ಲಿ ಉತ್ತರ ಕೊಟ್ಟಳು.

ಬಾಯ್ ಮೋಡಿಯ ತಾಯಿ ತಲೆ ಬಗ್ಗಿಸಿ ನೆಲ ನೋಡಲಾರಂಭಿಸಿದಳು.

ಯಾಯ್ ಕೊರ್ಡುವಿಗೆ ಈ ಉತ್ತರ ವಿಚಿತ್ರವೆನಿಸಿತು. ಆದರೂ ಶಾಂತವಾಗಿ ಹೇಳಿದಳು, "ಈ ಪ್ರಪಂಚ ಒಂದು ಕಷ್ಟದ ಸ್ಥಳವಾಗಿರೋದು ಅದರಿಂದಲೇ. ಅದರ ತುಂಬಾ 'ಕೆಟ್ಟ ಜನ' ತುಂಬಿದಾರೆ. ಆದರೆ ನಮಗೆ ಅವರು ಯಾರೆಂದು ಗೊತ್ತಾಗೊಲ್ಲ. ಅವರಿಂದ ದೂರ ಓಡಿ ಹೋಗೋದು ಸಾಧ್ಯವಿದ್ದರೆ ಎಷ್ಟು ಚೆನ್ನಾಗಿರುತ್ತೆ? ಅದ್ಸರಿ, ನನ್ನ ಪುಟ್ಟ ಯಜಮಾನ ಹೇಗಿದಾನೆ? ಅವನೇನಾ ನಿನ್ನ ಹಿಂದೆ ಮಲಗಿರೋದು? ಎಲ್ಲಿ ನೋಡೋಣ."

"ಅವನು ನಿದ್ದೆ ಮಾಡ್ತಿದ್ದಾನೆ," ತೀರಾ ಒರಟೆನಿಸುವಷ್ಟು ಬೇಗನೆ ಆ ವೃದ್ಧ ಹೆಂಗಸು ಉತ್ತರಿಸಿದಳು. ಮಗುವಿನ ತಾಯಿ ಅದನ್ನು ಯಾಯ್ ಕೊರ್ಡುವಿನಿಂದ ರಕ್ಷಿಸು ವವಳಂತೆ ಹತ್ತಿರ ಸರಿದಳು. "ಅವನು ಇಡೀ ರಾತ್ರಿ ಮಲಗಲಿಲ್ಲ. ಯಾಯ್ ಕೊರ್ಡು. ಈಗ ಸ್ವಲ್ಪ ಹೊತ್ತಿನ ಹಿಂದೆ ತಾನೆ ನಿದ್ದೆ ಬಂತು."

"ಹಾಗಾದರೆ ನಾನು ಅವನನ್ನು ಎಬ್ಬಿಸೊಲ್ಲ. ನಿದ್ದೆಯನಂತರ ಅವನು ಸುಧಾರಿಸ್ತಾನೆ. ಮಕ್ಕಳು ಕಾಯಿಲೆ ಬಿದ್ದಾಗ, ನಿದ್ದೆಯಿಂದಲೇ ಗುಣವಾಗೋದು."

ಇಷ್ಟು ಹೊತ್ತು ಅವಳು ನಿಂತೇ ಇದ್ದಳು. ಅವಳನ್ನು ಕುಳಿತುಕೋ ಅಂತಲೂ ಯಾರೂ ಹೇಳಲಿಲ್ಲ. ಈಗ ಅವಳು ಸಣ್ಣ ಬೆಂಚೊಂದನ್ನು ತನ್ನತ್ತ ಎಳೆದುಕೊಂಡು ಕುಳಿತುಕೊಂಡಳು. ಯಾರೂ ಅವಳಿಗೆ ಏನೂ ಹೇಳಲಿಲ್ಲ. ಸ್ವಲ್ಪ ಹೊತ್ತಿನ ಬಳಿಕ ಅವಳು ನುಡಿದಳು, "ಈಗಂತೂ ಆಶ್ಚರ್ಯ ಅನ್ನಿಸೋ ಅಷ್ಟು ಬೇಗ ಕಾಯಿಲೆ ಬರುತ್ತೆ. ಬಾಯ್ ಮೋಡಿ ಅಸ್ವಸ್ಥವಾದದ್ದು ನನ್ನ ಹಿತ್ತಲಲ್ಲೇ! ಆದರೆ ನಾನಂದುಕೊಂಡೆ ಅವನು ಏನೋ ಒಗ್ಗದ್ದನ್ನು ತಿಂದಿರಬಹುದು ಅಂತ."

"ಅವನು ಏನನ್ನೋ ತಿಂದಿದ್ದ ಸರಿಯೇ," ವೃದ್ಧ ಹೆಂಗಸು ಗೊಣಗಿದಳು, ಆದರೆ ಕೋಣೆ ಯಲ್ಲಿದ್ದ ಎಲ್ಲರಿಗೂ ಕೇಳುವಷ್ಟು ಗಟ್ಟಿಯಾಗಿ. ಅನಂತರ ಇನ್ನೂ ಸ್ಪಷ್ಟವಾಗಿ ಹೇಳಿದಳು: ಕೆಲವರು ಯಾಕೆ ಅಷ್ಟು ಕೆಟ್ಟವರಾಗಿರ್ತಾರೆ ಅನ್ನೋದೊಂದೇ ನನಗೆ ಅರ್ಥವಾಗೊಲ್ಲ. ಅವರಿಗೆ ಆಗಲಿಲ್ಲ ಅಂದಮಾತ್ರಕ್ಕೆ ಇತರರಿಗೂ ಆಗಕೂಡದು ಅಂತ ಅವರ ಭಾವನೆ. ಆದರೆ ಅವರಿಗೆ ನಾನ್ಯಾರು ಅನ್ನೋದು ಗೊತ್ತಿಲ್ಲ. ಆದ್ದರಿಂದಲೇ ಅವರು ನನ್ನ ಮನೇನ ಹಾಳು ಮಾಡೋಕೆ ಬಯಸ್ತಾರೆ. ಅವರಿಗೆ ನಾನ್ಯಾರು ಅನ್ನೋದು ಗೊತ್ತಿಲ್ಲ." ಯಾಯ್ ಕೊರ್ಡುವಿನ ದಿಕ್ಕಿನಲ್ಲಿ ಉಗಿಯುತ್ತ ಅವಳು ಮಾತು ಮುಗಿಸಿದಳು.

ಯಾಕೋ ಈ ಮುದಿ ಹೆಂಗಸು ತನ್ನ ಬಗ್ಗೆ ಏನೋ ಕೆಟ್ಟ ಮಾತು ಆಡುತ್ತಿದ್ದಾಳೆ ಅಂತ ಯಾಯ್ ಕೊರ್ಡುಗೆ ಅನ್ನಿಸಿದ್ದು ಇದರಿಂದ. ಆದರೆ ಇದಕ್ಕೆ ಹೇಗೆ ಪ್ರತಿಕ್ರಿಯೆ ವ್ಯಕ್ತಪಡಿಸಬೇಕು ಅನ್ನೋದೇ ಅವಳಿಗೆ ಗೊತ್ತಾಗಲಿಲ್ಲ. ತಾನು ಎಲ್ಲರೊಡನೆಯೂ ಮೈತ್ರಿ ಯಿಂದಿದ್ದ ಹಳ್ಳಿಯಲ್ಲಿ ಇಂತಹ ಪರಿಸ್ಥಿತಿಯೊಂದರಲ್ಲಿ ಅವಳು ಸಿಲುಕಿದ್ದು ಅಪರೂಪ. ವಿನೋದದಲ್ಲಿ ಮಾತು ತೇಲಿಸಲು ಅವಳು ನಿರ್ಧರಿಸಿದಳು.

"ಯಾಯ್ ಮುಜಿಗೇನ್, ನಿನ್ನ ಮೊಮ್ಮಗನಿಗೆ ಮೈ ಸ್ವಸ್ಥವಿಲ್ಲ ಅಂತ ನೀನು ಹೀಗೆ ಆಡ್ತಾ ಇದೀಯಾ?" ಎಂದು ಅವಳು ನಗುತ್ತಾ ಕೇಳಿದಳು. "ಅವನು ಸರಿ ಹೋಗ್ತಾನೆ, ಆಮೇಲೆ ನೀನು ನಮ್ಮನ್ನು ನೇರವಾಗಿ ನೋಡೋಕೂ ನಾಚಿಕೆ ಪಟ್ಕೊಳ್ತೀಯಾ."

ಮುದಿ ಹೆಂಗಸು ಇದಕ್ಕಾಗಿಯೇ ಕಾಯುತ್ತಿದ್ದಂತಿತ್ತು.

"ಹೌದು, ಹೌದು," ಎಂದು ಅವಳು ಘೂತ್ಕರಿಸಿದಳು. "ಅವನು ಸರಿ ಹೋಗ್ತಾನೋ ಇಲ್ಲವೋ ನಿನಗೇ ಗೊತ್ತಾಗಬೇಕು. ಯಾಕೆ ಅಂದರೆ ಅವನು ತನಗೆ ರೋಗ ತಂದ ಪದಾರ್ಥಾನಾ ತಿಂದದ್ದು ನಿನ್ನ ಗುಡಿಸಲಿನಲ್ಲೇ."

"ಹೌದು, ಯಾಯ್ ಕೊರ್ಡು" ಎಂದು ಮಗುವಿನ ತಾಯಿ ಗದ್ಗದಿತಳಾಗಿ ನುಡಿದಳು. "ಅವಾಗಿನಿಂದ ಅವನು ಸರಿಯಾಗಿಲ್ಲ. ಅವನ ಹೊಟ್ಟೇಲಿ ಅಷ್ಟೊಂದು ನೋವಾಗ್ತಿದೆ. ದಯವಿಟ್ಟು ನನಗೆ ಸಹಾಯ ಮಾಡು ಯಾಯ್ ಕೊರ್ಡು. ನನಗೆ ಇರೋದೆಲ್ಲ ಅವನೊಬ್ಬನೆ. ಯಾರೂ ಇಲ್ದಿದ್ರೆ ಹೇಗಿರುತ್ತೆ ಅನ್ನೋದು ನಿನಗೆ ಗೊತ್ತಿದೆ. ನನಗೆ ಇರೋ ಒಬ್ಬನೇ ಒಬ್ಬನನ್ನ ಕಿತ್ಕೋಬೇಡ."

"ನೀನು ಬಾಯಿಮುಚ್ಚು," ಎಂದು ಮಜಿಗೇನ್ ಅವಳತ್ತ ಗರ್ಜಿಸಿದಳು. "ಇಂಥವರ ಜತೆ ಮಾತಾಡಬೇಕಾಗಿರೋದು ಹಾಗಲ್ಲ. ಹೆದರಿಕೆ ತೋರಿಸಿದೆಯೋ ಅವರು ನಿನ್ನನ್ನು ಸೋಲಿಸಿ ಬಿಡ್ತಾರೆ. ಕೊರ್ಡು ಅಂಬೋಗೆ, ನಾನು ನಿನಗೆ ಎಚ್ಚರಿಕೆ ಕೊಡ್ತಿದೀನಿ. ಈ ನನ್ನ ಮೊಮ್ಮಗನಿಗೆ ಏನಾದರೂ ಆದರೆ ಇಡೀ ಹಳ್ಳಿಯೇ ಅಲ್ಲಾಡಿಹೋಗುತ್ತೆ. ಅವನಿಗೆ ಏನಾದರೂ ಆದರೆ ಹಳ್ಳೀನೆಲ್ಲಾ ಬುಡಮೇಲು ಮಾಡ್ಬಿಡ್ತೀನಿ. ಇಲ್ಲಿನ ಕೆಲವರು ಅವರ ಮಲವನ್ನೇ ತಿನ್ನುವಂತೆ ಮಾಡ್ತೀನಿ." ಅವರು ಲಪ್ಪಾವನ್ನು ತಲೆಗೆ ಸುತ್ತಿಕೊಂಡು, ಎಲ್ಲರಿಗೂ ತಮ್ಮ ನಿಜರೂಪವನ್ನು ತೋರಿಸುತ್ತಾ ಹಳ್ಳಿಯ ಸುತ್ತ ಓಡಾಡುವಂತೆ ಮಾಡ್ತೇನೆ. ಉದ್ದಕ್ಕೂ ಯಾಯ್ ಕೊರ್ಡು ಅಚ್ಚರಿ ಹಾಗೂ ಹೆದರಿಕೆಯಿಂದ ಮೂಕಳಾಗಿ ಕುಳಿತಿದ್ದಳು. ಶಂಕೆ ಹಾಗೂ ಭಯಾನಕತೆ ಮಿಶ್ರಿತವಾಗಿದ್ದ ಕಣ್ಣುಗಳಿಂದ ಅವಳು ಎಲ್ಲರತ್ತ ನಿಟ್ಟಿಸುತ್ತಿದ್ದಳು. ಆದರೆ ಯಾರೂ ಅವಳ ದೃಷ್ಟಿಯಲ್ಲಿ ದೃಷ್ಟಿ ಸೇರಿಸಿ ನೋಡುತ್ತಿರಲಿಲ್ಲ. ಅಥವಾ ಯಾವುದೇ ರೀತಿಯಲ್ಲಿ ಅವಳ ಪರವಾಗಿ ಮಾತನಾಡಲು ಪ್ರಯತ್ನಿಸಲಿಲ್ಲ. ಅವಳು ಲೆಕ್ಕವಿಲ್ಲದಷ್ಟು ಬಾರಿ ತಮ್ಮ ಮಕ್ಕಳನ್ನು ಜೋಪಾನಾಗಿ ನೋಡಿಕೊಂಡಿದ್ದರೆ ತಾನೆ ಏನಂತೆ! ತಮ್ಮಲ್ಲಿ ಕೆಲವರು ಸಣ್ಣವರಾಗಿದ್ದಾಗ ಅವಳ ಚಾಪೆಯ ಮೇಲೆ ಕುಳಿತು ಅವಳ ಅನ್ನವನ್ನು ತಿಂದು ಏನೂ ಆಗದೆ ಉಳಿದಿದ್ದರೆ ತಾನೆ ಏನಂತೆ! ಅವಳ ಮೇಲೆ ಈಗ ಮಾಟಗಾತಿಯೆಂಬ ಆಪಾದನೆ ಬಂದಿದೆ. ಅವಳ ಪರ ವಕಾಲತ್ತು ವಹಿಸುವುದಾಗಲಿ ಅಥವಾ ಅವಳ ಬಗ್ಗೆ ಸಹಾನುಭೂತಿ ತೋರುವುದಾಗಲಿ ಹೇಗೆ ತಾನೆ ಸಾಧ್ಯ? ಹಾಗೆ ಮಾಡಿದರೆ ಅವಳ ಅಕೃತ್ಯದ ಫಲದಲ್ಲಿ ತಮಗೂ ಪಾಲು ಇತ್ತೆಂದು ಅರ್ಥವಾಗುವು ದಿಲ್ಲವೆ? ಇಷ್ಟಕ್ಕೂ ಬೇಟೆಗಾರನಿಂದ ತಪ್ಪಿಸಿಕೊಳ್ಳಲು ಓಡುತ್ತಿರುವ ಕತ್ತೆಕಿರುಬವನ್ನು ರಕ್ಷಿಸಲು

ಯಾರು ಹೋಗುತ್ತಾರೆ! ಅದು ಅಪಾಯ ತಪ್ಪಿಸಿಕೊಂಡ ನಂತರ ತಮ್ಮ ಮೇಲೆಯೇ ಎರಗುವುದಿಲ್ಲವೆ? ಆದ್ದರಿಂದ ಅವರೆಲ್ಲಾ ತಲೆ ಬಗ್ಗಿಸಿಕೊಂಡು ನೆಲನೋಡುತ್ತಾ ಕುಳಿತಿದ್ದರು. ನಿಧಾನವಾಗಿ ಹಾಗೂ ಶಾಂತಧ್ವನಿಯಲ್ಲಿ ಯಾಯ್ ಕೊರ್ಡು ಹೇಳಿದಳು :

"ಯಾಯ್ ಮಜಿಗೇನ್, ನಾನೊಬ್ಬ ಮಾಟಗಾತಿ ಅಂತಲೂ ನಿನ್ನ ಮೊಮ್ಮಗನನ್ನು 'ಬಂಧನ' ಮಾಡಿರುವೆನೆಂತಲೂ ನೀನು ಹೇಳುತ್ತಿದ್ದೀಯಲ್ಲವೇ ?"

ಮುದಿ ಹೆಂಗಸು ಅಷ್ಟು ಹೊತ್ತಿನಿಂದ ಅಬ್ಬರಿಸುತ್ತಿದ್ದುದನ್ನೇ ಈಗ ಇಷ್ಟು ಶಾಂತ ಧ್ವನಿಯಲ್ಲಿ ಹೇಳಲು ತನಗೆ ಸಾಧ್ಯವಾದುದು ಒಂದು ಆಶ್ಚರ್ಯವೇ ಸರಿ ಎಂದು ಆಕೆಗೆ ತೋರಿತು. ಆದರೆ ಅವಳು ಹೇಳಬಹುದಾಗಿದುದ್ದೆಲ್ಲ ಇಷ್ಟನ್ನೇ. ಮುದಿ ಹೆಂಗಸಿನ ಮಾತುಗಳ ಅರ್ಥ ಅವಳಿಗೆ ಮನದಟ್ಟಾದಾಗ ಅವಳ ಹೃದಯದಲ್ಲಿ ಒಂದು ಮೂಕ ಚೀತ್ಕಾರವೆದ್ದಿತ್ತು, ಅಷ್ಟೆ. ಅನಂತರ ಅವಳ ಮನಸ್ಸು ಶೂನ್ಯವಾಗಿತ್ತು. ಈಗ ಮತ್ತೆ ಅರಿವು ತುಂಬುತ್ತಿದ್ದಂತೆ ಆಕೆ ತಾನು ಮುಂಚೆ ಕೇಳಿದ್ದುದು ನಿಜವೆ ಎಂಬುದನ್ನು ಖಚಿತಪಡಿಸಿಕೊಳ್ಳಲು ಈ ಮಾತು ಹೇಳುತ್ತಿದ್ದಂತಿತ್ತು.

"ಹೌದು" ಎಂದು ಮುದಿಯಾಕೆ ಘೂತ್ಕರಿಸಿದಳು. "ನಾನು ಸತ್ತರೂ ಸರಿಯೇ ಅದನ್ನೇ ಹೇಳ್ತೇನೆ. ಮಾರಾಬೂತ್ ಹೊಗೆ ಕುಡಿಸಿದಾಗ ಮಗು ನಿನ್ನ ಹೆಸರನ್ನೇ ಕೂಗಿತು. ನಿನ್ನ ಹೆಸರನ್ನು ಎರಡು ಬಾರಿ ಕೂಗಿ, ನೀನು ತಿನ್ನುವಂತೆ ಬಲಾತ್ಕರಿಸುತ್ತಿದ್ದೀಯೆಂದೂ ಆದರೆ ತನಗೆ ಇಚ್ಛೆಯಿಲ್ಲವೆಂದೂ ಹೇಳಿತು. ಅದು ಕೂಗಿದ್ದು ನಿನ್ನ ಹೆಸರನ್ನೆ ನಿನ್ನನ್ನೆ."

ಮುದಿ ಹೆಂಗಸು ಅಬ್ಬರಿಸುತ್ತಾ ತನ್ನತ್ತ ದೂರುಗಳ ಮಳೆಗರೆಯುತ್ತಿದ್ದಾಗ ಯಾಯ್ ಕೊರ್ಡುಗೆ ಅವಳ ಬಾಯಿ ದೊಡ್ಡದಾಗಿ ಇನ್ನಷ್ಟು ದೊಡ್ಡದಾಗಿ, ಹತ್ತಿರ ಹತ್ತಿರ ಬರುತ್ತಾ, ಇನ್ನೇನು ತನ್ನನ್ನೇ ನುಂಗಲಿದೆಯೇನೋ ಎನಿಸಿತು. ದೊಡ್ಡದಾಯಿತು, ಇನ್ನೂ ದೊಡ್ಡ ದಾಯಿತು, ಹತ್ತಿರ, ಇನ್ನೂ ಹತ್ತಿರ ಬಂತು. ಆಕೆಗೆ ಇನ್ನು ತಾಳಲಾಗಲಿಲ್ಲ. ತಾನು ಕುಳಿತಿದ್ದ ಬೆಂಚಿನಿಂದ ಎದ್ದು, ತನ್ನ ಗಂಟನ್ನು ತೆಗೆದುಕೊಳ್ಳದೆಯೆ, ಅಲ್ಲಿಂದ ಓಡಿಹೋದಳು. ಎಲ್ಲಿಗೆಂಬುದನ್ನು ತಿಳಿಯದೆಯೇ, ಏನೊಂದು ಜ್ಞಾನವೂ ಇಲ್ಲದೆಯೇ ಓಡಿದಳು. ಆಗ ನಡುಹಗಲಾಗಿತ್ತು. ಗ್ರಾಮಸ್ಥರೆಲ್ಲಾ ತಮ್ಮ ತಮ್ಮ ಕೆಲಸಗಳಲ್ಲಿದ್ದರು. ಅವಳನ್ನು ನೋಡಿ ಅವಳ ಹುಚ್ಚು ಓಟವನ್ನು ನಿಲ್ಲಿಸುವವರಾರೂ ಇರಲಿಲ್ಲ. ಒಂದು ವೇಳೆ ಇದ್ದರೂ, ಅವಳು ಅವರ ಮಾತನ್ನು ಕೇಳುತ್ತಿದ್ದಳೆಂದೇನೂ ಅಲ್ಲ. ಅವಳ ತಲೆಯೊಳಗಿನ ನೋವಿನಿಂದ ಕಿವಿಗಳು ಮುಚ್ಚಿದಂತಾಗಿದ್ದವು. ಆ ನೋವಿನಿಂದಲೇ ಅವಳಿಗೆ ಏಳು ಪಿಶಾಚಿಗಳ ಶಕ್ತಿ ಬಂದಂತಾಗಿತ್ತು. ಅವಳ ಕೈಕಾಲುಗಳಿಗೆ ಹಗ್ಗ ಬಿಗಿದು ಮಾತ್ರ ಅವಳನ್ನು ನಿಲ್ಲಿಸಬಹುದಾಗಿತ್ತು.

ತನ್ನ ತಲೆಯೊಂದರ ವಿನಾ ಆಕೆಗೆ ದೇಹದ ಉಳಿದ ಯಾವ ಭಾಗದ ಅರಿವೂ ಇರಲಿಲ್ಲ. ಗ್ರಾಮ ಬಹಳ ದೂರವಾಗುವವರೆಗೂ ಓಡಿದಳು. ಅನಂತರದ ದಾರಿಯೇ ತಿಳಿಯಲಿಲ್ಲ. ಹಾಗೆಯೇ ಗ್ರಾಮವನ್ನೇ ಅನೇಕ ಬಾರಿ ಸುತ್ತು ಹಾಕಿದಳು. ಕೊನೆಗೆ ಸುಸ್ತಾಗಿ ನೆಲದ ಮೇಲೆ ಕುಸಿದು ಬಿದ್ದಳು. ಆದರೆ ಕಾಲು ನಿಂತರೂ ತಲೆ ಓಡುತ್ತಲೇ ಇತ್ತು.

'ಆದರೆ ನಾನು ಮಾಟಗಾತಿಯಲ್ಲ ಮಾಟಗಾತಿಯರಿಗೆ ನಾಲ್ಕು ಕಣ್ಣುಗಳಿರುತ್ತವೆ. ನನಗೆ ನಾಲ್ಕು ಕಣ್ಣುಗಳಿಲ್ಲ. ನಾನು ಮಾಟಗಾತಿಯಾಗಲಾರೆ. ಇಲ್ಲ. ನಾನು ಮಾಟಗಾತಿಯಲ್ಲ. ಆದರೆ ಅವಳು ಹೌದು ಅನ್ನುತ್ತಾಳೆ. ಇನ್ನು ಮುಂದೆ ಯಾರೂ ಅವರ ಮಕ್ಕಳುಗಳನ್ನು

ನನ್ನ ಬಳಿ ಬಿಡಲಾರರು. ನಾನೊಬ್ಬ ಮಾಟಗಾತಿ ಅಂತ ಅವರು ಹೇಳುತ್ತಾರೆ. ಆದರೆ ನಾನು ಮಾಟಗಾತಿಯಲ್ಲ, ಮಾಟಗಾತಿಯಾಗಲಾರೆ. ಒಂದು ವೇಳೆ ಆಗಿದ್ದರೂ ನಾನು ನನ್ನ ಮಕ್ಕಳನ್ನು 'ಬಂಧನ' ಮಾಡಲಾರೆ. ಆದರೆ, ಅವರು ನನ್ನ ಮಕ್ಕಳಲ್ಲ. ನಾನು ಅವರಿಗೆ ಜನ್ಮ ಕೊಡಲಿಲ್ಲ.'

ಅವಳು ತನ್ನ ಅನೇಕ ಗರ್ಭಪಾತಗಳನ್ನು ನೆನೆಸಿಕೊಂಡಳು.

'ಆದರೆ ನಾನು ಸ್ವಂತ ಮಕ್ಕಳನ್ನು ಪಡೆಯಲು ಪ್ರಯತ್ನಿಸಿದೆ. ಅವರೆಲ್ಲಾ ನನ್ನ ಹೊಟ್ಟೆಯಲ್ಲಿ ಸಾಕಷ್ಟು ಬೆಳೆಯುವ ಮೊದಲೇ ಸತ್ತರು. ಅವರೆಲ್ಲಾ ಸತ್ತರು. ಯಾಕೆ ಸತ್ತರು ? ಯಾಕೆ ?!' ಉತ್ತರವೊಂದು ಹೊಳೆದಾಗ ಅವಳು ದಿಗ್ಭ್ರಮೆಯಿಂದ ಮರಗಟ್ಟಿದಂತಾದಳು.

'ಅವರು ಯಾಕೆ ಸತ್ತರು ? ಅವರನ್ನು ಸಾಯಿಸಿದ್ದು ಯಾವುದು ? ಅವರನ್ನು ಸಾಯಿಸಿದ್ದು ನಾನೇನಾ ? ನಾನು ಮಾಟಗಾತಿಯೆ ? ನಾನು ನನ್ನ ಅರಿವಿಲ್ಲದೆಯೇ ಸಹ ಮಾಟಗಾರ್ತಿಯರ ಸಾಲ ತೀರಿಸುವ ಸಲುವಾಗಿ ಅವರನ್ನು ಸಾಯಿಸಿದೆನೆ ? ತಾನೊಬ್ಬ ಮಾಟಗಾತಿಯಾಗಲಾರೆ ! ಆದರೆ ನನ್ನ ಮಕ್ಕಳು ಯಾಕೆ ಸತ್ತರು ? ನನ್ನ ಮಕ್ಕಳು ಸಾಕಷ್ಟು ಕಾಲ ನನ್ನ ಹೊಟ್ಟೆಯಲ್ಲಿ ಉಳಿದು ಬೆಳೆಯಲಿಲ್ಲವೇಕೆ ? ಇತರ ಹೆಂಗಸರ ಮಕ್ಕಳಂತೆ ಬಾಳುವಷ್ಟು ಶಕ್ತಿವಂತರಾಗಿ ಜನ್ಮತಾಳಲಿಲ್ಲವೇಕೆ ? ನನಗೆ ಯಾಕೆ ಒಂದು ಮಗುವೂ ಆಗಲಿಲ್ಲ ? ಒಂದೇ ಒಂದು ? ನಾನು ಮಾಟಗಾತಿಯಲ್ಲ. ನನಗೆ ಮಕ್ಕಳಿದ್ದಾರೆ. ನನಗೆ ಮಕ್ಕಳಿದ್ದಾರೆ, ಅವರೆಲ್ಲಿದ್ದಾರೆಂಬುದೂ ಗೊತ್ತು.' ಅವಳು ತಡವರಿಸಿಕೊಂಡು ಎದ್ದು ಮತ್ತೆ ಓಡಲಾರಂಭಿಸಿದಳು. ಆದರೆ ಈಗ ಅವಳ ಮುಖದ ಮೇಲೆ ನೋವಿನ ಭೀಕರತೆಯ ಬದಲಾಗಿ ನಿರೀಕ್ಷೆಯ ನಗುವಿತ್ತು, ಅವಳು ಅಳುತ್ತಿದ್ದಳು. ಆದರೆ ಅದು ಹರ್ಷದ ಕಣ್ಣೀರಾಗಿತ್ತು. ಅವಳು ಓಡುತ್ತಿದ್ದಳು. ಆದರೆ ಈಗ ಅವಳ ಕಾಲುಗಳಿಗೆ ಗುರಿಯಿಲ್ಲದಿರಲಿಲ್ಲ. ಅವು ಅವಳನ್ನು ಒಂದು ನಿರ್ದಿಷ್ಟ ಸ್ಥಳಕ್ಕೆ ಕರೆದೊಯ್ಯು ತ್ತಿದ್ದವು – ಕೊಳಕ್ಕೆ ಕರೆದೊಯ್ಯುತ್ತಿದ್ದವು. ವೇಗದ ಓಟದಿಂದ ಅವಳು ಬಹಳ ಸ್ವಲ್ಪ ಕಾಲದಲ್ಲೇ ಕೊಳದ ಹತ್ತಿರಕ್ಕೆ ಬಂದಿದ್ದಳು. ನಡು ಹಗಲಾಗಿದ್ದುದರಿಂದ ಆಗ ಕೊಳದ ಬಳಿ ಯಾರೂ ಇರಲಿಲ್ಲ. ನೇರ ಕೊಳದೊಳಗೆ ನಡೆದಳು. ನೀರು ನಡುವಿನವರೆಗೆ ಬರುವ ವರೆಗೂ ನಡೆದಳು. ಅಲ್ಲಿ ಬಗ್ಗಿ ನೋಡಿದಾಗ ಒಂದು ಆಕೃತಿ ಕಂಡಿತು. ಅದೊಂದು ಮಹಿಳೆಯ ಆಕೃತಿ. ಅವಳು ತೋಳು ಬಗ್ಗಿಸಿಕೊಂಡು ಕುಳಿತಿದ್ದಳು. ಅವಳು ಅಳುತ್ತಿರುವಳೇನೋ ಎಂಬಂತೆ ತೋಳುಗಳು ನಡುಗುತ್ತಿದ್ದವು.

'ಆದರೆ ಅವಳು ಯಾರಿರಬಹುದು ?' ಎಂದು ತನ್ನನ್ನೇ ಕೇಳಿಕೊಂಡಳು. 'ಕೊಳದ ಅಡಿಯಲ್ಲಿ ಯಾರು ಹಾಗೆ ಮುಳಗದೆ ಕುಳಿತಿರಬಹುದು ?'

ನೀರಿನಲ್ಲಿ ನಡೆಯುವುದನ್ನು ನಿಲ್ಲಿಸಿ ಆಕೆ ಒಂದು ಕ್ಷಣ ಆ ಆಕೃತಿಯನ್ನೇ ನೋಡಿದಳು. ಹಾಗೆ ನೋಡುತ್ತಿದ್ದಂತೆಯೇ ಆ ಆಕೃತಿಯೂ ಅವಳತ್ತ ನೋಡಿತು. ಹೌದು, ಅದು ತಾನೆ ಯಾಯ್ ಕೊರ್ಡು. ಆದರೆ ತಾನು ಅಳುತ್ತಿರಲಿಲ್ಲ. ನಗುತ್ತಿದ್ದಳು. ಕಿವಿಗಳಿಂದ ಹೊಳೆಯುವ ಎರಡು ಚಿನ್ನದ ಓಲೆಗಳು ತೂಗಾಡುತ್ತಿದ್ದವು. ಯಾಯ್ ಕೊರ್ಡುವಿನ ಕೈಗಳು ತನ್ನ ಕಿವಿಗಳತ್ತ ಸರಿದವು. ಅಲ್ಲಿ ಎರಡು ಕಡ್ಡಿಗಳ ವಿನಾ ಇನ್ನೇನೂ ಇರಲಿಲ್ಲ. ಕಿವಿಗಳ ಸಂದು ಮುಚ್ಚದಂತೆ ತೂರಿಸಲಾಗಿದ್ದವು ಅವು. 'ನನಗೆ ಓಲೆಗಳಿಲ್ಲ,

ಆದರೂ ಕಿವಿಗಳಿಂದ ಓಲೆಗಳು ತೂಗಾಡುವುದು ಕಾಣುತ್ತಿವೆ,' ಎಂದು ತನ್ನಲ್ಲಿಯೇ ಹೇಳಿಕೊಂಡಳು. "ಆದರೆ ನನ್ನ ಓಲೆಗಳೆಲ್ಲಿ ಹೋದುವು ? ನಾನು ಎಂದಿಗೂ ಅವುಗಳನ್ನು ತೆಗೆಯುವುದಿಲ್ಲ. ಅವು ಎಲ್ಲಿ ?"

ಓಲೆಗಳನ್ನು ಹುಡುಕುವಂತೆ ಅವಳ ಕೈಗಳು ಕಿವಿಗಳ ಸುತ್ತಮುತ್ತೆಲ್ಲ ಬೇಗಬೇಗನೆ ಓಡಿಯಾಡಿದವು. ಆಗ ಅವಳಿಗೆ ತಾನು ಅದನ್ನು ಮಾರಾಬೂತ್‌ಗೆ ಕೊಟ್ಟಿದ್ದದ್ದು ನೆನಪಾಯಿತು. ಸತ್ತು ಬದುಕಿಬಂದಿದ್ದ ಆ ಮಾರಾಬೂತ್. ತನ್ನ ಮಕ್ಕಳು ಎಲ್ಲಿ ಇರುವರೆಂಬ ಬಗ್ಗೆ ಹೇಳಿದ್ದ ಮಾರಾಬೂತ್. ಅದು ನೆನಪಿಗೆ ಬಂದ ಕೂಡಲೇ ಅವಳು ಬಗ್ಗಿ ನೋಡಿದಳು. ತಾನು ಕುಳಿತಿರುವುದು ಕಂಡಳು. ಆದರೆ ಈಗ ತನ್ನ ಸುತ್ತ ಅನೇಕ ಮಕ್ಕಳಿದ್ದರು. ಹುಡುಗರು, ಹುಡುಗಿಯರು ತನ್ನ ಸುತ್ತ ಆಡುತ್ತಿದ್ದರು. ಆಕೆ ಅವರತ್ತ ನೋಡುತ್ತಿದ್ದಂತೆಯೇ ಅವರು ತಲೆಯೆತ್ತಿ ತನ್ನತ್ತ ನೋಡಿ ಮುಗುಳ್ನಕ್ಕರು. ಅವರು ತನ್ನ ಮಕ್ಕಳೇ ಎಂಬುದನ್ನು ಅವರ ಮುಖಗಳು ಹೇಳಿದವು. ತನ್ನ ಸ್ವಂತ ಮಕ್ಕಳೇ. ಅವರನ್ನು ಎತ್ತಿಕೊಳ್ಳಲು ಮುಂದರಿದಳು. ಕಾಲುಜಾರಿ ಬಿದ್ದಳು. ಬೀಳುತ್ತಿದ್ದಂತೆ ಅವಳಿಂದ ಹರ್ಷೋದ್ಗಾರ ಹೊರಬಿದ್ದಿತು. ಬಯಕೆ ಈಡೇರಿದಾಗಿನ ಹರ್ಷೋದ್ಗಾರ. ಸುತ್ತಮುತ್ತಲ ಮರಗಳಲ್ಲಿ ಅದು ಪ್ರತಿಧ್ವನಿಸಿತು. ಸ್ವಲ್ಪಕಾಲ ಕೊಳದ ಮಧ್ಯದಿಂದ ದೊಡ್ಡ ದೊಡ್ಡ ಅಲೆಗಳೆದ್ದವು. ಯಾವುದೋ ಭಾವಾವೇಗದಿಂದ ಉಂಟಾದಂತೆ. ಅನಂತರ ಕ್ರಮೇಣ ಅಲೆಗಳು ಕಡಿಮೆಯಾಗಿ ಕೊನೆಗೆ ಪೂರ್ಣವಾಗಿ ನಿಂತುಹೋದವು. ಸಂಜೆ ನೀರಿಗೆ ಹೋದ ಹೆಂಗಸರು ತಮ್ಮ ಗಂಟುಗಳನ್ನು ಅಲ್ಲೇ ಬಿಟ್ಟು ಮನೆಗೆ ಓಡಿದರು. ಅವರ ಮಾತು ಕೇಳಿ ಎಲ್ಲ ಗ್ರಾಮಸ್ಥರೂ ಕೊಳದತ್ತ ಧಾವಿಸಿ ಬಂದರು. ತಮಗೆ ನೆನಪಿದ್ದಷ್ಟು ಕಾಲದಿಂದಲೂ ಅಲೆಗಳನ್ನೆಬ್ಬಿಸುತ್ತಿದ್ದ ಕೊಳ ಈಗ ಶಾಂತವಾಗಿರುವುದನ್ನು ಕಂಡರು. ❍

○ ಲಿನೋ ಲೆಟಾಸ್

ಉಗಾಂಡ

ಆ ನೋಟ

ಅಂದು ಸಂಜೆ ಅವಳು ಅಸ್ವಸ್ಥಳಾಗಿದ್ದ ತನ್ನ ಸ್ನೇಹಿತೆಯೊಬ್ಬಳನ್ನು ನೋಡಲು ಆಸ್ಪತ್ರೆಗೆ ಹೋಗಿದ್ದಳು. "ಹೇಗಿದ್ದೀಯ ಅಮಾಂಡೋ," ಎಂದು ರೋಗಿಯನ್ನು ವಿಚಾರಿಸಿದಳು.

"ನಾನು ಈಗ ಹುಷಾರಾಗಿದ್ದೇನೆ" ಎಂದಳು ಅಮಾಂಡೊ. "ನಾಳೆ ಬೆಳಿಗ್ಗೆ ಆಸ್ಪತ್ರೆಯಿಂದ ಕಳಿಸ್ತಾರೆ."

ಅವಳು ಅಮಾಂಡೊ ಬಳಿ ದೀರ್ಘಕಾಲ, ಅಂದರೆ ಸಂದರ್ಶಕರು ಹೊರಡಬಹುದು ಎಂದು ಸೂಚಿಸುವ ಆಸ್ಪತ್ರೆಯ ಗಂಟೆ ಬಾರಿಸುವವರೆಗೂ ಕುಳಿತಿದ್ದಳು. ಇನ್ನೇನು ಹೊರಡುತ್ತಿದ್ದಂತೆ ಇನ್ನೊಬ್ಬ ರೋಗಿ ಅವಳ ದೃಷ್ಟಿಗೆ ಬಿದ್ದ. ಇಬ್ಬರ ಕಣ್ಣುಗಳು ಕೂಡಿದವು. ಆತನ ಕಣ್ಣುಗಳ ನೋಟ ಆಕೆಯನ್ನು ಭೇದಿಸಿದಂತಾಯಿತು. ಆತನ ನೋಟ ಆಕೆಯ ಮೇಲೆ ನೆಟ್ಟಿತ್ತು. ಆಕೆಯೂ ತನ್ನ ಕಣ್ಣುಗಳನ್ನು ಚಲಿಸಲಿಲ್ಲ. ತಾನು ಆತನನ್ನು ನೋಡುವುದಕ್ಕೆ ಬಹು ಮುಂಚಿನಿಂದಲೇ ಆತ ತನ್ನನ್ನು ನೋಡುತ್ತಿದ್ದನೆಂದು ಆಕೆ ಭಾವಿಸಿದಳು. ಆ ಕಣ್ಣುಗಳ ನೋಟ ಆಕೆಯ ಅಂತರಾಳವನ್ನು ಶೋಧಿಸಿತು. ಆಕೆಯ ಎದೆ ಧಡ್ ಎಂದಿತು. ಆ ನೋಟ ಅವಳನ್ನು ಆಹ್ವಾನಿಸಿತ್ತು – ಅವಳನ್ನಲ್ಲ; ಅವಳ ಅಂತರಾಳದಲ್ಲಿದ್ದ ಏನನ್ನೋ. ಆಕೆ ಸ್ವಲ್ಪವೂ ಚಲಿಸಲಿಲ್ಲ. ಆತನ ಕಣ್ಣುಗಳಲ್ಲಿ ನೀರು ತುಂಬಿದ್ದುದ್ದನ್ನು ಕಂಡಳು. ಆ ಕಣ್ಣೀರು ಸಹ ತನಗೆ ಪರಿಚಿತವೆಂದು ಆಕೆಗೆ ಅನ್ನಿಸಿತು. ಆತನ ತುಟಿಗಳು ಚಲಿಸಿದುದನ್ನು ಕಂಡಳು. ಆದರೆ ಆತ ಏನು ಹೇಳಿದನೋ ಅದು ಅವಳ ಕಿವಿಗಳನ್ನು ತಲುಪಲಿಲ್ಲ. ಅವನು ತುಟಿಗಳನ್ನು ಚಲಿಸಿದ ರೀತಿಯನ್ನು ನೋಡಿದರೆ ಆ ಚಲನೆ ಸಹ ತನಗೆ ಪರಿಚಿತವಾಗಿದ್ದಂತೆ ಆಕೆಗೆ ತೋರಿತು. ಅವಳು ಇನ್ನೇನು, ಏನನ್ನೋ ಹೇಳುವವಳಿದ್ದಳು; ಆದರೆ ಅಷ್ಟರಲ್ಲಿ ಒಬ್ಬ ನರ್ಸ್ ಬಂದು, "ಹೊತ್ತಾಯಿತು, ಮೇಡಂ" ಎಂದಳು.

ಅವಳು ಹೊರಟಳು. ಆದರೆ ಆ ನೋಟದ ಪ್ರಕಾಶ, ಕಪ್ಪು ಆಗಸದಲ್ಲಿನ ನಕ್ಷತ್ರದಂತೆ ಆಕೆಯಲ್ಲೇ ಇನ್ನೂ ಉಳಿದಿತ್ತು. ಆ ನೋಟ ಅವಳಿಗೆ ಪರಿಚಿತವಾಗಿತ್ತು. ಅದು ತನ್ನ ಇಡೀ

ಅಸ್ತಿತ್ವವನ್ನೇ ಅತಿಕ್ರಮಿಸಿತ್ತೆಂಬುದೂ ಆಕೆಗೆ ತಿಳಿದಿತ್ತು; ಆದರೆ ಎಂದಿನಿಂದ? – ಅದು ಆಕೆಗೆ ತಿಳಿದಿರಲಿಲ್ಲ. ಆಕೆ ಅದನ್ನು ಮರೆಯುವಂತೆ ಮಾಡಿದ್ದು ಯಾವುದು? ಯಾಕೆ ಮರೆತಳು? – ಮನೆಗೆ ಬಂದಕೂಡಲೇ ಬಟ್ಟೆ ಬದಲಾಯಿಸಿ ಕಿಟಿಕಿಯ ಬಳಿ ಹೋದಳು. ಹೊರಗೆ ಮಬ್ಬು ಕವಿದಿತ್ತು. ಇನ್ನೂ ಮಬ್ಬಾಗುತ್ತಿತ್ತು. ಮಳೆಯ ಮೋಡಗಳು ಆಕಾಶಕ್ಕೆ ಜೋತು ಬಿದ್ದಿದ್ದವು. ಯಾವ ಕ್ಷಣದಲ್ಲಾದರೂ ಮಳೆ ಬರುವಂತಿತ್ತು.

"ಕಿಟಿಕಿ ಮುಚ್ಚು," ಎಂದು ಆಕೆಯ ಗಂಡ ನುಡಿದ.

ಅವನು ಅಂದದ್ದು ಆಕೆಗೆ ಕೇಳಿಸಲಿಲ್ಲ. ಅವಳು ತನ್ನ ಯೋಚನೆಗಳಲ್ಲೇ ಆಳವಾಗಿ ಮುಳುಗಿದ್ದಳು. ಆಕೆಯ ಮನಸ್ಸಿನಲ್ಲಿ ಯೋಚನೆಗಳು ಮಳೆಯ ಮೋಡಗಳಂತೆ ಕವಿದಿದ್ದವು. ಆ ಕಣ್ಣುಗಳ ನೋಟ; ಅದು ತನ್ನಲ್ಲಿ ಯಾವಾಗ ಹೊಕ್ಕಿತು? ಯಾವಾಗ?... ಆಕೆ ನೆನೆಸಿಕೊಳ್ಳಲು ಯತ್ನಿಸಿದಳು. ಯತ್ನಿಸಿದಳು; ಆದರೆ ಮನದಲ್ಲಿ ಮೂಡಲಿಲ್ಲ. ವಿಸ್ಮೃತಿ ಕವಿದಿತ್ತು, ಯಾಕೆ? ... ಅದರೂ ತನ್ನಲ್ಲಿನ ಯಾವುದೋ ಒಂದು ಭಾಗಕ್ಕೆ ಆ ಪ್ರಕಾಶ ತಿಳಿದಿತ್ತು – ಆ ನೋಟದ ಪ್ರಕಾಶ, ಆಕೆ ತನ್ನಲ್ಲೇ ಹುಡುಕಲಾರಂಭಿಸಿದಳು. ತನ್ನ ಮನಸ್ಸಿನಾಳದ ತಾರಾಮಂಡಲದಲ್ಲಿ ಅದು ಅಡಗಿತ್ತೆಂಬುದು ಆಕೆಗೆ ತಿಳಿದಿತ್ತು. ಆಕೆ ಕಣ್ಣುಗಳನ್ನು ಮುಚ್ಚಿದಳು; ಹೊರ ಜಗತ್ತು ಮರೆಯಾಯಿತು. ಸ್ತಬ್ಧವಾಯಿತು. ನಿಧಾನವಾಗಿ, ಬಹಳ ನಿಧಾನವಾಗಿ ಆಕೆಯ ಅಂತರಾಳದ ಕಣ್ಣುಗಳು ತೆರೆದವು – ಅರಳಿದ ಹೂವಿನಂತೆ. ಆ ಕಣ್ಣುಗಳಿಗೆ ಕ್ರಮೇಣ ಸೌಂದರ್ಯವೊಂದು ಗೋಚರವಾಯಿತು. ಕೆಂಬೆಳಕಿನ ಮುಂಜಾವಿನ ಸೌಂದರ್ಯ. ಅದು ಗುಳಿಬಿದ್ದ ಆ ಕಣ್ಣುಗಳ ನೋಟದ ತೇಜಃಪುಂಜ. ತಾನೊಮ್ಮೆ ವೀಕ್ಷಿಸಿದ್ದ ಸುಂದರ ಬೆಳಕಿನ ದೃಶ್ಯದಂತಿತ್ತು ಅದು. ಆ ಸುಂದರ ಜಗತ್ತನ್ನು ತಾನು, ಅಂದರೆ ತಾನಲ್ಲ, ತನ್ನ ಚೇತನವು ಪ್ರವೇಶಿಸಿಸುತ್ತದೆ ಎಂದು ಅವಳಿಗೆ ಭಾಸವಾಯಿತು. ಅದು ತನ್ನ ಸುಖದ ನಿಲಯವಾಗಿತ್ತು; ಹಾಗೆಂದು ಅವಳು ಖಚಿತವಾಗಿ ತಿಳಿದಿದ್ದಳು. ಆ ಬೆಳಕಿನ ಸೌಂದರ್ಯಾನುಭವವು ಚೆಲುವಿನ ಮುಂಜಾನೆಯ ಅಥವಾ ನೀಲಾಕಾಶದಲ್ಲಿನ ಕಾಮನ ಬಿಲ್ಲಿನ ಸೌಂದರ್ಯ ವೀಕ್ಷಣೆಯಂತಾಗಿ ಇರಲಿಲ್ಲ. ಇಲ್ಲ, ತನ್ನೊಳಗಿನ ಯಾವುದೋ ಒಂದು ಅಂಶ ಆ ನೋಟದ, ಆ ಪ್ರಕಾಶದ ಅವಿಭಾಜ್ಯ ಅಂಗವಾಗಿತ್ತು. ತನ್ನ ಆ ಭಾಗ ಅದರಲ್ಲಿಲ್ಲದೆ ಹೋಗಿದ್ದರೆ, ಆ ನೋಟ ಅಷ್ಟು ದೇದೀಪ್ಯಮಾನವಾಗಿರಲು ಸಾಧ್ಯವಾಗುತ್ತ ಇರಲಿಲ್ಲವೆಂದು ಅವಳು ಭಾವಿಸಿದಳು. ಆದರೂ, ಆ ನೋಟದ ಬೆಳಕು ತನ್ನಲ್ಲಿಗೆ ಹೇಗೆ ಬಂದಿತೆಂಬುದನ್ನು ಆಕೆಗೆ ನೆನಪಿಗೆ ತಂದುಕೊಳ್ಳಲಾಗಲಿಲ್ಲ.

ಆಕೆ ಕಣ್ಣುಗಳನ್ನು ತೆರೆದಳು. ಸುತ್ತಲೂ ಕತ್ತಲು, ತುಂಬಾ ಕತ್ತಲಾಗಿದ್ದುದನ್ನು ಕಂಡಳು. ನೀಳ ವೃಕ್ಷಗಳು ಸ್ತಬ್ಧವಾಗಿದ್ದವು. ಎಲೆಯೊಂದೂ ಅಲುಗಾಡುತ್ತಲಿರಲಿಲ್ಲ. ನಿಶ್ಶಬ್ದತೆ, ಪ್ರಶಾಂತತೆ ತಾನೇ ತಾನಾಗಿತ್ತು. ಪ್ರಕೃತಿ ವಿಷಣ್ಣವಾಗಿತ್ತು, ತನ್ನಷ್ಟೇ ವಿಷಣ್ಣವಾಗಿತ್ತು. ಭೀಕರವಾದುದೇನೋ ಆಗಲಿದೆಯೆಂದು ಭೀತಿಗ್ರಸ್ತವಾಗಿ ಕಾಯುತ್ತಿರುವಂತಿತ್ತು. ಶೂನ್ಯಮನಸ್ಕಳಾಗಿ ಆಕೆ ಆ ಕತ್ತಲನ್ನೇ ನಿಟ್ಟಿಸಿದಳು. ಕೋಲ್ಮಿಂಚು ಸ್ವರ್ಣರೆಂಬೆಯಂತೆ ಕತ್ತಲನ್ನು ಭೇದಿಸಿತು; ಎಂತಹ ಸುಂದರ ದೃಶ್ಯ! ಮಿಂಚಿನ ಪ್ರಕಾಶ ತನ್ನಲ್ಲಿನ ಪ್ರಕಾಶದಂತೆಯೇ ಇತ್ತು. ಕ್ಷಣಮಾತ್ರದಲ್ಲಿಯೇ ಅವಳಿಗೆ ಅದು ವ್ಯಕ್ತವಾಯಿತು. ಗುಡುಗು ಮೊಳಗಿತು. ಆಕೆ ಸಣ್ಣಗೆ ನಡುಗಿದಳು.

"ಮಳೆ ಬರುತ್ತಿದೆ, ಕಿಟಿಕಿ ಮುಚ್ಚು," ಎಂದು ಆಕೆಯ ಗಂಡ ಕೂಗಿಕೊಂಡ. ಈ ಬಾರಿ ಅವಳಿಗೆ ಆತನ ಮಾತು ಕೇಳಿಸಿತು; ಆದರೆ ಉತ್ತರ ನೀಡಲಿಲ್ಲ.

ಮಳೆ ಬಂತು. ಆಕಾಶದಲ್ಲಿನ ಮಳೆಯೆಲ್ಲವೂ ಒಂದೇ ಬಾರಿಗೆ ಸುರಿದು ಹೋಗುತ್ತಿದೆಯೇನೋ ಎಂಬಷ್ಟು ಜೋರಾಗಿ. ಆಕೆಯ ಮನಸ್ಸಿನಾಗಸದಲ್ಲಿ ಹಲವಾರು ಸ್ಮರಣೆಗಳು ತುಂಬಿದವು. ಗತಿಸಿಹೋದ ದಿನಗಳ ವಿವಿಧ ಚಿತ್ರಪಟಲಗಳು ಆಕೆಯ ಮನಸ್ಸಿನಲ್ಲಿ ಮಳೆಯ ಮೋಡಗಳಂತೆಯೇ ಕವಿದವು. ಕತ್ತಲಿನಲ್ಲಿ ದೂರದೂರ ನಿಟ್ಟಿಸಿದಳು; ಸುರಿಯುತ್ತಿರುವ ಮಳೆಯನ್ನು ನೋಡಿದಳು. ಕಣ್ಣಂಚಿನಲ್ಲಿ ನೀರು ತುಂಬಿತು. ಕಿಟಿಕಿಯ ಗಾಜುಗಳ ಮೇಲೆ, ಆಕೆಯ ಮುಖದ ಮೇಲೆ ಮಳೆ ಹೊಡೆಯಿತು. ಮತ್ತೊಂದು ಕೋಲ್ಮಿಂಚು ಕಂಡಿತು, ಮತ್ತೊಂದು ಗುಡುಗು ಕೇಳಿಬಂತು, ಮತ್ತಷ್ಟು ಜೋರಾಗಿ ಮಳೆ ಸುರಿಯಿತು. ಈ ಕೋಲ್ಮಿಂಚು ಆಕೆಯ ಸ್ಮರಣೆಯನ್ನು ಅಳಿಸಿಹಾಕಿತು. ಆಕೆಯ ಅಂತರಾಳದಲ್ಲೂ ಕೋಲ್ಮಿಂಚು ಸುಳಿದು ಗುಡುಗು ಮೊಳಗಿದಂತಾಯಿತು. ಥಟ್ಟನೆ ಕಿರುಚಿಕೊಂಡಳು. ಹೊರಗಿನ ಮಳೆಯಂತೆಯೇ ಆಕೆಯ ಕಣ್ಣುಗಳಲ್ಲೂ ನೀರು ಧಾರಾಕಾರವಾಗಿ ಸುರಿಯಿತು.

"ನಿನಗೆ ಏನಾಗಿದೆ ?" ಎಂದು ಆಕೆಯ ಗಂಡ ಕೇಳಿದ.

ಅವಳು ಉತ್ತರ ಕೊಡಲಿಲ್ಲ. ಕಣ್ಣೀರು ಮಹಾಪೂರವಾಗಿ ಧುಮುಕಿತು. ನಿಟ್ಟುಸಿರು ಬಿಟ್ಟಳು; ಹೃದಯಾಂತರಾಳದಿಂದ ಬಂದ ನಿಟ್ಟುಸಿರು. ಆಕೆಯಲ್ಲಿ ಒಂದು ಆಂದೋಳನ ವೆದ್ದಿತ್ತು – ಒಂದು ಚಂಡಮಾರುತ, ಆಕೆಯ ಹೃದಯದಲ್ಲಿ ಗುಡುಗು ಮಿಂಚುಗಳೆದ್ದವು. ಒಳಗೆ ಪ್ರತಿಬಾರಿ ಮಿಂಚು ಉಂಟಾದಾಗಲೂ ಆ ಗುಳಿ ಬಿದ್ದ ಕಣ್ಣುಗಳ ನೋಟ ಆಕೆಯ ಮುಂದೆ ಸುಳಿಯುತ್ತಿತ್ತು. ಪ್ರತಿ ಮಿಂಚೂ ಆ ನೋಟದ ಸ್ಮರಣೆ ತರುತ್ತಿತ್ತು. ಸ್ಮರಣೆ ಬಂದಂತೆಲ್ಲಾ ಆಕೆ ಚೀತ್ಕರಿಸಿ ಅಳುತ್ತಿದ್ದಳು. ತಾನು ಏಕೆ, ಹೇಗೆ ಆ ನೋಟವನ್ನು ಮರೆಯಬಲ್ಲಳು ? – ಅದು ಆಕೆಯಲ್ಲಿ ನೋವನ್ನುಂಟು ಮಾಡಿತು. ನೋವು ! ತಾನು ಹಿಂದೆ ನೋವನ್ನೇ ಅರಿತಿರಲಿಲ್ಲವೇನೋ ಎಂಬಂತಹದು.

"ಯಾಕೆ ಅಳುತ್ತಿದ್ದೀಯಾ ?" ಎಂದು ಆಕೆಯ ಗಂಡ ಕೇಳಿದ.

"ನೀನು ! ನೀನು ! ನೀನು !" ಆಕೆ ಅಳುತ್ತಲೇ ಕೂಗಿದಳು.

"ನಾನು ನಿನಗೆ ಈಗೇನು ಮಾಡಿದೆ ?", ಆಕೆಯ ಗಂಡ ಕೇಳಿದ.

"ತೊಂದರೆಯೇನೆಂದರೆ ನೀನು ಯಾವತ್ತೂ ಏನನ್ನೂ ಮಾಡುವುದಿಲ್ಲ."

ಆಕೆಯ ಹೃದಯದಲ್ಲಿ ಎಷ್ಟೊಂದು ಶೋಕವಿತ್ತು ? ಆಕೆ ಅಳಬೇಕು, ಅಳಲೇಬೇಕು. ಶೋಕಭರಿತ ಹೃದಯದ ನೋವನ್ನು ಅಳು ಕಡಿಮೆ ಮಾಡುತ್ತದೆ. ಆದರೆ ಆಕೆ ಅಳುವಂತೆ, ಅಳಬೇಕಾದ ರೀತಿಯಲ್ಲಿ ಅಳುವಂತೆ, ಮಾಡಬಲ್ಲವರು ಯಾರು ? ಆಕೆ ತನ್ನ ಶೋಕವನ್ನೆಲ್ಲಾ ಹೊರಹಾಕಬಯಸುವಳು; ಆದರೆ ಹೇಗೆ ? ಹಲವಾರು ನದಿಗಳ ಪ್ರವಾಹ ಒಂದುಗೂಡಿದಂತೆ ಆಕೆಯ ಹೃದಯದಲ್ಲಿ ತುಂಬಿದ್ದ ಶೋಕ, ಸಮುದ್ರದ ಉಬ್ಬರದಲೆಯಂತೆ ಹೊರಬರಬೇಕಿತ್ತು. ಆದರೆ ಅದರ ಬದಲು ಅದು ನೀರ್ಗಲ್ಲಾಗಿ ಆಕೆಯ ಉಸಿರುಕಟ್ಟಿಸುತ್ತಿತ್ತು. ಹಿಂದೊಮ್ಮೆ ಆಕೆಗೆ ಹೀಗೆಯೇ ಆಗಿತ್ತು. ಈಗ ನೆನಪಾಯಿತು : ಆಗ ಆಕೆ ಇನ್ನೂ ಚಿಕ್ಕವಳು. ಶೋಕ ಆಗ ಆಕೆಯ ಹೃದಯವನ್ನು ಪ್ರವೇಶಿಸಿತ್ತು. ತನಗರಿವಿಲ್ಲದಂತೆಯೇ ಬಂದ ಆಘಾತ ಆಕೆಯನ್ನು ತಲ್ಲಣಗೊಳಿಸಿತ್ತು. ಆಕೆ ನಿಂತಲ್ಲೇ ನಿಂತಿದ್ದಳು ! ಮೂಕಳಾಗಿ, ಸ್ತಬ್ಧಳಾಗಿ; ಕಣ್ಣರಳಿಸಿ, ಬಾಯಗಲಿಸಿ, ಜೀವನ ತನ್ನ ಪಾಲಿಗೆ ಮುಗಿದಂತೆನಿಸಿತ್ತು. ಶೋಕದಿಂದ ಉಸಿರುಗಟ್ಟಿದಂತಾದಳು. ಶೋಕವನ್ನೆಲ್ಲಾ ಪೂರ್ಣವಾಗಿ

ಹೊರಹಾಕಬೇಕೆಂದುಕೊಂಡಿದ್ದಳು. ಆದರೆ, ಇಲ್ಲ, ಅವಳ ಕಣ್ಣಲ್ಲಿ ನೀರು ಬಂದಿರಲಿಲ್ಲ. ಸಿಡಿಲು ಬಡಿದು ಸತ್ತಂತವಳಾಗಿದ್ದಳು. ಆಕೆಯನ್ನು ಸಮಾಧಾನಪಡಿಸುವವರು ಯಾರೂ ಅಲ್ಲಿ ಇರಲಿಲ್ಲ! ತಾಯ್ನಾಡಿನಿಂದ ದೂರವಿದ್ದಳು; ತನ್ನ ಜನರಿಂದ ದೂರವಿದ್ದಳು. ಆದರೆ, ನಿಜ, ಆಕೆಯ ಗಂಡನಿದ್ದ. ಶೋಕದ ವಾರ್ತೆಯನ್ನು ಆತನೇ ಹಠಾತ್ತನೇ ತಿಳಿಸಿ ಆಕೆಯತ್ತ ನೋಡಿದ್ದ, ಸುಮ್ಮನೆ ನೋಡಿದ್ದ. ಆತನ ತುಟಿಗಳು ಆಕೆಗೆ ಒಂದೇ ಒಂದು ಸಮಾಧಾನದ ನುಡಿಯನ್ನು ಹೇಳಲೂ ಚಲಿಸಲಿಲ್ಲ; ಅಥವಾ ಆತನ ಕೈಗಳು ಆಕೆಯನ್ನು ಹಿಡಿದು ನೇವರಿಸಲಿಲ್ಲ; ಆತ ಸುಮ್ಮನೆ ಆಕೆಯತ್ತ ನೋಡಿದ್ದ. ಹೃದಯದಲ್ಲಿ ಅಪಾರ ಪ್ರೇಮವಿರಬಹುದು, ಆದರೆ ಸರಿಯಾದ ಸಮಯದಲ್ಲಿ ವ್ಯಕ್ತವಾಗದಿದ್ದರೆ, ಅದನ್ನು ಪ್ರೇಮ ಎನ್ನಬಹುದೆ?

ಬಹಳ ವರ್ಷಗಳ ಹಿಂದೆ ನಡೆದ ಆ ಘಟನೆಗಳು ಇಂದು ಅವಳ ಕಣ್ಣ ಮುಂದೆ ಸ್ಪಷ್ಟವಾಗಿ ಮೂಡಿದವು. ನೋವು ತನ್ನ ಹೃದಯವನ್ನು ಇರಿಯುತ್ತಿದ್ದಾಗ ತಾನು ನಿಂತಿದ್ದ ಸ್ಥಳವನ್ನು ಇಂದು ಅವಳು ತನ್ನ ಚಿತ್ತಫಲಕದಲ್ಲಿ ಮತ್ತೆ ನೋಡಿದಳು. ನೋವು ಕಡಿಮೆಯಾಗದಿರುತ್ತಿದ್ದರೆ ತನಗೇನಾಗುತ್ತಿತ್ತೆಂದು ಆಕೆ ಯೋಚಿಸಿದಳು. ನೋವನ್ನು ಹಗುರಗೊಳಿಸಿದವರು ಯಾರು? – ಆ ನೋಟ – ಆ ಕಣ್ಗಳ ನೋಟ. ತನ್ನ ಅಸ್ತಿತ್ವವನ್ನು ಆ ನೋಟ ಎಂದು ಪ್ರವೇಶಿಸಿತೆಂಬುದು ಆಕೆಗೆ ಈಗ ಗೊತ್ತಾಯಿತು. ಆತ ಯಾರೆಂಬುದು ಆಕೆಗೆ ಈಗ ತಿಳಿಯಿತು; ಅಂದು ಆತನ ಕಣ್ಣುಗಳು ಇನ್ನೂ ಗುಳಿಬಿದ್ದಿರಲಿಲ್ಲ. ತಾವಿಬ್ಬರೂ ಅಂದು ಚಿಕ್ಕವರಾಗಿದ್ದರು. ಆತ ಎಲ್ಲಿ ನಿಂತು ತನ್ನನ್ನು ನೋಡಿದ ಎಂಬುದು ಈಗ ಆಕೆಯ ಮನದಲ್ಲಿ ಮೂಡಿತು. ಆ ನೋಟವೇ ತನ್ನ ನೋವನ್ನು ಹಗುರಗೊಳಿಸಿದುದು. ಅದು ಸಾಮಾನ್ಯ ನೋಟವಾಗಿರಲಿಲ್ಲ, ಉದಯಿಸುವ ಸೂರ್ಯನ ಬೆಚ್ಚನೆಯ ಕಿರಣದಂತಿತ್ತು. ಆ ನೋಟವೇ ತನ್ನ ಅಂತರ್ಯವನ್ನು ಪ್ರವೇಶಿಸಿ ಶೋಕದ ನೀರ್ಗಲ್ಲನ್ನು ಮೆಲ್ಲಮೆಲ್ಲನೆ ಕರಗಿಸಿದುದು. ಕಣ್ಣುಗಳಲ್ಲಿ ನೀರು ನಿಧಾನವಾಗಿ ತುಂಬಿಕೊಂಡಿತ್ತು. ಗಂಟಲು ಬಿರಿದು ಅವಳೆಲ್ಲ ಶೋಕವೂ ಭೋರ್ಗರೆಯುವ ಮಳೆಯಂತೆ ಹೊರಸುರಿದಿತ್ತು. ಮೆಲ್ಲನೆ ಬೀಸುವ ಗಾಳಿಯ ಪಿಸುಧ್ವನಿಯಂತೆ ಆತನ ಮಾತುಗಳು ಕೇಳಿಬಂದಿದ್ದವು. ತಂಪುಗಾಳಿ, ತನ್ನನ್ನು ಗತಜೀವನಕ್ಕೊಯ್ದ ಮಾತುಗಳು. ಆಕೆ ಅತ್ತಿದ್ದಳು, ಮತ್ತಷ್ಟು ಅತ್ತಿದ್ದಳು. ಈಗ ನೆನಪಾಯಿತು. ಅವನ ತೋಳಿನೊಳಗೆ ಆತ ತನ್ನನ್ನು ಸೆಳೆದುಕೊಂಡಿದ್ದುದು ನೆನಪಾಯಿತು. ಆತನ ಕೈಗಳು ಆಕೆಯನ್ನು ನೇವರಿಸಿದ್ದವು. ಒಳಗಿನ ಗಾಯದ ಮೇಲೆ ಮಧುರ ಲೇಪನವನ್ನು ಸವರಿದಂತೆ. ಮೆಲ್ಲಮೆಲ್ಲನೆ ಶೋಕ ಆಕೆಯಿಂದ ದೂರವಾಗಿತ್ತು; ಕೊನೆಗೊಮ್ಮೆ ಮಾಯವಾಗಿತ್ತು. ಅನಂತರ ಆಕೆ ಆತನ ತೋಳುಗಳಲ್ಲಿ ಅತ್ತಿದ್ದಳು, ಆದರೆ ಹಿಂದಿನಂತೆ ತೀವ್ರ ನೋವಿನಿಂದಲ್ಲ. ಅದು ತುಂತುರು ಮಳೆಯಂತಿತ್ತು. ಆಕೆ ಮಗುವಂತಾಗಿದ್ದಳು. ಎಷ್ಟು ಹಾಯೆನಿಸಿತ್ತು! ಆಕೆಯ ನೋವನ್ನು ಶಮನಗೊಳಿಸಿದ್ದು ಆತನ ಚೇತನ; ಆಕೆಯ ಚೇತನವನ್ನು ಅಪ್ಪಿ ಆಕೆಯ ಹೃದಯದಲ್ಲಿನ ತೀವ್ರ ನೋವನ್ನು ಹೊರಕ್ಕೆ ಎಳೆದುಹಾಕಿದಂತಿತ್ತು. ತನ್ನ ಕಣ್ಣುಗಳಿಂದ ನೀರು ಸುರಿಯುತ್ತಿದ್ದಂತೆಯೇ ಆಕೆ ಆತನ ಕಣ್ಣುಗಳಲ್ಲಿನ ನೀರನ್ನೂ ನೋಡಿದ್ದಳು. ಆಕೆಯ ಕಣ್ಣುಗಳಲ್ಲಿ ಮತ್ತಷ್ಟು ನೀರು ಬಂದಿತ್ತು. ಆದರೆ ಅದು ದುಃಖದ ಕಣ್ಣೀರಾಗಿರಲಿಲ್ಲ. ಅದರಲ್ಲಿ ಪ್ರೇಮ ಹಾಗೂ ಕೃತಜ್ಞತೆಯ ಹೊಳಪಿತ್ತು. ಕತ್ತಲು ಕರಗಿತ್ತು, ಬೀಸುಗಾಳಿ ನಿಂತಿತ್ತು. ಹೃದಯದಲ್ಲಿ ಶೋಕದ ನೋವು ಹೋಗಿ ಚೇತೋಹಾರಿ ಪ್ರೇಮ ತುಂಬಿತ್ತು. ಆಕೆ ನೋವಿಗೆ

ಕೃತಜ್ಞಳಾಗಿದ್ದಳು. ಇಲ್ಲವಾದಲ್ಲಿ ಈ ಪ್ರೇಮದ ಸೌಂದರ್ಯವನ್ನು ಅರಿಯಲಾಗುತ್ತಿತ್ತೇನು? ನೀರು ತುಂಬಿದ ಕಣ್ಣುಗಳ ಆ ನೋಟ ಆಕೆಯ ಜೀವನಕ್ಕೆ ಹೊಂಬಿಸಿಲನ್ನು ತಂದಿತ್ತು. ಆತನ ಆ ಕಣ್ಣೀರಿಗಿಂತ ಹೆಚ್ಚಿನ ಉಡುಗೊರೆ ಆಕೆಗೆ ಎಂದೂ ಇಲ್ಲ. ಅವು ರತ್ನಗಳಾಗಿದ್ದವು – ಆತನ ಚೇತನದಿಂದ ತನಗೆ ಬಂದ ಅಮೂಲ್ಯ ರತ್ನಗಳಾಗಿದ್ದವು. ಅಥವಾ ಬಹುಶಃ ಅವು ಆತನ ಚೇತನದ ಬೀಜಗಳಾಗಿದ್ದು ತನ್ನ ಚೇತನದ ಉದ್ಯಾನವನದಲ್ಲಿ ಮೊಳೆಯ ಬೇಕಾಗಿದ್ದವು. ಅವು ಆಕೆಯ ಕ್ಷೇತ್ರದಲ್ಲಿ ಬಿದ್ದಿದ್ದವು. ಆತನ ನೋಟದ ಶಾಖದಿಂದ ಅವು ಮೊಳೆತು ಮೋಹಕ ಸೌಂದರ್ಯದ ಹಾಗೂ ಆಹ್ಲಾದಕರ ಸುವಾಸನೆಯ ಪುಷ್ಪಗಳನ್ನು ನೀಡುವುದೆಂಬ ಭರವಸೆಯನ್ನು ಅವಳು ತಳೆದಿದ್ದಳು. ಆತನ ತೋಳುಗಳಲ್ಲಿದ್ದಂತೆಯೇ ಆಕೆಗೆ ಇನ್ನೂ ಯೋಚನೆಗಳು ಬಂದಿದ್ದವು. ಅವಳು ಈ ಗಿಡಗಳನ್ನು ಅತ್ಯಂತ ಜೋಪಾನದಿಂದ ಕಾಪಾಡುವಳು. ತನ್ನ ಕಣ್ಣೀರಿನಿಂದ, ಅಮೂಲ್ಯ ಕಣ್ಣೀರಿನಿಂದ ಅವುಗಳಿಗೆ ನೀರು ತುಂಬುವಳು. ತನ್ನ ಉದ್ಯಾನವನದಲ್ಲಿ ತಾನೇ ಮಾಲಿಯಾಗಿರುವಳು. ತನ್ನ ಕಲ್ಪನೆಯ ಸ್ವರ್ಗವನ್ನು ಅವಳು ಹೆಚ್ಚು ಕಡಿಮೆ ಕಂಡಿದ್ದಳು. ಅವಳು ಮತ್ತೆ ಆತನತ್ತ ನೋಡಿದ್ದಳು, ಆತನ ಹೊಳೆಯುವ ಕಣ್ಣಿನ ನೋಟ ಎಂದಿಗೂ ಅಂತೆಯೇ ಇತ್ತು. ಜೀವನ ಇನ್ನು ಮುಂದೆ ಬೇರೆ ರೀತಿಯಲ್ಲಿ ಇರುವುದೆಂದು ಆಕೆ ಅಂದುಕೊಂಡಿದ್ದಳು.

ಬೆಳಗು ಸಂಜೆ, ಆಕೆ ತನ್ನ ಉದ್ಯಾನವನದಲ್ಲಿ ಬೆಳೆಯಲಾರಂಭಿಸಿದ ಗಿಡಗಳನ್ನು ಅತ್ಯಂತ ಜೋಪಾನದಿಂದ ನೋಡಿಕೊಂಡಳು. ಒಂದೇ ಒಂದು ಎಲೆಗೂ ಆಕೆ ನೋವುಂಟು ಮಾಡಲಿಲ್ಲ. ಅಷ್ಟೇಕೆ, ತನ್ನ ಕಾತರದ ಕಣ್ಣೀರಿನಿಂದ ಆಕೆ ಗಿಡಗಳಿಗೆ ನೀರು ಹಾಕಿ ಅವು ಹೂವು ಬಿಡುವುದನ್ನೇ ಆತುರದಿಂದ ಕಾಯಲಾರಂಭಿಸಿದಳು. ಹೂವು ಬಿಡುವುದಕ್ಕೆ ಮುನ್ನವೇ ಒಣಗಿದುದನ್ನು ನೋಡಿ ಅವಳು ಕಂಗೆಟ್ಟಳು. ಉದ್ಯಾನವನವೆಲ್ಲಾ ಒಣಗಿ ಮರುಭೂಮಿ ಯಾಯಿತು. ಇದೇಕೆ ಹೀಗಾಯಿತು ? – ಅನೇಕ ಬಾರಿ ನಮ್ಮ ವಜ್ರಗಳನ್ನು ಕಲ್ಲೆಂದು ತಿಳಿದು ಎಸೆಯುತ್ತೇವೆ; ನಮ್ಮ ದೃಷ್ಟಿದೋಷವೋ ಅಥವಾ ವಜ್ರದ ಮೇಲೆ ಧೂಳು ಮುಸುಕಿದ ಕಾರಣವೊ. ಅಂತೂ ನಮಗೆ ನಮ್ಮ ತಪ್ಪಿನ ಅರಿವಾಗುವುದು ಅನಂತರವೆ. ಅನೇಕ ಬಾರಿ ನಾವು ಪ್ರಕೃತಿ ವೈಭವವನ್ನು ನಾಶಪಡಿಸಿ ಅಲ್ಲಿ ಮಾನವ ನಿರ್ಮಿತ ವಸ್ತುಗಳನ್ನು ಹೊಲಸನ್ನು ತುಂಬುತ್ತೇವೆ. ಅನಂತರವೇ ನಮ್ಮ ತಪ್ಪನ್ನೂ ತಿಳಿಯುತ್ತೇವೆ. ಅನೇಕ ಬಾರಿ ನಾವು ನಮಗೆ ಯಾವುದು ಒಳ್ಳೆಯದೋ ಅದನ್ನು ತಿರಸ್ಕರಿಸುತ್ತೇವೆ, ಬೇರೆಯವರಿಗೆ ಒಪ್ಪಿಗೆಯಾಗುವುದಿಲ್ಲ ಎಂಬ ಕಾರಣದಿಂದ ಒಳ್ಳೆಯದನ್ನು, ಸುಂದರವಾದುದನ್ನು ನಾವು ಹೊಸಕಿಹಾಕಿ ಬಿಡುತ್ತೇವೆ. ಬೆಳೆಯುತ್ತಿದ್ದ ಅವಳ ಸುಂದರ ಉದ್ಯಾನವನವನ್ನೂ ಅವಳೇ ನಾಶಪಡಿಸಿದಳು. ಏಕೆಂದರೆ ಇತರರು ಅದರಲ್ಲಿ ಅವಳ ಚೇತನವು ಕಂಡ ಸೌಂದರ್ಯವನ್ನು ಕಾಣುತ್ತಿರಲಿಲ್ಲ. ಅವರ ಕಣ್ಣಲ್ಲಿ ಅದು ತೋಟ ವಾಗಿರುತ್ತಿರಲಿಲ್ಲ; ಕೇವಲ ಹೊಲಸು ತುಂಬಿದ ಸ್ಥಳವಾಗಿರುತ್ತಿತ್ತು. ಹೊಲಸು ತುಂಬಿದ ಜನರನ್ನು ಮೆಚ್ಚಿಸುವುದಕ್ಕೋಸ್ಕರ ಅವಳು ತನ್ನ ಪ್ರೇಮದ ಸಸಿಗಳನ್ನು ಒಣಗಲು ಬಿಟ್ಟಳು. ಆಕೆ ವಿಷಣ್ಣಳಾದಳು. ಇದು ಮತ್ತೊಂದು ಹೊಡೆತ. ಮತ್ತೊಬ್ಬರೊಂದಿಗೆ ಆಕೆ ಹಂಚಿಕೊಳ್ಳಲಾಗದ ಶೋಕ, ಮತ್ತೊಂದು ಹೃದಯ ಅರ್ಥಮಾಡಿಕೊಳ್ಳಲಾಗದ ಶೋಕ. ತಾನು ತನ್ನ ಮಗುವನ್ನು ತನ್ನ ಕೈಗಳಿಂದಲೇ ಸಾಯಿಸಿದಂತಾಗಿತ್ತು. ಒಬ್ಬಳೆ ಮೌನವಾಗಿ ಅವಳು ದುಃಖವನ್ನನುಭವಿಸಿದಳು. ಆಕೆಯ ಜೀವನದ ಸತ್ವ ಉಡುಗಿಹೋಗಿತ್ತು; ಅವಳು

ಬದುಕಿದ್ದಳು. ಬದುಕಬೇಕೆಂಬ ಒಂದೇ ಕಾರಣಕ್ಕಾಗಿ ಬದುಕಿದ್ದಳು. ವರ್ಷಗಳುರುಳಿದವು, ಹಲವಾರು ವರ್ಷಗಳು. ಹೂವಾಗಿ ಅರಳದಿದ್ದ ಆ ಪ್ರೇಮ ನಲುಗಿತ್ತು; ಮರೆತಂತಾಗಿತ್ತು. ಆಕೆಯ ಹೃದಯ ಬರಡಾಗಿತ್ತು. ಒಮ್ಮೆ ಫಲವತ್ತಾಗಿದ್ದು ಪುಷ್ಪಗಳನ್ನರಳಿಸಬಹುದಾಗಿದ್ದ ಒಂದು ಸ್ಥಳ ಅದೇ ಹೃದಯದಲ್ಲಿತ್ತು ಎಂಬುದೂ ಆಕೆಗೆ ತಿಳಿಯದಾಗಿತ್ತು. ಆದರೆ ಆ ದಿನ ಆಕೆ ಆಸ್ಪತ್ರೆಗೆ ನೀಡಿದ್ದ ಭೇಟಿ ಹಾಗೂ ಆ ಗುಳಿಬಿದ್ದ ಕಣ್ಣುಗಳ ನೋಟ ಆ ಪ್ರೇಮವನ್ನು ಮತ್ತೆ ಎಳೆತಂದಿತ್ತು. ವರ್ಷಗಳು ಕಳೆದಿದ್ದರೂ ಆತನ ಆ ಪ್ರಥಮ ನೋಟದ ಬೆಳಕು ಆಕೆಯಲ್ಲಿ ಕುಂದಿರಲಿಲ್ಲ; ಕಾರ್ಮೋಡಗಳ ಹಿಂದೆ ಮರೆಯಾಗಿರುವ ಸೂರ್ಯನಂತೆ ಮರೆಯಾಗಿತ್ತು ಅಷ್ಟೆ. ಆಕೆ ಕಣ್ಣುಗಳನ್ನು ಮುಚ್ಚಿದಳು. ಆ ನೋಟದ ಹೊಳಪನ್ನು ಹಲವಾರು ವರ್ಷಗಳ ಹಿಂದೆ ಕಂಡಿದ್ದಂತೆಯೇ ಕಂಡಳು.

ರಾತ್ರಿ – ಕರಾಳ ರಾತ್ರಿ; ಹಾಸಿಗೆಯಲ್ಲಿ ಮಲಗಿದ್ದಂತೆ ಕಣ್ಣುಗಳನ್ನು ಮುಚ್ಚಿ ತನ್ನ ಅಂತರಾಳದಲ್ಲಿದ್ದ ಅ ನೋಟವನ್ನು ಕಂಡಳು. ಜಿಗುಪ್ಸೆ ಅವಳ ಹೃದಯವನ್ನು ಆವರಿಸಿತು, ದೇಹದ ಕಣಕಣವನ್ನೂ ತಿನ್ನುವ ಅರ್ಬುದ ರೋಗದಂತೆ. ಆ ನೋವಿನಲ್ಲಿ ಆಕೆಗೆ ತನ್ನ ಪ್ರೇಮದ ಅರಿವಾಯಿತು – ತನ್ನ ಹೃದಯದೊಳಕ್ಕೆ ತೂರುತ್ತಿದ್ದ ಅತ್ಯಮೂಲ್ಯ ಕಾಣಿಕೆ.

ಇಡೀ ರಾತ್ರಿ ಅವಳು ಅತ್ತಳು, ನಿಟ್ಟುಸಿರೆಳೆದಳು. ಬೆಳಗು ಮೂಡುವ ವೇಳೆಗೆ ಅವಳ ಕಣ್ಣುಗಳು ಕೆಂಪಗೆ ಊದಿಕೊಂಡಿದ್ದವು. ಕೂದಲು ಕೆದರಿತ್ತು. ಹಾಗೆಯೇ ಅವಳು ತನ್ನಿಂದ ಆದಷ್ಟೂ ಬೇಗನೆ ಆಸ್ಪತ್ರೆಗೆ ನಡೆದಳು. ಅವನನ್ನು ನೋಡುವ ಸಲುವಾಗಿ. ಇನ್ನೇನು ಸದ್ಯದಲ್ಲೇ ಅವಳು ಅವನ ಪಕ್ಕ ಕುಳಿತುಕೊಳ್ಳುವಳು. ಅವನ ಕೈಗಳನ್ನು ತನ್ನಲ್ಲಿ ಇರಿಸಿಕೊಳ್ಳುವಳು. ಅದರಿಂದ ಆತನ ಮನಸ್ಸು ಮಾತ್ರವಲ್ಲ ತನ್ನದೂ ಸಾಂತ್ವನ ಗೊಳ್ಳುವುದು. ಪ್ರೇಮದ ಒಂದು ಹೊಸ ಅಲೆ ಅವಳಲ್ಲಿ ಈಗ ಎದ್ದಿತ್ತು. ಎಲ್ಲವೂ ಒಳ್ಳೆಯದಾಗುವುದು – ಒಳ್ಳೆಯದಾಗುವುದು. ಆದರೆ ಆಸ್ಪತ್ರೆಗೆ ಬಂದ ಕೂಡಲೇ ಅವಳಿಗೆ ಹಾಸಿಗೆ ಖಾಲಿಯಾಗಿದ್ದುದು ಕಂಡಿತು. ಆತ ಅಲ್ಲಿರಲಿಲ್ಲ. ಆಕೆ ಕಲ್ಲಿನಂತಾದಳು, ನಿಶ್ಚೇತನಳಾದಳು. ಸಂದೇಶ ಅವಳಿಗೆ ತಲುಪಿತು – ಆತನ ಚೇತನದಿಂದ ತನ್ನ ಚೇತನಕ್ಕೆ. ಆಕೆ ಹಿಂತಿರುಗಿದಳು. ಅವಳ ತುಟಿಗಳಿಂದ ಒಂದೇ ಒಂದು ಶಬ್ದ ಹೊರಬರಲಿಲ್ಲ; ಕೆಂಪಗೆ ಉರಿಬಿದ್ದ ಕಣ್ಣುಗಳಿಂದ ಒಂದು ಹನಿ ನೀರು ಬರಲಿಲ್ಲ. ಯಾರೋ ಎಳೆದುಕೊಂಡು ಹೋಗುತ್ತಿದ್ದ ರೀತಿಯಲ್ಲಿ ಆಕೆ ಮನೆಗೆ ನಡೆದುಹೋದಳು. ಮನೆ ತಲುಪಿದ ಕೂಡಲೇ ಹಾಸಿಗೆಯಲ್ಲಿ ಮಲಗಿ ಕಣ್ಣುಗಳನ್ನು ಮುಚ್ಚಿದಳು. ಮತ್ತೆ ಆ ನೋಟವನ್ನು ಕಂಡಳು. ಆದರೆ ಈಗ ಅದು ತನ್ನ ಮೋಹಕ ಸೌಂದರ್ಯದ ಪರಮಾವಧಿ ಮುಟ್ಟಿತ್ತು. ಈ ಭೂಮಿಯದಲ್ಲದ ಜಗನ್ಮೋಹಕ ಸೌಂದರ್ಯ. ಅನಂತ; ಆಕಾಶದಂತೆ ಅನಂತ. ಅದು ಕೇವಲ ಆತನ ನೋಟವಾಗಿದ್ದಿರಲಾರದು. ಆತನ ಚೇತನವೇ ಅದಾಗಿದ್ದಂತಿತ್ತು. ಆದರೂ ಆಕೆ ಅಂದು ಕಂಡ ಹೊಳಪು ಅಲ್ಲಿತ್ತು. ಅದು ಆ ಮೋಹಕತೆಯ ಒಂದು ಭಾಗವಾಗಿತ್ತು. ಹಲವಾರು ವರ್ಣಗಳಿಂದ ಥಳಥಳಿಸುತ್ತ ಅದು ಸುತ್ತುತ್ತಲಿತ್ತು. ಹಲವಾರು ವರ್ಣಗಳಿಂದ ಹೊಳೆಯುತ್ತ, ಸುತ್ತುತ್ತ ಎಲ್ಲೋ ಜಲಪಾತದಂತೆ ಧುಮುಕುತ್ತಲಿತ್ತು. ಎಲ್ಲಿ – ಅವಳು ಅರಿಯಲಾರದವಳಾದಳು. ಮಂತ್ರಮುಗ್ಧಳಂತೆ ಆ ದಿವ್ಯ ನೋಟವನ್ನೇ ವೀಕ್ಷಿಸಿದಳು. ಅವಳ ಮೈಮನವೆಲ್ಲ ಇಂಥದೇ ಎನ್ನಲಾಗದ ಆನಂದದಿಂದ ತುಂಬಿತ್ತು.

ನಿಧಾನವಾಗಿ, ಬಲು ನಿಧಾನವಾಗಿ, ಆಕೆಗೆ ತಾನು ಕರಗಿ ಹೋಗುತ್ತಿರುವ ಅನುಭವ
ವಾಯಿತು: ತನ್ನ ಆಕೃತಿಯಲ್ಲಿಯೇ ಬದಲಾವಣೆ ಯಾಗುತ್ತಿತ್ತು. ಅಲ್ಲಿ ಆಕೆಗೆ ಆಕಾರವೇ
ಇರಲಿಲ್ಲ. ಶಿಲಾದ್ರವದಂತಿದ್ದಳು. ಆದರೆ ಅದರಲ್ಲಿ ಅಷ್ಟೊಂದು ಪ್ರಕಾಶವಿತ್ತು. ವೇಗವಾಗಿ,
ಇನ್ನಷ್ಟು ವೇಗವಾಗಿ ಆದರೆ ಅಪೂರ್ವ ಸೊಬಗಿನಿಂದ ಅದು ಚಲಿಸುತ್ತಲಿತ್ತು. ಕೊನೆಗೆ ಆ
ನೋಟದ, ಆ ಕಣ್ಣುಗಳ ನೋಟದ ಹೊಳಪಿನಲ್ಲಿ ಅದು ವಿಲೀನವಾಯಿತು. ಕೊನೆಗೆ
ಎರಡು ಚೇತನಗಳು, ನೊಂದ ಎರಡು ಚೇತನಗಳು ಒಂದಾದವು. ಏಕೀಕೃತವಾದ ಆ
ಎರಡು ಚೇತನಗಳಿಗೆ ಅದಕ್ಕಿಂತ ಹೆಚ್ಚು ಆನಂದವಿರಲಿಲ್ಲ, ಜೊತೆಯಾಗಿ ಅವೆರಡು
ಚೇತನಗಳೂ ಮುನ್ನಡೆದವು, ಜೊತೆಯಾಗಿ ಅವು ನಡೆದವು ಮುಂದೆ... ಮುಂದೆ...

O

○ ಅಲೀ ಎಲ್ ಮಾಕ್

ಸುಡಾನ್

ಮೊಕದ್ದಮೆ

ನ್ಯಾಯಾಲಯ ಸೇರುವುದು ಬೆಳಗ್ಗೆ ಒಂಭತ್ತು ಗಂಟೆಗೆ... ಹಾಗೆಂದು ನಿಯಮ. ಆದರೆ ಅದು ಕಾಗದದಲ್ಲಿ ಮಾತ್ರ, ವಾಸ್ತವವಾಗಿ ಯಾವ ವಿಚಾರಣೆಯೂ ಎಂದೂ ಸರಿಯಾಗಿ ಒಂಭತ್ತು ಗಂಟೆಗೆ ಪ್ರಾರಂಭವಾದುದಿಲ್ಲ. ಏಕೆಂದರೆ ನ್ಯಾಯಮೂರ್ತಿಗೆ ಹೊತ್ತುಗೊತ್ತಿನ ಮೇಲೆ ವಿಶೇಷ ಆಸ್ಥೆಯೇನೂ ಇಲ್ಲ. ಅಂದರೆ ಆತ ಸೋಮಾರಿಯೆಂದೇನೂ ಅಲ್ಲ. ಎಂಟು ಗಂಟೆಗೇ ತನ್ನ ಕೋಣೆಗೆ ಬರುತ್ತಾನೆ. ಆದರೆ ಒಂದು ಗಂಟೆ ಕಾಲ ಅಥವಾ ಇನ್ನೂ ಹೆಚ್ಚು ಹೊತ್ತು ಹಾಯಾಗಿ ಓದಿಕೊಂಡಿರುತ್ತಾನೆ... ಕಾನೂನು ಅಥವಾ ಟೆನ್ನಿಸ್‌ಗೆ ಸಂಬಂಧಿಸಿದ ಯಾವುದೇ ಬರಹವಾದರೂ ಸರಿಯೆ, ಆದರೆ ಬಹಳ ಜಾಗರೂಕತೆ ವಹಿಸಿ ಕಾನೂನನ್ನು ಅಕ್ಷರಶಃ ಅನ್ವಯಿಸುವುದರಲ್ಲಿ ಮಾತ್ರ ಅವನದು ಎತ್ತಿದ ಕೈ. ಆದ್ದರಿಂದಲೇ ಪ್ರತಿಯೊಬ್ಬನಿಗೂ ಆತನನ್ನು ಕಂಡರೆ ಹೆದರಿಕೆ – ಅದರಲ್ಲೂ ಅವನ ನ್ಯಾಯಾಲಯದ ವ್ಯಾಪ್ತಿಯಲ್ಲಿದ್ದು ಅದರ ಕಕ್ಷಿದಾರರಾಗಿರುವವರಿಗೆ. ಅವರು ಕದ್ದರೆ ಅದರ ಬಗ್ಗೆ ಉತ್ಪ್ರೇಕ್ಷೆ ಮಾಡುವುದಿಲ್ಲ. ಅವರು ಜಗಳವಾಡಿದರೆ ಅದು ಪಿಸುಮಾತಿನಲ್ಲೇ, ನ್ಯಾಯಾಲಯದ ಕಾರ್ಯಸೂಚಿಯಲ್ಲಿ ಅಂದು ಶನಿವಾರ ಬೆಳಗ್ಗೆ ವಿಚಾರಣೆಗೆ ನಮೂದಿತವಾಗಿದ್ದ ಮೊಕದ್ದಮೆ ಒಂದು ಮಾತ್ರ. ಆದರೆ ದೊಡ್ಡಿಯಲ್ಲಿ ಹಲವಾರು ಮಂದಿ ತರುಣ ನ್ಯುಬಿಯನ್ನರಿದ್ದರು. ಅವರು ಹಿಂದಿನ ರಾತ್ರಿ ಕುಡಿದು ಮತ್ತೇರಿ, ಸಾರ್ವಜನಿಕ ರಸ್ತೆಗಳಲ್ಲಿ 'ಕೋಪ್ಲಾ' ನೃತ್ಯ ಮಾಡಿದ್ದರು. ಮೊದಲೇ ಸೂಕ್ಷ್ಮಸ್ಥಿತಿಯಲ್ಲಿದ್ದ ಶಾಂತಿಗೆ ಇದರಿಂದಾಗಿ ಧಕ್ಕೆ ಉಂಟಾಗಿತ್ತು. ಅವರನ್ನು ಹಳೇ ಹುಲಿಯಾದ ಕಾರ್ಪೋರಲ್ ಅಬ್ದೆಲ್ ಕರೀಮ್‌ನ ಆಶೀರ್ವಾದದೊಂದಿಗೆ ಬಂಧಿಸಿ 'ಠಾಣೆ'ಗೆ ಕರೆದೊಯ್ಯಲಾಗಿತ್ತು. ಅವರು ಯಾವುದೇ ವಿಧವಾದ ಪ್ರತಿರೋಧವನ್ನೂ ಮಾಡಿರಲಿಲ್ಲ.

ಮೊಕದ್ದಮೆಯಲ್ಲಿನ ಪ್ರತಿವಾದಿಯ ಹೆಸರು ಜೈನಾಬ್, ಆಕೆ ಮಹ್‌ದಿಯಾ ಪಟ್ಟಣದ ಆರನೇ ಗಲ್ಲಿಯ ನಿವಾಸಿ. ಆಕೆಯ ಹವ್ಯಾಸವೆಂದರೆ ಹಣಸಂಗ್ರಹಣೆ ಹಾಗೂ ಪ್ರತಿವರ್ಷ

ಹಾಜ್‌ಗೆ ಪ್ರಯಾಣ. ಅವಳಿಗೆ ನಲವತ್ತೈದು ವರ್ಷ ವಯಸ್ಸಾಗಿತ್ತು. ಅವಳ ಸೌಂದರ್ಯವನ್ನು ಅವಳ ಬೊಜ್ಜು ನಾಶಪಡಿಸಿತ್ತು.

ಹಗ್ಗಾ ಜೈನಾಬ್ ಮತ್ತು ಆಕೆಯ ಗಂಡ ಮಹಮೂದ್ ಟ್ಯಾಕ್ಸಿಯೊಂದನ್ನು ಹತ್ತಿದರು. ಅದರ ಚಾಲಕ ಅವರನ್ನು ಗಮನಿಸದಂತೆ ನಟಿಸುತ್ತಾ, ಹಿನ್ನೋಟದ ಕನ್ನಡಿಯನ್ನು ಕೂಡಲೇ ಸರಿಪಡಿಸತೊಡಗಿದ. ಅವನು ಹಗ್ಗಾ ಜೈನಾಬಳನ್ನು ಚೆನ್ನಾಗಿ ನೋಡಬೇಕಿತ್ತು. ಅವನ ವರ್ತನೆ ಅವಳಿಗೂ ಗೊತ್ತಾಯಿತು. 'ಜನರು ಟ್ಯಾಕ್ಸಿ ಚಾಲಕರ ಬಗ್ಗೆ ಹೇಳುವುದು ನಿಜವೇ ಇರಬೇಕು. ಅವರಿಗೆ ಶಿಷ್ಟಾಚಾರವೂ ಇಲ್ಲ, ಲಜ್ಜೆಯೂ ಇಲ್ಲ,' ಎಂದು ತನ್ನಲ್ಲೇ ಅಂದುಕೊಂಡಳು. ಕನ್ನಡಿಯು ಈಗ ಟ್ಯಾಕ್ಸಿ ಚಾಲಕನಿಗೆ ತೃಪ್ತಿಯಾಗುವ ರೀತಿಯಲ್ಲಿತ್ತು. ಅವಳ ಮುಖವು ಅವನ ನೋಟದ ವ್ಯಾಪ್ತಿಯಲ್ಲಿತ್ತು. ಕೆಲವೇ ಕ್ಷಣಗಳು, ಅನಂತರ ತೀರ್ಮಾನ: "ಅವಳೇನೂ ಅಷ್ಟು ಸ್ವಾರಸ್ಯವಿಲ್ಲ!" ಅಲ್‌ಮಹ್‌ದಿಯಾದ ಬಹುತೇಕ ಹೆಂಗಸರು ಹಗ್ಗಾ ಜೈನಾಬಳನ್ನು ಬಲ್ಲವರಾಗಿದ್ದರು. ಏಕೆಂದರೆ ಅವಳು ಅವರಿಗೆ ನೈಲಾನ್ ಬಟ್ಟೆ ಮತ್ತು ಲಂಗಗಳನ್ನು ಮಾರಾಟ ಮಾಡುತ್ತಿದ್ದಳು. ಹಾಜ್‌ನಿಂದ ಚಿನ್ನದ ಸವರನ್‌ಗಳು ಹಾಗೂ ನಾಣ್ಯಗಳನ್ನು ತಂದು ಮಹಿಳೆಯರಿಗೆ ಲಾಭಕ್ಕೆ ಮಾರುತ್ತಿದ್ದಳು.

ಮಹಮದ್ ತನ್ನಲ್ಲೇ ಅಂದುಕೊಂಡ: 'ಈ ಸಲ ನೀನೇನೂ ಅಷ್ಟು ಜಾಗರೂಕಳಾಗಿ ಇರಲಿಲ್ಲ ಹಗ್ಗಾಜ್. ನಿನ್ನ ಅಂತ್ಯ ಸನ್ನಿಹಿತವಾಗಿದೆ. ಚಿನ್ನದ ಗಡಿಯಾರ ಕೊಟ್ಟಿದ್ದರೂ, ಈ ಸಲದ ಕಸ್ಟಮ್ಸ್ ಅಧಿಕಾರಿ ಸ್ವಲ್ಪ ಹೊಣೆಗಾರಿಕೆಯ ಮನುಷ್ಯ.' ಹಿಂದೆ ಹಗ್ಗಾಳ ಪೆಟ್ಟಿಗೆಗಳನ್ನು ಖಾರ್ಟೂಮ್ ವಿಮಾನ ನಿಲ್ದಾಣದಲ್ಲಿ ಎಂದೂ ತೆರೆಯುತ್ತಿರಲಿಲ್ಲ. ಅಬ್ದೆಲ್ ಫಾತೇ ಎಫೆಂಡಿ ಮಕ್ಕಳೊಂದಿಗನಾಗಿದ್ದ. ಸತ್ಯದಿಂದ ಅವರ ಹಸಿವನ್ನು ಹಿಂಗಿಸಲಾಗುತ್ತಿರಲಿಲ್ಲ; ಪ್ರಾಮಾಣಿಕತೆಯಿಂದ ಮೈ ಮುಚ್ಚಲು ಸಾಧ್ಯವಿರಲಿಲ್ಲ. ಸಂಬಳ ಕಡಿಮೆ, ಪ್ರತಿ ತಿಂಗಳ ಆರಂಭದಲ್ಲೇ ಬೊಬ್ಬೆ ಹೊಡೆಯುತ್ತಿದ್ದ ಸಾಲಿಗರು ಅದನ್ನು ನುಂಗುತ್ತಿದ್ದರು. ಅಬ್ದೆಲ್ ಫಾತೇ ಎಫೆಂಡಿಗೆ ಹಗ್ಗಾ ಜೈನಾಬ್‌ಳ ಪುನರಾಗಮನದ ದಿನ ನಿರ್ದಿಷ್ಟವಾಗಿ ತಿಳಿದಿರುತ್ತಿತ್ತು. ಅವಳ ಪೆಟ್ಟಿಗೆಗಳ ಮೇಲೆ ಸೀಮೆಸುಣ್ಣದ ಗುರುತು ಹಾಕಿ ಅವುಗಳನ್ನು ನಿರಾಯಾಸವಾಗಿ ಆತ ಹೊರಗೆ ಕಳಿಸುತ್ತಿದ್ದ. ಮರುದಿನ ಅವಳಿಗೆ ಸುಸ್ವಾಗತ ಕೋರುವ ರೀತಿಯಲ್ಲಿ ಮನೆಗೆ ಹೋಗಿ ಮಾಮೂಲು ಗಿಟ್ಟಿಸುತ್ತಿದ್ದ. ಆದರೆ ಐದು ವರ್ಷಗಳಿಂದ ಸರಕಾರದ ಯಂತ್ರ ತಿರುಗುತ್ತಲೇ ಇತ್ತು. ಅದು ತಿರುಗಿ ಕೊನೆಗೊಮ್ಮೆ ತನಗೆ ಬಡ್ತಿ ಬಂದಾಗ ಅಬ್ದೆಲ್ ಫಾತೇ ಎಫೆಂಡಿಗೆ ಭಾರಿ ಪೆಟ್ಟೆನಿಸಿತು. ಏಕೆಂದರೆ ಅವನ ಸಂಬಳ ಮೂರು ಪೌಂಡ್ ಹೆಚ್ಚಿದರೂ, ಅದರಿಂದ ಹಗ್ಗಾ ಜೈನಾಬ್ ಮತ್ತಿತರರ ಉದಾರ ಕಾಣಿಕೆಗಳಿಗೆ ಖೋತಾ ಆಯಿತು. ಅವನನ್ನು ಇನ್ನೊಂದು ಠಾಣೆಗೆ ವರ್ಗ ಮಾಡಲಾಯಿತು. 'ಎಂಥ ಪರಿಸ್ಥಿತಿ?' ಹಗ್ಗಾ ಮೂರು ವಾರಗಳ ಕಾಲ ಮಾತ್ರ ಹೆಜಾಜ್‌ನಲ್ಲಿದ್ದಳಷ್ಟೆ. ಬಹಳ ಸ್ವಲ್ಪ ಕಾಲ. ಆದರೆ ವಿಮಾನ ನಿಲ್ದಾಣದ ಕಸ್ಟಮ್ಸ್ ಖಾತೆಯಿಂದ ಒಬ್ಬನನ್ನು ವರ್ಗಾಯಿಸಲು ಸಾಕಾದಷ್ಟು ಕಾಲ.

ಕಸ್ಟಮ್ಸ್ ಅಂಗಣಕ್ಕೆ ಆಕೆ ಹೋದಾಗ ಅಲ್ಲಿ ಅಬ್ದೆಲ್ ಫಾತೇ ಎಫೆಂಡಿ ಇಲ್ಲದ್ದನ್ನು ಕಂಡು ಆಕೆಗೆ ದಿಗ್ಭ್ರಮೆಯಾಯಿತು. ಪ್ರಯಾಣಿಕರ ಸಾಮಾನುಗಳನ್ನು ಪರೀಕ್ಷಿಸುತ್ತಿದ್ದ ತೆಳ್ಳಗಿನ ಒಬ್ಬ ಯುವಕ ಉತ್ಸಾಹ ಹಾಗೂ ಜಾಗರೂಕತೆಯಿಂದ ತನ್ನ ಕೆಲಸದಲ್ಲಿ ತೊಡಗಿದ್ದ. ಆಕೆಯ ಸರದಿ ಬಂದಾಗ ಆಕೆಯತ್ತ ತಿರುಗಿದ:

"ಇವೆಲ್ಲ ಪೆಟ್ಟಿಗೆಗಳೂ ನಿಮ್ಮದೆ, ಮೇಡಂ ?"

ಅವಳ ಅನ್ವೇಷಕ ಕಣ್ಣುಗಳು ವಿಮಾನ ನಿಲ್ದಾಣದ ಅಂಗಣದ ಉದ್ದಗಲಕ್ಕೂ ಹರಿದಾಡಿದವು.

"ಅಬ್ದೆಲ್ ಫಾತೇ ಎಫೆಂಡಿ ಇಲ್ಲಿಲ್ಲವಾ ?"

ತೆಳು ಯುವಕನ ಧ್ವನಿ ಉತ್ತರಿಸಿತು :

"ಈ ಏಳು ಪೆಟ್ಟಿಗೆಗಳೂ ನಿಮ್ಮವೆ ?"

"ಹೌದು" ಎಂದು ಅವಳು ದೃಢವಾದ ಧ್ವನಿಯಲ್ಲಿ ಹೇಳಿದಳು.

ಅವರ ಕಣ್ಣುಗಳು ಪರಸ್ಪರ ಸಂಧಿಸಿ ನಿಂತವು. ತಮ್ಮಿಬ್ಬರ ನಡುವೆ ಸಮಾನ ಮನೋಧರ್ಮ ಉಂಟಾಗಿದ್ದಂತೆ ಅವಳಿಗೆ ತೋರಲಿಲ್ಲ. ಸ್ವಲ್ಪ ಕಾಲ ಸ್ತಬ್ಧತೆ. ತೆಳುಹುಡುಗ ಮೊದಲನೆಯ ಪೆಟ್ಟಿಗೆಯನ್ನು ತೆರೆದಾಗ ಅದು ಕೊನೆಗೊಂಡಿತು. ಒಳಗಿದ್ದ ಪದಾರ್ಥಗಳು ದೀರ್ಘಕಾಲದ ಕಠಿಣ ಬಂಧನದಿಂದ ಬೇಸತ್ತಿದ್ದವೋ ಎಂಬಂತೆ ಹೊರಚೆಲ್ಲಿದವು. ನೈಲಾನ್‌ಗಳು, ಜಮಖಾನೆಗಳು, ಸುಗಂಧದ್ರವ್ಯಗಳು.

"ಸ್ವಂತ ಉಪಯೋಗಕ್ಕಾ ಮೇಡಂ ?"

ಹಗ್ಗಾ ಉತ್ತರ ಕೊಡಲಿಲ್ಲ. ತರುಣ ಹುಬ್ಬುಗಂಟಿಕ್ಕಿ ಪೆಟ್ಟಿಗೆಯ ಒಳಗಿದ್ದುದೆಲ್ಲವನ್ನೂ ಹೊರಕ್ಕೆ ಎಳೆದ. ಪೆಟ್ಟಿಗೆ ಸಮಾಧಾನದ ಉಸಿರುಗರೆಯಿತು. ಆತ ಎರಡನೆಯ ಮತ್ತು ಮೂರನೆಯ ಪೆಟ್ಟಿಗೆಗಳನ್ನು ತೆರೆದ. "ಇದೆಲ್ಲಿ ಸಾಧ್ಯ ! ಇದು ತೀರ ವಿಚಿತ್ರ! ಇವೆಲ್ಲವನ್ನೂ ನೀವು ಬಳಸಲಿದ್ದೀರಾ ? ಅಸಾಧ್ಯ ಅಸಾಧ್ಯ." ತಾನು ಕಾನೂನು ಪಾಲನೆಯ ವ್ಯವಸ್ಥೆಗೆ ಬಲಿಯಾಗಿದ್ದೇನೆಂದು ಹಗ್ಗಾ ಥಟ್ಟನೆ ಅರಿತುಕೊಂಡಳು.

ತರುಣನ ಧ್ವನಿ ತೀಕ್ಷ್ಣವಾಗಿತ್ತು: "ಐರೋಪ್ಯ ಮಾರುಕಟ್ಟೆಯಲ್ಲಿ ಒಂದು ಮಳಿಗೆ ತೆರೆಯಲು ಸಾಕಾಗುವಷ್ಟು ಸರಕು ಇಲ್ಲಿದೆ." ಅನಂತರ ಹೊರಟಿದ್ದವು, ತಾನು ಬಾಳಿನಾದ್ಯಂತ ಹೆದರುತ್ತಿದ್ದ ಮಾತುಗಳು :

ಕಳ್ಳ ಸಾಗಾಣಿಕೆ... ನಿಷಿದ್ಧ ವಸ್ತುಗಳು... ಇವೆಲ್ಲವನ್ನೂ ವಶಪಡಿಸಿಕೊಳ್ಳಲಾಗುವುದು.

ಅವಳ ಮನಸ್ಸಿನಲ್ಲಿ ತಾನಾಗಿಯೇ ಯೋಚನೆಗಳು ತೇಲಿದವು. ಓಹ್ ! ಇವನು ನಾಳೆ ಬೆಳಗ್ಗೆ ಮನೆಗೆ ಬರುವಷ್ಟರ ಮಟ್ಟಿಗೆ ತಾಳ್ಮೆ ತಂದುಕೊಂಡರೆ... ಅವನಿಗೆ ಒಂದು ಪೌಂಡ್ ಹಾಗೂ ಒಂದು ಜೂವಿಯಲ್ ಗಡಿಯಾರ ಕೊಡಬಹುದು. ಆದರೆ ಈ ಹುಡುಗನಿಗೆ ಬಿಗ್‌ಬೆನ್* ಕೊಟ್ಟರೂ ಸಮಾಧಾನವಾಗುವಂತಿಲ್ಲ. ಏನು, ಇವನ್ನೆಲ್ಲಾ ವಶಪಡಿಸಿಕೊಳ್ಳಲಾಗುವುದೆ ? ಏಕೆ ? ಇದನ್ನೇನು ಸರಕಾರ ಕೊಂಡುತಂದಿತೆ ? ಅಥವಾ ಪವಿತ್ರ ಯಾತ್ರೆ ಕೈಗೊಂಡು, ಬೇಸರವೆನಿಸುವ ಮಟ್ಟಿಗೆ ಊರೆಲ್ಲಾ ಹುಡುಕಿತ್ತೆ? ಅಥವಾ ಎಲ್ ಸಫಾ ಮತ್ತು ಎಲ್ ಮರ್ವಾ ನಡುವಣ ಮೆರವಣಿಗೆಯಲ್ಲಿ ಪಾಲ್ಗೊಂಡಿತ್ತೆ? ವಿಮಾನದ ಏರುವಿಕೆ ಹಾಗೂ ಇಳಿಯುವಿಕೆಯ ಭಯಾನಕತೆಯನ್ನು ಅನುಭವಿಸುತ್ತಾ ಉಪ್ಪು ನೀರಿನ ಸಾಗರಗಳನ್ನು ದಾಟಿದ್ದು ಸರಕಾರವೆ ? ತನ್ನ ಮುನ್ನೂರು ಪೌಂಡುಗಳು ನಷ್ಟವಾದವು ಬೆವರು ಹಾಗೂ ಕಣ್ಣೀರು ಸುರಿಸಿ ತಾಳ್ಮೆಯಿಂದ ಸಂಗ್ರಹಿಸಿದ್ದ ಹಣ : ತನ್ನ ಬಾಯಿಯಿಂದ ತಾನಾಗಿಯೇ ಉರುಳಿದ ಪದಗಳಿಂದ ಆಕೆ ಸ್ಫೂರ್ತಿ ಹೊಂದಿದಳು :

---

* ಲಂಡನ್ ಟವರ್‌ನಲ್ಲಿರುವ, ಗಂಟೆ ಬಾರಿಸುವ ದೊಡ್ಡ ಜಗತ್ಪ್ರಸಿದ್ಧ ಗಡಿಯಾರ.

"ದೇವರು ನಿನಗೆ ಒಳ್ಳೆಯದು ಮಾಡಲಿ, ಮಗು... ನಿನ್ನ ಈ ಚಿಕ್ಕತ್ತೆ ಒಬ್ಬ ಬಡ ದುರ್ದೈವಿ ಹೆಂಗಸು."

ಹುಡುಗ ನಕ್ಕ; "ಹ್ಹ... ಹ್ಹ... ಹ್ಹ..." ಅಲ್ಲಿಗೆ ಮುಗಿಯಲಿಲ್ಲ, "ಬಡ? ದುರ್ದೈವಿ? ನೀನು? ನಿಜವಾಗಿ ಹೇಳಬೇಕೆಂದರೆ, ಹಗ್ಗಾ, ದುರ್ದೈವಿ ನಾನು."

ಅನಂತರ ಏನಾಯಿತೆಂಬುದು ಹಗ್ಗಾಗೆ ಖಚಿತವಾಗಿ ನೆನಪಿಲ್ಲ. ಮುಂದಿನ ಘಟನಾವಳಿಯ ಬಗ್ಗೆಯೂ ಅಷ್ಟೆ. ಪ್ರತಿಯೊಂದೂ ಕ್ರಮದಂತೆ ನಡೆದು ತಾನು ಈಗ ನ್ಯಾಯಾಲಯದ ಮುಂದೆ ಬರಬೇಕಿತ್ತು ಎಂಬುದು ಮಾತ್ರ ಗೊತ್ತು.

ಅವಳ ಗಂಡ ಮಹಮೂದ್ ದಷ್ಟಪುಷ್ಟನಾದ ದಿಲ್‌ದಾರ್ ಮನುಷ್ಯ. ಅವನಿಗೆ ಸುಮಾರು ನಲವತ್ತು ವರ್ಷ ವಯಸ್ಸಾಗಿತ್ತು. ಚಟುವಟಿಕೆಯಿಂದ ಇರಬೇಕಾದಂತಹ ಯಾವುದೇ ಕೆಲಸವೂ ಅವನಿಗಿರಲಿಲ್ಲ. ನೋಡಲು ಆತ ಸುಂದರನಾಗಿದ್ದ. ನೀಳವಾದ ದೇಹದ ಮೇಲೆ ಸೊಗಸಾದ ಉಡುಪಿರುತ್ತಿತ್ತು. ಹಗ್ಗಾ ತನ್ನ ವರಮಾನದಿಂದ ಆತನನ್ನು ನೋಡಿಕೊಳ್ಳುತ್ತಿದ್ದಳು. ಅಪ್ರಾರ್ಥಿತವಾಗಿಯೇ ಆಕೆ ಅವನನ್ನು ಮದುವೆಯಾಗಿದ್ದಳು. ತನ್ನ ಊಟ ಮತ್ತು ಕುಡಿತಕ್ಕೆ ಪ್ರತಿಫಲವಾಗಿ ಆತ ಪ್ರತಿರಾತ್ರಿ ಪ್ರಚಂಡ ಕೆಲಸವೊಂದನ್ನು ಮಾಡಬೇಕಿತ್ತು. ಇದರ ವಿರುದ್ಧ ಆಂತರಿಕವಾಗಿ ಆತ ಪ್ರತಿಭಟಿಸುತ್ತಿದ್ದ. ಆದರೆ ಹುರುಳಿ ಮೂಟೆಯಂತೆ ಅಡ್ಡಾದಿಡ್ಡಿಯಾಗಿ ಬೆಳೆದು ತನ್ನ ಹೆಸರಿಗೆ ಅಪಚಾರವಾಗಿದ್ದ ಜೈನಾಬಳ ಸ್ಥೂಲದೇಹವನ್ನು ಪ್ರತಿರಾತ್ರಿಯೂ ಆತ ಅಪ್ಪಿಕೊಳ್ಳುತ್ತಿದ್ದ.

ಸೋಮವಾರ ಮತ್ತು ಶುಕ್ರವಾರಗಳ ಹಿಂದಿನ ರಾತ್ರಿ ಅವನು ಎರಡೆರಡು ಬಾರಿ ಈ ಕರ್ಮ ಸಾಗಿಸಬೇಕಿತ್ತು. ಅವನ ತಲೆಯಲ್ಲಿ ಯೋಚನೆಗಳು ಸುತ್ತುತ್ತಿದ್ದವು :

"ನಿನ್ನ ದುಷ್ಕರ್ಮಗಳು ಕೊನೆಗೂ ನಿನ್ನನ್ನು ಹಿಡಿದಿವೆ ಹಗ್ಗಾ."

"ಮೂರ್ಖ ಮಹಮೂದ್, ನಿನ್ನ ಹೆಸರು ಪ್ರತಿಯೊಂದು ನಾಲಗೆಯ ಮೇಲೂ ಇದೆ. ನಿನಗೆ ಯಾವತ್ತು ವಿವೇಕ ಬರುವುದು?" ಅವನ ಮನಸ್ಸಿನಲ್ಲಿ ಏನು ನಡೆಯುತ್ತಿತ್ತೆಂದು ಆಕೆಗೆ ಖಚಿತವಾಗಿ ಗೊತ್ತಿತ್ತು.

"ನನ್ನ ಹಣವಿಲ್ಲದಿದ್ದರೆ ನೀನು ರಸ್ತೆ ಬದಿಯಲ್ಲಿ ಕೊಳಕು ಕಂತ್ರಿ ನಾಯಿಯಂತೆ ಉಪವಾಸ ಸಾಯಿತ್ತಿದ್ದೆ." ಟ್ಯಾಕ್ಸಿ ನ್ಯಾಯಾಲಯಕ್ಕೆ ಹೋಗುವ ರಸ್ತೆಯಲ್ಲಿ ಮುಂದುವರಿಯಿತು. ಇಬ್ಬರು ಪ್ರಯಾಣಿಕರೂ ಮೌನವಾಗಿದ್ದರು. ಅವರ ಯೋಚನೆಗಳು ಕೋಪದ ಸಂಭಾಷಣೆ ಹಾಗೂ ಕಠಿಣ ಲೆಕ್ಕಾಚಾರಗಳಲ್ಲಿ ಮುಳುಗಿದ್ದವು.

* * *

"ನ್ಯಾಯಾಲಯಗಳಿರುವುದು ಕಳ್ಳಭಟ್ಟಿ ಸಾಗಾಣಿಕೆ ಮಾಡುವ ಹೆಂಗಸರಿಗೆ... ಹಾದರಗಿತ್ತಿಯರಿಗೆ... ಮತ್ತು... ಮತ್ತು... ನನಗೆ? ನಿನ್ನ ಮಗಳಿಗೆ ಅಬು ಅಹ್ಮದ್? ನಾನು ಒಬ್ಬ ನ್ಯಾಯಾಧೀಶನ ಮುಂದೆ ನಿಲ್ಲಬೇಕೆ?" ಅವಳ ಮೌನ ಸುದೀರ್ಘವಾಯಿತು. ಕಾಯುವ ಕೋಣೆಯ ಬಾಗಿಲ ಬಳಿ ನಿಂತಿದ್ದಂತೆ ಅವಳ ಯೋಚನೆಗಳು ಕಲಸು ಮೇಲೋಗರವಾದುವು.

"ಮಹಾಸ್ವಾಮಿ" ಎಂಬುದರ ವಿನಾ ತನ್ನ ಹೆಸರನ್ನು ಯಾರೂ ತಿಳಿಯಬಾರದೆಂದು ಇಚ್ಛಿಸಿರುವ ನ್ಯಾಯಮೂರ್ತಿ ತನ್ನ ಕೋಣೆಯ ಬಾಗಿಲು ಮುಚ್ಚಿ ಸ್ವಗತ ಚಿಂತೆಯಲ್ಲಿದ್ದಾನೆ. 'ಉಫ್, ಏನು ಸೆಖೆ. ಈ ಕಾಂಕ್ರೀಟ್ ಭಯಂಕರ. ಸಾಲ ಮಂಜೂರಾದರೆ ನಾನು

ಮಣ್ಣಿನ ಇಟ್ಟಿಗೆಯ ಮನೆ ಕಟ್ಟಿಕೊಳ್ಳುವೆ... ಅದರಲ್ಲಿ ತೇವವಿರುತ್ತದೆ. ಛಾವಣಿಗೆ ತಾಳೆಗರಿಗಳನ್ನು ಹಾಕಿಕೊಳ್ಳುವೆ.' ಆತ ಸುತ್ತಲೂ ನೋಡಿದ. ಆತನ ಕೊಠಡಿಯ ಗೋಡೆಗಳು ಸ್ವಚ್ಛವಾಗಿದ್ದವು, ನೆಲವೂ ಅಷ್ಟೆ. ಜಮಖಾನ ಹರಿದು ಚಿಂದಿಯಾಗಿತ್ತು. ಅದಕ್ಕೆ ಯಾವುದೇ ನಿರ್ದಿಷ್ಟ ಬಣ್ಣವಿರಲಿಲ್ಲ. ಅವನು ಕುಳಿತಿದ್ದ ಮೇಜು ಕೊಠಡಿಯಲ್ಲಿನ ಅತ್ಯಂತ ಕಳಪೆ ವಸ್ತುವಾಗಿತ್ತು.

'ಓ ದೇವರೆ, ನೋಡಿ ಆಶ್ಚರ್ಯಪಡು. ಜನರನ್ನು ಗಲ್ಲಿಗೇರಿಸುವ, ಸೆರೆಮನೆಗೆ ಕಳುಹಿಸುವ ಅಥವಾ ಅವರನ್ನು ಬಂಧಮುಕ್ತರನ್ನಾಗಿ ಮಾಡುವ ಅಧಿಕಾರವುಳ್ಳ ನ್ಯಾಯಮೂರ್ತಿಯು ಒಂದೇ ಡ್ರಾಯರ್ ಇರುವ ಮೇಜಿನ ಮುಂದೆ ಕುಳಿತಿದ್ದಾನೆ. ಕುರ್ಚಿಯು ಗತಕಾಲದ್ದೆ? ಪರವಾಗಿಲ್ಲ... ಪರವಾಗಿಲ್ಲ! ನಿಜವಾಗಿ, ನನಗೆ ಅವಕಾಶವಿದ್ದಿದ್ದರೆ ಗೋಡೆಗಳಿಗೆ ಬೂದು ಬಣ್ಣ ಬಳಿಯುತ್ತಿದ್ದೆ. ಆದರೆ ಸಾರ್ವಜನಿಕ ಕಾಮಗಾರಿ ಎಂಜಿನಿಯರ್ ಹೇಳುತ್ತಾನೆ ಸಚಿವರ ಕಚೇರಿಗಳು ಮಾತ್ರ ಬೂದುಬಣ್ಣಕ್ಕೆ ಅರ್ಹ ಎಂದು, ಉಳಿದವಕ್ಕೆ? ಬಿಳಿ? ಯಾಕೆ? ನಾನೇನು ನಾಯಿಂದನೆ?'

ಬಾಗಿಲು ತಟ್ಟಿದ ಶಬ್ದ ಕೇಳಿಬಂದಾಗ ನ್ಯಾಯಮೂರ್ತಿಯು ಅದು ಕಾರ್ಪೋರಲ್ ಅಬ್ದೆಲ್ ಕರೀಮ್ ಮಾತ್ರ ಆಗಿರಬೇಕೆಂಬುದನ್ನು ಅರಿತ. ಇನ್ನು ಯಾರೂ ಬಾಗಿಲು ತಟ್ಟುವ ಶಬ್ದ ಮಾಡಲಾರರು. "ಒಳಗೆ ಬಾ ಕಾರ್ಪೋರಲ್ ಅಬ್ದೆಲ್ ಕರೀಮ್" ಎಂದು ಗಟ್ಟಿಯಾಗಿ, ನಿರ್ಜೀವ ಧ್ವನಿಯಲ್ಲಿ ಕೂಗಿದ. ಬಾಗಿಲು ತೆರೆದು ಕಾರ್ಪೋರೆಲ್ ಒಳಗೆ ನೋಡಿದ. ಅವನೊಂದಿಗೆ ಬಿಸಿ ಗಾಳಿಯ ಪ್ರವಾಹ ಹಾಗೂ ಹಲವಾರು ಧ್ವನಿಗಳು ಒಳನುಗ್ಗಿದವು. ನ್ಯಾಯಾಲಯವು ಮೇರೆ ಮೀರಿ ತುಂಬಿತ್ತೆಂಬುದು ನ್ಯಾಯಮೂರ್ತಿಯ ಗಮನಕ್ಕೆ ಬಂದಿತು. ಅವನ ಕೊಠಡಿಯ ನೆಲವು ಕಾರ್ಪೋರೆಲ್ ಅಬ್ದೆಲ್ ಕರೀಮ್‌ನ ಮಿಲಿಟರಿ ಹೆಜ್ಜೆಯ ಶಬ್ದದಿಂದ ಬಿರಿಯುವಂತಾಯಿತು.. ಟ್ರಾಂಪ್... ಟ್ರಾಂಪ್... ಟ್ರಾಂಪ್.

ಕೊನೆಗೆ ಆತ ಅಟೆನ್ಷನ್ ಭಂಗಿಯಲ್ಲಿ ನಿಂತ. ಆತನ ಹಿಮ್ಮಡಿಗಳು ದೃಢವಾಗಿ ಜತೆಗೂಡಿದ್ದವು. ಆದರೆ ಆತನ ಕಾಲುಗಳು ಮಾತ್ರ ಎಂತಹ ಬಲವತ್ತರ ಶಕ್ತಿಯಿಂದಲೂ ಕೂಡಿಸಲಾಗದ ಎರಡು ಅರ್ಧ ಚಂದ್ರಾಕಾರದ ಗೆರೆಗಳಂತಿದ್ದವು. ಹೊಟ್ಟೆ ಉಬ್ಬರಿಸಿತ್ತು:

"ಎಲ್ಲಾ ಸಿದ್ಧವಾಗಿದೆ ಮಹಾಸ್ವಾಮಿ; ನಿಷಿದ್ಧ ವಸ್ತು ಪ್ರಕರಣ." ಟ್ರಾಂಪ್... ಟ್ರಾಂಪ್. ಒಂದು ಹೆಜ್ಜೆ ಹಿಂದಕ್ಕೆ, ಚುರುಕಿನ ಸೆಲ್ಯೂಟ್... ಅಟೆನ್ಷನ್ ಭಂಗಿಯಲ್ಲಿ ನಿಂತು ಉತ್ತರಕ್ಕೆ ಕಾದ.

"ಬಹಳ ಒಳ್ಳೆಯದು ಕಾರ್ಪೊರಲ್ ಅಬ್ದೆಲ್ ಕರೀಮ್. ವಂದನೆಗಳು."

* * *

ಕಾರ್ಪೊರೆಲ್ ಅಬ್ದೆಲ್ ಕರೀಮ್‌ಗೆ ಅತ್ಯಂತ ಆನಂದ ಕೊಡುತ್ತಿದ್ದ ವಿಷಯವೆಂದರೆ ತುಂಬಿದ ನ್ಯಾಯಾಲಯದ ನೋಟ. ಅಲ್ಲಿ ಎಲ್ಲರೂ ಆತನ ಕರ್ತೃತ್ವ ಶಕ್ತಿ, ಉತ್ಸಾಹ ಹಾಗೂ ನಿಷ್ಠೆಯನ್ನು ನೋಡಿ ಮೆಚ್ಚುವರೆಂಬ ನಿರೀಕ್ಷೆ. ಆತ ಹೆಮ್ಮೆ ಹಾಗೂ ಆತ್ಮತೃಪ್ತಿಯಿಂದ ಹೇಳುತ್ತಿದ್ದ: "ಖಾಕಿ ಧರಿಸಿ ಹದಿನೇಳು ವರ್ಷಗಳಾದವು. ನಾನು ಬಹಳ ಸಂತುಷ್ಟ ಮನುಷ್ಯನೆಂದು ತಿಳಿದಿದ್ದೇನೆ. ಯಾಕೆಂದರೆ ನಾನು ಶಾಲೆಗೆ ಹೋದದ್ದು ಒಂದೇ ದಿನ. ಮಧ್ಯವಿರಾಮದಲ್ಲೇ ಹೊರಗೆ ಬಂದೆ. ಮತ್ತೆಂದೂ ಹೋಗಲಿಲ್ಲ."

ನ್ಯಾಯಾಲಯವು ದೊಡ್ಡದಾಗೂ ಇರಲಿಲ್ಲ. ಸ್ಥಳಾವಕಾಶವನ್ನೂ ಹೊಂದಿರಲಿಲ್ಲ.

ಗಾಳಿ ಚೆನ್ನಾಗಿ ಹರಿದಾಡುವಂತೆ ಬೇಕಾದಷ್ಟು ಕಿಟಿಕಿಗಳಿದ್ದವು. ಪಶ್ಚಿಮ ತುದಿಯಲ್ಲಿ ಒಂದು ಎತ್ತರದ ವೇದಿಕೆಯಿತ್ತು. ನ್ಯಾಯಮೂರ್ತಿಗೆ ಒಂದು ಮೇಜು. ಆತನ ಕೋಣೆಯಲ್ಲಿ ದ್ದುದಕ್ಕಿಂತ ದೊಡ್ಡದೇನೂ ಅಲ್ಲ. ಆದರೂ ಸ್ವಚ್ಛವಾಗಿತ್ತು. ಅದರಲ್ಲೇನೋ ವಿಶೇಷ ಗಾಂಭೀರ್ಯ ತೋರುತ್ತಿತ್ತು. ಬಹುಶಃ ಅದು ಅಷ್ಟು ಎತ್ತರದಲ್ಲಿದ್ದುದರಿಂದ ಇದ್ದಿರಬಹುದು.

ನ್ಯಾಯಾಲಯಕ್ಕೆ ಪ್ರವೇಶದ್ವಾರ ಕಾರ್ಪೊರಲ್‌ನ ಖುದ್ದು ಮೇಲುಸ್ತುವಾರಿಯಲ್ಲಿತ್ತು. ನಿಧಾನ... ದಯವಿಟ್ಟು ನಿಧಾನವಾಗಿ ಬನ್ನಿ, ಸ್ವಲ್ಪ ನಿಶ್ಶಬ್ದವಾಗಿರಿ, ಕುರಿಗಳಾ, ಇದೊಂದು ನ್ಯಾಯಾಲಯ, ಮಾರುಕಟ್ಟೆಯಲ್ಲ.

ಜನರು ಒಬ್ಬರನ್ನೊಬ್ಬರು ತಳ್ಳಿಕೊಂಡು ಒಳಕ್ಕೆ ನುಗ್ಗಲು ಪ್ರಯತ್ನಿಸುತ್ತಾ ಬಾಗಿಲು ಸುತ್ತ ಗುಂಪು ಸೇರಿದರು. ಅಬ್ದೆಲ್ ಕರೀಮ್‌ನ ಧ್ವನಿ. ಕಾರ್ಪೊರಲ್ ಒಬ್ಬನ ಧ್ವನಿ, ಮತ್ತೆ ತಾರಸ್ಥಾಯಿ ಗೇರಿತು: "ನಿಮಗೆ ಅಲ್ಲಾನ ಭಕ್ತರ ಕಷ್ಟಗಳನ್ನು ಬೆರಗುಗಣ್ಣುಗಳಿಂದ ನೋಡುವುದಕ್ಕಿಂತ ಬೇರೆ ಕೆಲಸವಿಲ್ಲವೇನು?" ಆತ ಇದನ್ನು ಯಾವುದೇ ವಿಶೇಷ ಕೀಳು ಉದ್ದೇಶವನ್ನಿಟ್ಟುಕೊಂಡೂ ಹೇಳಲಿಲ್ಲ. ತಾನಾಗಿಯೆ ಎಲ್ಲವೂ ಒಂದು ವ್ಯವಸ್ಥೆಗೆ ಬಂತು... ದಿಗಿಲು ಹುಟ್ಟಿಸುವ ನಿಶ್ಶಬ್ದ.

ವೀಕ್ಷಕರು... ಮರದ ಬೆಂಚುಗಳ ಮೇಲೆ ಕುಳಿತರು... ಕಂದು ಬಣ್ಣ ಬಳಿದ ಬೆಂಚುಗಳು... ಆರಾಮದ ನಿರೀಕ್ಷೆಯಿಲ್ಲ... ಒರಗಿಕೊಳ್ಳಲೂ ಏನಿಲ್ಲ.

ನ್ಯಾಯಮೂರ್ತಿ ಕಾಣಿಸಿಕೊಂಡಾಗ ಎಲ್ಲರೂ ಎದ್ದುನಿಂತರು. ಹಗ್ಗಾ ಜೈನಾಬ್ ಕಟಕಟೆಯಲ್ಲಿನ ತನ್ನ ಸ್ಥಳದಲ್ಲಿದ್ದಳು. ಆಕೆಯ ಪಕ್ಕದಲ್ಲಿ ನಿಸ್ಸಹಾಯಕ ಪ್ರತಿಮೆಯಷ್ಟೇ ನಿಶ್ಚಲ ಭಂಗಿಯಲ್ಲಿ ನಿಂತಿದ್ದ ಒಬ್ಬ ಸಶಸ್ತ್ರ ಪೊಲೀಸ್. ಮಹಮೂದ್ ಹೆಚ್ಚು ದೂರದಲ್ಲೇನೂ ಇರಲಿಲ್ಲ. ಆಕೆಯನ್ನು ನೋಡಲು ಹಾಗೂ ಆಕೆಗೆ ಆತನನ್ನು ನೋಡಲು ಸಾಧ್ಯವಾಗುವಷ್ಟು ಹತ್ತಿರದಲ್ಲಿದ್ದ. ಆಕೆಗೆ ಬೆವರು ಧಾರಾಕಾರವಾಗಿ ಸುರಿಯುತ್ತಿತ್ತು. ಆಕೆ ಸುತ್ತಿಕೊಂಡಿದ್ದ ನಿಲುವಂಗಿ ಆಕೆಯ ಬೆಲೆಬಾಳುವ ಬಣ್ಣ ಬಣ್ಣದ ಉಡುಪನ್ನು ಎತ್ತಿತೋರುತ್ತಿತ್ತು. ಉದ್ದನೆಯ ತೋಳಿನ ಬಟ್ಟೆಗೆ ಸಾಕಷ್ಟು ಕಸೂತಿ ಮಾಡಲಾಗಿತ್ತು. ಆಕೆ ತನ್ನಲ್ಲೇ ಅಂದುಕೊಂಡಳು: 'ನೀನು ಮಾಡಿದ್ದು ಇಷ್ಟೊಂದು ವೇದನೆಗೆ ಅರ್ಹವೆ?' ಮಹಮೂದ್ ಸಹ ಯೋಚಿಸುತ್ತಿದ್ದ:

'ಅವಳು ತಪ್ಪಿತಸ್ಥಳೆಂದು ನಿರ್ಧಾರವಾಗಿ, ಸೆರೆವಾಸ ವಿಧಿಸಲಾದರೆ ಗತಿಯೇನು? ಮುಂದೇನು ಕಾದಿದೆ... ನನಗೆ?' ಇಳಿಬಿದ್ದ ಮೌನವನ್ನು ನ್ಯಾಯಮೂರ್ತಿ ಭೇದಿಸಿದ: "ಹೆಸರು?" ಆತನ ಪ್ರಶ್ನೆ ಹಗ್ಗಾ ಜೈನಾಬ್‌ಳನ್ನು ಉದ್ದೇಶಿಸಿದ್ದುದಾಗಿತ್ತು. ಮೌನಸಾಗರ ದಲ್ಲಿದ್ದರೂ ಆಕೆಗೆ ಆತನ ಮಾತು ಕೇಳಲಿಲ್ಲ. ಎರಡನೆಯ ಮತ್ತು ಮೂರನೆಯ ಸಲ ನ್ಯಾಯಮೂರ್ತಿ ಕೇಳಿದ. ಆದರೂ ಆಕೆ ಉತ್ತರಿಸಲಿಲ್ಲ. ಬೇಸತ್ತ ಮಹಮೂದ್ ತಾನೇ ಉತ್ತರ ನೀಡಿದ, "ಹಗ್ಗಾ ಜೈನಾಬ್ ಅಯ್ಯೂಬೆ." ನ್ಯಾಯಮೂರ್ತಿ ಕೋಪದಿಂದ ಭುಗಿಲೆದ್ದ:

"ನಿನಗೆ ಮಾತನಾಡಲು ಅಪ್ಪಣೆ ಕೊಟ್ಟವರಾರು? ನೀನೇನು ರಸ್ತೆಯಲ್ಲಿಲ್ಲ. ಆತನನ್ನು ನ್ಯಾಯಾಲಯದಿಂದ ಹೊರಗೆ ಹಾಕಿ. ನ್ಯಾಯಾಲಯದ ಭರ್ತ್ಸನೆ. ಒಂದು ಪೌಂಡ್ ಜುಲ್ಮಾನೆ ಅಥವಾ ಹತ್ತು ಚಾಟಿಯೇಟು."

ಮಹಮೂದ್ ಭೀತಿಯಿಲ್ಲದೆ, ಸ್ವಲ್ಪ ಕೋಪದಿಂದಲೇ ಅಂದುಕೊಂಡ: 'ಅವಮಾನಕರ

ಶಿಕ್ಷೆ.' ತನ್ನ ಜೇಬಿನಲ್ಲಿ ಒಂದು ಪೌಂಡ್ ನೋಟಿಗಿಂತ ಹೆಚ್ಚಿಗೆ ಏನನ್ನೂ ಹೊಂದಿರದಿದ್ದ ಆತ ಕಾರ್ಪೊರಲ್ ಅಬ್ದೆಲ್ ಕರೀಮ್‌ನನ್ನು ನ್ಯಾಯಾಲಯದಿಂದ ಹೊರಕ್ಕೆ ಹಿಂಬಾಲಿಸುತ್ತಾ ಮಾನಸಿಕ ಗಡಿಬಿಡಿಯಿಂದ ನಿಟ್ಟುಸಿರಿಟ್ಟ. ನ್ಯಾಯಮೂರ್ತಿ ತನ್ನ ಬಳಿ ಇದ್ದುದೆಲ್ಲವನ್ನೂ ಕಿತ್ತುಕೊಳ್ಳಲು ನಿರ್ಧರಿಸಿದಂತಿತ್ತು. ಹತ್ತು ಚಾಟಿಯೇಟನ್ನು ತಾನು ತಡೆದುಕೊಳ್ಳಬಲ್ಲೆನೆ ಎಂದು ತೀವ್ರವಾಗಿ ಯೋಚಿಸಲಾರಂಭಿಸಿದ – ಆ ಯೋಚನೆ ಮೂರ್ಖತನದ್ದಾಗಿದ್ದರೂ ಸಹ. ಚಾಟಿಯೇಟು ಎಷ್ಟೇ ನೋವನ್ನುಂಟುಮಾಡಿದರೂ ತನ್ನ ಒಂದು ಪೌಂಡ್ ನೋಟನ್ನು ಕಿತ್ತುಕೊಳ್ಳಲಾರದು.

* * *

ನ್ಯಾಯಾಲಯದಲ್ಲಿ ಕೌತುಕ ಹಾಗೂ ಭೀತಿಯ ವಾತಾವರಣ ತುಂಬಿತ್ತು. ಅದು ಹಗ್ಗಾ ಜೈನಾಬ್‌ಳು ತನ್ನ ಆಳವಾದ ಚಿಂತನೆಯಿಂದ ಹೊರಬರಲು ನೆರವಾಯಿತು. ಮಹಮೂದ್ ಅಪಾಯಕ್ಕೊಳಗಾಗುವನೋ ಎಂದು ಅವಳು ತೀವ್ರ ಆತಂಕದಿಂದಿದ್ದಳು. ಆತನಿಗೆ ಚಾಟಿಯೇಟು ಬಿದ್ದಲ್ಲಿ ಅದು ಎರಡರಲ್ಲಿ ಸ್ವಲ್ಪ ಕಡಿಮೆ ಕೆಡುಕಿನ ಶಿಕ್ಷೆಯಾಗ ಬಹುದು. ಏಕೆಂದರೆ ಅದು ಅವನ ಡಾಂಭಿಕತೆಯನ್ನು ಸ್ವಲ್ಪ ಇಳಿಸಬಹುದು. ಒಂದು ಪೌಂಡಿನ ಬಗ್ಗೆ ಯೋಚಿಸುವು ದಾದರೆ, ಅದನ್ನಂತೂ ಕೊನೆಗೆ ತಾನೇ ಕೊಡಬೇಕು. 'ಇದೆಷ್ಟು ತಾಪತ್ರಯದ ದಿನ!'

ವಿಚಾರಣೆ ಸುಮಾರು ಒಂದೂವರೆ ಗಂಟೆ ಕಾಲ ನಡೆಯಿತು. ಅನಂತರ ನ್ಯಾಯ ಮೂರ್ತಿಯು ಹಗ್ಗಾ ಜೈನಾಬ್‌ಗೆ ಐವತ್ತು ಪೌಂಡ್ ಜುಲ್ಮಾನೆ ವಿಧಿಸಿ, ಆಕೆಯ ಸರಕು ಗಳನ್ನು ವಶಪಡಿಸಿಕೊಳ್ಳಬೇಕೆಂದು ತೀರ್ಪಿತ್ತ. ಜನಸಂದಣಿ ನ್ಯಾಯಾಲಯದೊಳಗೆ ಎಷ್ಟು ಬೇಗ ತುಂಬಿತ್ತೋ ಅಷ್ಟೇ ಬೇಗ ಕರಗಿತು. ನ್ಯಾಯಮೂರ್ತಿ ತನ್ನ ಕೋಣೆಗೆ ಮತ್ತೆ ಧಾವಿಸಿದ. ನ್ಯಾಯಾಲಯ ಖಾಲಿಯಾದ ಬಳಿಕ ಮಹಮೂದ್ ಮತ್ತೆ ಒಳಗೆ ಬಂದುದನ್ನಾಗಲೀ, ಅಥವಾ ಹಗ್ಗಾ ಈಗ ತನ್ನೆಲ್ಲ ಭೀತಿಯನ್ನೂ ಮರೆತು ಕಟಕಟೆಯಲ್ಲಿ ಕುಗ್ಗಿ ಕುಳಿತಿದ್ದುದನ್ನಾಗಲೀ ಯಾರೂ ಗಮನಿಸಲಿಲ್ಲ. 'ಆ ಪದಾರ್ಥಗಳಿಗೆ ನಾನು ಮುನ್ನೂರು ಪೌಂಡ್ ಬೆಲೆ ತೆತ್ತಿದ್ದೆ. ಇದನ್ನು ಸರಕಾರ ನಿರಾಯಾಸವಾಗಿ ಕಸಿದುಕೊಳ್ಳುವುದೆ? ಸರಕಾರವೇನು ಕಾಬಾ ಸಂಚಾರ ಕೈಗೊಂಡಿತ್ತಾ... ಅರಾಫತ್‌ನಲ್ಲಿ ನಿಂತಿತ್ತಾ... ಅಥವಾ ಅಲ್ ಮಸ್ತಾಫಾ ಮಸೀದಿಗೆ ಭೇಟಿ ನೀಡಿತ್ತಾ? ಕಡೇ ಪಕ್ಷ ಉಪ್ಪು ನೀರಿನ ಸಮುದ್ರವನ್ನಾದರೂ ದಾಟಿತ್ತೇನು? ಆದರೆ ಜುಲ್ಮಾನೆ ಏಕೆ? ಅವರು ನನ್ನ ಬಳಿ ಇದ್ದುದ್ದೆಲ್ಲವನ್ನೂ ಕಸಿದುಕೊಂಡಿರುವುದು ಸಾಲದೆ?'

* * *

ಮಹಮೂದ್‌ಗೆ ತೀವ್ರ ನೋವಾಗಿತ್ತೆಂಬುದನ್ನು ಆತ ನ್ಯಾಯಾಲಯದೊಳಗೆ ಬಂದಾಗಿನ ಆತನ ಮುಖಮುದ್ರೆಯಿಂದಲೇ ಹೇಳಬಹುದಿತ್ತು. ಎಲ್ಲೆಲ್ಲೂ ಶಾಂತತೆ ಆವರಿಸಿತ್ತು. ನ್ಯಾಯಾಲಯದಲ್ಲಿ ಗಡುಸಾದ ಕಂದು ಬೆಂಚುಗಳು ಮಾತ್ರ ನಿಂತಿದ್ದವು. ಅವುಗಳ ಮೇಲ್ವಿಚಾರಣೆಗೆ ನ್ಯಾಯಮೂರ್ತಿಯ ಮೇಜು, ಕಿಟಿಕಿಗಳು ಉತ್ತರ ಮತ್ತು ದಕ್ಷಿಣ ದಿಗಂತಗಳತ್ತ ಶೂನ್ಯ ನೋಟ ಬೀರುವ ಕಣ್ಣುಗಳಂತಿದ್ದವು. ಬೀಸುಗಾಳಿ ಒಳನುಗ್ಗಿ ಮತ್ತೆ ಹೊರಗೆ ಹೋಗುತ್ತಿತ್ತು. ಅದಕ್ಕೂ ಆ ಸ್ಥಳದಲ್ಲಿ ಉಳಿಯಲು ಇಷ್ಟವಿದ್ದಂತಿರಲಿಲ್ಲ.

"ನನಗೆ ನಿಜವಾಗಿ ಕೋಪ ಬರುವ ವಿಷಯವೆಂದರೆ, ಈ ಬಾಂಧವ್ಯ ಇಷ್ಟೊಂದು

ಅಪಮಾನಕಾರಿಯಾಗಿದೆಯೆಂಬುದು. ನಾನು ಮಹಮೂದ್ ಅಲ್ಲ. ನಾನು ಹಗ್ಗಾಳ ಗಂಡ. ನಮ್ಮ ಪ್ರದೇಶದ ಜನ ನನ್ನನ್ನು ಗುರುತಿಸುವುದು ಹಾಗೆಯೇ. ಅವರು ಸರಿಯೇ... ಪೂರ್ಣವಾಗಿ ಸರಿಯೇ. ಜನಗಳನ್ನು ಗುರುತಿಸುವುದು ಅವರು ಏನು ಮಾಡುತ್ತಿದ್ದಾರೆ, ಹಾಗೂ ಏನಾಗಿದ್ದಾರೆ ಎಂಬುದರಿಂದ. ನನ್ನನ್ನು ಯಾರಾದರೂ ನಿನ್ನ ಕೆಲಸವೇನು ಎಂದು ಕೇಳಿದರೆ ಅದಕ್ಕೆ ಹೇಗೆ ಉತ್ತರ ಕೊಡುವುದು ಎಂಬುದೇ ನನಗೆ ತಿಳಿಯಲಾರದು. ಉತ್ತರವೇ ಇಲ್ಲ. ದಷ್ಟಪುಷ್ಟನಾಗಿದ್ದರೂ ನಾನು ನಿರುದ್ಯೋಗಿ. ನನ್ನನ್ನು ಕೇಳಿದರೆ ದಲ್ಲಾಲಿ ಯೆನ್ನುವೆ, ಕೆಲವೊಮ್ಮೆ ನೈಲ್‌ನದಿಯ ದಂಡೆಯಲ್ಲಿನ ಕೃಷಿ ಯೋಜನೆಯೊಂದನ್ನು ನಿರ್ವಹಿಸುತ್ತಿದ್ದೇನೆ ಎನ್ನುತ್ತೇವೆ. ಇಂತಹ ಉತ್ತರ ಪ್ರಶ್ನೆಗಾರನಲ್ಲಿ ಇನ್ನಷ್ಟು ಕುತೂಹಲ ಉಂಟುಮಾಡುತ್ತದೆ. ಮುಂದಿನ ಪ್ರಶ್ನೆ ತಕ್ಷಣ ಬರುತ್ತದೆ :

"ಹತ್ತಿ ಬೆಳೆಯೇ ಇರಬೇಕು. ಅಲ್ಲಾ... ನಿನ್ನ ಸಂಪದಭಿವೃದ್ಧಿ ಖಚಿತ."

ಮತ್ತೆ ಮಹಮೂದನ ಸ್ವಗತ ಯೋಚನೆ ಮುಂದುವರಿಯಿತು. "ಸರ್ವಶಕ್ತ ಅಲ್ಲಾನ ಆಣೆಗೂ, ನನಗೆ ಈ ವಿಶಾಲ ಭೂಮಿಯಲ್ಲಿ ಓಮ್ ದುರ್ಮಾನ್ ಬಿಟ್ಟು ಬೇರೆ ಪ್ರದೇಶ ಗೊತ್ತಿಲ್ಲ. ಕೊಸ್ಟಿ ಅಥವಾ ಮರ್ವಿ ಎಲ್ಲಿವೆ ಎಂಬುದೂ ಗೊತ್ತಿಲ್ಲ. ಏಕೆ ? ನನಗೇನಾದರೂ ದಾರಿಯಲ್ಲಿ ಶ್ವೇತ ನೈಲ್‌ನದಿ ಸಿಕ್ಕಿದರೆ ಅದನ್ನು ದೇವರ ಇತರ ಸೃಷ್ಟಿಗಳಿಂದ ಪ್ರತ್ಯೇಕಿಸಿ ಗುರುತಿಸಲಾರೆ."

ಆತನ ಕಣ್ಣುಗಳು ಹಗ್ಗಾಳ ದೃಷ್ಟಿಯನ್ನು ಸಂಧಿಸಿದವು. ನೇರ ವಿವಾದ ಅನಿವಾರ್ಯ. ಆಕೆಯ ನೋಟ ತನ್ನನ್ನು ಭೇದಿಸಿಕೊಂಡು ಹೋಗುತ್ತಿರುವಂತೆ, ತೀವ್ರವಾಗಿ ಪರೀಕ್ಷಿಸು ತ್ತಿರುವಂತೆ, ತನ್ನ ಚೇತನವು ಧರಿಸಿದ್ದ ಯಾವುದೋ ಮುಖವಾಡವನ್ನು ಕಿತ್ತೊಗೆಯುವಂತೆ ಭಾಸವಾಯಿತು.

"ಪೌಂಡ್ ಕೊಟ್ಟೆಯಾ ?" ಎಂದು ಆಕೆ ಕೇಳಿ ಮೌನವಾಗಿ ಕಾಯ್ದಳು. ಆಕೆಯ ನೋಟ ಆತನ ಮೇಲೇ ಇತ್ತು. "ನಮ್ಮ ಕತೆ ಮುಗಿಯಿತು. ಸರ್ಕಾರ ನನ್ನಲ್ಲಿದ್ದುದನ್ನೆಲ್ಲ ತೆಗೆದುಕೊಂಡಿದೆ. ಯಾರಿಗೆ ಗೊತ್ತು, ಬಹುಶಃ ಇದೇ ಕ್ಷಣದಲ್ಲೇ ಅವರು ಅದನ್ನು ತಮ್ಮಲ್ಲೇ ಹಂಚಿಕೊಳ್ಳುತ್ತಿದ್ದಾರೆ." ಎಂದಳು.

ಮಹಮೂದ್ ಏನೂ ಹೇಳಲಿಲ್ಲ. ಆತನ ನೋಟ ನ್ಯಾಯಾಲಯದ ಗೋಡೆಗಳನ್ನು ದಾಟಿ ದೂರ ಹೋಯಿತು. ಆದರೆ ಯಾವುದರ ಮೇಲೂ ನಿಲ್ಲಲಿಲ್ಲ. ಕೋಪಾವೇಶ ತನ್ನನ್ನು ನುಂಗಿ ಬಿಡುವುದೇನೋ, ತನಗೆ ಅದರಿಂದ ರಕ್ಷಿಸಿಕೊಳ್ಳಲು ಸಾಧ್ಯವಿಲ್ಲವೇನೋ ಎಂದು ಆತನಿಗನ್ನಿಸಿತು.

"ಇದೆಲ್ಲಾ ಅಲ್ಲಾನ ಇಚ್ಛೆ. ಸೆರೆಮನೆಗೆ ಹೋಗುವುದಕ್ಕಿಂತ ದಂಡ ಕೊಡುವುದೇ ಸುಲಭ" ಎಂದು ಆಕೆ ಎಂದಳು. ಆತ ಹಗ್ಗಾ ಜೈಲಿನಲ್ಲಿ ಹೇಗೆ ಇರಬಹುದೆಂಬುದನ್ನು ಕಲ್ಪಿಸಿಕೊಳ್ಳ ಬಲ್ಲವನಾದ. ಆಕೆ ಉದ್ದ ತೋಳಿನ ಸೆರೆಮನೆಯ ಸಮವಸ್ತ್ರ ಧರಿಸಬೇಕು. ಬೇರೆಯವರಿಗಿಂತ ತಾನು ಪ್ರತ್ಯೇಕವೆಂದು ಆಕೆಗೆ ಅನ್ನಿಸಲಾರದು. 'ಸಂದರ್ಶಕರು ನಿನ್ನನ್ನು ಶುಕ್ರವಾರ ನೋಡುವರು ಹಗ್ಗಾ, ಮತ್ತು ನೀನು ಬಂದಿಗಳಿಗೆ ಹೊಗೆಸೊಪ್ಪು ಹಾಗೂ ಬಹುಶಃ ಇನ್ನೂ ಕೆಲವು ಸಾಮಾಗ್ರಿಗಳನ್ನು ಮಾರಬಹುದು. ಆದರೆ... ರಾತ್ರಿಗಳಲ್ಲಿ ಒಂಟಿತನ ಕಾಡುತ್ತದೆ.' ಶೂನ್ಯದತ್ತ ನಿಟ್ಟಿಸುತ್ತಿದ್ದಂತೆಯೇ ಆತನ ಆಲೋಚನೆ ಮುಂದುವರಿಯಿತು. ಸ್ವಾತಂತ್ರ್ಯದತ್ತ ಆತನ ಬಯಕೆ ಇನ್ನಷ್ಟು ಬೆಳೆಯಿತು, ತನ್ನಲ್ಲೇ ಯೋಚಿಸಿದ : ಸಾಮಾನ್ಯ

ಜೀವನ. ತನ್ನ ದುಡಿಮೆಗೆ ದಿಕ್ಕು ನೀಡಬಲ್ಲ ತರುಣ ಹೆಂಡತಿ. ದೂರದ ಬೆಟ್ಟದಲ್ಲಿ ತಾನೊಂದು ಮನೆ ಮಾಡಿಕೊಂಡರೂ ಕೆಟ್ಟದಲ್ಲ. ನಿಜ, ಅಂತಹ ಕನಸುಗಳು ಫಲಿಸ ಬೇಕಾದರೆ ಕೆಲಸ ಹಾಗೂ ಸಾಮರ್ಥ್ಯ ಬೇಕು. ಎರಡರ ಬಗ್ಗೆಯೂ ತನಗೇನೂ ಗೊತ್ತಿಲ್ಲ.

ಆತ ತನ್ನಲ್ಲೇ ಮಾತನಾಡಿಕೊಳ್ಳುತ್ತಿರುವ ರೀತಿಯಲ್ಲಿ ಯೋಚನೆಗಳು ನುಗ್ಗಿದವು, 'ನಾನು ಶಕ್ತಿಶಾಲಿ ಎನ್ನುವುದು ನಿಜ, ಆದರೆ ನಲವತ್ತು ವರ್ಷ ವಯಸ್ಸಾಗಿದ್ದರೂ ನೀನೊಬ್ಬ ಹೇಡಿ, ಮಹಮೂದ್, ಬಹುಶಃ ಸ್ವಲ್ಪವೇ ಪ್ರಯತ್ನದಿಂದ ನಿನ್ನ ಹೃದಯದಲ್ಲಿನ ಅಪಮಾನವನ್ನು ತೊಡೆಯಬಹುದು. ದಿನಕ್ಕೆ ಮುವತ್ತು ಪಿಯಾಸ್ಟರ್ ಸಂಪಾದಿಸುತ್ತಾ ರಸ್ತೆ ಕಾಮಗಾರಿಯಲ್ಲಿ ಕೂಲಿಯಾಳಾಗಿ ದುಡಿಯಬಹುದು. ನಿನ್ನ ಕೈಗಳು ಸೃಜನಶೀಲವಲ್ಲ. ತಾವಾಗಿಯೇ ಏನನ್ನೂ ಆರಂಭಿಸಲಾರವು... ರಸ್ತೆಗಳು... ಸುಡುವ ಬಿಸಿಲಿನಲ್ಲಿ... ರಸ್ತೆಗಳು ?

ಆತನ ಯೋಚನಾಲಹರಿಗೆ ಹಗ್ಗಾಳ ಧ್ವನಿ ತಡೆಹಾಕಿತು : "ನಾವು ನಡೆದುಕೊಂಡು ಹೋಗೋಣವೆ ?" ಅವನು ಉತ್ತರ ಕೊಡಲಿಲ್ಲ. ಆತನೊಳಗೆ ಘನವಾದದ್ದು ಏನೋ ಬೆಳೆಯುತ್ತಿರುವಂತೆ ಭಾಸವಾಯಿತು. ಭೀತಿಯಾಗಲಿ ಅಥವಾ ಉದ್ವೇಗವಾಗಲಿ ಇಲ್ಲದೆ ಆಕೆಯ ಮುಖವನ್ನು ನೇರವಾಗಿ ನೋಡಿದ. ತನ್ನ ಜೇಬಿನೊಳಗಿನಿಂದ ಒಂದು ಪೌಂಡ್ ನಿಧಾನವಾಗಿ ತೆಗೆದು ಆಕೆಗೆ ವಾಪಸು ಕೊಟ್ಟ. ಆಕೆಯ ಕಣ್ಣುಗಳು ಅಚ್ಚರಿಯಿಂದ ಅಗಲವಾದವು. "ನಿನಗೆ ಚಾಟಿಯೇಟು ಬಿತ್ತೆ ?" ಕರುಣೆಯ ಧ್ವನಿಯಲ್ಲಿ ಕೇಳಿದಳು. ಆದರೆ ಆತ ಆಕೆಗೆ ಉತ್ತರ ಕೊಡಲಿಲ್ಲ. ಬಾಗಿಲ ಕಡೆ ತಿರುಗಿ ಹಗುರವಾದ ಕಾಲ್ನಡೆಯಲ್ಲಿ ಮುನ್ನಡೆದ. ತನ್ನ ಬೆನ್ನ ಮೇಲೆ ಆಕೆಯ ನೋಟವಿರುವುದು ಭಾಸವಾಯಿತು. ರಸ್ತೆಯತ್ತ ಆತ ನಡೆದಂತೆ ಕಣ್ಣು ಕೋರೈಸುವಂತಹ ಸೂರ್ಯನ ಪ್ರಖರ ಪ್ರಕಾಶ ಅವನ ಮೇಲೆ ಬಿತ್ತು. ಸುಡು ಬಿಸಿಲಿನ ಕಿರಣಗಳ ಅಡಿಯಲ್ಲಿ ಏಕಾಂಗಿಯಾಗಿಯೇ ಆತ ಮುನ್ನಡೆದ. ❍

○ ಡ್ರಿಸ್ ಕ್ರೇಯ್‌ಬಿ

ಮೊರೊಕ್ಕೊ

ಆಫ್ರಿಕನ್ ನೆಲದ ಹಂಬಲ

ಒಂದು ರೇಡಿಯೋ, ಅವನಿಗೆ ಇನ್ನೇನೂ ಬೇಕಿರಲಿಲ್ಲ. ಅವನು ಅನೇಕ ಕದಗಳನ್ನು ತೆರೆದು ಮುಚ್ಚಿದ್ದ. ಒಂದು ಜಮಖಾನ ಮಾರಾಟಗಾರನೊಬ್ಬನದು. ಆತ ಮಾರಾಟ ಮಾಡಲು ಜಮಖಾನಗಳನ್ನು ಕೊಟ್ಟಿದ್ದ. ಇವನು ಒಂದನ್ನು ಮಾರಾಟ ಮಾಡಿದ. ಅದಾದದ್ದು ಹೀಗೆ: ಒಂದು ಚಳಿಗಾಲದ ಸಂಜೆ ಉಪಾಹಾರ ಮಂದಿರವೊಂದನ್ನು ಪ್ರವೇಶಿಸಿ ತನ್ನ ಜಮಖಾನಗಳನ್ನು ಬಿಲಿಯರ್ಡ್ ಟೇಬಲ್ ಒಂದರ ಮೇಲೆ ಕುಕ್ಕಿದ. ತಾನೂ ಅದರ ಮೇಲೆ ಕುಸಿದ.

ಆತನೆಷ್ಟು ಕಂಗೆಟ್ಟಿದ್ದನೆಂದರೆ, ಕ್ರೈಸ್ತ ಧರ್ಮದ ದಯಾತತ್ವವು ಒಬ್ಬ ಜಮಖಾನ ಮಾರಾಟಗಾರನಿಗೂ ಅನ್ವಯವಾಗುತ್ತದೆ ಎಂಬುದು ಸ್ಥಳದ ಒಡತಿಗೆ ನೆನಪಾಯಿತು. ಆಕೆ ಒಂದು ಜಮಖಾನವನ್ನು ಕೊಂಡಳು. ಆದರೆ ಅದಕ್ಕೆ ಮುಂಚೆ ಚೌಕಾಸಿ ಮಾಡಿದಳು. ಆತನ ಕಾಗದಪತ್ರಗಳನ್ನು ತೋರಿಸುವಂತೆ ಕೇಳಿದಳು.

ಆತನ ಬಳಿ ರಸ್ತೆ ವ್ಯಾಪಾರಿಯ ಲೈಸೆನ್ಸ್ ಇಲ್ಲವೆಂಬುದನ್ನು ಆತನ ಗಮನಕ್ಕೆ ತಂದಳು. ಕಾರ್ಸಿಕಾಗೆ ಹತ್ತು ದಿನಗಳ ವ್ಯವಸ್ಥಿತ ಪ್ರಯಾಣದ ಮೇಲೆ ಹೋಗಿ ಬಂದಿದ್ದ ಆಕೆ ಅತಿ ಕೆಟ್ಟ ರೀತಿಯಲ್ಲಿ ಚೌಕಾಸಿ ಮಾಡಿದಳು. ಆತನ ಜಮಖಾನಗಳು ಕಸ್ಟಮ್ಸ್ ಇಲಾಖೆಯ ವಶದಲ್ಲಿದ್ದವುಗಳೆಂದೂ ಈತ, ಅಂದರೆ ವಾಲ್ಡಿಕ್, ಅವುಗಳನ್ನು ಕಸ್ಟಮ್ಸ್ ಅಧಿಕಾರಿಗಳಿಂದ ಕದ್ದು ತಂದಿರುವನೆಂದೂ ಅತ್ಯಂತ ಶಾಂತಧ್ವನಿಯಲ್ಲಿ, ತನಗೇನೂ ಅದರ ಬಗ್ಗೆ ಆಸಕ್ತಿಯೇ ಇಲ್ಲವೆಂಬಂತೆ, ಹೇಳಿದಳು.

ಆತನಿಂದ ಅತ್ಯಂತ ದೊಡ್ಡದಾದ ಹಾಗೂ ದಪ್ಪನಾದ ಜಮಖಾನವನ್ನು ಎಳೆದುಕೊಂಡಳು. ಆತನ ಜೇಬಿನಲ್ಲಿ ಒಂದು ಮೂಟೆ ಆಲೂಗಡ್ಡೆಯ ಬೆಲೆಯಷ್ಟು ಹಣವನ್ನು ತುರುಕಿದಳು ಅನಂತರ ಅವನಿಗೆ ಕೌಂಟರ್‌ನಿಂದ ಒಂದು ಲೋಟ ಮದ್ಯವನ್ನು ತೆಗೆದುಕೊಟ್ಟಳು. "ಇಕೋ, ಇದನ್ನು ಕುಡಿ ಅಹ್ಮದ್, ಇದು ನಿನಗೆ ಉತ್ತೇಜನ ಕೊಡ್ತದೆ" ಎಂದಳು.

ಅವನು ಎದ್ದುನಿಂತು ಕುಡಿದ. ಆದರೆ ತನ್ನ ಜಮಖಾನ ಗಳನ್ನು ತೆಗೆದುಕೊಳ್ಳಲು ತಿರುಗಿದಾಗ ಅಲ್ಲಿ ಕುಳಿತಿದ್ದ ಒಬ್ಬ ಗಿರಾಕಿಯ ಹಲ್ಲುಗಳು ಆತನ ಗಮನಕ್ಕೆ ಬಂದುವು. ಅವು ಹಳದಿಯಾಗಿದ್ದವು, ವಕ್ರವಾಗಿದ್ದವು ಹಾಗೂ ದರ್ಪಯುಕ್ತವಾಗಿದ್ದವು. ಈತ ಒಂದು ನೀರಿನ ಹೂಜಿಯನ್ನು ಕೈಗೆ ತೆಗೆದುಕೊಂಡು ಆತನ ಹಲ್ಲು ಮುರಿದ.

ತತ್ಪರಿಣಾಮವಾಗಿ ಸೆರೆಮನೆಯ ಕದದ ಹಿಂದೆ ಆತ ಸೇರಿದ. ತನ್ನ ಅವಧಿ ಮುಗಿದ ಮೇಲೂ ಆತ ತೆರೆಯಲು ಇಚ್ಛಿಸದಿದ್ದ ಕದ ಅದೊಂದೆ. ಆತನಿಗೆ ರಸ್ತೆಗೆ ಬರುವುದೆಂದರೆ, ಅಲ್ಲಿನ ಕರ್ಕಶ ಕಿರಿಚಾಟವನ್ನು ಕೇಳುವುದೆಂದರೆ ಭಯವೆನಿಸಿತ್ತು. ನಿತ್ಯಾವಶ್ಯಕತೆಗಳ ಪೂರೈಕೆಗೆ ಮತ್ತೊಮ್ಮೆ ಪರದಾಡುವ ಯೋಚನೆಯೇ ಆತನ ಧೃತಿಗೆಡಿಸಿತ್ತು. ಕುಡಿಯಬೇಕು, ತಿನ್ನಬೇಕು, ತಲೆಯ ಮೇಲೊಂದು ಛಾವಣಿ ಹೊಂದಿಸಿಕೊಳ್ಳಬೇಕು. ತನ್ನನ್ನು ಇನ್ನೂ ಒಂದಷ್ಟು ಕಾಲ ಇಟ್ಟುಕೊಂಡಿರುವಂತೆ ಸೆರೆಮನೆಯ ಅಧಿಕಾರಿಯನ್ನು ಆತ ಬೇಡಿದ. ತಾನೊಬ್ಬ ಕೊಲೆಗಡಿಕ, ಕಳ್ಳ, ಅತ್ಯಾಚಾರಿ ಎಂದೆಲ್ಲ ಹೇಳಿದ. ಆದರೆ ಸೆರೆಮನೆಯ ಅಧಿಕಾರಿ ಕುತ್ತಿಗೆ ಪಟ್ಟಿ ಹಿಡಿದು ಆತನನ್ನು ರಸ್ತೆಗೆ ನೂಕಿದ.

ಆತ ತೆರೆದು ಹೊರಬರಲು ಇಚ್ಛಿಸದಿದ್ದ ಎರಡನೆಯ ಕದವೆಂದರೆ ಕ್ರೈಸ್ತ ಪೂಜಾರಿಯೊಬ್ಬನ ಮನೆ. ಅರ್ಧರಾತ್ರಿಯಲ್ಲಿ, ಬಾಗಿಲೂ ತಟ್ಟದೆಯೇ, ಆತ ಅಲ್ಲಿ ಪ್ರವೇಶಿಸಿದ್ದ. ಇಸ್ಲಾಮಿನ ಕಾಪಟ್ಯದ ಬಗ್ಗೆ ಆ ಕ್ರೈಸ್ತ ಪೂಜಾರಿಯೊಂದಿಗೆ ಹರಟಿದ್ದ. ತನಗೆ ಕ್ರೈಸ್ತ ಧರ್ಮ ಅವಲಂಬಿಸುವ ಬಗ್ಗೆ ತೀವ್ರ ಆಕಾಂಕ್ಷೆ ಇದೆಯೆಂದು ಹೇಳಿದ್ದ. ಕ್ರೈಸ್ತ ಪೂಜಾರಿ ಆತನಿಗೆ ಒಂದು ಪಾತ್ರೆಯಲ್ಲಿ ಸೂಪ್ ಕೊಟ್ಟಿದ್ದ. ತನ್ನ ದೇಶದ ಧರ್ಮ ಕೇಂದ್ರಕ್ಕೆ ಒಂದು ಬಸ್ ಟಿಕೆಟ್ ಕೊಟ್ಟಿದ್ದ. "ಯೂರೆಕಾ" ಅನ್ನುತ್ತಾ ಇವನು ಅಲ್ಲಿಗೆ ಹೋದ. "ನೀನೇನೂ ಅಂಗವಿಹೀನನಲ್ಲ" ಎಂದ ಅಲ್ಲಿನ ಪೋಲೀಸಿನವ. "ಅಥವಾ ನಿನಗೇನೂ ಗುಣಪಡಿಸಲಾಗದ ಕಾಯಿಲೆ ಇಲ್ಲ? ನಿನ್ನನ್ನು ಹೊರಗೆ ಹಾಕಿಲ್ಲ? ಆದ್ದರಿಂದ ನಾವು ಮತ್ತೆ ನಿನ್ನನ್ನು ಸ್ವಗೃಹಕ್ಕೆ ಕಳುಹಿಸುವ ಹಾಗಿಲ್ಲ. ಹೋಗಯ್ಯ ಬಡಾಯಿಕೋರ!"

ಒಂದು ರೇಡಿಯೋ. ಕೆಲವು ದಿನಗಳು ಸಾಗರಕ್ಕಿಂತ ವಿಸ್ತೃತವಾಗಿದ್ದವು. ಕೆಲವು ಆರಂಭದಲ್ಲೇ ಕೊನೆಗಾಣುತ್ತಿದ್ದವು. ಆತ ಸಿಕ್ಕಿದ್ದನ್ನು ತಿಂದ, ಸಿಕ್ಕಿದಲ್ಲಿ ಮಲಗಿದ. ಕೆಲವೊಮ್ಮೆ ಕೆಲಸ ಮಾಡಿದ, ಕೇವಲ ಆಕಸ್ಮಿಕವಾಗಿ, ಇಟ್ಟಿಗೆ ಜೋಡಿಸಿದ, ಅಶ್ಲೀಲ ಚಿತ್ರ ಮಾರಿದ, ಹೋಟೆಲ್ ಮಾಣಿ ಯಾಗಿದ್ದ... ಆಗಲೇ ಆತ ಕೋಪದ ದೈತ್ಯಶಕ್ತಿಯಿಂದೆಂಬಂತೆ ಕೆಲಸ ಮಾಡಿದ್ದು, ತಾನು ಕೆಲಸ ಮಾಡುತ್ತಿರುವುದು ಹೊಟ್ಟೆಪಾಡಿಗಲ್ಲ, ಇಲ್ಲವೇ ಜೀವನದಲ್ಲಿ ತಾತ್ಕಾಲಿಕ ಸ್ಥಿರತೆ ಅಥವಾ ಆನಂದಕ್ಕಾಗಿ ಅಲ್ಲ ಎಂಬಂತೆ. ಅದು ತನಗೊಂದು ಪರೀಕ್ಷೆಯಂತೆ ಬಂದಿದೆಯೆಂದು ಆತ ಭಾವಿಸಿದ – ತಾನೊಂದು ಕಲಾಕೃತಿಯಾಗಿ ರೂಪಿಸ ಬೇಕಾಗಿರುವ ಕಲ್ಲಿನ ಅಥವಾ ಮಿಶ್ರಲೋಹದ ಗಟ್ಟಿಯಂತೆ. ಆತ ಉಸಿರಾಟಕ್ಕೂ ಪುರುಸೊತ್ತು ಕೊಡುತ್ತಿರಲಿಲ್ಲ; ತನ್ನನ್ನು ಕೂಲಿಗೆ ತೆಗೆದುಕೊಂಡವರು ಸರಿಯಾದ ಕೆಲಸ ಮಾಡಿದರೆಂದು ದೃಢಪಡಿಸುವ ನಿರ್ಧಾರದಿಂದ. ಅವರು ಸಾಮಾನ್ಯ ಉತ್ಪಾದನೆ ನಿರೀಕ್ಷಿಸಿದ್ದರೆ, ಆತ ಅದಕ್ಕೆ ಹತ್ತುಪಟ್ಟು ದುಡಿಯುತ್ತಿದ್ದ. ದಯೆಯೇ ಆಗಲಿ, ಅಥವಾ ಇನ್ನಾವುದೇ ಆಗಲಿ ಆತನ ವ್ಯಕ್ತಿತ್ವವನ್ನು ನಾಶಪಡಿಸಲಾರದಾದವು. ಒಮ್ಮೆ ಒಂದು ವಿಭಾಗದ ಮೇಲ್ವಿಚಾರಕ ಆತನನ್ನು ಪಕ್ಕಕ್ಕೆ ತಳ್ಳಿ ಆತನ ಕೈಲಿದ್ದ ಉಪಕರಣವನ್ನು ಕಿತ್ತುಕೊಂಡ. "ನೀನು ಅದನ್ನು ಮುರಿದುಹಾಕುತ್ತೀಯೆ. ಇದೆಂತಹ ದೈತ್ಯ ಕೆಲಸ?" ಎಂದು ಅರಚಿದ. ಕೊನೆಗೆ

ಆಗುತ್ತಿದ್ದುದೆಲ್ಲಾ ಒಂದೇ. ಬೋನೆಯಲ್ಲಿ ಆ ಕ್ರೈಸ್ತ ಪೂಜಾರಿಯಿಂದ ಕಲಿತಿದ್ದ ಕ್ಯಾಥೋಲಿಕ್ ಧರ್ಮತತ್ವಗಳನ್ನು ಆತ ಮರೆತಿರಲಿಲ್ಲ. "ದೇವರು ಕಾಗೆಗಳಿಗೂ ಊಟ ಹೊಂದಿಸ್ತಾನೆ," ಎಂದಿದ್ದ ಆತ. ನಿಜ, ಆದರೆ ವಾಲ್ಡಿಕ್ ಕಾಗೆಯಾಗಿರಲಿಲ್ಲ.

ಆತ ಗಣಿಗಳ ಆಳಕ್ಕೆ ಇಳಿದಾಗ, ಬದುಕಿದೆ ಎಂದುಕೊಂಡ. ಭೂಮಾತೆಯ ಒಡಲು ಸೇರಿದಾಗ ಆತನನ್ನು ಬಣ್ಣಿಸಲಾಗದಂಥ ಶಾಂತತೆ ಆವರಿಸಿತು. ಆದರೆ ಅದೇ ದಿನವೇ ಆತ ಗಣಿಕೆಲಸಗಾರರ ಸಂಘದ ಸದಸ್ಯನಲ್ಲವೆಂಬುದು ಸಂಬಂಧಪಟ್ಟವರ ಗಮನಕ್ಕೆ ಬಂತು. ಆತನನ್ನು "ಆಳದೊಳಗಿನ ಆಳಕ್ಕೆ" ಕಳುಹಿಸಿದರು. ಆದರೂ ಆತ ಇನ್ನಷ್ಟು ಬದುಕಿದೆ ಎಂದುಕೊಂಡ. ಪಿಕಾಸಿ ಹಾಗೂ ಗಾಡಿಯನ್ನು ಉಪಯೋಗಿಸುವುದು ಹೇಗೆ, ಇಲಿಯ ಬಿಲದಲ್ಲಿ ಚಲಿಸುವುದು ಹೇಗೆ ಎಂಬುದನ್ನು ಕಲಿತ. ಜೌಗಿನ ವಾಸನೆ ಸಹಿಸಿ, ಕಲ್ಲಿದ್ದಲ ಧೂಳಿನಲ್ಲಿ ಉಸಿರಾಡುವುದು ಹೇಗೆ ಎನ್ನುವುದನ್ನೂ ಅರಿತ. ಆದರೂ ಆತ ಅಷ್ಟೇ ಶಾಂತಿಯಿಂದಿದ್ದ. ಆತನಿಗೆ ಬೇಕಾಗಿದ್ದುದು ಬರೀ ಒಂದು ಸಂದಲ್ಲ. ಆತ ಉಸಿರಾಡುತ್ತಿದ್ದದ್ದು ತನ್ನ ಶ್ವಾಸಕೋಶಕ್ಕೆ ಏನು ಬೇಕಿತ್ತೋ ಅದನ್ನೇ. ಸ್ವಚ್ಛ ಗಾಳಿಗಾಗಿ ಮೇಲೆ ಹೋದಾಗ ಒಂದು ಸಿಗರೇಟ್ ಸುತ್ತಿ ಕೊನೆಯ ದಮ್ಮಿನವರೆಗೂ ಸೇದುತ್ತಿದ್ದ. ಅವನಿಗೆ ಹೊಗೆಸೊಪ್ಪಿನ ಅಭಾವವಿತ್ತು ಎಂದಲ್ಲ. ಆದರೆ ಅದು ಗಣಿಕೆಲಸಗಾರರ ವಿದಾಯದ ಸಿಗರೇಟ್ ಆಗಿತ್ತು. ಅದು ಎಂದೆಂದಿಗೂ ಉಳಿಯುವಂತೆ ಮಾಡಲು ಆತ ಪ್ರಯತ್ನಿಸುತ್ತಿದ್ದ. ಅವರೊಂದಿಗೆ ಮಾತನಾಡುತ್ತಾ ತನ್ನ ಬಗ್ಗೆ, ತನ್ನ ದೇಶದ ಬಗ್ಗೆ ಹೇಳಿದ. ಅವರಿಂದ ಮಾನವ – ಸಹಜ ಸಹಾನುಭೂತಿಯನ್ನು ಕೋರಿದ. ಇಲ್ಲೊಂದು ನಾಯಿ ತಮ್ಮೊಡನೆ ಗಣಿಯಲ್ಲಿ ಕೆಲಸ ಮಾಡುತ್ತಿದೆ ಎಂಬ ಖಚಿತ ಭಾವನೆ ತಳೆದಿದ್ದ ಅವರು ಅವನ ಮುಖ ನೋಡದೆಯೇ ಆತನ ಕೈ ಕುಲುಕಿದರು. ಆನಂತರ ತಮ್ಮ ಹೆಂಡತಿಯರನ್ನು ಸೇರಲು ಮನೆಗಳಿಗೆ ತೆರಳಿದರು. ಆಧುನಿಕ ಯೋಧರಿಗೊಂದು ಆಧುನಿಕ ವಿಶ್ರಾಂತಿಯ ವಿಧಾನ. ವಾಲ್ಡಿಕ್ ಜತೆ ಸುಮಾರು ಅರ್ಧ ಡಜನ್ ಅರಬರಿದ್ದರು. ಅವರಿಗೆ ಹೆಂಡತಿಯರಿರಲಿಲ್ಲ, ಮನೆಗಳೊಂದಿಗೆ ಯಾವುದೇ ಸಂಪರ್ಕವೂ ಇರಲಿಲ್ಲ. ಕಪ್ಪು ಹಿಡಿದ, ಕೀಲು ಕಳೆದ ಮರದ ಹಲಗೆಗಳಿಂದ ಮಾಡಿದ ಜೋಪಡಿಯ ವಿನಾ ಅವರದೆನ್ನುವುದು ಏನೂ ಇರಲಿಲ್ಲ. ಅದರಲ್ಲಿ ಉರಿಸಲಾಗದ ಒಂದು ಲಾಂದ್ರ ಅವರ ಕಣ್ಣುಗಳಿಗೆ ಪ್ಲೇಗಿನಷ್ಟೇ ವಿಕರ್ಷಕವಾದ ಕ್ಯಾಂಪ್ ಮಂಚಗಳು. ಏಕೆಂದರೆ ಈ ನಾಡಿನಲ್ಲಿ ಅವರು ಪರಕೀಯರು. ತಾವು ಬಿಟ್ಟು ಬಂದ ಆಫ್ರಿಕನ್ ನೆಲವನ್ನು ನೆನೆದು ಮನೋವ್ಯಥೆಯಿಂದ ಅದಕ್ಕಾಗಿ ಹಂಬಲಿಸುವವರು. ಆದರೆ, ಆ ಕರಾಳ ವ್ಯಥೆ ಮಹಾ ಅಲೆಯಂತೆ ತಮ್ಮ ಹೃದಯವನ್ನು ಕಲಕುತ್ತಿದ್ದರೂ, ಅದರ ಬಗ್ಗೆ ಎಂದೂ ತುಟಿ ಬಿಚ್ಚದವರು. ಅವರು ಅರಬರೆಂದು ಸಮಾಜವು ಅವರನ್ನು ಈಗಲ್ಲದಿದ್ದರೆ ಇನ್ನೂ ಸ್ವಲ್ಪ ಹೊತ್ತಿನ ಬಳಿಕ ಆ ಮಂಚಗಳ ಮೇಲೆ ಏಕಾಂತತೆಯಿಲ್ಲದೆ ಗುಂಪುಗೂಡಿ ಮುದುರಿಕೊಳ್ಳುವಂತೆ ಮಾಡುತ್ತದೆ – ನೌಕಾದುರಂತದ ತರುವಾಯ ತೆಪ್ಪವೊಂದರ ಮೇಲೆ ಬೆತ್ತಲೆಯಾಗಿ ತೇಲುತ್ತಿರುವ ಜನರಂತೆ. ಇದು ಅವರಿಗೆ ಗೊತ್ತು. ಆದುದರಿಂದಲೇ ಆ ಮಂಚಗಳೆಂದರೆ ಅವರಿಗೆ ಅಷ್ಟೊಂದು ಜಿಗುಪ್ಸೆ.

ಅವರು ತಮ್ಮ ಜೋಪಡಿಗಳಿಗೆ ಆದಷ್ಟೂ ತಡವಾಗಿ ಹೋಗುವರು – ಉತ್ತರ ಯೂರೋಪಿನ ಮಂಜು ಮುಸುಕಿನಲ್ಲಿ ನಡುಗುತ್ತಾ, ಕೆಮ್ಮುತ್ತಾ, ಹಲ್ಲು ಗಡಗಟ್ಟಿಸುತ್ತಾ,

ನಿರಂತರವಾಗಿ ಸಿಗರೇಟ್ ಸೇದುತ್ತಾ ನಿಧಾನವಾಗಿ ಕಾಲೆಳೆಯುವರು. ತಮ್ಮಲ್ಲಿ ಪ್ರತಿಯೊಬ್ಬರ ದೈನಂದಿನ ಸಾಧನೆಗಳ ಬಗ್ಗೆ, ತಾವು ನೆಲದಿಂದ ಎಳೆದ ಟನ್‌ಗಟ್ಟಲೆ ಕಲ್ಲಿದ್ದಲಿನ ಬಗ್ಗೆ ಬಡಾಯಿ ಕೊಚ್ಚುವರು. ಅವರದು ಅಪಸ್ಮಾರದ ನಗೆ, ಅವಿಚಾರಕ್ಕಾಗಿಯೇ ಅವಿಚಾರವನ್ನು ಎತ್ತಿಹಿಡಿಯುವಂತಹ ಬಾಲಿಶ ವರ್ತನೆ. ಭ್ರಮಾಧೀನರಂತೆ, ಮೈಮನಸ್ಸುಗಳಿಲ್ಲದವರಂತೆ ಅವರು ಮದ್ಯದ ಶೋಧನೆಗಾಗಿ ಹೊರಡುವರು. ಉತ್ತರ ಆಫ್ರಿಕನರಿಗೆ ಮೀಸಲಾದ ಪಡಖಾನೆಗಳಿಗೆ ಹೊರತಾದ ಸ್ಥಳಗಳಲ್ಲಿ ಹುಡುಕುವರು. ಸಾಮಾನ್ಯವಾಗಿ ಅದನ್ನು ವೃದ್ಧ ಗಣಿಕೆಲಸಗಾರನೊಬ್ಬನಲ್ಲಿ ಪತ್ತೆ ಮಾಡುವರು. ಆತ ಅದನ್ನು ದುಬಾರಿ ಬೆಲೆಗೆ ಮಾರಿ ಅವರಿಂದ ಸಾಲಪತ್ರ ಬರೆಸಿಕೊಳ್ಳುವನು. ಪರಿಣಾಮವಾಗಿ ಸ್ವಂತ ರೇಡಿಯೋ ಕೊಳ್ಳಲು ಹಣ ಉಳಿಸುತ್ತಿದ್ದ ವಾಲ್ಡಿಕ್‌ನ ಹೊರತು ಉಳಿದವರೆಲ್ಲರ ಸಂಬಳಗಳೂ ಮುಂದಿನ ಅನೇಕಾನೇಕ ತಿಂಗಳುಗಳವರೆಗೆ ಆತನಿಗೇ ಹೋಗುವುದು. ಅಂತಹ ಸಂಜೆಗಳಲ್ಲಿ ಅವರು ಮತ್ತೆ ತಮ್ಮ ಜೋಪಡಿಗಳಿಗೆ ಹಿಂತಿರುಗುತ್ತಿರಲಿಲ್ಲ. ಶಾಪಗ್ರಸ್ತರಂತೆ ಕುಡಿದು ಅಮಲೇರಿದ ಅವರು ಅಳುತ್ತಾ, ನಗುತ್ತಾ ಮಂಜಿನಲ್ಲಿ ಪರಸ್ಪರ ಹೊಡೆದಾಡುತ್ತಿದ್ದರು. ಏಕೆಂದರೆ ಅವರ ಭಾವನೆಯಂತೆ ಅವರು ಹೊಡೆದಾಡುತ್ತಿದ್ದುದು ತಮ್ಮ ತಮ್ಮಲ್ಲಿ ಅಲ್ಲ, ಸೋದರ ಅರಬರೊಂದಿಗೆ ಅಲ್ಲ, ಆದರೆ ಅಂತ್ಯಜರಂತೆ ಬಾಳುತ್ತಿದ್ದ ತಮ್ಮ ಜೀವನದ ವಿರುದ್ಧವಾಗಿ ಮದ್ಯವಿಲ್ಲದಿದ್ದಾಗ – ಏಕೆಂದರೆ ಅವರ ಬುದ್ಧಿವಂತ ಮಾರಾಟಗಾರ ಅವರಿಗೆ 'ಪ್ರಮಾಣ ಬದ್ಧವಾಗಿ' ಕುಡಿಸುತ್ತಿದ್ದ – ಅವರು 'ಮನೆಗಳಿಗೆ' ಹೋಗುತ್ತಿದ್ದರು. ಮೇಣದ ಬತ್ತಿಯ ಬೆಳಕಿನಲ್ಲಿ ಇಸ್ಪೀಟು ಆಡುತ್ತಿದ್ದರು. ಇದು ಮದ್ಯಕ್ಕಿಂತ ಕೆಡುಕೆನಿಸುತ್ತಿತ್ತು. ಏಕೆಂದರೆ ಮತ್ತು ಬರುತ್ತಿರಲಿಲ್ಲ. ಆದುದರಿಂದ ಮರುದಿನ ಅವರಿಗೆ ಮತ್ತೆ ನೆನಪಾಗುತ್ತಿದ್ದುದು : ಅದೇ ಹೊಡೆದಾಟ, ಅದೇ ಕ್ರೋಧಾವೇಶ ಮತ್ತು ಅದೇ ಅಳು.

ಒಂದು ಬೆಳಗ್ಗೆ ಒಬ್ಬ ಮೇಲ್ವಿಚಾರಕ ಅವರೆಲ್ಲರನ್ನೂ ಹೊಡೆದಟ್ಟಿದ. ವಾಲ್ಡಿಕ್‌ನನ್ನು ಕಳಿಸಲು ಕಾರಣ ಅವನ ಕೆಮ್ಮು ಹಾಗೂ ಕ್ಷಯರೋಗದ ಪ್ರವೃತ್ತಿ. ಅದು ಅವರಿಗೆ ಕೂಡದು. ಉಳಿದವರನ್ನು ಕಳಿಸಲು ಕಾರಣ ಅವರ ಕುಡಿತದ ಚಟ. ವಾಲ್ಡಿಕ್‌ಗೆ ತೊಂದರೆಯಿರಲಿಲ್ಲ. ಏಕೆಂದರೆ ಅವನಲ್ಲಿ ರೇಡಿಯೋ ಕೊಳ್ಳಲು ಸಾಕಷ್ಟು ಹಣವಿತ್ತು. ಆದರೆ ಅವನು ತನ್ನ ಹಣವನ್ನು ಬಚ್ಚಿಟ್ಟಿದ್ದ. ನೆಲದ ಹಲಗೆಯನ್ನು ಎತ್ತಿದಾಗ, ಅಲ್ಲಿ ಕಂಡುದೆಲ್ಲಾ ಒಂದು ಖಾಲಿ ಪೆಟ್ಟಿಗೆ. ದುರದೃಷ್ಟದಲ್ಲಿ ಅವನ ಒಡನಾಡಿಗಳಾಗಿದ್ದವರ ಬಗ್ಗೆ ಹೇಳುವುದಾದರೆ, ಅವರೆಲ್ಲಾ ಆಗಲೇ ದೂರ ಹೊರಟುಹೋಗಿದ್ದರು.

ಒಂದು ರೇಡಿಯೋ. ದಿನಗಳು ಒಂದರ ನಂತರ ಒಂದರಂತೆ ಉರುಳಿಹೋದವು. ಪ್ರತಿಯೊಂದು ಇನ್ನೊಂದರಂತೆಯೇ ಇದ್ದವು. ಅವನು ಈಗ ಬಹಳ ಹುಷಾರಾಗಿ ತನ್ನನ್ನು ತಾನೇ ತಿದ್ದಿಕೊಂಡಿದ್ದ. ಅವನು ಈಗ ಮನುಷ್ಯಾಕೃತಿ ತಳೆದ ಮೂರೇ ಸಹಜ ಪ್ರವೃತ್ತಿಗಳಾಗಿ ಪರಿಣಮಿಸಿದ್ದ: ಹೊಟ್ಟೆ, ಭಾವಣೆ, ರೇಡಿಯೋ. ಅವನ ಹೊಟ್ಟೆ, ಸಾಮಾನ್ಯ ಹೊಟ್ಟೆಯ ಮೂರನೇ ಒಂದು ಭಾಗದಷ್ಟು ಇಳಿದು ಹೋಗಿತ್ತು. ಅದಕ್ಕೀಗ ಬೇಕಾಗಿದ್ದುದು ಸಾಮಾನ್ಯ ಅವಶ್ಯಕತೆಯ ಮೂರನೇ ಒಂದು ಭಾಗ ಮಾತ್ರ. ಆದುದರಿಂದ ಅದು ಮೂರು ದಿನಕ್ಕೊಮ್ಮೆ ಮಾತ್ರ ಆಹಾರ ಕೇಳುತ್ತಿತ್ತು. ಭಾವಣೆಯ ಬಗ್ಗೆ ಹೇಳುವುದಾದರೆ, ವಾಲ್ಡಿಕ್‌ಗೆ ಈಗ ಗೊತ್ತಾಗಿ ಹೋಗಿತ್ತು, ಅದನ್ನು ಎಲ್ಲಿಯಾದರೂ ಪತ್ತೆ ಮಾಡಬಹುದೆಂದು. ತನ್ನ ಸಹಜ ಪ್ರವೃತ್ತಿಗಳನ್ನೇ ನಂಬಿಕೊಂಡಿರುವ ಪ್ರಾಣಿಯಂತೆ. ಕೆಡವಲು ಸಿದ್ಧವಾಗಿರುವ

ಹಳೆಯ ಮನೆ, ಅಥವಾ ಇನ್ನೂ ಪೂರ್ಣವಾಗದಿರುವ ಕಟ್ಟಡ (ಎಚ್ಚರದ ಮಾತೆಂದರೆ, ಸರಿರಾತ್ರಿಯಲ್ಲಿ ಅದರೊಳಗೆ ಹೋಗಿ ಮುಂಜಾನೆಗೆ ಮುನ್ನ ಹೊರಬರಬೇಕು.) ಅಥವಾ ನಗರದ ಹೊರವಲಯದಲ್ಲಿ ಹುಷಾರಾಗಿ ಪತ್ತೆ ಮಾಡಲಾದ ಮನೆಯೊಂದರ ಮುಖಮಂಟಪ. ಅದರ ಮಾಲೀಕರ ಅಭ್ಯಾಸಗಳನ್ನು ಹಾಗೂ ಅವರು ಹಿಂತಿರುಗ ಬಹುದಾದ ದಿನವನ್ನು ಗುರುತಿಸಿಟ್ಟುಕೊಂಡಿರಬೇಕು, (ಬಾಗಿಲನ್ನು ಎಂದೂ ಮುರಿಯ ಬಾರದು, ಛಾವಣಿಯ ಕೆಲವು ಹಲಗೆಗಳನ್ನು ಮಾತ್ರ ಮೇಲಕ್ಕೆತ್ತಿ, ಅನಂತರ ಹೊರಡುವ ಮುನ್ನ ಮೊದಲಿನ ಸ್ಥಳದಲ್ಲಿಯೇ ಕೂರಿಸಬೇಕು, ಎಲ್ಲಕ್ಕಿಂತ ಮುಖ್ಯವಾದ ವಿಷಯವೆಂದರೆ ಎಂದಿಗೂ ಯಾವ ದೀಪವನ್ನೂ ಹಚ್ಚಕೂಡದು) ಅಥವಾ ಬೂರ್ಜ್ವಾ ಕಟ್ಟಡಗಳ ಒಳಗಿನ ಮೊಗಸಾಲೆಗಳಲ್ಲಿ – ಇಲ್ಲಿ ಅನೇಕಬಾರಿ ಸೋಫಾ ಅಥವಾ ಜಮಖಾನ ಸಹ ಇರುವುದು. ಎಷ್ಟೋ ಸಲ ಪೊಲೀಸ್ ಠಾಣೆಯ ಮುಂದೆ ನಿಲ್ಲಿಸಿದ್ದ ಸೆರೆಮನೆಯ ವ್ಯಾನ್‌ನಲ್ಲಿ ವಾಲ್ಡಿಕ್ ರಾತ್ರಿಯನ್ನು ಕಳೆದದ್ದೂ ಉಂಟು.

ಹಣಕೊಟ್ಟು ಪಡೆದ ಮೇಲ್ಛಾವಣಿಗಳಡಿಯಲ್ಲೂ ಆತ ಪಿಶಾಚಿಯಂತೆ ತಿರುಗಾಡಿದ್ದ. ಬೆನ್ನೆ ವಿಲಿಯರ್ಸ್‌ನಲ್ಲಿ ಉತ್ತರ ಆಫ್ರಿಕನ್ನರು ವಾಸಿಸುತ್ತಿದ್ದ ಗುಹೆಗಳು. ಅಂಬೆಗಾಲಿಟ್ಟು ಒಳಗೆ ಹೋಗಬೇಕಾ ದಂತಹವುಗಳು. ಗಾಳಿಯಿಲ್ಲ, ಬೆಳಕಿಲ್ಲ. ಅದರ ನಿವಾಸಿಗಳು ಎಂದೂ ಹೊರಬಾರರು. ಒಂದು ವೇಳೆ ಬಂದರೂ ಸಾಕಷ್ಟು ಎಚ್ಚರಿಕೆ ವಹಿಸುವರು. ಅವರು ವಾಪಸಾಗುವವರೆಗೂ ಅವರ ದೇಶಬಾಂಧವರು ಚಾಕುಗಳನ್ನು ಹಿಡಿದು ಅವರ ಹಾಸಿಗೆ ಗಳಲ್ಲಿ ಮಲಗಿರುವರು ಒಂದು ಗುಹೆಗೆ ಅರುವತ್ತು ಅರಬರು. ಅವರ ಏಕಾಂತತೆ, ಅವರ ಸೊತ್ತು ಹಾಗೂ ಅವರ ವೈಯಕ್ತಿಕತೆಯನ್ನು ಕಾಯುವುದಾಗಿ ಹೇಳಿಕೊಂಡು ಮೃಗಗಳಂತೆ ಇರುವರು, ಕಾಗದದಷ್ಟು ತೆಳುವಾದ, ವಾಕರಿಕೆ ಬರುವಷ್ಟು ಕೊಳಕಾದ ಹಾಸಿಗೆಗಳನ್ನುಳ್ಳ ಮಂಚಗಳು ಗುಹೆಯ ಇಡೀ ನೆಲವನ್ನು ಮುಚ್ಚಿರುವುದು. ಒಂದೊಂದರ ನಡುವೆಯೂ ಸಾಂಕೇತಿಕವಾಗಿ ಬಿಟ್ಟಿರುವ ಜಾಗ ಗುಮ್ಮಟದಷ್ಟೇ ಎದ್ದು ಕಾಣುವುದು, ಈ ಮಂಚಗಳ ಮೇಲೆ ಕುಳಿತುಕೊಳ್ಳುವುದೂ ಕಷ್ಟ. ಆದರೆ ಹಾಗೆಂದು ಹೇಳುವುದು ಅಲ್ಲಿಯ ನಿವಾಸಿಗಳ ಬಗ್ಗೆ ಅಜ್ಞಾನ ಪ್ರದರ್ಶಿಸಿದಂತೆ. ಅವುಗಳ ಉಪಯೋಗ ಮಲಗಲು ಮಾತ್ರವಲ್ಲ. ಅವೇ ಬೀರು, ಮೇಜು, ಗೂಡು ಎಲ್ಲವೂ ಆಗಿರುತ್ತಿದ್ದವು, ಅವುಗಳ ಮೇಲೆಲ್ಲಾ ಹಲವು ಹನ್ನೊಂದು ವಿಲಕ್ಷಣ ವಸ್ತುಗಳು : ಪಿಂಗಾಣಿ, ಖಾಲಿ ಡಬ್ಬಗಳು. ಹರಕು ಬಟ್ಟೆ, ಟಯರುಗಳು, ಒಣಗಿದ ಬ್ರೆಡ್ಡಿನ ಚೂರುಗಳು. ಹಾಸಿಗೆಯ ಮೇಲೆ ಇಡಲಾಗದುದನ್ನು ಗೋಡೆಯಿಂದ ಗೋಡೆಗೆ ಪಸರಿಸಿರುವ ಹಗ್ಗಗಳು ಹೊತ್ತಿರುವುವು. ನಿದ್ದೆ ಮಾಡಲು ಹಾಸಿಗೆ ಹುಡುಕಿಕೊಳ್ಳುವುದೇ ಒಂದು ಕಲೆ, ಅದು ಜನ್ಮದತ್ತವಾಗಿ ಬರಬೇಕಷ್ಟೆ. ಅರ್ಧಕ್ಕೆ ಸರಿಯಾಗಿ ಮಡಿಸಿರುವ ಹಾಸಿಗೆಗೆ ಬಾಗಿಲಿನಿಂದ ಜಿಗಿಯಬೇಕು. ಮಾರ್ಗಮಧ್ಯದಲ್ಲಿ ಹಗ್ಗಗಳಿಂದ ಜೋತಾಡುತ್ತಿರುವ ನೂರೆಂಟು ಪದಾರ್ಥಗಳನ್ನು ಬೀಳಿಸಬಾರದು. ಇಲ್ಲವೇ ಭಯಂಕರ ದಂಡ ತೆರಬೇಕಾಗುವುದು. ಇಷ್ಟಾದರೂ ಕೊನೆಗೆ ಪ್ರತಿಯೊಬ್ಬನೂ ತನಗೆ ಲಭ್ಯವಾದ ಒಂದಿಷ್ಟು ಜಾಗ, ಒಂದಷ್ಟು ಗಾಳಿ ಇವುಗಳಿಂದಲೇ ತೃಪ್ತನಾಗಿರಬೇಕು. ಇತರರ ಗೊರಕೆಗಳು ಆರಂಭವಾಗಿ ಸಾಕಷ್ಟು ಕಾಲವಾಗಿರುವವರೆಗೂ ತಾನೇ ಗೊರಕೆಯನ್ನು ಆರಂಭಿಸುವಂತಿಲ್ಲ. ಅನಂತರ ಅವರೊಂದಿಗೆ ಏಕತಾನವಾಗಿ ಗೊರಕೆ ಹೊಡೆಯಬೇಕು. ತಿಗಣೆಗಳು, ಜಿಗಣೆಗಳು ಕಚ್ಚಿದರೆ ಕೆರೆಯಬಾರದು. ಏಕೆಂದರೆ ಒಂದು ಸಣ್ಣ ಕೆರೆತ ಆ

ಇಡೀ ಗುಡಿಸಲನ್ನು ಕೆಡವಬಹುದು. ಇಷ್ಟಕ್ಕೂ ಈ ಕೀಟಗಳನ್ನು ಕೊಲ್ಲುವುದು ಕಾಲ ಮತ್ತು ಕ್ರಮವನ್ನು ವ್ಯರ್ಥ ಮಾಡಿದಂತೆ. ಏಕೆಂದರೆ ಅವುಗಳ ಜತೆಯಲ್ಲೇ ಹಾರುವ ಹರಿದಾಡುವ ಜೀರುದುಂಬಿಗಳ ಉಪದ್ರವ ಬೇರೆ. ಓಹೋ, ನಿಜ, ಛಾವಣಿಯಿಂದ ಒಂಟಿ ವಿದ್ಯುತ್ ದೀಪವೊಂದು ಜೋತಾಡುತ್ತಿದೆ. ಅದರ ಸುತ್ತ ಮಿಡತೆ ನಿರೋಧಕ ಜಾಲರಿ, ದೀಪವನ್ನು ಮಾಲೀಕ ಹತ್ತಿಸುವುದು ತನ್ನ ಭಾವಲಹರಿಗನುಗುಣವಾಗಿ. ಇತರ ಯಾವುದೇ ಬೆಳಕಿನ ಮೂಲವೂ ಕಟ್ಟುನಿಟ್ಟಾಗಿ ನಿಷಿದ್ಧ. ಮಾಲೀಕನಿಂದಲ್ಲ – ಆತ ಎಂದೂ ಗುಹೆಗಳಲ್ಲಿ ಕಾಲಿಡುವವನಲ್ಲ. ಆದರೆ ಉತ್ತರ ಆಫ್ರಿಕನ್ನರಿಂದಲೇ. ಅವರು ತಮ್ಮನ್ನೇ ಆಗಲಿ ಅಥವಾ ತಮ್ಮ ಸಂಕಷ್ಟವನ್ನಾಗಲೀ ನೋಡಬಯಸರು. ಅವರು ತಳಬಹುದಾದುದೆಲ್ಲಾ ಅದೊಂದು ವಿದ್ಯುತ್ ದೀಪವನ್ನು ಮಾತ್ರ. ಅವರಷ್ಟೇ ಕಪ್ಪಾದ, ಕೊಳಕಾದ ಹಾಗೂ ಸಂಕಟದಲ್ಲಿರುವ ದೀಪವದು.

ಈ ಗುಹೆಗಳಿಗೆ ಬಾಡಿಗೆಯನ್ನು ಒಂದು ವಾರ ಮುಂಚೆ ಕೊಡಬೇಕು. ವಿಪರೀತ ದುಬಾರಿ, ಮೂರನೇ ದರ್ಜೆಯ ಹೋಟೆಲ್ ದರಕ್ಕಿಂತ ಕಡಿಮೆಯೇನಲ್ಲ. ಆದರೆ ಮಾಲೀಕ ಅರಬ್ ಜನಾಂಗದ ವಂಶಗುಣದ ಮೇಲೆ ನಂಬಿಕೆಯಿಟ್ಟಿದ್ದ. ಒಬ್ಬ ಅರಬ ಅರಬನಂತೆಯೇ ಬದುಕಬೇಕು, ಅರಬನಂತೆಯೇ ಸಾಯಬೇಕು. ಅದೂ ಅರಬರ ನಡುವೆಯೇ. ಹಾಗೆ ಮಾಡುತ್ತದೆ ಆ ವಂಶಗುಣ ಅವನನ್ನು.

ಹಗ್ಗಗಳ ವಿಷಯವೇನು ? ಭುಜದ ಎತ್ತರದಲ್ಲಿ ಬಿಗಿಯಾಗಿ ಕಟ್ಟಿದ್ದ ಸೆಣಬಿನ ಹಗ್ಗಗಳ ಮಾಲೆಗಳು. ಉದ್ದವಾಗಿದ್ದರೇನು, ಕುಳ್ಳಾಗಿದ್ದರೇನು ! ಹಗ್ಗದ ಕೆಳಗೆ ಬೆಂಚೊಂದಿರುವುದು. ಅದರ ಮೇಲೆ ಕುಳಿತುಕೊಳ್ಳಬಹುದು. ಹಾಗೆಯೇ ಒಂದು ಗಂಟೆ ಕಾಲ ನಿದ್ದೆ ಮಾಡಬಹುದು. ಒಂದು ಗಂಟೆಯ ನಂತರ ನಿಷ್ಕರುಣ ಕೈಯೊಂದು ನಿದ್ದೆ ಮಾಡುತ್ತಿರುವವನ ಭುಜ ತಟ್ಟುವುದು.

ಆ ರೇಡಿಯೋ. ಒಂದು ದಿನ ಅವನು ಶಿಥಿಲ ಮನೆಯೊಂದರಲ್ಲಿ ಬೀಡುಬಿಟ್ಟ. ಹತ್ತು ಮಂದಿ ಅರಬರು ಆತನನ್ನು ಒಂದು ರೀತಿಯ ಕೃತಜ್ಞತೆಯಿಂದಲೇ ಸ್ವಾಗತಿಸಿದರು; ಅವರೆಲ್ಲಾ ಮುದುಕರಾಗಿದ್ದರು, ರೋಗಿಗಳಾಗಿದ್ದರು. ಆತ ಅವರಿಗೆ ಆಹಾರ ತಂದುಕೊಡಬಲ್ಲ. ಆತ ಮೂಲೆಯ ಅಂಗಡಿಯೊಂದರಿಂದ ಒಂದು ರೇಡಿಯೋವನ್ನು ಅರ್ಧ ಕೊಂಡು ಅರ್ಧ ಕದ್ದಿದ್ದ, ಅರವತ್ತು ವರ್ಷ ವಯಸ್ಸಿನ ಒಬ್ಬ ಪೆಚ್ಚು ಮುದುಕನಿಂದ. ಆತ ಏರಿಯಲ್ ಹಾಗೂ ಪ್ಲಗ್ಗನ್ನು ಸಜ್ಜುಗೊಳಿಸಿದ. ತನ್ನ ತಾಯಿಯ ಕರವಸ್ತ್ರದಿಂದ ಅದರ ಧೂಳು ಹೊಡೆದ. ಅನಂತರ ಅದರ ಹತ್ತಿರ ನೆಲದ ಮೇಲೆ ಕುಳಿತ. ಆತ ಬಯಸಿದ್ದುದೆಲ್ಲಾ ಅಷ್ಟೆ. ಅದನ್ನು ಎಷ್ಟೊಂದು ದೀರ್ಘ ಕಾಲದಿಂದ ಬಯಸಿದ್ದ! ತಿರುಗಣಿ ತಿರುಗಿಸಿದ. ಆಕಸ್ಮಾತ್ತಾಗಿ ಒಂದು ಶಬ್ದ ಕೇಳಿಬಂತು. ಬೆಚ್ಚಿಬಿದ್ದವನಂತೆ ಅದನ್ನು ಗುರುತಿಸಿದ. ನಾದವನ್ನು ಸರಿಪಡಿಸಿ ಧ್ವನಿಯನ್ನು ಹೆಚ್ಚಿಸಿದ. ಅದೇ ಧ್ವನಿ. ಆತ ಬಯಸಿದ್ದುದೆಲ್ಲಾ ಅಷ್ಟೆ. ಖುರಾನ್ ಪಠಿಸುತ್ತಿರುವ ಒಬ್ಬ ಶೇಖ್‌ನ ಧ್ವನಿ. ಮಾನವ ದೇವತ್ವಕ್ಕೆ ಅರ್ಹನಾಗಲು ಜ್ಞಾನಿಯಾಗಬೇಕೆಂಬುದನ್ನು ಖುರಾನಿನ ಪಠಕ ನೆನಪುಮಾಡಿದ. ಸೃಷ್ಟಿಕರ್ತನ ಕಣ್ಣಲ್ಲಿ ಆತ ನೋವುಂಡಿಲ್ಲವೆಂಬ ಆಶ್ವಾಸನೆ ನೀಡಿದ. ಕೆಡುಕು ಹಾಗೂ ನೋವು ಮಾನವನ ಮನಸ್ಸಿನಲ್ಲಲ್ಲದೆ ಎಂದಿಗೂ ಸ್ವಂತ ಅಸ್ತಿತ್ವ ಹೊಂದಿಲ್ಲವೆಂದು ಹೇಳಿದ. ಜೀವರಾಶಿಗಳಲ್ಲೆಲ್ಲಾ ಜೀವಿಯೆಂಬ ತನ್ನ ಸಹಜ ಜ್ಞಾನದಿಂದ ಮೇಲೇರುವ ಪ್ರಯತ್ನ ನಡೆಸಿರುವವನು

ಮಾನವನೊಬ್ಬನೇ. ಆದ್ದರಿಂದಲೇ ಆತ ತನ್ನ ಸಹಜ ಪ್ರಕೃತಿಯನ್ನು ತ್ಯಜಿಸಿದ್ದಾನೆ ಎಂದ. ಪ್ರಕೃತಿಯಲ್ಲಿ ಕೆಡುಕು ಅಥವಾ ಕ್ರೌರ್ಯ ಎನ್ನುವುದು (ಅಂದರೆ ಜೀವನಕ್ಕಾಗಿ ಹೋರಾಟ, ರೋಗ, ದೊಡ್ಡ ಮೀನು ಚಿಕ್ಕ ಮೀನನ್ನು ತಿನ್ನುವುದು) ವಿಶ್ವ ವ್ಯವಸ್ಥೆಯ ಅಂಶಗಳೇ ಅಲ್ಲದೆ ಇನ್ನೇನೂ ಅಲ್ಲ ಎಂದ.

ಆದರೂ, ಆ ಪಠನದಲ್ಲಿ ಈ ಪದಗಳಿಗೆ ಹೊರತಾದದ್ದು ಏನೋ ಇತ್ತು. ಅದನ್ನಾತ ಅರ್ಥಮಾಡಿಕೊಳ್ಳುವ ಅವಶ್ಯಕತೆಯಿರಲಿಲ್ಲ. ಮಾತುಗಳು, ಭಾವನೆಗಳು ಹಾಗೂ ಮಾನವೀಯ ಮೌಲ್ಯಗಳಿಗೆ ಮೀರಿದುದಾಗಿತ್ತು ಈ ಖುರಾನ್ ಪಠನ. ತಾನು ಅಳುತ್ತಿದ್ದೇನೆಂಬುದು ಆತನಿಗೆ ಈಗ ಗೊತ್ತಾಯಿತು. ಎಲ್ಲ ಅರಬರೂ ಅಳುತ್ತಿದ್ದಾರೆಂಬುದೂ ಹಿಂತಿರುಗಿ ನೋಡದೆಯೇ ಗೊತ್ತಾಯಿತು. ಶಬ್ದವಿಲ್ಲದೆ, ಕಣ್ಣೀರಿಲ್ಲದೆ ಆತನೂ ಅತ್ತ. ಮುಖ ಬಿಗಿದುಕೊಂಡಿತ್ತು; ಕಣ್ಣುಗಳು ಗಾಜುಗಳಂತಿದ್ದವು. ಕಟ್ಟಡವೊಂದರ ಕತ್ತಲು ಮುಸುಕಿದ ಪ್ರಾಂಗಣದ ಆಳದಲ್ಲಿರುವ ಒಂದು ಮರ ಅಥವಾ ಮೃಗಾಲಯವೊಂದರಲ್ಲಿನ ಮುದಿ ಸಿಂಹ ಅಳುವಂತೆ ಆತ ಅತ್ತ.　　　　　◯

○ **ಯೂಸೆಫ್ ಎಲ್ ಸೆಬಾಯ್**

ಈಜಿಪ್ಟ

ಅಬುಲ್ ರೀಶ್ ಮಸೀದಿಯ ಬಳಿ

ನಮ್ಮ ಕತೆ ಆರಂಭವಾಗುವುದು ಎಲ್ ಮದ್ಬಾ ಜಿಲ್ಲೆಯ ಹರೆತ್ ಎಲ್ ಗಜಾಲತ್‌ನಲ್ಲಿನ ಹಳೆಯ ಮನೆಯೊಂದರ ಪ್ರಥಮ ಅಂತಸ್ತಿನ ಕೋಣೆಯಲ್ಲಿ. ಕೋಣೆಯ ಒಂದು ಪಾರ್ಶ್ವದಲ್ಲಿ ಒಂದು ಕಬ್ಬಿಣದ ಕಿಟಕಿಯಿದೆ. ಅದು ರಸ್ತೆಗೆ ಎದುರಾಗಿದೆ. ಪಾದಚಾರಿಗಳ ಸಂಚಾರವನ್ನು ಅಲ್ಲಿಂದ ನೋಡಬಹುದು. ತಮ್ಮ ಸರಕುಗಳಿಗೆ ಪ್ರಚಾರ ನೀಡುತ್ತಿರುವ ಮಾರಾಟಗಾರರ ಕೂಗಾಟವನ್ನು, ಲಿಕೊರಿಸ್* ಪಾನಪಾತ್ರೆಗಳ ಶಬ್ದಗಳನ್ನು ಕೇಳಬಹುದು. ಕೋಣೆಯ ಮುಂದಿನ ಭಾಗದಲ್ಲಿ ಮನೆಯ ಹೊರಾವರಣಕ್ಕೆ ಬಾಗಿಲಿದೆ. ಮಕ್ಕಳು ಉಲ್ಲಾಸದಿಂದ ಬುಗುರಿ ಯಾಡುತ್ತಿರುವುದನ್ನು ಅಲ್ಲಿಂದ ನೋಡಬಹುದು. ಕೋಣೆಯ ಇನ್ನೊಂದು ಪಾರ್ಶ್ವದಲ್ಲಿ ಅಡುಗೆಮನೆಗೆ ಒಂದು ಸಣ್ಣ ಬಾಗಿಲಿದೆ. ಕೋಣೆಯ ಗೋಡೆಗಳ ಮೇಲೆ ಕೆಲವು ಫಲಕಗಳಿವೆ.

ಖುರಾನಿನ ಹಲವಾರು ಪದಗಳನ್ನು ಹಾಗೂ ಕೆಲವು ಗಾದೆ ಗಳನ್ನು ಅವುಗಳ ಮೇಲೆ ಬರೆದಿದೆ. ಉದಾಹರಣೆಗೆ: 'ಇನ್ನಾ ಫತಾನ್ನಾ ಲಾಕಾ ಫತಾನ್ ಮೊಬೀನಾ (ನಮ್ಮಲ್ಲಿ ನಿಮಗೆ ಹೊಸ ದ್ವಾರಗಳಿವೆ) ಹಾಗೂ 'ನಸ್ರೋನ್ ಮಿನ್ ಅಲ್ಲಾ ವಾ ಫತೋನ್ ಕರೀಬ್' (ದೇವರಿಂದ ಜಯ ಮತ್ತು ಯಶಸ್ಸು).

ಕೋಣೆಯ ಪೀಠೋಪಕರಣಗಳ ಬಗ್ಗೆ ಹೇಳುವುದಾದರೆ, ಅದು ಒಂದು ಒರಗು ಮಂಚ, ಒಂದು ಹಳೆಯ ಬೀರು, ಸಣ್ಣ ಹೊಲಿಗೆ ಯಂತ್ರ, ಮರದ ಮೂರು ಜತೆ ಪಾದರಕ್ಷೆಗಳು, ಒಂದು ಸಣ್ಣ ರಗ್ ಹಾಗೂ ಒಂದು 'ತಬ್ಲಿಯ'** – ಇವುಗಳಿಗಿಂತ ಹೆಚ್ಚೇನೂ ಇಲ್ಲ. ತಬ್ಲಿಯದ

---

* ಒಣ ಗಿಡಮೂಲಿಕೆಗಳಿಂದ ತಯಾರಿಸಿದ, ಬಡಜನರು ಕುಡಿಯುವ ಒಂದು ತಂಪು ಪಾನೀಯ. ಅದರ ಮಾರಾಟಗಾರ; ಕೈಯಲ್ಲಿ ಎರಡು ಲೋಹದ ಲೋಟಗಳನ್ನು ಹಿಡಿದು ಕಿಣಿಕಿಣಿ ಸದ್ದು ಮಾಡುತ್ತಿರುತ್ತಾನೆ.

** ತಬ್ಲಿಯ : ಬಹಳ ಕುಳ್ಳಗಾದ, ಕಾಲ್ಮಣೆಯಂತಿರುವ ಊಟದ ಮೇಜು, ಊಟ ಮಾಡುವುದು ಅದರ ಸುತ್ತಲೂ ನೆಲದ ಮೇಲೆ ಕುಳಿತು.

ಮುಂದೆ ಕೂತಿರುವವಳು ಮನೆಯೊಡತಿ ಓಮ್ ಸಯೆದ್, 'ಮೊಲೊಖಾಯ'* ಎಲೆಗಳನ್ನು ಕೊಚ್ಚುತ್ತಾ ಆಕೆ ಹೀಗೆ ಹಾಗೆ ಓಲಾಡುವವಳು. ಆಗ ಅವಳ ಮೈಮೇಲೆ ಪದರಪದರವಾಗಿ ಶೇಖರವಾಗಿರುವ ಅವಳ ಬೊಜ್ಜೂ ಕುಲುಕಾಡುವುದು. ಅವಳ ತಲೆಯ ಸುತ್ತಲಿನ ಬಟ್ಟೆಗೆ ಕಟ್ಟಿರುವ ಅಲಂಕಾರವೂ ತೂಗಾಡುವುದು. ಯಾರೋ ಬಾಗಿಲು ತಟ್ಟಿದ ಶಬ್ದ. ಪಿಟೀಲು ತಂತಿಯ ದೀರ್ಘ ನಾದದ ನೆನಪು ತರುವ ಧ್ವನಿಯಲ್ಲಿ ಓಮ್ ಸಯೆದ್ ಕೇಳಿದಳು :

"ಯಾರದು ?"

ಗಡಸು ಧ್ವನಿಯಲ್ಲಿ ಉತ್ತರ ಬಂತು :

"...ಬ್ರೆಡ್... ನಿಮಗೆ ಇವತ್ತು ಎಷ್ಟು ಲೋಫ್ ಬೇಕು ?"

"....ಹತ್ತು ...ಐದು ಮೃದುವಾದದ್ದು, ಐದು ಗಡುಸಾದದ್ದು."

ಹೊರಗಿದ್ದಾತ ತನ್ನ ಕೈಲಿದ್ದ ಹತ್ತು ಲೋಫ್‌ಗಳನ್ನು ಕಿಟಕಿಯ ಮೂಲಕ ತೂರಿಸಿ ಎಂದಿನಂತೆ ಒಳ ಅಂಚಿನಲ್ಲಿಟ್ಟ. ಅನಂತರ ಅಂದಿನ ಸಂಖ್ಯೆಯನ್ನು ಕಿಟಕಿಯ ಪಕ್ಕದಲ್ಲಿ ಸೀಮೆಸುಣ್ಣದಿಂದ ಬರೆದು ಮೌನವಾಗಿ ನಿರ್ಗಮಿಸಿದ.

ಅನಂತರ ಓಮ್ ಸಯೆದ್ ತನ್ನ ದೇಹದ ಅರ್ಧಭಾಗವನ್ನು ಮೇಲೆತ್ತಿ ಕಿಟಕಿಯ ತುದಿಯಲ್ಲಿದ್ದ ಹತ್ತು ಇಡೀ ಬ್ರೆಡ್ಡನ್ನು ಕೈ ಚಾಚಿ ತೆಗೆದುಕೊಂಡಳು. ಅದನ್ನು ಸೂಕ್ಷ್ಮವಾಗಿ ಪರೀಕ್ಷಿಸಿದಳು. ಅನಂತರ ಪಕ್ಕಕ್ಕಿಟ್ಟು ಸೊಪ್ಪು ಕೊಚ್ಚುವ ಕೆಲಸವನ್ನು ಮುಂದುವರಿಸಿದಳು. ಇದ್ದಕ್ಕಿದ್ದಂತೆ ಬಾಗಿಲ ಮೂಲಕ ಕ್ಷಿಪಣಿಯಂತೆ ಏನೋ ಹಾರಿಬಂದು ಕಿಟಕಿಯ ಸರಳಿಗೆ ಹೊಡೆಯಿತು. ಗಾಜೇ ಒಡೆಯಬೇಕಿದ್ದುದು ದೇವರ ದಯದಿಂದ ತಪ್ಪಿತು. ಆದರೆ ಅದು ಸೊಪ್ಪಿನಲ್ಲಿ ಬಿದ್ದಿತು.

ಓಮ್ ಸಯೆದ್ ಕೋಪದಿಂದ ಆ ಕ್ಷಿಪಣಿಯನ್ನು ಕೈಗೆತ್ತಿಕೊಂಡಳು. ಆದರೆ ಕೂಡಲೇ ಗೊತ್ತಾಯಿತು, ಅದು ಹೊರಾಂಗಣದಲ್ಲಿ ಹುಡುಗರು ಆಡುತ್ತಿದ್ದ ಒಂದು ಬುಗುರಿಯೆಂದು, "ಏ ಹುಡುಗಾ; ಸಯೆದ್" ಎಂದು ಅವಳು ಚಡಪಡಿಸುತ್ತಾ ಕೂಗಿಕೊಂಡಳು.

ಆದರೆ ಸಯೆದ್ ಉತ್ತರ ಕೊಡಲಿಲ್ಲ. ಬುಗುರಿ ಒಳಗೆ ಹಾದ ಕೂಡಲೇ ಅವನು ಇತರ ಹುಡುಗರೊಂದಿಗೆ ಓಟ ಕಿತ್ತಿದ್ದ.

ಅವಳು ಮತ್ತೆ ಹುಡುಗನಿಗಾಗಿ ಕೂಗಿಕೊಂಡಳು, ಆದರೆ ಉತ್ತರ ಬರಲಿಲ್ಲ. ಅನಂತರ ಅವಳು ಇನ್ನೇನೂ ತೋಚದೆ ಆ ಬುಗುರಿಯನ್ನು ಕೈಗೆತ್ತಿಕೊಂಡು ತನ್ನ ದಪ್ಪ ತೊಡೆಯ ಮೇಲಿಟ್ಟುಕೊಂಡಳು. ಅನಂತರ ಬಯ್ಯುತ್ತಾ, ಶಾಪ ಹಾಕುತ್ತಾ ಸೊಪ್ಪು ಕೊಚ್ಚುವುದನ್ನು ಮುಂದರಿಸಿದಳು.

ಒಂದು ಕ್ಷಣದನಂತರ ಬಾಗಿಲ ಹತ್ತಿರ ನಿಧಾನವಾದ ಹೆಜ್ಜೆ ಶಬ್ದ ಕೇಳಿಬಂತು. ಅವಳು ಹೆಜ್ಜೆ ಶಬ್ದವನ್ನೇ ಗಮನವಿಟ್ಟು ಕೇಳಿದಳು. ಅನಂತರ ಯಾರು ಬಂದರೆಂಬುದನ್ನು ನೋಡಿದಾಗ ಆಶ್ಚರ್ಯದಿಂದ ಬಾಯಿ ಬಿಟ್ಟಳು. ಎದೆಯ ಮೇಲೆ ಸರ್ರನೆ ಕೈಯಿಟ್ಟುಕೊಂಡು ಹೇಳಿದಳು :

---

* ಮೊಲೊಖಾಯ : ಒಂದು ಹಸಿರು ಸಸ್ಯ. ಅದರ ಎಲೆಗಳನ್ನು ಕತ್ತರಿಸಿ ಕೊಚ್ಚಿ ಒಂದು ವಿಶಿಷ್ಟ ರೀತಿಯಲ್ಲಿ ಅಡುಗೆ ಮಾಡಲಾಗುತ್ತದೆ. ಈಜಿಪ್ಟ್‌ನಲ್ಲಿ ಇದು ಎಲ್ಲರೂ ತಿನ್ನುವ ಒಂದು ಸಾರ್ವತ್ರಿಕ ಆಹಾರ ಪದಾರ್ಥ.

"... ಇಷ್ಟು ಬೇಗ ಯಾಕೆ ಬಂದೆ? ದೇವರು ಕೆಡುಕನ್ನು ದೂರವಿಡಲಿ."

ಅವಳು ಹಾಗೆ ಥಟ್ಟೆಂದು ನುಡಿಯಲು ಕಾರಣವಿತ್ತು. ಆಗ ಇನ್ನೂ ಬೆಳಗ್ಗೆ ಹತ್ತು ಗಂಟೆ. ಅವಳ ಗಂಡ ಮಧ್ಯಾಹ್ನದ ಪ್ರಾರ್ಥನೆಗೆ ಮುನ್ನ ಸಾಮಾನ್ಯವಾಗಿ ಎಂದೂ ಮನೆಗೆ ಬಂದವನಲ್ಲ. ಅವನು ಅಷ್ಟು ಬೇಗನೆ ಬಂದಿರುವುದೆಂದರೆ ಏನೋ ವಿಶೇಷವಾದುದು ನಡೆದಿದೆಯೆಂದೇ ಅರ್ಥವಾಗಬೇಕು.

ಅಬು ಸಯೆದ್ ಅಥವಾ ಅವನು ಹಿಂದಿನ ಕೆಲಸದಲ್ಲಿದ್ದಾಗ ಕರೆಸಿಕೊಳ್ಳುತ್ತಿದ್ದಂತೆ ಎಲ್ ಶೇಖ್ ಅಲೀ ಲೋಸೆ* ಏನೋ ಅನುಮಾನದಿಂದ ಅವಳನ್ನೇ ನೋಡುತ್ತಾ ನಿಂತ. ಅವನ ಮುಖದಲ್ಲಿ ಕೋಪ ಹಾಗೂ ಆತಂಕದ ಲಕ್ಷಣಗಳು ನಿಚ್ಚಳವಾಗಿ ಮೂಡಿದವು.

ಆ ಹೆಂಗಸು ತನ್ನ ಪ್ರಶ್ನೆಯನ್ನು ಮತ್ತೆ ಕೇಳಿದಳು:

"ಏನಾಯಿತು ರಾಜ? ಬಾಯಿಬಿಟ್ಟು ಹೇಳು."

"... ನನಗೆ ಸಾಕಾಗಿದೆ, ನನ್ನ ಕತೆ ಮುಗಿಯಿತು."

ಹೌದು, ಶೇಖ್ ಅಲೀ ಬಂಡೆದ್ದಿದ್ದ. ಬಲವಂತದಿಂದ ತನ್ನನ್ನು ತಳ್ಳಲಾಗಿದ್ದ ತನ್ನ ಹೊಸ ಕೆಲಸದ ವಿರುದ್ಧ ಪ್ರತಿಭಟಿಸಲು ಅವನು ನಿರ್ಧರಿಸಿದ್ದ. ಇದೇನು ತನ್ನ ಕೆಲಸ... ಗಾಂಭೀರ್ಯದ ವೇಷ, ನೀಳವಾದ ಈ ದಾಡಿ, ಜೋತುಬಿದ್ದ ಜಪಮಾಲೆ, ಮಣಮಣ ಪಠಿಸುತ್ತಿರುವ ತುಟಿಗಳು. ತಾನು, ಬೇರಾರೂ ಅಲ್ಲ, ತಾನು ಇಂತಹ ಸ್ಥಿತಿಗೆ ಬರುವೆನೆಂದು ಯಾರು ತಾನೇ ನಿರೀಕ್ಷಿಸಿದ್ದರು? ಮಹಾ ವಿನೋದಶಾಲಿಯಾದ, ಗಗನದೆತ್ತರದಲ್ಲಿ ಅನೇಕ ಆಟಗಳನ್ನು ಆಡಬಲ್ಲ ತಾನು, ಎಲ್ಲ ವೃತ್ತಿಗಳಲ್ಲೂ ಎಲ್ಲ ಕೆಲಸಗಳಲ್ಲೂ ಕೈಯಾಡಿಸಿದ್ದ ತಾನು, ಒಬ್ಬ ಮರ್ಯಾದಸ್ಥ ಶೇಖ್ ಹಾಗೂ ನಿಷ್ಠಾವಂತ ಮೌಲ್ವಿಯಾಗುವನೆಂಬುದನ್ನು ಯಾರು ತಾನೆ ನಂಬುತ್ತಿದ್ದರು? ನಿಜ. ಇದೊಂದು ಸುಖವಾದ, ಲಾಭದಾಯಕವಾದ, ಕೆಲಸ. ಆದರೆ ತಾನು ಅದನ್ನು ಇನ್ನು ತಡೆಯಲಾರ, ಕೆಲವು ದಿನಗಳ ಅಥವಾ ವಾರಗಳ ಕಾಲವಾಗಿದ್ದರೆ, ಹೇಗೋ ತಳ್ಳಿಕೊಂಡು ಹೋಗಬಹುದಿತ್ತು. ಅಥವಾ ನಿರ್ದಿಷ್ಟವಾದ ಒಂದು ಸ್ವಲ್ಪ ಸಮಯದ ತನಕವೆಂದಾಗಿದ್ದರೆ, ಬಹಳ ಸೊಗಸಾಗಿ ಮಾಡಬಹುದಾಗಿತ್ತು: ಆದರೆ ಕಾಯಂ ಆಗಿ ಈ ಕೆಲಸ ಕೈಗೊಳ್ಳುವುದೆಂದರೆ ಖಂಡಿತವಾಗಿಯೂ ಸಾಧ್ಯವಿಲ್ಲದ ಮಾತು.

ಗತಜೀವನದ ಸೊಗಸಿನ ದಿನಗಳು ಶೇಖ್ ಅಲೀಯ ಮನಸ್ಸಿನಲ್ಲಿ ಮಿಂಚಿದವು. ಸ್ವತಂತ್ರವಾಗಿ, ಸ್ವಚ್ಛಂದವಾಗಿ ಇದ್ದ ದಿನಗಳು. ಮಾರಾಟಗಾರನಾಗಿ ಕೈಗಾಡಿಯನ್ನು ತಳ್ಳಿಕೊಂಡು ರಾಜಬೀದಿಗಳಲ್ಲಿ, ಸಣ್ಣ ಗಲ್ಲಿಗಳಲ್ಲಿ, ಸುತ್ತುತ್ತಿದ್ದುದ್ದು. ಆದರಿಂದಲೇ ಸಂಪಾದನೆ. ಕಷ್ಟದ ಜೀವನ.

ತಾನು ಕೈಕೊಂಡ ಪ್ರಥಮ ವೃತ್ತಿಯನ್ನು ಅವನು ನೆನಪಿಗೆ ತಂದುಕೊಂಡ. ಜಾದೂಗಾರ ನೊಬ್ಬನ ಬಳಿ ಶಿಷ್ಯವೃತ್ತಿ. ಗುರುವಿನ ಹೆಸರು ಸೊನ್‌ಬೋಲ್. ಆತನ ಚರ್ಮದ ಚೀಲವನ್ನು ಹೊತ್ತು ಕಾಲ್ನಡಿಗೆಯಿಂದ ಅನೇಕ ಊರುಗಳಲ್ಲಿ, ರಸ್ತೆಗಳಲ್ಲಿ ಪ್ರವಾಸ,

---

* ಅಲೀ ಲೋಸೆ = ಅಲೀ ಎಂಬುದು ಶುದ್ಧ ಮುಸ್ಲಿಮ್ ಹೆಸರು. 'ಲೋಸೆ' ಎಂದರೆ ಬಾದಾಮಿ ಎಂದರ್ಥ. ಈ ಎರಡು ಪದಗಳ ಸಮುಚ್ಚಯ ಈಜಿಪ್ಟ್‌ನ ಒಂದು ಸಿಹಿತಿಂಡಿಗೂ ಅನ್ವಯವಾಗುತ್ತದೆ. ಆದುದರಿಂದ ತಮಾಷೆಗೆ ಕರೆಯುವ ಹೆಸರು.

ಕತ್ತಿಯೊಂದನ್ನು ಹೊಟ್ಟೆಯೊಳಗೆ ಚುಚ್ಚಿಕೊಂಡು ಹೊರಗೆ ತೆಗೆಯುವುದೇ ಮುಂತಾದ ಚಿರಪರಿಚಿತ ತಂತ್ರಗಳು. ಉಪಾಹಾರ ಗೃಹಗಳಲ್ಲಿ, ಹುಡುಗರ ಗುಂಪುಗಳ ನಡುವೆ ಇವುಗಳ ಪ್ರದರ್ಶನಕ್ಕೆ ಗುರುವಿಗೆ ಸಹಾಯ.

ಮಾಸ್ತರ್ ಸೊನ್‌ಬೋಲ್ ಆತನಿಗೆ ಸಾಕಷ್ಟು ಕಲಿಸಿದ್ದ... ತಂತ್ರಗಳು ಹಾಗೂ ಕೈಚಳಕದ ಮೂಲಕ ನಾನಾ ರೀತಿಯಲ್ಲಿ ಜನರ ಕಣ್ಣಿಗೆ ಮಣ್ಣೆರೆಚುವುದು ಹೇಗೆ ಎಂಬುದನ್ನು ಹೇಳಿಕೊಟ್ಟಿದ್ದ. ತನಗೆ ಜೀವನದಲ್ಲಿ ಪ್ರಥಮ ಮಾಸ್ತರ್ ಆತನೇ. ಎಲ್ಲ ಜನರೂ ಕತ್ತೆಗಳಷ್ಟೇ ದಡ್ಡರು ಎಂಬುದನ್ನು ತನಗೆ ಮನವರಿಕೆ ಮಾಡಿಕೊಟ್ಟಿದ್ದ ಆತ. ನಿರ್ಗತಿಕರು, ಅನುಕೂಲಸ್ಥರು ಪ್ರತಿಷ್ಠಿತರು – ಎಲ್ಲರೂ ಮೂಲಭೂತವಾಗಿ ಒಂದೇ. ಹೊರನೋಟಕ್ಕೆ ಎಷ್ಟೇ ಭಿನ್ನ ಎಂದು ತೋರಿದರೂ. "ಬಡವನನ್ನು ಶ್ರೀಮಂತನ ಸ್ಥಾನದಲ್ಲಿಡು, ಆತ ಪ್ರತಿಷ್ಠಿತ ಎನಿಸಿಕೊಳ್ಳುತ್ತಾನೆ, ಪ್ರಸಿದ್ಧನಾಗುತ್ತಾನೆ; ಶ್ರೀಮಂತನನ್ನು ಬಡವನ ಸ್ಥಾನದಲ್ಲಿಡು, ಆತ ಮುಂಚಿಗಿಂತಲೂ ಹೆಚ್ಚು ಸಣ್ಣತನ ತೋರುವುದನ್ನು ಕಾಣುವೆ," ಎಂದು ಮಾಸ್ತರ್ ಹೇಳುತ್ತಿದ್ದ.

ಈ ಜಗತ್ತಿನಲ್ಲಿ ಯಾವುದನ್ನು ಪಡೆಯುವುದೂ ಕಷ್ಟವಲ್ಲ ಅಥವಾ ಅಸಾಧ್ಯವಾದುದಲ್ಲ ಎಂದು ಆತ ಹೇಳಿಕೊಟ್ಟಿದ್ದ. ಯಾವುದೇ ಕೆಲಸದಲ್ಲಾದರೂ ದುಡಿಯಲು ಸಿದ್ಧನಾಗಿರುವಂತೆ ತರಬೇತಿ ಕೊಟ್ಟಿದ್ದ. ಯಾವುದನ್ನೂ ಕಡೆಗಣಿಸಬಾರದೆಂದಿದ್ದ. "ಕಾಲ ಎಲ್ಲವನ್ನೂ ಕೊಡುತ್ತದೆ," ಎಂದು ಆತ ಹೇಳುತ್ತಿದ್ದ. "ಆದ್ದರಿಂದ ಪ್ರತಿಯೊಂದನ್ನೂ ಅದಕ್ಕೆ ಒಪ್ಪಿಸಬೇಕು. ಏಕೆಂದರೆ ಒಂದಲ್ಲ ಒಂದು ದಿನ ಅದು ಅದನ್ನು ಸಾಧಿಸುತ್ತದೆ" ಸಣ್ಣ ಒಣ ಬೀಜವನ್ನು ಎಲೆಗಳಿಂದ ತುಂಬಿದ ಗಿಡವನ್ನಾಗಿ ಪರಿವರ್ತಿಸುವುದು ಕಾಲವೇ. ಕಿರಿದಾದ ಅಂಡವನ್ನು ಕೊಬ್ಬಿದ ನಿಷ್ಠಾಹೀನ ಮನುಷ್ಯನನ್ನಾಗಿ, ಕೊಬ್ಬಿದ ನಿಷ್ಠಾಹೀನ ಮನುಷ್ಯನನ್ನು ಒಣಗಿದ ಮೂಳೆಗಳನ್ನಾಗಿ ಪರಿವರ್ತಿಸುವುದು ಕಾಲವೇ. ಬಹುಶಃ ಆ ಕಾಲವೇ ಅದಕ್ಕೆ ಮತ್ತೆ ಜೀವ ಕೊಡಲೂಬಹುದು. ಆದುದರಿಂದ ಈಗ ನೀನೊಂದು ದಡ್ಡ ಕತ್ತೆಯೇ ಆಗಿದ್ದಿರಬಹುದಾದರೂ, ಎಲ್ಲವನ್ನೂ ಕೊಡುವ ಕಾಲಕ್ಕೆ ನಿನ್ನನ್ನು ಒಬ್ಬ ನಿಜವಾದ ಮನುಷ್ಯನನ್ನಾಗಿ ಮಾಡುವುದು ಕಷ್ಟವೇ ?" ಎಂದು ಸೊನ್‌ಬೋಲ್ ವಾದಿಸುತ್ತಿದ್ದ.

ಸೊನ್‌ಬೋಲ್ ನಿಜವಾಗಿಯೂ ಆತನಿಗೆ ಸಾಕಷ್ಟು ಕಲಿಸಿದ. ಸೋಜಿಗಮಯವಾದ ಜಗತ್ತಿನಲ್ಲಿ ಯಾವುದರ ಬಗ್ಗೆಯೂ ಸೋಜಿಗ ಪಡಬೇಕಾಗಿಲ್ಲವೆಂಬುದನ್ನು ಕಲಿಸಿದ... "ಇಷ್ಟೊಂದು ಆಶ್ಚರ್ಯಕರ ವಸ್ತುಗಳಿರುವ ಜಗತ್ತಿನಲ್ಲಿ ಸೋಜಿಗಪಡುವುದೇನಿದೆ ? ಮುದ್ದು ಕುನ್ನಿಯೊಂದು ವೇಗವಾಗಿ ಹೋಗುತ್ತಿರುವ ಬ್ಯೂಕ್ ಕಾರಿನಿಂದ ಹೊರಗೆ ಇಣುಕಿ ನೋಡುತ್ತಿದ್ದರೆ ಅಚ್ಚರಿಬೇಡ. ಶ್ರೀಮಂತ ಭಕ್ಷ್ಯವೊಂದನ್ನು ಪುಷ್ಕಳವಾಗಿ ಹೊಡೆದು ಹೊಟ್ಟೆ ಕೆಡಿಸಿಕೊಂಡಿತೆಂದು ನಾಯಿಯನ್ನು ವೈದ್ಯರ ಬಳಿಗೆ ಕರೆದುಕೊಂಡು ಹೋದುದಕ್ಕೆ ಅಚ್ಚರಿಬೇಡ. ಒಂದು ವೇಳೆ ನಾಯಿ ಸತ್ತುಹೋದರೆ ಅದನ್ನು ಗೋಳೋ ಎಂದು ಅಳುತ್ತಾ ರುದ್ರಭೂಮಿಗೆ ವೈಭವದಿಂದ ಸಾಗಿಸಬಹುದು; ಅದೇ ಸಮಯದಲ್ಲಿ ನಿನ್ನಂತಹ ಒಬ್ಬ ಕರುಣೆಯ ಮನುಷ್ಯ ಸತ್ತರೆ ಒಂದು ಹನಿ ಕಣ್ಣೀರೂ ಬರದಿರಬಹುದು : ಇದಕ್ಕೆ ಅಚ್ಚರಿ ಪಡಬೇಡ. ಆದರೆ ಆ ಪ್ರೀತಿಯ ನಾಯಿ ಸತ್ತ ಸುದ್ದಿ ಪತ್ರಿಕೆಗಳಲ್ಲಿ ಅಗಲವಾದ, ಕಪ್ಪುಗೆರೆಗಳ ನಡುವೆ ದಪ್ಪ ಅಕ್ಷರಗಳಲ್ಲಿ ಪ್ರಕಟವಾಗದಿದ್ದರೆ, ಅದೀಗ ನಿಜವಾಗಿಯೂ ಅಚ್ಚರಿ ಪಡಬೇಕಾದ ಸಂಗತಿ !"

ಸೊನ್‌ಬೋಲ್ ಆತನಿಗೆ ಇದೆಲ್ಲವನ್ನೂ ಕಲಿಸಿಕೊಟ್ಟಿದ್ದ – ದೇವರು ಆತನ ಆತ್ಮಕ್ಕೆ ಪರಲೋಕದಲ್ಲಿ ಶಾಂತಿ ನೀಡಲಿ ! ಶೇಖ್ ಅಲೀ ತನ್ನ ಮಾಸ್ತರನ ಬಗ್ಗೆ ನಿಷ್ಠೆಯಿಂದಿದ್ದು ಆತನ ಮರಣಾನಂತರ ಆತನ ಉತ್ತರಾಧಿಕಾರಿಯಾಗಿ ಮುಂದುವರಿಯಲು ನಿರ್ಧರಿಸಿದ್ದ. ಆದರೆ ಅದಕ್ಕೆ ಅಡ್ಡವಾದದ್ದು ಒಂದು ದಿನ ಆತನನ್ನು ಕಾಡಿದ ತಡೆಯಲಾರದ ಹಸಿವು. ಮಾಸ್ತರು ತನ್ನ ಜಾದೂವಿನಲ್ಲಿ ಉಪಯೋಗಿಸುತ್ತಿದ್ದ ಎರಡು ರೊಟ್ಟಿ ಚೂರುಗಳನ್ನು ಹಸಿವಿನ ಬಾಧೆಯನ್ನು ಸಹಿಸಲಾರದೆ ಆತ ತಿನ್ನಲೇಬೇಕಾಯಿತು. ಆತ ಅದನ್ನು ದುಂಡು ಕೊಳವೆ ಯೊಂದರಲ್ಲಿ ಎರಡು ಮುಚ್ಚಳಗಳ ನಡುವೆ ಇಟ್ಟಿರುತ್ತಿದ್ದ. ಮೊದಲ ಮುಚ್ಚಳ ತೆಗೆದಾಗ ಡಬ್ಬಿ ಖಾಲಿಯಾಗಿರುವಂತೆ ಕಾಣುತ್ತಿತ್ತು. ಎರಡನೆಯ ಮುಚ್ಚಳ ತೆಗೆದಾಗ ರೊಟ್ಟಿ ಪ್ರತ್ಯಕ್ಷವಾಗುತ್ತಿತ್ತು.

ಅಂದು ಮಾಸ್ತರ್ ಸೊನ್‌ಬೋಲ್ ತನ್ನ ಯಕ್ಷಿಣಿ ಪ್ರಯೋಗಿಸಿದಾಗ ಡಬ್ಬಿ ಎರಡು ಕಡೆಯೂ ಖಾಲಿಯಾಗಿದ್ದುದನ್ನು ನೋಡಿ ಪೆಚ್ಚಾದ. ಏಕೆಂದರೆ ರೊಟ್ಟಿ ಶೇಖ್ ಅಲೀಯ ಹೊಟ್ಟೆಯಲ್ಲಿ ಭದ್ರವಾಗಿ ಕುಳಿತಿತ್ತು. ಅಂದಹಾಗೆ ಆಗ ಆತನನ್ನು ಎಲ್ ವಾದ್* ಅಲೀ ಎಂದು ಕರೆಯಲಾಗುತ್ತಿತ್ತು.

ಅದೇ ದಿನವೇ ಸೊನ್‌ಬೋಲ್ ಮಾಸ್ತರು ಅಲೀಗೆ ತನ್ನ ಜೀವಮಾನವಿಡೀ ಅದರ ನೆನಪು ಮರೆತುಹೋಗದ ಹಾಗೆ ಹೊಡೆತ ಕೊಟ್ಟು ಆತನನ್ನು ಕೆಲಸದಿಂದ ವಜಾ ಮಾಡಿದ. ಆ ಹೊಡೆತದ ಗುರುತುಗಳು ಆತನ ಮಾಂಸಖಂಡದ ಮೇಲೆ ಇಂದಿಗೂ ಉಳಿದಿವೆ.

ಅಂದಿನಿಂದ ಶೇಖ್ ಅಲೀ ಒಂಟಿಯಾಗಿಯೇ ಜೀವನವನ್ನೆದುರಿಸಬೇಕಾಯಿತು. ತನ್ನ ಅಗತ್ಯಗಳನ್ನು ತಾನೇ ಪೂರೈಸಿಕೊಳ್ಳಬೇಕಾಯಿತು. ಆ ಯಾತನೆಯ ಜೀವನದಲ್ಲಿ ಆತನಿಗೆ ಮಾರ್ಗದರ್ಶಕವಾಗಿದ್ದುದು ಸೊನ್‌ಬೋಲ್‌ನ ಜೀವನ ತತ್ವವೇ, ಈ ಪ್ರಪಂಚದಲ್ಲಿ ಅಸಾಧ್ಯ ವಾದದ್ದು ಏನೂ ಇಲ್ಲ, ತಾನು ಬೇರೊಬ್ಬರ ನೆರವಿಲ್ಲದೆಯೇ ಏನನ್ನಾದರೂ ಸಾಧಿಸಬಲ್ಲೆ ಎಂದು ಆತ ಪೂರ್ಣವಾಗಿ ನಂಬಿದ್ದ.

ಆತ ಅಲೆಮಾರಿ ಷೂ ಪಾಲಿಷ್‌ಗಾರನಾಗಿ ಕೆಲಸವನ್ನಾರಂಭಿಸಿದ. ಉಪಾಹಾರಗೃಹಗಳ ಮುಂದೆ ನಿಂತು ಪಾಲಿಷ್ ಡಬ್ಬಿಯ ಮೇಲೆ ಬ್ರಷ್‌ನಿಂದ ಹೊಡೆಯುತ್ತಾ "ಪಾಲಿಷ್, ಸಾರ್ ?" ಎಂದು ಕೂಗಿಕೊಳ್ಳುತ್ತಿದ್ದ. ಮೊದಮೊದಲು ಆತನಿಗೆ ಷೂ ಪಾಲಿಷ್ ಕೆಲಸದ ಬಗ್ಗೆ ಏನೇನೂ ತಿಳಿದಿರಲಿಲ್ಲ. ತಾನು ಪಾಲಿಷ್ ಮಾಡಬೇಕಾಗಿದ್ದ ಷೂಗಳ ಜತೆಯ ಮುಂದೆ ಕುಳಿತು, ಈ ತೊಡರನ್ನೆದುರಿಸುವುದು ಹೇಗಪ್ಪ ಎಂಬಂತೆ ಚಿಂತಾಕ್ರಾಂತ ನಾಗಿರುತ್ತಿದ್ದ. ಷೂ ಪಾಲಿಷ್ ಮುಗಿಸುವ ವೇಳೆಗೆ ಮಾಲೀಕನ ಕಾಲುಚೀಲದ ಅರ್ಧ ಭಾಗವನ್ನೂ ಪಾಲಿಷ್ ಮಾಡಿರುತ್ತಿದ್ದ. ಆದರೆ ಕ್ರಮೇಣ ಈ ತೊಡರುಗಳು ನಿವಾರಣೆಯಾದುವು. ಷೂ ಶುದ್ಧಿ, ಅನಂತರ ಪಾಲಿಷ್, ಅನಂತರ ಬ್ರಷ್‌ನಿಂದ ಚೆನ್ನಾಗಿ ಉಜ್ಜುವುದು – ಈ ಕ್ರಿಯೆಗಳು ಯಾಂತ್ರಿಕವಾಗಿ ನಡೆಯುತ್ತಿದ್ದವು. ಕಾಲಕ್ಕೆ ಎಲ್ಲವೂ ಸಾಧ್ಯ, ಕಾಲವು ಯಾರಿಗೆ ಆದರೂ ಆತ ತಿಳಿಯದ ವಿಷಯವನ್ನು ಕಲಿಸಿಕೊಡಬಹುದು ಎಂಬ ಸೊನ್‌ಬೋಲ್‌ನ ಜೀವನ ತತ್ವ ನಿಜವೆಂಬುದು ಸಾಬೀತಾಯಿತು.

ಒಂದು ದಿನ ಅಲೀ ಮಲಗಿ ಎದ್ದಾಗ ಪಾಲಿಷ್ ಡಬ್ಬಿ ಕಳವಾಗಿರುವುದು

---

* "ವಾದ್" ಎಂದರೆ ಚಿಕ್ಕಹುಡುಗ.

ಪತ್ತೆಯಾಯಿತು. ಆದರೆ ಅದರಿಂದಾಗಿ ಮನಸ್ಸಿನಲ್ಲಿ ದುಗುಡ ತಲೆದೋರಿದಾಗ, ಆತನಿಗೆ ಡಬ್ಬಿಯ ಬದಲು ತನ್ನ ಪ್ರಾಣವೇ ಕಳವಾಗಬಹುದಿತ್ತೆಂದು ತೋರಿತು. ಕೂಡಲೇ ದೇವರನ್ನು ವಂದಿಸಿ ದುಗುಡವನ್ನು ನಾದಬದ್ಧ ನಗೆಯಾಗಿ ಪರಿವರ್ತಿಸಿದ. ಸ್ವಲ್ಪಕಾಲದಲ್ಲೇ ಮತ್ತೆ ಹೊಸದಾಗಿ ಜೀವನವನ್ನು ಆರಂಭಿಸಿದ. ಆತನ ಹೊಸ ವೃತ್ತಿ ಗೊಂಬೆಯಾಟಗಾರ ನೊಬ್ಬನಿಗೆ ಸಹಾಯ ಮಾಡುವುದಾಗಿತ್ತು.

ಗೊಂಬೆಯಾಟದ ಮಾಲಿಕ ಇಬ್ರಾಹಿಂ ಬೋಂಡೋಗ್ ತನ್ನ ಮುಂಚಿನ ಸಹಾಯಕ ನೊಂದಿಗೆ ಜಗಳವಾಡಿದ್ದ. ಆತ ಅಲೀಯನ್ನು ಭೇಟಿ ಮಾಡಿದ ಕೂಡಲೇ ತನಗಾಗಿ ಕೆಲಸ ಮಾಡುವಂತೆ ಕೋರಿದ. ಸಹಾಯಕನ ಕೆಲಸ ಕಷ್ಟವಾದದ್ದೇನೂ ಆಗಿರಲಿಲ್ಲ. ಆತ ಮಾಡಬೇಕಾಗಿದ್ದುದೆಲ್ಲಾ ಇಷ್ಟೆ. ಡಮರನ್ನು ಕ್ರಮಬದ್ಧವಾಗಿ ಅನೇಕ ಬಾರಿ ಬಾರಿಸುವುದು, ಹಾಗೂ ಗೊಂಬೆಯಾಟದಲ್ಲಿ ಆಗಿಂದಾಗ್ಗೆ ಏಳುವ ಕೆಲವು ವಿಶೇಷ ಪ್ರಶ್ನೆಗಳಿಗೆ ಉತ್ತರ ನೀಡುವುದು.

ಹೊಸ ಕೆಲಸವನ್ನು ಒಪ್ಪಿಕೊಳ್ಳಲು ಅಲೀ ಹಿಂದೇಟು ಹಾಕಿರಲಿಲ್ಲ. ಹೊಸದರಲ್ಲಿ ಆತ ತನಗೆ ಡಮರು ಹೊಡೆಯುವ ಕೆಲಸದಲ್ಲಿ ಮುಂದುವರಿಯಲು ಸಾಧ್ಯವಾಗದೇನೋ ಎಂಬ ಶಂಕೆ ಹೊಂದಿದ್ದ. ಆದರೆ ಅನಂತರ ಇಡೀ ಕೆಲಸ, ಆತನೇ ಹೇಳುತ್ತಿದ್ದಂತೆ 'ಹರಿಯುವ ನೀರಿನಷ್ಟೇ' ಸುಲಭವಾಯಿತು.

ಒಂದು ದಿನ ಬೋಂಡೋಗ್ ಅಸ್ವಸ್ಥನಾದ. ಬೆಳಗಾಗುವ ವೇಳೆಗೆ ಸತ್ತುಹೋದ. ಆದ್ದರಿಂದ ತಾನಾಗಿಯೇ ಶೇಖ್ ಅಲೀ ಗೊಂಬೆಯಾಟಕ್ಕೆ ಉತ್ತರಾಧಿಕಾರಿಯಾದಂತಾಯಿತು. ಆತ ಎಲ್ಲ ಕೆಲಸವನ್ನೂ ತಾನೊಬ್ಬನೇ ನಿಭಾಯಿಸಬೇಕಾಯಿತು.

ಆದರೆ ಈಗ ಅದು ಮುಂಚಿನಷ್ಟು ಸುಲಭವಾಗಿರಲಿಲ್ಲ. ಈ ಕೆಲಸಕ್ಕೆ ಮಾತಿನ ಧ್ವನಿಯ ವಿಶಿಷ್ಟ ಬಳಕೆ ಅಭ್ಯಾಸವಾಗಿರಬೇಕಿತ್ತು. ಏಕೆಂದರೆ ಗೊಂಬೆಯಾಟಕ್ಕೆ ಹೊಂದುವ ಧ್ವನಿಯಲ್ಲಿ ಎಲ್ಲರೂ ಮಾತನಾಡಲಾರರು. ಅದಕ್ಕೆ ಸಾಧನೆ ಅಗತ್ಯ.

ಆತ ತನ್ನ ಕಂಠವನ್ನು ಸೂಕ್ತರೀತಿಯಲ್ಲಿ ಪಳಗಿಸಿಕೊಳ್ಳಲು ದೀರ್ಘಕಾಲದ ಅಭ್ಯಾಸ ಆರಂಭಿಸಿದ. ಈ ಅವಧಿಯಲ್ಲಿ ರಿಪೇರಿ ಮಾಡಲ್ಪಡುತ್ತಿರುವ ಒಂದು ವಾದ್ಯವನ್ನು ಆತ ಹೋಲುತ್ತಿದ್ದ. ಕೊನೆಗೆ ದೇವರು ಆತನಿಗೆ ಗೊಂಬೆಯಾಟಕ್ಕೆ ಬೇಕಾದ ಧ್ವನಿಯನ್ನು ಹೊಂದುವ ಸಾಮರ್ಥ್ಯ ಕರುಣಿಸಿದ. ಆತನಿಗೆ ತೀವ್ರ ಆನಂದವೆನಿಸಿತು. ಕುಣಿಯುತ್ತ ನಲಿಯುತ್ತ ಹೊರಗೋಡಿದ. ತನ್ನ ಮೊದಲನೆಯ ಯಶಸ್ವಿ ಪ್ರದರ್ಶನ ನಡೆಸಿದ.

ಹೊಸ ಕೆಲಸ ಆತನಿಗೆ ಅಪಾರ ಖುಷಿ ತಂದಿತು. ಆತ ಅನೇಕ ಹೊಸ ಹೊಸ ಪ್ರಯೋಗಗಳನ್ನು ಮಾಡಿದ. ನಗೆ ತರುವ ಹಲವಾರು ಇತ್ತೀಚಿನ ಸ್ವಾಗತ ಸಂಭಾಷಣೆ ಗಳನ್ನು ಅಧ್ಯಯನ ಮಾಡಿ ಗೊಂಬೆಯಾಟದ ಮಾತಿಗೆ ಅವುಗಳನ್ನು ಅಳವಡಿಸಿಕೊಂಡ.

ಗೊಂಬೆಯಾಟದಲ್ಲಿ ಆತ ಒಂದು ಹೊಸ ಪ್ರಪಂಚವನ್ನೇ ಸೃಷ್ಟಿಸಿದ. ಸಾಂಪ್ರದಾಯಿಕ ಪಾತ್ರಗಳಿಂದ ಭಿನ್ನವಾದ ಹೊಸ ವ್ಯಕ್ತಿತ್ವಗಳನ್ನೂ ರೂಪುಗಳನ್ನೂ ನಿರ್ಮಿಸಿದ. ಆದರೆ ಆತ ತನ್ನ ಮೊದಲ ಗುರುವನ್ನು ಮರೆಯಲಿಲ್ಲ. ತನ್ನ ಒಂದು ಆಟದ ಗೊಂಬೆಯನ್ನು 'ಜಾದೂಗಾರ ಸೊನ್‌ಬೋಲ್' ಎಂದು ಕರೆದು ಗುರುವಿಗೆ ಗೌರವವನ್ನರ್ಪಿಸಿದ. ಅಂದಿನಿಂದ ಅವನಿಗೆ ಜೀವನ ಸುಂದರ, ಸುಖಕರವೆನಿಸಿತ್ತು. ಅದು ಇನ್ನಷ್ಟು ಆರಾಮವಾದುದು ಆತನಿಗೆ ಅಬು ಎಲ್ ರೀಶ್‌ನಲ್ಲಿನ ಥಿಯೇಟರನ್ನು ಸೇರಲು ಅದೃಷ್ಟ

ಮತ್ತು ಅವಕಾಶಗಳು ಒದಗಿ ಬಂದಾಗ. ಅಲ್ಲಿ ಆತ ರಾತ್ರಿ ತನ್ನ ಆಟಗಳ ಜತೆಗೆ ವಿದೂಷಕನ ಕೆಲಸವನ್ನೂ ನಿರ್ವಹಿಸುತ್ತಿದ್ದ. ಕ್ರಮೇಣ ಆತನ ಜೀವನಮಟ್ಟ ಸುಧಾರಿಸಿತು. ಸಂಪತ್ತು ಹೆಚ್ಚಿತು. ಎರಡು ಕೆಲಸಗಳಿದ್ದರೂ ಶೇಖ್ ಅಲೀ ನಗುವುದನ್ನಾಗಲೀ ತಮಾಷೆ ಮಾಡುವುದನ್ನಾಗಲಿ ಒಂದು ಕ್ಷಣವೂ ನಿಲ್ಲಿಸುತ್ತಿರಲಿಲ್ಲ.

ಹರ್ಷಮಯವಾದ ಈ ಸುಖಜೀವನವನ್ನು ಹಾಗೆಯೇ ಮುಂದುವರಿಸಿಕೊಂಡು ಹೋಗಬೇಕೆಂಬುದು ಆತನ ಬಯಕೆಯಾಗಿತ್ತೆಂಬುದರಲ್ಲಿ ಸಂದೇಹವಿಲ್ಲ. ಒಮ್ಮೆ ಈ ಹುಡುಗಿಯೊಂದಿಗೆ ಚೆಲ್ಲಾಟ, ಮತ್ತೊಮ್ಮೆ ಆ ಹುಡುಗಿಯೊಂದಿಗೆ ವಿಲಾಸ. ಜೀವನದ ಸೊಗಸನ್ನು ಪೂರ್ಣವಾಗಿ ಸವಿಯುವುದಕ್ಕಿಂತ ಹೆಚ್ಚಿನದೇನಿದೆ? ಆತ ಹಾಗೆಯೇ ಇದ್ದುಕೊಂಡಿದ್ದ. ಆದರೆ ದೇವರು ಆತನನ್ನು ಒಂದು ವಿಪತ್ತಿಗೆ ನೂಕಿದ. ಅದು ಆತನ ಮದುವೆ. ಅಂದಿನಿಂದ ಆತನ ಜೀವನ ಬುಡಮೇಲಾಯಿತು.

ಆತ ಅನೇಕಬಾರಿ ತನ್ನ ಪತ್ನಿ ಅಜೀಜಾ ಎಲ್ ಎರ್ದ್* ಅಥವಾ ಓಮ್ ಸಯೆದ್‌ಳನ್ನು ಕೂತಲ್ಲೇ ಸೂಕ್ಷ್ಮವಾಗಿ ಅವಲೋಕಿಸುತ್ತಿದ್ದ. ತನ್ನ ತಲೆಯನ್ನು ಅಚ್ಚರಿ ಹಾಗೂ ವಿಷಾದದಿಂದ ಅಲುಗಾಡಿಸುತ್ತಿದ್ದ. ಈ ಹೆಂಗಸನ್ನು ತಾನು ಪ್ರೀತಿಸಿದ್ದು ಹೇಗೆ? ಆ ಸಮಯದಲ್ಲಿ ತಾನು ಅವಳಲ್ಲಿ ಕಂಡ ವಿಶಿಷ್ಟ ಗುಣ ಯಾವುದು? ತಾನೊಬ್ಬ ಕತ್ತೆಯೇ ಸರಿ. ತಾನಿನ್ನೂ ಯುವಕ ನಾಗಿದ್ದಾಗಲೇ ತನಗೆ ಸೊನ್‌ಬೋಲ್ ಮಾಸ್ತರು ಹೆಂಗಸರ ಬಗ್ಗೆ ನೀಡಿದ್ದ ಎಚ್ಚರಿಕೆಯನ್ನು ಮರೆತಿದ್ದುದೇ ಆಗಿದ್ದ ಮೋಸ. ವಿವಾಹಪಾಶದಲ್ಲಿ ಸಿಲುಕಬಾರದೆಂದು ಆತ ಅನೇಕಬಾರಿ ಉಪದೇಶಿಸಿದ್ದ. ಜನರು ಪ್ರೀತಿ ಎಂದು ಕರೆಯುವ ಗಾಳದಿಂದ ಸಾಧ್ಯವಾದಷ್ಟು ದೂರವಿರು ಎಂದು ಹೇಳಿದ್ದ. ಇಷ್ಟಾದರೂ ತಾನು ಯಾವನೋ ಮೂರ್ಖ ಮನುಷ್ಯನಂತೆ ಪ್ರೇಮಪಾಶದಲ್ಲಿ ಸಿಲುಕಿದ್ದ. ಅಜೀಜಾಳ ದಪ್ಪನೆಯ, ಓಲಾಡುವ ಪೃಷ್ಠಗಳನ್ನು, ಸೊಂಪಾಗಿ ಬೆಳೆದ ದೇಹವನ್ನು ನೋಡಿ ಮೋಸಹೋಗಿದ್ದ.

ಆತ ಆಕೆಯನ್ನು ಮೊದಲು ನೋಡಿದ್ದು ಗೊಂಬೆಯಾಟದ ಮರದ ವೇದಿಕೆಯಲ್ಲಿನ ರಂಧ್ರವೊಂದರ ಮುಲಕ, ಆಕೆ ಆತನಿಗೆ ಬಹಳವಾಗಿ ಇಷ್ಟವಾದಳು. ಆತ ಆಟದ ಗೊಂಬೆಯ ಮಾತುಗಳ ಮೂಲಕವೇ ಆಕೆಯೊಂದಿಗೆ ಪ್ರೇಮ ಸಲ್ಲಾಪವನ್ನಾರಂಭಿಸಿದ. ತನಗೆ "ಕೆನೆ ಹಾಗೂ ಪಾರಿಜ್** (ಗಂಜಿ) ಇಷ್ಟ" ಎಂದಿದ್ದ. ಆ ಮಾತು ತನ್ನನ್ನೇ ಕುರಿತದ್ದು ಎಂಬುದು ಆಕೆಗೆ ಗೊತ್ತಾಯಿತು. ಮುಖ ಕೆಂಪೇರಿಸಿಕೊಂಡು ಹೊರ ಹೊರಟಳು. ಕೃತಕ ಕೋಪ ತೋರುತ್ತಾ.

ಆ ಸಮಯದಲ್ಲಿ ಆತನ ಹೃದಯದಲ್ಲಿ ಪ್ರೇಮವೆಂಬುದು ಬೃಹದಾಕಾರವಾಗಿ ಬೆಳೆದಿತ್ತು. ಆದುದರಿಂದ ಅಜೀಜಾಳ ತಂದೆ ಶೇಖ್ ಜಕಿ ಎಲ್ ಎರ್ದ್‌ನನ್ನೇ ಭೇಟಿ ಮಾಡಿ

---

* 'ಎಲ್ ಎರ್ದ್' ಎಂದರೆ ಮಂಗ. ಇಂತಹ ವಿಚಿತ್ರ ಹೆಸರುಗಳು ಮಕ್ಕಳನ್ನು ದೃಷ್ಟಿ ಬೀಳುವ ಅಪಾಯದಿಂದ ರಕ್ಷಿಸುತ್ತವೆ ಎಂಬ ನಂಬಿಕೆ ಬಡ ಜನರಲ್ಲಿ, ಅದರಲ್ಲೂ ಮುದುಕರಲ್ಲಿ ಸರ್ವೇಸಾಮಾನ್ಯವಾಗಿರುವುದರಿಂದ, ತಮ್ಮ ಮಕ್ಕಳನ್ನು ಅವರು ಈ ರೀತಿಯ ಹೆಸರುಗಳಿಂದ ಕರೆಯುತ್ತಾರೆ. ಆದುದರಿಂದ ದೊಡ್ಡವರಾದ ಮೇಲೂ ಬಾಲ್ಯದ ಈ ಹೆಸರು ಅವರಿಗೆ ಅಂಟಿಕೊಂಡಿರುತ್ತದೆ.

** ಪಾರಿಜ್ (ಗಂಜಿ) ಬೆಳ್ಳಗಾಗಿ ದುಂಡಗಾಗಿರುವ ಹೆಂಗಸಿಗೆ ಸರಸ ಸಲ್ಲಾಪದಲ್ಲಿ ಉಪಯೋಗಿಸುವ ಸಂಬೋಧನೆ.

ಆಕೆಯ ಪಾಣಿಗ್ರಹಣಕ್ಕೆ ಅನುಮತಿ ಕೋರಲು ನಿರ್ಧರಿಸಿದ.

ಆತನಾದರೋ ಆರಂಭದಲ್ಲಿ, ಇದು ಬಹಳ ಒಳ್ಳೆಯ ಯೋಚನೆ ಎಂದ. ಆದರೆ ಅಲೀಯ ವೃತ್ತಿ ಏನೆಂಬುದು ತಿಳಿದಾಗ ಹಿಂದೇಟು ಹಾಕಿ ಮನಸ್ಸು ಬದಲಾಯಿಸಿದ. ತನ್ನ ನೆಚ್ಚಿನ ಮಗಳನ್ನು ಒಬ್ಬ ವಿದೂಷಕ ಅಥವಾ ಬೊಂಬೆಯಾಟದವನಿಗೆ ಕೊಡಲಾಗುವುದಿಲ್ಲವೆಂದು ಅಲೀಗೆ ತಿಳಿಸಿದ. ಆತನಿಗೇನಾದರೂ ಈ ಮದುವೆ ಆಗಲೇಬೇಕೆಂದಿದ್ದರೆ ಮೊದಲು ವೃತ್ತಿ ಬದಲಾಯಿಸಬೇಕೆಂದ.

ದಿನಗಳುರುಳಿದವು. ಅಲೀ ಈ ಸಮಯದಲ್ಲಿ ಅಜೀಜಾ ಹಾಗೂ ಗೊಂಬೆಯಾಟ – ಇವುಗಳನ್ನು ಮತ್ತೆ ಮತ್ತೆ ತೂಗಿ ನೋಡಿದ. ಕೊನೆಗೆ ಅಜೀಜಾಳೇ ಮೇಲೆಂದು ನಿರ್ಧರಿಸಿದ.

ಆತ ಹೊಸ ವೃತ್ತಿಯೊಂದನ್ನು ಹುಡುಕಲು ಆರಂಭಿಸಿದ್ದು ಹೀಗೆ. ಅದೇನೂ ಅಷ್ಟು ಕಷ್ಟ ವಾಗಲಿಲ್ಲ. ಆತ ಸ್ವಲ್ಪ ಸಮಯದಲ್ಲೇ ಬೊಂಬೆಯಾಟದ ತನ್ನ ಎಲ್ಲಾ ಉಪಕರಣಗಳನ್ನೂ ಮಾರಿ ಆ ಹಣದಲ್ಲಿ ಒಂದು ಸಣ್ಣ ಕೈಗಾಡಿಯನ್ನು ಕೊಂಡ. ಅದರಲ್ಲಿ; ಅಲೀ ಲೋಸೆ* ಹಾಗೂ 'ಮಲ್ಬಾನ್' ಎಂಬ ಸಿಹಿ ತಿಂಡಿಗಳನ್ನು ಮತ್ತು ಒಂದು ಕೋವಿ ಹಾಗೂ ಗುರಿ ಹೊಡೆಯುವ ಹಲಗೆಯನ್ನೂ** ತುಂಬಿಕೊಂಡ. "ಕಣ್ತೆರೆದು ನೋಡಿ, ಗುರಿ ಹೊಡೆದು ಮಲ್ಬಾನ್ ತಿನ್ನಿ" ಎಂದು ಗಟ್ಟಿಯಾಗಿ ಕೂಗಿಕೊಳ್ಳುತ್ತಿದ್ದ. ಮಕ್ಕಳು ಆತನ ಗಾಡಿಯ ಸುತ್ತ ತುಂಬಿಕೊಳ್ಳುತ್ತಿದ್ದರು.

ಕೊನೆಗೆ, ತನ್ನ ಹೊಸ ವೃತ್ತಿಯಲ್ಲಿ ಸುಭದ್ರವಾಗಿ ತಳವೂರಿದ ಮೇಲೆ ಶೇಖ್ ಅಲೀ ಅಜೀಜಾಳನ್ನು ಮದುವೆಯಾದ. ಅನಂತರದ ಆತನ ಜೀವನ ಸಹಿಸಲಸಾಧ್ಯವಾದುದೇನೂ ಆಗಿರಲಿಲ್ಲ. ಆದರೆ ಇತರ ಎಲ್ಲ ಗಂಡಂದಿರೂ ಅನುಭವಿಸುವ ಅಳಲನ್ನು ಆತ ಒಬ್ಬನೇ ಅನುಭವಿಸುತ್ತಿದ್ದ.

ವಾಸ್ತವವಾಗಿ ಮಾತ್ರ, ಹೀಗೆ ಓಮ್ ಸಯೆದ್ ಎಂಬ ಕಿರುಕುಳವಿದ್ದರೂ, ಜೀವನ ಅಸಹನೀಯವಾಗಿರಲಿಲ್ಲ. ಆದರೆ ಪರಿಸ್ಥಿತಿ ಒಮ್ಮೆಲೆ ಬದಲಾಯಿತು. ಆತನ ಮಾವ, ದೈವಭೀರುವಾಗಿದ್ದ ಶೇಖ್ ಜಕಿ ಕೊನೆಗೊಂದು ದಿನ ಸತ್ತುಹೋದ. ಸಮಾಧಿಯೊಂದರಲ್ಲಿ ಕೆಲಸ ಮಾಡುತ್ತಿದ್ದ ಆತನ ಸ್ಥಾನ ಖಾಲಿಯಾಯಿತು.

ಓಮ್ ಸಯೆದ್‌ಗೆ ಹಾಗೂ ಆಕೆಯ ತಾಯಿ ಸೇತ್ ಫತ್ಮಾ ಎಲ್ ಎರ್ದ್‌ಗೆ ಶೇಖ್ ಅಲೀಯನ್ನೇ ಆ ಸ್ಥಾನದಲ್ಲಿ ಕೂರಿಸುವುದು ಉತ್ತಮವೆನಿಸಿತು. ಹಾಗೆ ಮಾಡಿದರೆ ಕೆಲಸವು ಕುಟುಂಬದ ಪರಿಧಿಯಲ್ಲೇ ಉಳಿದಂತಾಗುವುದು. ಇದು ಸೊಗಸಾದ ಯೋಚನೆ. ಶೇಖ್ ಆಲೀಗೆ ಇದೊಂದು ಅದ್ಭುತ ಅವಕಾಶ ದೊರೆತಂತಾಗುವುದು ಎನಿಸಿತು ಅವರಿಗೆ. ಅದನ್ನು ಒಪ್ಪಿಕೊಳ್ಳುವಂತೆ ಅವರು ಆತನಿಗೆ ಬಲವಂತ ಮಾಡಿದರು.

ಶೇಖ್ ಅಲೀ ಮೊದಮೊದಲು ಹಿಂಜರಿದ. ಈ ಕೆಲಸಕ್ಕೆ ತಾನು ಅರ್ಹನೆಂದು ಯಾರೂ ನಿರೀಕ್ಷಿಸಲಾರರು ಎಂದೆನಿಸಿತ್ತು ಆತನಿಗೆ. ಅದರಲ್ಲೂ ವಿದೂಷಕ ಹಾಗೂ ಬೊಂಬೆಯಾಟಗಾರನಾಗಿದ್ದ ತನ್ನ ಹಿಂದಿನ ವೃತ್ತಿಗಳು ಇಂತಹ ಧಾರ್ಮಿಕ ಸ್ಥಾನವೊಂದಕ್ಕೆ ಹೊಂದಿಕೊಳ್ಳಲು

* ಈ ಸಿಹಿ ತಿಂಡಿಯ ಹೆಸರೇ ಆತನಿಗೆ ಅನಂತರ ಅಂಟಿಕೊಂಡಿತು.

** ಮಕ್ಕಳ ಒಂದು ಆಟ. ಸರಿಯಾಗಿ ಒಬ್ಬ ಗುರಿ ಹೊಡೆದರೆ, ಅದಕ್ಕೆ ಬಹುಮಾನವಾಗಿ ಒಂದು ತುಂಡು ಮಲ್ಬಾನ್‌ಗೆ ಆತ ಅರ್ಹ.

ತನಗೆ ಅಡ್ಡಿಯಾಗಬಹುದು ಎಂದು ಆತ ನಂಬಿದ್ದ. ಆದರೆ ತನ್ನ ಮೊಂಡು ಹೆಂಡತಿ ಹಾಗೂ ದೃಢ ಮನಸ್ಸಿನ ಅತ್ತೆಯೊಂದಿಗೆ ಈ ಕುರಿತು ವಾದ ಮಾಡಲು ಸಾಧ್ಯವೇ ಇಲ್ಲ ಎಂದು ಅವರೊಂದಿಗೆ ಸಮಾಲೋಚಿಸಿದಾಗ ಅವನಿಗೆ ಮನವರಿಕೆಯಾಯಿತು.

ಆರಂಭದಲ್ಲಂತೂ ಬಡಪಾಯಿ ಶೇಖ್ ಅಲೀಗೆ ಭಾರಿ ಗೊಂದಲವುಂಟಾಗುತ್ತಿತ್ತು. ಆತನಿಗೆ ಧಾರ್ಮಿಕ ತತ್ವಗಳ ಮೂಲಭೂತ ಅರಿವೂ ಇರಲಿಲ್ಲ. ಆದರೆ ಆತ ಸೊನ್‌ಬೋಲ್‌ನ ಜೀವನ ತತ್ವವನ್ನು ನೆನಪಿನಲ್ಲಿಟ್ಟುಕೊಂಡ: ಜೀವನದಲ್ಲಿ ಅಸಾಧ್ಯವಾದುದೇನೂ ಇಲ್ಲ, ಕಾಲವೇ ಎಲ್ಲವನ್ನೂ ಕೊಡುತ್ತದೆ.

ಕೊನೆಗೆ ಶೇಖ್ ಅಲೀ ತನ್ನ ನಗುಮುಖ ಹಾಗೂ ವಿನೋದ ಪ್ರವೃತ್ತಿಯನ್ನು ಬಿಟ್ಟು, ದಾಡಿ ಬೆಳೆಸಿ ಹುಬ್ಬುಗಂಟಿಕ್ಕಿಕೊಂಡ, ಬಾಯಲ್ಲಿ ಮಣ ಮಣ ಮಂತ್ರ ಜಪಿಸತೊಡಗಿದ – ಪ್ರತಿಷ್ಠಿತ ವ್ಯಕ್ತಿಯಂತೆ ಕಾಣುವುದಕ್ಕಾಗಿ.

ದಿನಗಳುರುಳಿದವು. ಶೇಖ್ ಅಲೀ ತನ್ನ ಧಾರ್ಮಿಕ ವೃತ್ತಿಯಲ್ಲಿ ಮುಂದುವರಿದ. ಸುತ್ತಲಿರುವವರಿಗೆಲ್ಲಾ ತೃಪ್ತಿಯುಂಟುಮಾಡುತ್ತಿದ್ದ. ತನ್ನ ವಿನಾ ಉಳಿದವರೆಲ್ಲರಲ್ಲೂ ನಂಬಿಕೆ ತರುತ್ತಿದ್ದ.

ವಾಸ್ತವವಾಗಿ ಆತನಿಗೆ ತಾನು ಇನ್ನು ಈ ಕೆಲಸದಲ್ಲಿ ಮುಂದುವರಿಯುವುದು ಸಾಧ್ಯವೇ ಇಲ್ಲ ಎಂದೆನಿಸಿತ್ತು. ತನ್ನ ಗಡ್ಡ ತಡೆಯಲಾರದಷ್ಟು ಭಾರವಾಗುತ್ತಿದೆ ಯೆಂದೆನಿಸಿತ್ತು. ತಾನು ಹೀಗೆ ದೈವಭಕ್ತಿ ನಟಿಸುತ್ತಿರುವುದು ವಂಚನೆ ಎಂದುಕೊಂಡ; ಪ್ರಾಮಾಣಿಕ ವಿದೂಷಕನಾಗಿದ್ದಾಗಲೇ ತಾನು ದೇವರಿಗೆ ಇನ್ನೂ ಹತ್ತಿರವಿದ್ದೆ ಎಂದು ಭಾವಿಸಿದ.

ಮುಂಚೆ ಆತ ಬೊಂಬೆಯಾಟದ ಮೂಲಕ ಜನರನ್ನು ನಗಿಸುತ್ತಿದ್ದ. ಈಗ ತನ್ನ ನೀಟಾದ ಗಡ್ಡ ಹಾಗೂ ಜೋತುಬಿದ್ದ ಜಪಮಾಲೆಯ ಹಿಂದಿನಿಂದ ಜನರತ್ತ ನಗುತ್ತಿದ್ದ.

ಇಲ್ಲ – ಆತ ತನ್ನ ಹಿಂದಿನ ವೃತ್ತಿಗೆ ಹಿಂತಿರುಗಲು ನಿರ್ಧರಿಸಿದ್ದ. ಅಂದು ಬೆಳಿಗ್ಗೆ ಆತ ಮನೆಗೆ ಬೇಗನೆ ವಾಪಸಾಗಿ ಅಬು ಎಲ್ ರೀಶ್ ಮಸೀದಿಯ ವಿರುದ್ಧ ತನ್ನ ಬಂಡಾಯವನ್ನು ಓಮ್ ಸಯೆದ್‌ಗೆ ತಿಳಿಸಲು ಇದೇ ಕಾರಣ, ಆಕೆಯ ಮುಂದೆ ನಿಂತು ಕೋಪದಿಂದ ತನ್ನ ಗಡ್ಡದ ಕೂದಲುಗಳನ್ನು ಎಳೆಯುತ್ತಾ ಅಬ್ಬರಿಸಿದ :

"ಮುಗಿಯಿತು, ನನಗೆ ಸಾಕಾಯಿತು... ಈ ಗಡ್ಡವೊಂದು ದರಿದ್ರ."

"ಏನು ನೀನು ಹೇಳುತ್ತಿರುವುದು ?" – ಓಮ್ ಸಯೆದ್ ಅಚ್ಚರಿಯಿಂದ ಕೇಳಿದಳು.

"ಈ ಗಡ್ಡದ ಅಗತ್ಯ ಇಲ್ಲವೆಂದೆ... ದೇವರಿಗೆ ಸಮೀಪನಾಗಿರಲು ಇದನ್ನು ಬೆಳೆಸಬೇಕೇನು ?"

"....ನಿನಗೆ ಹುಚ್ಚು ಹಿಡಿದಿರಬೇಕು" ಎಂದಳು ಓಮ್ ಸಯೆದ್. ತನ್ನ ಜಾಗದಿಂದ ದೂರ ಹೋಗಿ, ಆತನಿಗೆ ಇನ್ನು ಹೆಚ್ಚು ಗಲಾಟೆ ಮಾಡದೆ ಮಸೀದಿಗೆ ಹೋಗು ಎನ್ನುವಂತೆ ಸೊಪ್ಪು ಕೈನಲ್ಲೆ ಸನ್ನೆ ಮಾಡಿದಳು.

ಶೇಖ್ ಅಲೀ ತಲೆ ಬಗ್ಗಿಸಿಕೊಂಡು ಮಸೀದಿಗೆ ವಾಪಸಾದ. ಆತ ತಾನು ಗೊಂಬೆ ಗಳನ್ನು ಮಾರಿದ್ದ ಮನುಷ್ಯನನ್ನು ಭೇಟಿ ಮಾಡಿದ. ತನಗಾಗಿ ಕೆಲವನ್ನು ಕೊಂಡ.

ಮಸೀದಿಯ ಗೋಪುರ ತಲಪಿದಾಗ ಆತನಿಗೆ ಯಾರೋ ಮೆಲ್ಲನೆ ಅಳುತ್ತಿರುವ ಶಬ್ದ ಕೇಳಿಸಿತು. ಸಮಾಧಿಯ ಬಳಿ ಹೆಂಗಸೊಬ್ಬಳು ಕುಳಿತು ಅಳುತ್ತಿರುವುದನ್ನು ಕಂಡ. ಏನು

ನಿನ್ನ ತೊಂದರೆ ಎಂದು ಕೇಳಿದ. ತನ್ನ ಮಗನಿಗೆ ತೀವ್ರ ಕಾಯಿಲೆಯಾಗಿದ್ದು ಇನ್ನೇನು ಸಾವಿನ ಸ್ಥಿತಿಯಲ್ಲಿದ್ದಾನೆಂದೂ, ತಾನು ಆತನನ್ನು ಗುಣಪಡಿಸಲು ಮೌಲ್ವಿಯ ಸಹಾಯ ಕೋರಿ ಬಂದಿರುವುದಾಗಿಯೂ ಆಕೆ ಹೇಳಿದಳು.

ಶೇಖ್ ಅಲೀ ಒಂದೆರಡು ಕ್ಷಣ ಯೋಚಿಸಿದ. ತಾನು ಜನರನ್ನು ಆಶೀರ್ವಾದ ಹಾಗೂ ಯಂತ್ರ ಮಂತ್ರಗಳಿಂದ ಮೋಸಪಡಿಸುತ್ತಿದ್ದುದನ್ನು ನೆನೆಸಿಕೊಂಡ. ಈ ಹೆಂಗಸನ್ನು ತನ್ನ ಕೆಲವು ಗೊಂಬೆಗಳಿಂದ ಉಲ್ಲಾಸಗೊಳಿಸಲು ಪ್ರಯತ್ನಿಸುವುದು ಎಷ್ಟೋ ಮೇಲೆಂದುಕೊಂಡ.

ರುದ್ರಭೂಮಿಯ ಒಳಗೆ ಹೋಗಿ ತನ್ನ ಕೆಲವು ಹಳೆಯ ಗೊಂಬೆಯಾಟಗಳನ್ನು ಪ್ರದರ್ಶಿಸಲು ಆತ ಆರಂಭಿಸಿದ. ಆ ಹೆಂಗಸಿಗೆ ತೀವ್ರ ಅಚ್ಚರಿಯೆನಿಸಿತು. ಅವಳು ಕ್ರಮೇಣ ನಗಲಾರಂಭಿಸಿದಳು ಮತ್ತೊಮ್ಮೆ ಹರ್ಷಿತಳಾದಳು.

ಇದ್ದಕ್ಕಿದಂತೆ ಆಕೆಗೆ ಏನೋ ಬೆಳಕು ತುಂಬುತ್ತಿದೆಯೆನಿಸಿತು. ಕರ್ಪೂರದ ಸುಗಂಧವನ್ನು ಆಘ್ರಾಣಿಸಿದಂತಾಯಿತು. ದೂರದಿಂದ ತನ್ನ ಮಗನ ಧ್ವನಿ ಕೇಳಿದಂತೆ ಭಾಸವಾಯಿತು.

ಮನೆಗೆ ಹಿಂತಿರುಗಿದಾಗ ಆಕೆಯ ಮಗನ ದೇಹಸ್ಥಿತಿ ಮುಂಚಿಗಿಂತ ಎಷ್ಟೋ ಉತ್ತಮ ವಾಗಿದ್ದು ಆತ ಕ್ರಮೇಣ ಚೇತರಿಸಿಕೊಳ್ಳುತ್ತಿರುವುದನ್ನು ಆಕೆ ಕಂಡಳು.

ಈ ಮುಗ್ಧ ಮಹಿಳೆಗೆ ಸಂಬಂಧಿಸಿದಂತೆ ಶೇಖ್ ಅಲೀ ಲೋಸೆ ಹಾಗೂ ಆತನ ಗೊಂಬೆಗಳು ಸಾಧಿಸಿದ ಪವಾಡದ ಸುದ್ದಿ ಊರಿನಾದ್ಯಂತ ಮಿಂಚಿನ ವೇಗದಲ್ಲಿ ಹಬ್ಬಿತು.

ಅಂದಿನಿಂದ ಜನರಲ್ಲಿ ಒಂದು ತೀವ್ರ ನಂಬಿಕೆ ಬೆಳೆಯತೊಡಗಿತು. ಅಬು ಎಲ್ ರೀಶ್‌ನ ಧರ್ಮಗುರುವಿಗೆ ಗೊಂಬೆಯಾಟದಲ್ಲಿ ಬಹಳ ಪ್ರೀತಿ ಹಾಗೂ ಅದರ ಮೂಲಕ ಮಾತ್ರವೇ ಆತ ಆಶೀರ್ವಾದ ನೀಡುತ್ತಾನೆ ಎಂದು.

ಇದರಿಂದಾಗಿ ಶೇಖ್ ಅಲೀ ಮಸೀದಿಯನ್ನು ಬಿಡುವ ಯೋಚನೆಯನ್ನೇ ತಳ್ಳಿಹಾಕಿದ. ಆತ ದೇವರನ್ನು ತನಗೆ ಖುಷಿ ಬಂದ ವಿಶಿಷ್ಟ ರೀತಿಯಲ್ಲೇ ಪ್ರಾರ್ಥಿಸುತ್ತಿದ್ದ. ಜನರು ಆತ ತನ್ನ ಗೊಂಬೆಗಳೊಂದಿಗೆ ತನಗಿಷ್ಟ ಬಂದುದನ್ನು ಮಾಡಿಕೊಳ್ಳಲು ಬಿಟ್ಟರು. ಆದರೆ ಆತ ಏನನ್ನೂ ಮಾಡುತ್ತಿಲ್ಲದಿರುವುದನ್ನು ನೋಡಿ ಅವರಿಗೆ ಖೇದವೆನಿಸಿತು. ಏಕೆಂದರೆ ಅದರ ಮೂಲಕ ಆತ ತಮಗೆ ಆಶೀರ್ವಾದ ಮಾಡುತ್ತಾನೆ ಎಂದುಕೊಂಡಿದ್ದರು ಅವರು. ಕೊನೆಕೊನೆಗೆ ಅವರು ಆತನಿಗೆ ಹುಚ್ಚು ಹಿಡಿದಿದೆ ಎಂದುಕೊಂಡರು. ಆದರೆ ಅಂತಹ ಹುಚ್ಚು ಧರ್ಮಗುರುಗಳಿಗೆ ಸಹಜ ಎಂದೂ ಭಾವಿಸಿದರು.

ಏನೇ ಆದರೂ ಶೇಖ್ ಅಲೀ ಯಾವುದನ್ನೂ ಗಣನೆಗೆ ತಂದುಕೊಳ್ಳಲಿಲ್ಲ. ಅವರು ಹುಚ್ಚು ಎಂದುಕೊಂಡರೆ ತಾನೆ ಏನಂತೆ? ಆತ ತನಗಿಷ್ಟ ಬಂದ ರೀತಿಯಲ್ಲಿ ಇರುತ್ತಿದ್ದ.

ಇನ್ನೊಂದು ವಿಷಯ, ದೇವರಿಗೆ ಯಾರು ಹತ್ತಿರ? ಮೋಸಗಾರ, ವಂಚಕ ಧರ್ಮ ಗುರುವೋ, ಅಥವಾ ಪ್ರಾಮಾಣಿಕ, ನಿಷ್ಠಾವಂತ ವಿದೂಷಕನೋ?   ●

ವಿಶ್ವಕಥಾಕೋಶ

ಸಂಪುಟ - ೨

ಆಫ್ರಿಕದ ಹಾಡು

ಲೇಖಕರ ಪರಿಚಯ

ಆಫ್ರಿಕದ ಹಾಡು

ರಿಚರ್ಡ್ ರೀವೆ (1931-1989)

ಸಣ್ಣ ಕಥೆಗಾರ. ಕಾದಂಬರಿಕಾರ, ಸಾಹಿತ್ಯ ವಿಮರ್ಶಕ, ಇಂಗ್ಲಿಷ್ ಹಾಗೂ ಲ್ಯಾಟಿನ್ ಶಿಕ್ಷಕ. ದಕ್ಷಿಣ ಆಫ್ರಿಕದ ಕ್ರೀಡಾಪಟು ಹಾಗೂ ಹರ್ಡಲ್ಸ್‌ನಲ್ಲಿ ಚಾಂಪಿಯನ್ ಆಗಿದ್ದರು. ಸಾಹಸಿ ಮತ್ತು ಪರ್ವತಾರೋಹಿ. ವರ್ಣೀಯ ಮತ್ತು ಮಿಶ್ರ ಜನಾಂಗೀಯರೇ ಹೆಚ್ಚಾಗಿದ್ದ ದಕ್ಷಿಣ ಆಫ್ರಿಕದ ಕೇಪ್‌ಟೌನ್‌ನ ಡಿಸ್ಟ್ರಿಕ್ ಸಿಕ್ಸ್‌ನಲ್ಲಿ ಜನನ. ವರ್ಣೀಯರ ಕೊಳಚೆ ಪ್ರದೇಶದಲ್ಲಿ ಬಾಲ್ಯ. ವಿದ್ಯಾರ್ಥಿ ದೆಸೆಯಲ್ಲಿಯೇ ಬರವಣಿಗೆ. ವರ್ಣನೀತಿ ವಿರುದ್ಧ ಸಾಂಸ್ಕೃತಿಕ ರಂಗದಲ್ಲಿ ಹೋರಾಟಗಾರ. ಕಪ್ಪು ಜನರ ದನಿಯಾಗಿ ಗುರುತಿಸಿ ಕೊಂಡಿದ್ದರು. ಹಾರ್ವರ್ಡ್ ಸೇರಿದಂತೆ ನಾಲ್ಕು ಖಂಡಗಳ 50ಕ್ಕೂ ಹೆಚ್ಚು ವಿಶ್ವ ವಿದ್ಯಾಲಯಗಳಲ್ಲಿ ಭಾಷಣ. 'ಡ್ರಮ್' ಪತ್ರಿಕೆ ಹಾಗೂ ಇತರ ಆಫ್ರಿಕದ ಪ್ರತಿಷ್ಠಿತ ಪತ್ರಿಕೆಗಳಲ್ಲಿ ಇವರ ಕತೆಗಳು ಪ್ರಕಟಗೊಂಡಿವೆ. 'ದಿ ಬೆಂಚ್' ರೀವೆಗೆ ಖ್ಯಾತಿ ತಂದ ಕಥೆ. 'ಡಿಸ್ಟ್ರಿಕ್ಟ್ ಸಿಕ್ಸ್', 'ಎಮರ್ಜೆನ್ಸಿ' ಹಾಗೂ 'ಬಂಕಿಂಗ್ ಹ್ಯಾಂ ಪ್ಯಾಲೇಸ್' ಪ್ರಮುಖ ಕಾದಂಬರಿಗಳು. 1989ರಲ್ಲಿ ದರೋಡೆಕೋರರಿಂದ ಹತರಾದರು.

ಹಸಿದ ಹುಡುಗ

ಜೆ. ಆರ್ಥರ್ ಮೈಮಾನೆ (1932-2005)

ಪತ್ರಕರ್ತ ಮತ್ತು ಬರಹಗಾರ. ದಕ್ಷಿಣ ಆಫ್ರಿಕದ ಪೀಟರ್ಸ್ ಬರ್ಗ್‌ನಲ್ಲಿ ಜನನ. 1950ರ ದಶಕದಲ್ಲಿ 'ಡ್ರಮ್' ನಿಯತಕಾಲಿಕದಲ್ಲಿ ಪತ್ರಕರ್ತನಾಗಿ ಸೇರಿದ ಮೈಮಾನೆ, ಗೋಲ್ಡನ್ ಸಿಟಿ ಪೋಸ್ಟ್ ಪತ್ರಿಕೆಯ ಸುದ್ದಿ ಸಂಪಾದಕ ರಾಗಿದ್ದರು. ಕ್ರೀಡೆ, ಅಪರಾಧ ವಿಭಾಗದಲ್ಲಿ ವರದಿಗಾರಿಕೆ. 1961ರಲ್ಲಿ ಲಂಡನ್‌ಗೆ ಬಂದ ಇವರು ರಾಯ್‌ಟರ್ಸ್‌ನ ಮೊಟ್ಟ ಮೊದಲ ಆಫ್ರಿಕದ ಬಾತ್ಮೀದಾರರು. ವರ್ಣಭೇದ ನೀತಿಯ ವಿರುದ್ಧ ಬರವಣಿಗೆಯ ಮೂಲಕ ಹೋರಾಟ ನಡೆಸುತ್ತಿದ್ದರು. ಮೈಮಾನೆಯ 1976ರಲ್ಲಿ ಪ್ರಕಟವಾದ ಕಾದಂಬರಿ 'ವಿಕ್ಟಿಮ್ಸ್' ದಕ್ಷಿಣ ಆಫ್ರಿಕದಲ್ಲಿ ನಿಷೇಧಿಸಲಾಗಿತ್ತು.

ಆದರೆ 1978ರಲ್ಲಿ ಈ ಕಾದಂಬರಿಗೆ ಲಂಡನ್‌ನ ಇಂಗ್ಲಿಷ್ ಅಕಾಡೆಮಿ ಆಫ್ ಸೌತ್ ಆಫ್ರಿಕ, ಪ್ರತಿಷ್ಠಿತ 'ಪ್ರಿಂಗಲ್ ಅವಾರ್ಡ್ ಫಾರ್ ಕ್ರಿಯೇಟಿವ್ ರೈಟಿಂಗ್' ನೀಡಿ ಗೌರವಿಸಿತು. ಬಿಬಿಸಿ, ರಾಯ್‌ಟರ್ಸ್‌ಗಳಂಥ ಪ್ರತಿಷ್ಠಿತ ಸುದ್ದಿ ಸಂಸ್ಥೆಗಳಲ್ಲಿ ಸೇವೆ. ❍

ಬದುಕಿದವರು-ಸತ್ತವರು

ಎಜೆಕಿಯೆಲ್ ಎಂಫಲೀಲಿ (1919–2008)

ದಕ್ಷಿಣ ಆಫ್ರಿಕದ ಪ್ರೆಟೋರಿಯದ ಮರಬಸ್ತಾದ್ ಎಂಬಲ್ಲಿ ಜನನ. ಬಾಲ್ಯದಲ್ಲಿ ಕುರಿ ಕಾಯುವ ಕೆಲಸ. ಹೈಸ್ಕೂಲ್ ಶಿಕ್ಷಕನಾಗಿ ವೃತ್ತಿಜೀವನ ಆರಂಭ. ಸರಕಾರದ ಶಿಕ್ಷಣ ನೀತಿಯನ್ನು ವಿರೋಧಿಸಿ ಶಿಕ್ಷಕ ವೃತ್ತಿಯನ್ನು ತ್ಯಜಿಸಿದರು. ಆಫ್ರಿಕನ್ ನ್ಯಾಷನಲ್ ಕಾಂಗ್ರೆಸ್‌ಗೆ ಸೇರಿ ರಾಜಕೀಯ, ವರ್ಣ ಭೇದ ಹೋರಾಟ ಮಾಡಿದ್ದಕ್ಕೆ 20 ವರ್ಷ ಗಡಿಪಾರು. ವಿದೇಶಗಳಲ್ಲಿ ಜೀವನ ನಿರ್ವಹಣೆಗೆ ವಿವಿಧ ವೃತ್ತಿ. 1968ರಲ್ಲಿ ಡೆನ್ವರ್ ವಿಶ್ವವಿದ್ಯಾಲಯ ದಿಂದ ಪಿಎಚ್.ಡಿ. ಪದವಿ. ಆಫ್ರಿಕದ ಅತ್ಯಂತ ಪ್ರಮುಖ ಚಿಂತಕ ಮತ್ತು ಬರಹಗಾರ. ಇವರ ಹೆಸರನ್ನು 1969ರ ಸಾಹಿತ್ಯದ ನೊಬೆಲ್ ಪ್ರಶಸ್ತಿಗೆ ಸೂಚಿಸಲಾಗಿತ್ತು. 'ಡೌನ್ ಸೆಕೆಂಡ್ ಅವೆನ್ಯೂ' ಎಂಬ ಇವರ ಆತ್ಮಕಥೆ ದಕ್ಷಿಣ ಆಫ್ರಿಕದ ಶ್ರೇಷ್ಠ ಕೃತಿಗಳಲ್ಲಿ ಒಂದು. ಫ್ರೆಂಚ್ ಭಾಷೆಯ ಇವರ ಸಾಹಿತ್ಯಕ್ಕೆ ಫ್ರೆಂಚ್ ಸರಕಾರ ಪ್ರತಿಷ್ಠಿತ ಲೆ ಪಾಮ್ಸ್ ಅಕಡೆಮಿಕ್ಸ್ ನೀಡಿ ಗೌರವಿಸಿತು. 1998ರಲ್ಲಿ ದಕ್ಷಿಣ ಆಫ್ರಿಕದ ಮಾಜಿ ಅಧ್ಯಕ್ಷರಾದ ನೆಲ್ಸನ್ ಮಂಡೇಲಾ ಅವರು ಸರಕಾರದ ಅತ್ಯುನ್ನತ ಪುರಸ್ಕಾರವಾದ 'ಆರ್ಡರ್ ಆಫ್ ದ ಸದರ್ನ್ ಕ್ರಾಸ್' ನೀಡಿ ಗೌರವಿಸಿದರು. ಸಣ್ಣ ಕಥೆಗಾರ, ಪ್ರಬಂಧಕಾರ, ಕಾದಂಬರಿಕಾರರೆಂದು ಪ್ರಸಿದ್ಧರು. ❍

ಪ್ರತಿಧ್ವನಿಗಳು

ಆಲ್ಫ್ ವಾನೆನ್‌ಬರ್ಗ್

ದಕ್ಷಿಣ ಆಫ್ರಿಕದ ಕೇಪ್‌ಟೌನ್‌ನಲ್ಲಿ 1936ರಲ್ಲಿ ಜನನ. ಬರಹಗಾರ ಮತ್ತು ಪತ್ರಕರ್ತ. ವರ್ಣೀಯ ಮತ್ತು ಮಿಶ್ರ ಜನಾಂಗೀಯ ಡಿಸ್ಟ್ರಿಕ್ಟ್ ಸಿಕ್ಸ್ ಜೊತೆ ಒಡನಾಟ ಇದ್ದು, ರಿಚರ್ಡ್ ರೀವೆಯ ಬರಹಗಾರರ ಸಮೂಹದಲ್ಲಿದ್ದ ಏಕೈಕ ಬಿಳಿಯ ಬರಹಗಾರ. 1963ರಲ್ಲಿ ಕೇಪ್‌ಟೌನ್‌ನ ಇತರ ಮೂವರು ಸಹ ಲೇಖಕರೊಂದಿಗೆ ಬರೆದ ಇವರ ಕಥಾಸಂಕಲನ 'ಕ್ವಾರ್ಟೆಟ್' ನ್ಯೂಯಾರ್ಕ್‌ನಲ್ಲಿ ಬಿಡುಗಡೆಯಾಗಿತ್ತಾದರೂ 40 ವರ್ಷಗಳ ಕಾಲ ದಕ್ಷಿಣ ಆಫ್ರಿಕದಲ್ಲಿ ಮಾತ್ರ ನಿಷೇಧಿಸಲ್ಪಟ್ಟಿತ್ತು. ದಕ್ಷಿಣ ಆಫ್ರಿಕದ ವರ್ಣಭೇದದ

ವಿರುದ್ಧ ಹೋರಾಟಗಾರರಲ್ಲಿ ಪ್ರಮುಖರು. ಅನೇಕ ಸೃಜನಶೀಲ ಕೃತಿಗಳನ್ನು ಬರೆದಿದ್ದು, ದಿ ರಿಪ್ ಆಫ್, ದಿ ಆಡಿಷನ್, ಕಾರ್ಡಿನಲ್ ಸಿನ್, ಜುದಾಸ್, ಎಂಡ್ ಗೇಮ್, ದಿ ವೈಟ್ ಡ್ರೆಸ್ ಪ್ರಮುಖ ಕತೆಗಳು. ❍

ಮೊಗಸಾಲೆಯಲ್ಲಿ ಆತಿಥ್ಯ

ಅಲನ್ ಪೇಟನ್ (1903–1988)

ದಕ್ಷಿಣ ಆಫ್ರಿಕದ ನೇಟಾಲ್ ಪ್ರಾಂತ್ಯದ ಪೀಟರ್ ಮಾರಿಟ್ಜ್ ಬರ್ಗ್ (ಕ್ವಾಜುಲು)ನಲ್ಲಿ ಜನನ. ಶಿಕ್ಷಕ, ಬರಹಗಾರ ಮತ್ತು ವರ್ಣಭೇದ ನೀತಿಯ ವಿರುದ್ಧ ಹೋರಾಟಗಾರ. 1948ರಲ್ಲಿ ಪ್ರಕಟವಾದ ಇವರ ಮೊದಲ ಕಾದಂಬರಿ 'ಕ್ರೈ, ದ ಬಿಲವೆಡ್ ಕಂಟ್ರಿ' ದಕ್ಷಿಣ ಆಫ್ರಿಕದ ವರ್ಣಭೇದ ನೀತಿಯ ಬಗ್ಗೆ ಜಗತ್ತಿನ ಗಮನ ಸೆಳೆದ ಕೃತಿ. 1953ರಲ್ಲಿ ವರ್ಣಭೇದ ನೀತಿಯ ವಿರುದ್ಧ ಹೋರಾಟಕ್ಕಾಗಿ ಸೌತ್ ಆಫ್ರಿಕನ್ ಲಿಬರಲ್ ಪಾರ್ಟಿಯನ್ನು ಇವರು ಹುಟ್ಟುಹಾಕಿದ್ದರು. ಆಫ್ರಿಕದ ಬಾಲಾಪರಾಧಿ ಸುಧಾರಣಾಲಯದ ಪ್ರಿನ್ಸಿಪಾಲ್ ಆಗಿದ್ದರು. ಯೇಲ್ ವಿಶ್ವವಿದ್ಯಾಲಯ, ಕೀನ್ಯನ್ ಕಾಲೇಜಿನ ಗೌರವ ಪದವಿಗಳು, ಅಮೆರಿಕದ ಫ್ರೀಡಂ ಹೌಸ್ ಪ್ರಶಸ್ತಿ ಲಭಿಸಿವೆ. 'ಟೂ ಲೇಟ್ ದಿ ಫ್ಯಲರೋಪ್', 'ಆಹ್', 'ಬಟ್ ಯುವರ್ ಲ್ಯಾಂಡ್ ಈಸ್ ಬ್ಯೂಟಿಫುಲ್' ಇವು ಜನಪ್ರಿಯ ಕೃತಿಗಳು. ಕಾವ್ಯದ ಬಗ್ಗೆ ಆಸಕ್ತಿ ದಕ್ಷಿಣ ಆಫ್ರಿಕದ ರಾಜಕಾರಣದಲ್ಲಿ ಸಕ್ರಿಯರಾಗಿದ್ದರು. ಎರಡು ಸಂಪುಟಗಳಲ್ಲಿ ಇವರ ಆತ್ಮಕಥೆ ಪ್ರಕಟಗೊಂಡಿದೆ. ❍

ಶವಪೆಟ್ಟಿಗೆ

ಐಸ್ ಕ್ರೇಹ (1910–1987)

ದಕ್ಷಿಣ ಆಫ್ರಿಕದ ಕೇಪ್ ಪ್ರಾಂತ್ಯದಲ್ಲಿ ಜನನ. ಸಣ್ಣ ಕಥೆಗಾರ, ನಾಟಕಕಾರ, ಕವಿ, ಅನುವಾದಕ ಹಾಗೂ ಪತ್ರಕರ್ತರಾಗಿ ಪ್ರಸಿದ್ಧರು. ರಗ್ಬೀ ಆಟಗಾರರು. ಎರಡನೇ ಮಹಾಯುದ್ಧದಲ್ಲಿ ಯುದ್ಧ ಕೈದಿಯಾಗಿ ಸೆರೆ, ನಂತರ ಜೈಲಿನಿಂದ ಪರಾರಿ. ಆಫ್ರಿಕಾನ್ಸ್ ಮತ್ತು ಇಂಗ್ಲಿಷ್ ಎರಡೂ ಭಾಷೆಗಳಲ್ಲಿ ಸಾಹಿತ್ಯ ರಚನೆ. ಫ್ರೆಂಚ್, ಸ್ಪಾನಿಷ್ ಭಾಷೆಗಳಲ್ಲೂ ಪಾಂಡಿತ್ಯ. ಇಂಗ್ಲಿಷ್, ಸ್ಪಾನಿಷ್, ಫ್ರೆಂಚ್ ಭಾಷೆಯ ಪ್ರಸಿದ್ಧ ಲೇಖಕರ ಕೃತಿಗಳನ್ನು ಆಫ್ರಿಕಾನ್ಸ್ ಭಾಷೆಗೆ ಅನುವಾದಿಸಿದ್ದಾರೆ. ದಿ ಪಾಮ್ ಟ್ರಿ, ದಿ ಡ್ರೀಮ್ ಅಂಡ್ ದಿ ಡೆಸರ್ಟ್, ಕಾದಂಬರಿಗಳು. ದಿ ಗೋಲ್ಡನ್ ಸರ್ಕಲ್ ಪ್ರಸಿದ್ಧ ನಾಟಕ. ಚೇಂಜ್, ರೆಡ್‌ಡೇ, ವಾರ್ ಪೊಯೆಮ್ಸ್ ಇವು ಕವಿತಾ ಸಂಕಲನಗಳು. ❍

ಸೇಡಿನ ಸಾಲಗಾರ

ಚಿನುವ ಅಹೇಬೆ

1930ರಲ್ಲಿ ಆಫ್ರಿಕ ಖಂಡದ ಪಶ್ಚಿಮ ಭಾಗದ ನೈಜೀರಿಯದ ಒಜಿಡಿಯಲ್ಲಿ ಜನನ. ಪ್ರಾಧ್ಯಾಪಕ, ಕಾದಂಬರಿಕಾರ, ಕವಿ ಮತ್ತು ವಿಮರ್ಶಕರು. ಆಫ್ರಿಕದ ಆಧುನಿಕ ಸಾಹಿತ್ಯದಲ್ಲಿ ಮುಂಚೂಣಿಯ ಹೆಸರು. ಸುಮಾರು ಐವತ್ತು ಭಾಷೆಗಳಿಗೆ ತರ್ಜುಮೆಗೊಂಡಿರುವ, ಜಗತ್ತಿನಾದ್ಯಂತ ಹತ್ತು ಮಿಲಿಯ ಪ್ರತಿಗಳಷ್ಟು ಮಾರಾಟವಾಗಿರುವ 'ಥಿಂಗ್ಸ್ ಫಾಲ್ ಅಪಾರ್ಟ್' ಇವರ ಮಹತ್ವದ ಕೃತಿ. ನೈಜೀರಿಯ ಸರಕಾರ ಇವರಿಗೆ ಪ್ರದಾನ ಮಾಡಿದ ದೇಶದ ಎರಡನೆ ಅತಿ ಮುಖ್ಯ ಗೌರವ 'ಕಮಾಂಡರ್ ಆಫ್ ದ ಫೆಡರಲ್ ರಿಪಬ್ಲಿಕ್'ಅನ್ನು ದೇಶದ ದುಃಸ್ಥಿತಿಯನ್ನು ವಿರೋಧಿಸಿ ನಿರಾಕರಿಸಿದ್ದರು. 1975ರಲ್ಲಿ ಲೋಟಸ್ ಪ್ರಶಸ್ತಿ, 2007ರಲ್ಲಿ ಅಮೆರಿಕದ ಮೆಡಲ್ ಆಫ್ ಆನರ್ ಫಾರ್ ಲಿಟರೇಚರ್, ಇಂಗ್ಲೆಂಡಿನ ಮ್ಯಾನ್ ಬೂಕರ್ ಪ್ರಶಸ್ತಿಗಳು ಇವರಿಗೆ ಸಂದಿವೆ. ಬರಹಗಾರರಾಗಿದ್ದು ಸಣ್ಣ ಕತೆಗಾರರೆಂದೇ ಪ್ರಸಿದ್ಧಿ. ಪ್ರಸ್ತುತ ಅಮೆರಿಕದ ಬ್ರೌನ್ ವಿಶ್ವವಿದ್ಯಾಲಯದಲ್ಲಿ ಆಫ್ರಿಕನ್ ಅಧ್ಯಯನ ಕೇಂದ್ರದಲ್ಲಿ ಪ್ರಾಧ್ಯಾಪಕ.

ರಜತ ರಸ್ತೆ

ಅಬುಲ್ ಎಡ್ ಡೋಡು

ಕಾದಂಬರಿಕಾರ, ನಾಟಕಕಾರ ಹಾಗೂ ಸಣ್ಣ ಕಥೆಗಾರ. ಅಲ್ಜೀರಿಯ ವಿಶ್ವ ವಿದ್ಯಾನಿಲಯದಲ್ಲಿ ತುಲನಾತ್ಮಕ ಸಾಹಿತ್ಯ ಪ್ರಾಧ್ಯಾಪಕರಾಗಿದ್ದರು. ಜರ್ಮನ್ ಭಾಷೆಯಿಂದ ಅರಬಿ ಭಾಷೆಗೆ ಹಲವು ಕೃತಿಗಳನ್ನು ಭಾಷಾಂತರಿಸಿದ್ದಾರೆ.

ಕೊಳ

ಚಾರ್ಲ್ಸ್ ಜೊ

ಗಾಂಬಿಯದ ತರುಣ ಬರಹಗಾರ. ಇಂಗ್ಲಿಷ್‌ನಲ್ಲಿ ಸ್ನಾತಕೋತ್ತರ ಪದವಿ. ಗಾಂಬಿಯ ಪ್ರೌಢಶಾಲೆಯಲ್ಲಿ ಶಿಕ್ಷಕ. ಸಣ್ಣ ಕಥೆಗಾರ.

ಆ ನೋಟ

ಲಿನೋ ಲೆಟಾಸ್

ಉಗಾಂಡದ ಬರಹಗಾರ. ಮಾನವನ ನಡವಳಿಕೆ ಮತ್ತು ಮನಃಸ್ಥಿತಿಗೆ ಒತ್ತು ಕೊಡುವ ಕಾವ್ಯಾತ್ಮಕ ಕಿರುಗತೆಗಳ ಲೇಖಕ.

ಮೊಕದ್ದಮೆ

ಅಲೀ ಎಲ್ ಮಾಕ್

ಸುಡಾನಿನ ಕಿರುಗತೆಗಾರ. ವಾಸ್ತವಿಕತೆ ಹಾಗೂ ಮೊನಚಾದ ವ್ಯಂಗ್ಯದ ಸಂಮಿಶ್ರ ಬರಹಗಳು ಇವರನ್ನು ಪ್ರಸಿದ್ಧಿಗೆ ತಂದವು.

ಆಫ್ರಿಕನ್ ನೆಲದ ಹಂಬಲ

ಡ್ರಿಸ್ ಕ್ರೇಯ್‌ಬಿ (1926–2007)

ಮೊರೊಕ್ಕೊದ ಬಂದರು ನಗರವಾದ ಎಲ್ ಜದೀದಾದಲ್ಲಿ ಜನನ. ಕಥೆಗಾರ, ಕಾದಂಬರಿಕಾರ ಹಾಗೂ ಪತ್ರಕರ್ತ. ವಸಾಹತುಶಾಹಿ ವ್ಯವಸ್ಥೆಯಲ್ಲಿ ಕಾರ್ಮಿಕರ ಜೀವನ ಮತ್ತು ಸಾಂಸ್ಕೃತಿಕ ಸಂಘರ್ಷಗಳು, ತಲೆಮಾರುಗಳ ನಡುವಿನ ಸಂಘರ್ಷಗಳು ಹಾಗೂ ಮಹಿಳೆಯರ ಬಗೆಗಿನ ಧೋರಣೆ ಗಳನ್ನು ಇವರ ಸಾಹಿತ್ಯದಲ್ಲಿ ಕಾಣಬಹುದು. ಇವರ ಮೊದಲ ಕೃತಿ 'ದಿ ಸಿಂಪಲ್ ಪಾಸ್ಟ್' ಬಿಡುಗಡೆಯಾದ ಕೆಲ ದಿನಗಳಲ್ಲೇ ನಿಷೇಧ. ಫ್ರೆಂಚ್ ಪ್ರಭಾವವಿದ್ದೂ ಮೊರೊಕ್ಕೊ ಮೂಲದ ಛಾಯೆಯಲ್ಲಿ ಸಾಹಿತ್ಯ ರಚಿಸಿದರು. 'ದಿ ಮ್ಯಾನ್ ಇನ್ ದಿ ಬುಕ್' ಇವರ ಪ್ರಮುಖ ಕೃತಿಯಾಗಿದೆ. ದಿ ಆಸ್, ದಿ ಕ್ರೌಡ್, ಮದರ್ ಕಮ್ಸ್ ಆಫ್ ಏಜ್, ಇನ್‌ಸ್ಪೆಕ್ಟರ್ ಅಲಿ ಮುಂತಾದ ಇನ್ನಿತರ ಕೃತಿಗಳನ್ನೂ ಬರೆದಿದ್ದು, ಕಾವ್ಯದಲ್ಲೂ ತಮ್ಮ ಪ್ರತಿಭೆಯನ್ನು ಹೊಮ್ಮಿಸಿದ್ದಾರೆ.

ಅಬುಲ್ ರೀತ್ ಮಸೀದಿಯ ಬಳಿ

ಯೂಸೆಫ್ ಎಲ್. ಸೆಬಾಯ್ (1917–1978)

ಈಜಿಪ್ಟ್‌ನ ಪ್ರಮುಖ ಬರಹಗಾರ. ಈಜಿಪ್ಟ್‌ನ ಸಯ್ಯದಾ ಜೀನಾಬ್‌ನಲ್ಲಿ ಜನನ. ಸೇನಾ ಶಾಲೆಯಲ್ಲಿ ವಿದ್ಯಾಭ್ಯಾಸ. ಮಿಲಿಟರಿ ಅಧಿಕಾರಿಯಾಗಿ, ಮಿಲಿಟರಿ ಇತಿಹಾಸದ ಪ್ರಾಧ್ಯಾಪಕರಾಗಿ, ಮಿಲಿಟರಿ ವಸ್ತು ಸಂಗ್ರಹಾಲಯದ ನಿರ್ದೇಶಕರಾಗಿ ಸೇವೆ. ಈಜಿಪ್ಟಿನ ಪ್ರೆಸ್ ಸಿಂಡಿಕೇಟ್‌ನ ಮುಖ್ಯಸ್ಥ ರಾಗಿದ್ದರು. 1975ರಲ್ಲಿ ಈಜಿಪ್ಟಿನ ಸಾಂಸ್ಕೃತಿಕ ಸಚಿವರಾಗಿದ್ದ ಇವರು ಆಫ್ರೊ–ಏಷ್ಯನ್ ಲೇಖಕರ ಸಂಘಟನೆಯ ಪ್ರತಿಪಾದಕರು. ಪ್ಯಾಲೆಸ್ತೀನಿಯರ ರಾಷ್ಟ್ರೀಯತೆಯ ಪರವಾಗಿದ್ದ ಇವರು 'ಅಲ್ ಮುಸ್ಸಾವರ್' ಪತ್ರಿಕೆಯ ಪ್ರಧಾನ ಸಂಪಾದಕರೂ ಆಗಿದ್ದರು. ಐವತ್ತಕ್ಕೂ ಹೆಚ್ಚು ಕಥೆ, ಕಾದಂಬರಿ, ನಾಟಕ, ಪ್ರಬಂಧಗಳನ್ನು ಬರೆದಿದ್ದು, 'ಯು ಆರ್ ನಾಟ್ ಅಲೋನ್' ಕಾದಂಬರಿ ಹೆಚ್ಚು ಪ್ರಖ್ಯಾತ. ಶಾಂತಿ–ಭದ್ರತೆ ಬಗ್ಗೆ ಸಭೆಯೊಂದರಲ್ಲಿ ಭಾಗವಹಿಸಿದ್ದಾಗ ಪ್ಯಾಲೆಸ್ತಿನ್‌ನ ತೀವ್ರವಾದಿ ಗುಂಪಿನಿಂದಲೇ ಹತರಾದರು.

ಅನುವಾದಕರು

ಸಿ. ಸೀತಾರಾಮ್

1940ರಲ್ಲಿ ನಂಜನಗೂಡಿನಲ್ಲಿ ಜನನ. ಬಸವನಗುಡಿ ನ್ಯಾಷನಲ್ ಕಾಲೇಜಿನಲ್ಲಿ ಬಿ.ಎಸ್‌ಸಿ. ಪದವಿ. ಹಂಪಿ ಕನ್ನಡ ವಿಶ್ವವಿದ್ಯಾನಿಲಯದಿಂದ ಡಿ.ಲಿಟ್. ಪದವಿ. ಟೆಕ್ಸ್‌ಟೈಲ್ ಟೆಕ್ನಾಲಜಿಯಲ್ಲಿ ಡಿಪ್ಲೋಮ. ನಾಡಿನ ಹೆಸರಾಂತ ಪತ್ರಿಕೆಗಳಲ್ಲಿದ್ದು ಈಗ ನಿವೃತ್ತರು. ನಾಡಿನ ವಿವಿಧ ಪತ್ರಿಕೆಗಳಲ್ಲಿ ಸಾಕಷ್ಟು ಲೇಖನಗಳನ್ನು ಬರೆದಿದ್ದಾರೆ. 'ಮಿನುಗು ತಾರೆ ಕಲ್ಪನಾ', 'ಅಪ್ಪ ಚಿಕ್ಕವನಿದ್ದಾಗ' ಪುಸ್ತಕಗಳಲ್ಲದೆ ಲಘು ಹಾಸ್ಯ ಬರಹಗಳನ್ನೂ ಬರೆದಿದ್ದಾರೆ. ಚಲನಚಿತ್ರ ನಿರ್ದೇಶಕ ಎನ್. ಲಕ್ಷ್ಮಿನಾರಾಯಣ್ ಬಗ್ಗೆ ಪುಸ್ತಕವನ್ನು ಸಂಪಾದಿಸಿದ್ದಾರೆ. ಪತ್ರಕರ್ತರಾಗಿ ಹಲವು ದೇಶಗಳನ್ನು ಸುತ್ತಿ ಬಂದಿದ್ದಾರೆ. ವಿಯೆಟ್ನಾಮ್ ಸಮರದ ಬಗ್ಗೆ ಎರಡು ಕಿರುಹೊತ್ತಿಗೆಗಳೂ ಸೇರಿದಂತೆ ಸುಮಾರು 30 ಪುಸ್ತಕಗಳನ್ನು ಬರೆದಿದ್ದಾರೆ. ಅನೇಕ ಗೌರವ–ಪುರಸ್ಕಾರ ಗಳಿಗೆ ಇವರು ಪಾತ್ರರಾಗಿದ್ದಾರೆ. ❍

ವಿಶೇಷ ಕೃತಜ್ಞತೆ

'ಆಫ್ರಿಕದ ಹಾಡು' ಸಂಪುಟದ ಕಥೆಗಳ ಆಯ್ಕೆಗಾಗಿ ಹಾಗೂ ಹಿನ್ನೆಲೆ ಮಾಹಿತಿ ಸಂಗ್ರಹಕ್ಕಾಗಿ ನಿಯತಕಾಲಿಕೆ ಗಳನ್ನೂ ಗ್ರಂಥ ಗಳನ್ನೂ ಎರವಲು ನೀಡಿ ನೆರವಾದ

– ನವದೆಹಲಿಯ ಪ್ರೊ॥ ಭೀಷಮ್ ಸಾಹ್ನಿ

– ಬೆಂಗಳೂರಿನ ಪ್ರಾ॥ ಡಿ. ಆರ್. ನಾಗರಾಜ

– ವಿವಿಧ ಗ್ರಂಥ ಭಂಡಾರಗಳು

ಈ ಸಂಪುಟಕ್ಕೋಸ್ಕರ ಇತರ ಕೆಲವು ಆಕರ ಸಾಮಗ್ರಿ ಗಳನ್ನು ನೀಡಿದುದಲ್ಲದೆ, ಆಫ್ರಿಕ ಖಂಡದ ವಿವಿಧ ಭಾಷೆಗಳ ಅಂಕಿತ ನಾಮಗಳ ಸರಿಯಾದ ಉಚ್ಚಾರವನ್ನು ಸ್ಥಳೀಯ ಆಫ್ರಿಕನ್ ವಿದ್ಯಾರ್ಥಿಗಳಿಂದ ಸಂಪಾದಿಸಿ ಒದಗಿಸಿಕೊಟ್ಟ

– ಬೆಂಗಳೂರಿನ ಡಾ॥ ಜಿ. ರಾಮಕೃಷ್ಣ

ಇವರಿಗೆಲ್ಲ ನಮ್ಮ ಕೃತಜ್ಞತೆಗಳು ಸಲ್ಲುತ್ತವೆ.

ವಿಶ್ವಕಥಾಕೋಶ

೨೫ ಸಂಪುಟಗಳು – ಪ್ರಧಾನ ಸಂಪಾದಕರು : ನಿರಂಜನ

ಧರಣಿಮಂಡಲ ಮಧ್ಯದೊಳಗೆ : 22 ಕನ್ನಡ ಕಥೆಗಳು

ಆಫ್ರಿಕದ ಹಾಡು : ಆಫ್ರಿಕ ಖಂಡದ ಕಥೆಗಳು – ಅನು : ಸಿ. ಸೀತಾರಾಮ್

ಕಾಡಿನಲ್ಲಿ ಬೆಳದಿಂಗಳು : ವಿಯೆಟ್ನಾಮ್ ಕಥೆಗಳು – ಅನು : ಸಿ.ಪಿ. ರವಿಕುಮಾರ್

ಚೆಲುವು : ಮಂಗೋಲಿಯ, ಚೀನ, ಜಪಾನ್, ಕೊರಿಯ ಕಥೆಗಳು – ಅನು : ಜಿ.ಎಸ್. ಸದಾಶಿವ

ಸುಭಾಷಿಣಿ : ಭಾರತ, ನೆರೆಹೊರೆ ಕಥೆಗಳು – ಅನು : 23 ಅನುವಾದಕರು

ವಿಚಿತ್ರ ಕಕ್ಷಿದಾರ : ಇಂಗ್ಲೆಂಡ್ ಕಥೆಗಳು – ಅನು : ಎನ್.ಎಸ್. ರಾಮಚಂದ್ರಯ್ಯ, ಎಸ್.ಆರ್. ಭಟ್

ಮಂಜುಹೂವಿನ ಮದುವಣಿಗ : ಹಂಗೆರಿ, ರುಮಾನಿಯ ಕಥೆಗಳು –
ಅನು : ಕೆ.ಎಸ್. ನಾರಾಯಣಸ್ವಾಮಿ

ಬೂದುಬಣ್ಣದ ಕಾಂಗರೂ : ಆಸ್ಟ್ರೇಲಿಯ, ನ್ಯೂಜಿಲೆಂಡ್ ಕಥೆಗಳು –
ಅನು : ಪಾ. ಸಂಜೀವ ಬೋಳಾರ

ಹೆಜ್ಜೆಗುರುತು : ರಷ್ಯ, ನೆರೆಹೊರೆ ಕಥೆಗಳು – ಅನು : ಕೆ.ಎಸ್. ನಿಸಾರ್ ಅಹಮದ್

ಅರಬಿ : ಐರ್‌ಲೆಂಡ್, ವೇಲ್ಸ್, ಸ್ಕಾಟ್‌ಲೆಂಡ್ ಕಥೆಗಳು – ಅನು : ಶಾ. ಬಾಲು ರಾವ್

ನೆತ್ತರು ದೆವ್ವ: ಚೆಕೊಸ್ಲೊವಾಕಿಯ, ಪೋಲೆಂಡ್ ಕಥೆಗಳು – ಅನು : ಎಚ್.ಕೆ. ರಾಮಚಂದ್ರಮೂರ್ತಿ

ಬಾವಿಕಟ್ಟೆಯ ಬಳಿ : ಯುಗೊಸ್ಲಾವಿಯ, ಆಲ್ಬೇನಿಯ, ಬಲ್ಗೇರಿಯ ಕಥೆಗಳು –
ಅನು : ಚಿ. ಶ್ರೀನಿವಾಸರಾಜು

ಅದೃಷ್ಟ: ಅಮೆರಿಕ, ಕೆನಡ, ಮೆಕ್ಸಿಕೊ ಕಥೆಗಳು – ಅನು : ವೀಣಾ ಶಾಂತೇಶ್ವರ

ಸಜ್ಜನನ ಸಾವು : ಐಸ್‌ಲೆಂಡ್, ಡೆನ್‌ಮಾರ್ಕ್, ನಾರ್ವೆ, ಸ್ವೀಡನ್, ಫಿನ್‌ಲೆಂಡ್ ಕಥೆಗಳು –
ಅನು : ಕ.ನಂ. ನಾಗರಾಜು

ಡೇಗೆ ಹಕ್ಕಿ : ಇಟಲಿ, ಆಸ್ಟ್ರಿಯ ಕಥೆಗಳು – ಅನು : ಎಸ್. ಅನಂತನಾರಾಯಣ

ಅವಸಾನ : ಗ್ರೀಸ್, ಸೈಪ್ರಸ್, ಟರ್ಕಿ ಕಥೆಗಳು – ಅನು : ಎ. ಈಶ್ವರಯ್ಯ

ತಾತನ ಹುಟ್ಟುಹಬ್ಬ: ಹಾಲೆಂಡ್, ಬೆಲ್ಜಿಯಮ್, ಸ್ವಿಟ್ಜರ್‌ಲೆಂಡ್ ಕಥೆಗಳು –
ಅನು : ಸಿ.ಎಚ್. ಪ್ರಹ್ಲಾದ್‌ರಾವ್

ಬಾಲ ಮೇಧಾವಿ : ಜರ್ಮನಿ ಕಥೆಗಳು – ಅನು : ಎಚ್.ಎಸ್. ರಾಘವೇಂದ್ರರಾವ್

ಇಬ್ಬರು ಗೆಳೆಯರು : ಸ್ಪೇನ್, ಪೋರ್ಚುಗಲ್ ಕಥೆಗಳು – ಅನು : ಕೆ.ವಿ. ನಾರಾಯಣ

ಅಬಿಂದಾ – ಸಯಿದ್ : ಇಂಡೊನೇಷ್ಯ, ಫಿಲಿಪ್ಪೀನ್ಸ್, ಮಲಯ, ಸಿಂಗಾಪುರ,
ಥಾಯ್‌ಲೆಂಡ್ ಕಥೆಗಳು – ಅನು : ಎಸ್ಸಾರ್ಕೆ

ನಿಗೂಢ ಸೌಧ : ಫ್ರಾನ್ಸ್ ಕಥೆಗಳು – ಅನು : ಬಸವರಾಜ ನಾಯ್ಕರ

ಬೆಳಗಾಗುವ ಮುನ್ನ : ಕ್ಯೂಬಾ, ಜಮೇಯಿಕ ಕಥೆಗಳು – ಅನು : ಶ್ರೀಕಾಂತ

ಮರಳುಗಾಡಿನ ಮದುವೆ : ಪಶ್ಚಿಮ ಏಷ್ಯ ಕಥೆಗಳು – ಅನು : ವಾಸುದೇವ

ಕಿವುಡು ವನದೇವತೆ : ದಕ್ಷಿಣ ಅಮೆರಿಕ ಕಥೆಗಳು – ಅನು : ಈಶ್ವರಚಂದ್ರ

ಸಾವಿಲ್ಲದವರು : ಪಂಚ ಮಹಾಕಾವ್ಯಗಳಿಂದ ಆಯ್ದ ಕಥೆಗಳು –
ನಿರೂಪಣೆ : ಸಿ.ಕೆ. ನಾಗರಾಜ ರಾವ್

ನವಕರ್ನಾಟಕ ಪ್ರಕಟಣೆಗಳು

ಸಾಹಿತ್ಯ ಚರಿತ್ರೆ, ಸಂಕೀರ್ಣ, ವಿಮರ್ಶೆ

ಕನ್ನಡ ಸಾಹಿತ್ಯ. ಚಾರಿತ್ರಿಕ ಬೆಳವಣಿಗೆ. ಸಂಪುಟ 1 – ಪ್ರಾಚೀನ ಸಾಹಿತ್ಯ (2ನೇ ಮುದ್ರಣ)	*ಡಾ|| ಸಿ. ವೀರಣ್ಣ*	**250.00**
ಕನ್ನಡ ಸಾಹಿತ್ಯ. ಚಾರಿತ್ರಿಕ ಬೆಳವಣಿಗೆ – ಸಂಪುಟ 2 – ಮಧ್ಯಕಾಲೀನ ಸಾಹಿತ್ಯ	*ಡಾ|| ಸಿ. ವೀರಣ್ಣ*	**300.00**
ಎಸ್. ಎಲ್. ಭೈರಪ್ಪ ನವರ ಕಾದಂಬರಿಗಳೊಂದಿಗೆ ಧರ್ಮ–ಕರ್ಮ ಜಿಜ್ಞಾಸೆ	*ಡಾ|| ಕೆ. ಎಲ್. ಗೋಪಾಲಕೃಷ್ಣಯ್ಯ*	**125.00**
ಪರಕಾಯ (ಲೇಖನ ಸಂಕಲನ)	*ಡಾ|| ರಾಮಲಿಂಗಪ್ಪ ಟಿ. ಬೇಗೂರು*	**90.00**

ನವಕರ್ನಾಟಕ ಸಾಹಿತ್ಯ ಸಂಪದ

(ಕೇಂದ್ರ ಸಾಹಿತ್ಯ ಅಕಾಡೆಮಿ ಪ್ರಶಸ್ತಿ ಪುರಸ್ಕೃತ ಕನ್ನಡ ಲೇಖಕರ ಬದುಕು-ಬರೆಹ ಮಾಲೆ)

♦ ಮೊದಲನೇ ಕಂತಿನ ಪುಸ್ತಕಗಳು

ಕುವೆಂಪು (3ನೇ ಮುದ್ರಣ)	*ಡಾ|| ಪ್ರಧಾನ್ ಗುರುದತ್ತ*	**60.00**
ರಂ. ಶ್ರೀ. ಮುಗಳಿ (2ನೇ ಮುದ್ರಣ)	*ಡಾ|| ತಾಳ್ತಜೆ ವಸಂತಕುಮಾರ*	**60.00**
ದ. ರಾ. ಬೇಂದ್ರೆ (3ನೇ ಮುದ್ರಣ)	*ಎನ್ಕೆ. ಕುಲಕರ್ಣಿ*	**60.00**
ಶಿವರಾಮ ಕಾರಂತ (3ನೇ ಮುದ್ರಣ)	*ಮಾಲಿನಿ ಮಲ್ಯ*	**60.00**
ವಿ. ಕೃ. ಗೋಕಾಕ (2ನೇ ಮುದ್ರಣ)	*ಡಾ|| 'ಜೀವಿ' ಕುಲಕರ್ಣಿ*	**60.00**
ದೇವುಡು (2ನೇ ಮುದ್ರಣ)	*ಡಾ|| ಸಿ. ಎಸ್. ಶಿವಕುಮಾರಸ್ವಾಮಿ*	**60.00**
ಬಿ. ಪುಟ್ಟಸ್ವಾಮಯ್ಯ (2ನೇ ಮುದ್ರಣ)	*ಡಾ|| ಕೃಷ್ಣಮೂರ್ತಿ ಹನೂರು*	**60.00**
ಡಿ. ವಿ. ಗುಂಡಪ್ಪ (2ನೇ ಮುದ್ರಣ)	*ಡಿ. ಆರ್. ವೆಂಕಟರಮಣನ್*	**60.00**
ಎ. ಎನ್. ಮೂರ್ತಿರಾವ್ (2ನೇ ಮುದ್ರಣ)	*ಡಾ|| ಪಿ. ಶಾಂತಾರಾಮ ಪ್ರಭು*	**60.00**
ಚದುರಂಗ (2ನೇ ಮುದ್ರಣ)	*ಡಾ|| ಎಂ. ಎಸ್. ವೇದಾ*	**60.00**
ವ್ಯಾಸರಾಯ ಬಲ್ಲಾಳ (2ನೇ ಮುದ್ರಣ)	*ಡಾ|| ಡಿ. ವಿಜಯಲಕ್ಷ್ಮಿ*	**60.00**
ಚಂದ್ರಶೇಖರ ಕಂಬಾರ (2ನೇ ಮುದ್ರಣ)	*ಡಾ|| ಬಸವರಾಜ ಮಲಶೆಟ್ಟಿ*	**60.00**

♦ ಎರಡನೇ ಕಂತಿನ ಪುಸ್ತಕಗಳು

ಬಿ. ಜಿ. ಎಲ್. ಸ್ವಾಮಿ (2ನೇ ಮುದ್ರಣ)	*ಡಾ|| ಮುಳುಕುಂಟೆ ರಮೇಶ್*	**60.00**
ರಾ.ಶಿ. (2ನೇ ಮುದ್ರಣ)	*ಡಾ|| ಎಚ್. ಎಸ್. ಗೋಪಾಲ ರಾವ್*	**60.00**
ದೇವನೂರ ಮಹಾದೇವ (2ನೇ ಮುದ್ರಣ)	*ಎನ್. ಪಿ. ಶಂಕರನಾರಾಯಣ ರಾವ್*	**60.00**
ಪು.ತಿ.ನ. (2ನೇ ಮುದ್ರಣ)	*ಡಾ|| ಪ್ರಭುಶಂಕರ*	**60.00**
ಶ್ರೀನಿವಾಸ (ಮಾಸ್ತಿ ವೆಂಕಟೇಶ ಅಯ್ಯಂಗಾರ್) (2ನೇ ಮು.)	*ಪ್ರೊ|| ಜಿ. ಎಸ್. ಸಿದ್ಧಲಿಂಗಯ್ಯ*	**60.00**
ತ.ರಾ.ಸು. (2ನೇ ಮುದ್ರಣ)	*ನಾ. ಪ್ರಭಾಕರ*	**60.00**
ಪೂರ್ಣಚಂದ್ರ ತೇಜಸ್ವಿ (3ನೇ ಮುದ್ರಣ)	*ಡಾ|| ಎಚ್. ಎಂ. ಮಹೇಶ್ವರಯ್ಯ*	**60.00**
ಹಾ. ಮಾ. ನಾಯಕ (2ನೇ ಮುದ್ರಣ)	*ಡಾ|| ಪ್ರಧಾನ್ ಗುರುದತ್ತ*	**60.00**
ಚಿದಾನಂದಮೂರ್ತಿ (2ನೇ ಮುದ್ರಣ)	*ಡಾ|| ಸಂಗಮೇಶ ಸವದತ್ತಿಮಠ*	**60.00**

ಗಿರೀಶ್ ಕಾರ್ನಾಡ್ (3ನೇ ಮುದ್ರಣ)	*ಡಾ|| ಮೀರಾ ಮೂರ್ತಿ*	**60.00**
ಯಶವಂತ ಚಿತ್ತಾಲ (2ನೇ ಮುದ್ರಣ)	*ಡಾ|| ಕೆ. ಎಲ್. ಗೋಪಾಲಕೃಷ್ಣಯ್ಯ*	**60.00**
ಕೆ. ಎಸ್. ನರಸಿಂಹಸ್ವಾಮಿ (2ನೇ ಮುದ್ರಣ)	*ಡಾ|| ರಾಮೇಗೌಡ*	**60.00**

♦ ಮೂರನೇ ಕಂತಿನ ಪುಸ್ತಕಗಳು

ಶಾಂತಿನಾಥ ದೇಸಾಯಿ (2ನೇ ಮುದ್ರಣ)	*ಡಾ|| ಪ್ರೀತಿ ಶುಭಚಂದ್ರ*	**60.00**
ಎಸ್. ಎಲ್. ಭೈರಪ್ಪ (2ನೇ ಮುದ್ರಣ)	*ದೇಶ ಕುಲಕರ್ಣಿ*	**60.00**
ಪಿ. ಲಂಕೇಶ್ (2ನೇ ಮುದ್ರಣ)	*ಡಾ|| ಹಾಲತಿ ಸೋಮಶೇಖರ್*	**60.00**
ಎ. ಆರ್. ಕೃಷ್ಣಶಾಸ್ತ್ರಿ (2ನೇ ಮುದ್ರಣ)	*ಬಿ. ವಿ. ಶ್ರೀಧರ*	**60.00**
ಕೀರ್ತಿನಾಥ ಕುರ್ತಕೋಟಿ (2ನೇ ಮುದ್ರಣ)	*ಡಾ|| ಕೃಷ್ಣಮೂರ್ತಿ ಚಂದರ್*	**60.00**
ಗೋಪಾಲಕೃಷ್ಣ ಅಡಿಗ (2ನೇ ಮುದ್ರಣ)	*ಬಾಲಸುಬ್ರಹ್ಮಣ್ಯ ಕಂಜರ್ಪಣೆ*	**60.00**
ವಿ. ಸೀತಾರಾಮಯ್ಯ (2ನೇ ಮುದ್ರಣ)	*ಪ್ರೊ|| ಎಂ. ರಾಮಚಂದ್ರ*	**60.00**
ಎಲ್. ಎಸ್. ಶೇಷಗಿರಿ ರಾವ್ (2ನೇ ಮುದ್ರಣ)	*ಡಾ|| ಪಿ. ವಿ. ನಾರಾಯಣ*	**60.00**
ಎಚ್. ತಿಪ್ಪೇರುದ್ರಸ್ವಾಮಿ (2ನೇ ಮುದ್ರಣ)	*ಡಾ|| ಎನ್. ಎಸ್. ತಾರಾನಾಥ*	**60.00**
ಎಸ್. ವಿ. ರಂಗಣ್ಣ (2ನೇ ಮುದ್ರಣ)	*ಡಾ|| ಸಿ. ಪಿ. ಕೃಷ್ಣಕುಮಾರ್*	**60.00**
ಗೊರೂರು ರಾಮಸ್ವಾಮಿ ಅಯ್ಯಂಗಾರ್ (2ನೇ ಮುದ್ರಣ)	*ಡಾ|| ಪ್ರಧಾನ್ ಗುರುದತ್ತ*	**60.00**
ಬಿ. ಸಿ. ರಾಮಚಂದ್ರ ಶರ್ಮ (2ನೇ ಮುದ್ರಣ)	*ಲಿಂಗದೇವರು ಹಳೆಮನೆ*	**60.00**

♦ ನಾಲ್ಕನೇ ಕಂತಿನ ಪುಸ್ತಕಗಳು

ಕೆ.ವಿ.ಸುಬ್ಬಣ್ಣ	*ಡಾ|| ನಾ. ದಾಮೋದರ ಶೆಟ್ಟಿ*	**60.00**
ಶ್ರೀರಂಗ	*ಡಾ|| ಬಿ. ಎನ್. ಸುಮಿತ್ರಾಬಾಯಿ*	**60.00**
ಜಿ. ಎಸ್. ಆಮೂರ	*ಬಾಲಸುಬ್ರಹ್ಮಣ್ಯ ಕಂಜರ್ಪಣೆ*	**60.00**
ಡಿ. ಆರ್. ನಾಗರಾಜ	*ಡಾ|| ಚಂದ್ರಶೇಖರ ನಂಗಲಿ*	**60.00**
ಚೆನ್ನವೀರ ಕಣವಿ	*ಡಾ|| ಗುರುಲಿಂಗ ಕಾಪಸೆ*	**60.00**
ಗೀತಾ ನಾಗಭೂಷಣ	*ಡಾ|| ಎನ್. ಗಾಯತ್ರಿ*	**60.00**
ಶಂ. ಬಾ. ಜೋಶಿ	*ಪ್ರೊ|| ಮಲ್ಲೇಪುರಂ ಜಿ. ವೆಂಕಟೇಶ*	**60.00**
ಶಂಕರ ಮೊಕಾಶಿ ಪುಣೇಕರ	*ಡಾ|| ಜಿ. ಎನ್. ಉಪಾಧ್ಯ*	**60.00**

ವನಿತಾ ಚಿಂತನ ಮಾಲೆ

ನೂರಿ (ಕಾದಂಬರಿ)	*ಡಾ|| ಜಾನಕಿ ಸುಂದರೇಶ್*	**140.00**
ಮಣ್ಣಿಂದ ಎದ್ದವರು (ಕಾದಂಬರಿ)	*ಕುಸುಮಾ ಶಾನುಭಾಗ*	**80.00**
ಶಕ್ತಿಧಾಮದ ಕಥೆಗಳು (ನೈಜ ಘಟನೆಗಳು)	*ಜಿ. ಎಸ್. ಜಯದೇವ*	**65.00**
ಆಲಾಹಳ ಹೆಣ್ಣುಮಕ್ಕಳು (ಕಾದಂಬರಿ)	*ಮಲಯಾಳಂ ಮೂಲ : ಸಾರಾ ಜೋಸೆಫ್ (ಅನು : ಪಾರ್ವತಿ ಜಿ. ಐತಾಳ)*	**100.00**
ಸಂಗತಿ (ಆತ್ಮಕಥೆ)	*ತಮಿಳು ಮೂಲ : ಬಾಮ (ಅನು : ಎಸ್. ಪ್ಲೋಮಿನ್ ದಾಸ್)*	**65.00**
ಉಷೋದಯ (ಕಾದಂಬರಿ)	*ತೆಲುಗು ಮೂಲ : ಓಲ್ಗ (ಅನು : ಮಿಸ್ ಸಂಪತ್)*	**65.00**
ಬದುಕು ನಮ್ಮದು (ಆತ್ಮಕಥೆ)	*ಮರಾಠಿ ಮೂಲ : ಬೇಬಿತಾಯಿ ಕಾಂಬಳೆ (ಅನು : ಚಂದ್ರಕಾಂತ ಪೋಕಳೆ)*	**55.00**

ನೋವು ತುಂಬಿದ ಬದುಕು (ಆತ್ಮಕಥೆ)	ಬಂಗಾಳಿ ಮೂಲ : ಬೇಬಿ ಹಾಲ್ದಾರ್	
	(ಅನು : ಜಿ. ಕುಮಾರಪ್ಪ)	90.00
ನಿರಕ್ಷರಿಯ ಆತ್ಮಕಥೆ (ಆತ್ಮಕಥೆ)	ಹಿಂದಿ ಮೂಲ : ಸುಶೀಲಾ ರಾಯ್ (ಅನು : ಜಿ. ಕುಮಾರಪ್ಪ)	55.00
ಅಂತಿಮ ಜ್ವಾಲೆ (ಕಾದಂಬರಿ)	ಹಿಂದಿ ಮೂಲ : ಹಿಮಾಂಶು ಜೋಶಿ	
	(ಅನು : ಡಾ॥ ಜಿ. ಎಸ್. ಕುಸುಮ ಗೀತ)	55.00
ಸೀತಾ ಕಾವ್ಯಕಥನ (ಕಾವ್ಯ)	ಡಾ॥ ಎಂ. ಎನ್. ಕೇಶವರಾವ್	45.00
ಅಮ್ಮನಿಗೆ ಹಜ್ ಬಯಕೆ	ಮೂಲ : ಅಸ್ಮಾ ನಾಡಿಯಾ	
(ಇಂಡೋನೇಶಿಯಾದ ದಿಟ್ಟ ಮಹಿಳೆಯರ ಸಹಜ ಕಥೆಗಳು)	(ಅನು : ಎಚ್. ಎಸ್. ಗೀತಾ)	70.00
ಸೂಫಿ ಮಹಿಳೆಯರು	ಫಕೀರ್ ಮುಹಮ್ಮದ್ ಕಟ್ಪಾಡಿ	60.00
ದೀಪಧಾರಿಣಿ (ಫ್ಲಾರೆನ್ಸ್ ನೈಟಿಂಗೇಲ್ ಬದುಕು–ಸಾಧನೆ)	ಬಿ. ಬಿ. ಕುಸುಮ	40.00
ಬಿ. ರಂಗನಾಯಕಮ್ಮ (ಬದುಕು–ಸಾಧನೆ)	ಪ್ರೊ॥ ಬಿ. ಎಸ್. ಮಯೂರ	40.00
ಕಾಲುಹಾದಿಯ ಕೋಲ್ಮಿಂಚುಗಳು – ಮಹಿಳಾ ವಿಜ್ಞಾನಿಗಳು	ನೇಮಿಚಂದ್ರ	75.00
ಹೋರಾಟದ ಹಾದಿಯಲ್ಲಿ ಧೀಮಂತ ಮಹಿಳೆಯರು	ನೇಮಿಚಂದ್ರ	50.00

ಕಥಾಸಾಹಿತ್ಯ

♦ ಕಾದಂಬರಿ

ಯಾದ್ ವಶೇಮ್ (ನೂರು ಸಾವಿರ ಸಾವಿನ ನೆನಪು. 2ನೇ ಮುದ್ರಣ)	ನೇಮಿಚಂದ್ರ	190.00
ಸರಕುಗಳು (2ನೇ ಮುದ್ರಣ)	ಫಕೀರ್ ಮುಹಮ್ಮದ್ ಕಟ್ಪಾಡಿ	75.00
ಜೆಹಾದ್ (2ನೇ ಮುದ್ರಣ)	ಬೋಳುವಾರು ಮಹಮದ್ ಕುಂಞಿ	95.00
ಕಾಫಿ ನಾಡಿನ ಕಿತ್ತಳೆ	ಗಿರಿಮನೆ ಶಾಮರಾವ್	110.00
ಜೇನು ಆಕಾಶದ ಅರಮನೆಯೋ...	ಕ್ಷೀರಸಾಗರ	90.00
ಬೇಡಿ ಕಳಚಿತು ದೇಶ ಒಡೆಯಿತು (ಭಾರತ ಸ್ವಾತಂತ್ರ್ಯ ಸಂಗ್ರಾಮ ಕುರಿತ		
ರೋಮಾಂಚನಕಾರಿ ಬೃಹತ್ ಕಾದಂಬರಿ)	ಕೋ. ಚೆನ್ನಬಸಪ್ಪ	600.00
ಹೇಮಂತಗಾನ (5ನೇ ಮುದ್ರಣ)	ವ್ಯಾಸರಾಯ ಬಲ್ಲಾಳ	140.00
ತಿರುಗಿ ನರಜನ್ಮ	ಮುದ್ದೂರು ಗೋಪಾಲಕೃಷ್ಣ ನಾಯಕ್	70.00
ವಾರಾಣಸಿ	ಮಲಯಾಳಂ ಮೂಲ : ಎಂ. ಟಿ. ವಾಸುದೇವನ್ ನಾಯರ್	
	(ಅನು : ಕೆ. ಎಸ್. ಕರುಣಾಕರನ್)	75.00
ಭಂಡಾರ ಭೋಗ	ಮರಾಠಿ ಮೂಲ : ರಾಜನ್ ಗವಸ (ಅನು : ಚಂದ್ರಕಾಂತ ಪೋಕಳೆ)	80.00
ಮಯ್ಯಾದಾಸನ ವಾಡೆ	ಹಿಂದಿ ಮೂಲ : ಭೀಷ್ಮ ಸಾಹನಿ (ಅನು : ದು. ನಿಂ. ಬೆಳಗಲಿ)	160.00
ತಮಸ್ (3ನೇ ಮುದ್ರಣ)	ಹಿಂದಿ ಮೂಲ : ಭೀಷ್ಮ ಸಾಹನಿ	
	(ಅನು : ಶಾರದಾ ಸ್ವಾಮಿ, ಡಾ॥ ಎಸ್. ಎಂ. ರಾಮಚಂದ್ರ ಸ್ವಾಮಿ)	110.00
ವೋಲ್ಗಾ–ಗಂಗಾ (6ನೇ ಮುದ್ರಣ)		
	ಹಿಂದಿ ಮೂಲ : ರಾಹುಲ ಸಾಂಕೃತ್ಯಾಯನ (ಅನು : ಬಿ. ಎಂ. ಶರ್ಮಾ)	160.00
ಕೊನೆಯ ಜಿಗಿತ	ಹಿಂದಿ ಮೂಲ : ಶಿವಮೂರ್ತಿ (ಅನು : ಆರ್. ಪಿ. ಹೆಗಡೆ)	60.00
ಪುನರ್ಜನ್ಮ	ರಷ್ಯನ್ ಮೂಲ : ಲೆವ್ ಟಾಲ್ಸ್ಟಾಯ್	
(ಸಂಕ್ಷಿಪ್ತ. 2ನೇ ಮುದ್ರಣ)	(ಇಂಗ್ಲಿಷ್ನಿಂದ ಕನ್ನಡಕ್ಕೆ : ವಿ. ವಿ. ಉಪಾಧ್ಯಾಯ)	55.00
ತಾಯಿ (5ನೇ ಮು.)	ರಷ್ಯನ್ ಮೂಲ : ಮಕ್ಸೀಂ ಗೋರ್ಕಿ (ಇಂಗ್ಲಿಷ್ನಿಂದ ಕನ್ನಡಕ್ಕೆ : ನಿರಂಜನ)	120.00